HAI BÊN CHIẾN TUYẾN

TWO OPPOSING SIDES OF THE VIETNAM WAR

HAI BÊN CHIẾN TUYẾN

TWO OPPOSING SIDES OF THE VIETNAM WAR

- Trần Văn Khang -

English Translation by Thomas Luong & Trần Văn Dương

Bìa: Uyên Nguyên Trần Triết
Dàn trang: Đỗ Huỳnh Đăng Ngọc
Nhân Ảnh xuất bản 2024
ISBN: 9798869378835

TRẦN VĂN KHANG

HAI BÊN CHIẾN TUYẾN

TWO OPPOSING SIDES OF THE VIETNAM WAR

Nhân Ảnh
2024

LỜI GIỚI THIỆU

Đọc tác phẩm HAI BÊN CHIẾN TUYẾN của nhà văn Trần Văn Khang

Đọc Hai Bên Chiến Tuyến của nhà văn Trần Văn Khang là sống lại thời gian và không gian xưa. Thời gian, không gian của những biến động lịch sử. Của 1945 với cuộc kháng chiến chống Pháp và sự ra đời của đảng Việt Minh, tiền thân của đảng Cộng Sản Việt Nam. Của 1954 với hiệp định Genève chia đôi đất nước và cuộc di cư vĩ đại từ Bắc vào Nam. Của năm 1963 với sự sụp đổ nền Đệ Nhất Cộng Hòa tại miền Nam. Của ngày 30 tháng Tư năm 1975, ngày quốc hận của bên thua cuộc miền Nam, ngày thống nhất của bên thắng cuộc miền Bắc. Của những cuộc vượt biển tìm tự do khởi đi từ cuối thập niên 70 làm chấn động lương tâm thế giới với sự xuất hiện của hai từ Thuyền Nhân. Và sau cùng của sự tìm về của một số người từng bỏ nước ra đi từ giữa thập niên 80.

Là người đã sống trong hai giai đoạn của cuộc chiến, tác giả, qua các nhân vật của mình, tỏ ra không muốn hận thù, không thích chiến tranh, coi nó như một bất hạnh cho đất nước. Ông cố gắng xoa dịu nỗi đau của các nạn nhân, khoác lên bộ mặt tàn bạo, sắt máu của cuộc chiến, của chế độ, vài nét nhân bản như một cuộc đấu tố thời cải cách ruộng đất lại được kết thúc bằng một bản án khá nhân đạo, khác với những cuộc đấu tố tại các làng khác, luôn luôn có một hai chiếc quan tài nằm sẵn đâu đó chờ đợi những nạn nhân đang bị đấu tố.

Những nhân vật nữ trong truyện của Trần Văn Khang đều là những thiếu nữ đang xuân, đẹp, hiền, dịu dàng, đàn hay. Trước những người nữ như thế, chàng trai nào mà không bị rung động ngay từ buổi đầu gặp gỡ. Những nhân vật nam của tác giả, một số xuất thân từ ngành y, nếu không từ ngành y thì cũng là người yêu thích âm nhạc. Y và nhạc là nghiệp và đam mê của tác giả. Cho nên đọc truyện của Trần Văn Khang đôi lúc chúng ta khó phân biệt đâu là tự truyện đâu là tiểu thuyết.

Nhìn chung, truyện trong Hai Bên Chiến Tuyến là những truyện tình. Những mối tình suông sẽ, có hậu không bao nhiêu mà trắc trở, dang dở thì nhiều. Dang dở vì chiến tranh, vì đất nước bị phân chia, bắt kẻ ở, người đi. Người đi vì tự do, vì an ninh bản thân, còn người ở lại *"không phải vì say mê chế độ đại đồng, chỉ vì hoàn cảnh hoặc không muốn xa rời làng mạc thân yêu"*. Nhưng cũng có trường hợp, dù có cơ hội ra nước ngoài sống với người yêu, lại chỉ muốn "đi đi về về gặp nhau thôi" vì *"đã đóng cội rễ ở miền đất thân thuộc tại Việt Nam"*.

Nhưng bên cạnh hai bên chiến tuyến lớn vì thời cuộc còn có vài ba hai bên chiến tuyến nhỏ gây nên bởi ý muốn độc đoán "môn đăng hộ đối"của mấy bà mẹ áp đặt lên đầu con cái mình khiến cho mối tình đôi trẻ gặp khó khăn, đôi khi đưa đến tan vỡ. Tác giả đã nhân danh tình yêu, lên tiếng khẳng định: *"Yêu nhau không phải vì giàu nghèo. Yêu nhau là do tình cảm, do lòng thương mến nhau. Hạnh phúc của cuộc đời mình phải do chính mỗi người quyết định"*.

Những nhân vật trong Hai Bên Chiến Tuyến của Trần

Văn Khang sống suốt chiều dài sóng gió của lịch sử. Họ đã nếm trải bao nhiêu nghịch cảnh của xã hội, của chế độ đương thời. Nhưng chúng ta không thấy vẻ hằn học, nét cau có trong giọng văn của tác giả. Trần Văn Khang là một người kể chuyện từ tốn. Thỉnh thoảng lắm mới thấy tác giả chêm đôi lời suy gẫm để tô đậm tâm cảnh nhân vật của mình: Khuyên một người nên chọn hướng đi này nhưng tâm mình đang thiên về một hướng đi khác, để rồi: *"cảm thấy bị mất mát một thứ gì quí báu của đời mình"*.

Văn phong của Trần Văn Khang trong sáng, trôi chảy. Cũng không ngạc nhiên lắm vì ngoài văn, nhạc tác giả còn làm thơ. Nên đôi lúc câu văn của ông tuy không vần nhưng nhịp nhàng, đối ứng nhau như thơ: *"Anh có cả một tương lai, Dung lại có cuộc đời lỡ dỡ". "Anh không cần dư luận, không cần quá khứ, anh muốn sống cho hiện tại, cho tương lai, anh muốn sống cho chúng mình"*.

Trong 18 truyện ngắn của Hai Bên Chiến Tuyến, có hai truyện tác giả không kết thúc câu chuyện mà yêu cầu người đọc chọn dùm một kết thúc. Ở truyện thứ nhất, trong một buổi tiệc loại Nhất Dạ Đế Vương ở Chợ Lớn, một ông bác sĩ trẻ là khách danh dự của một đại gia người Hoa. Một cô xẩm trẻ đẹp được chọn làm người ngồi cạnh ông bác sĩ trẻ để hầu tiếp. Sau buổi tiệc cô xẩm đưa ông bác sĩ về phòng riêng. Có người hỏi ông bác sĩ đêm đó ông có ân ái với cô xẩm không. Ông bác sỉ chỉ trả lời: *"Nói không ai tin"*. Truyện thứ hai: Một cô gái trẻ đẹp được 4 người cầu hôn: một sinh viên nghèo, một thương gia góa vợ giàu có, một nhạc sĩ và một ông bác sĩ không biết ca hát. Cô gái muốn có một người chồng có điều kiện, khá giả, trẻ tuổi, hiền lành,có tương lai,biết yêu âm nhạc để cùng nàng ca hát. Và tác giả mong cho cô gái có một cuộc tình duyên thơ mộng, hạnh phúc bền lâu.

Là một người đọc tác phẩm của Trần Văn Khang tôi sẽ không làm điều tác giả yêu cầu mà, ngược lại, tôi đặt câu hỏi nếu chính tác giả kết thúc hai câu chuyện đó thì ông sẽ kết thúc như thế nào. Muốn thế phải tìm hiểu tác giả. Biết được con người Trần Văn Khang thì có thể đoán mà không sợ sai ông sẽ kết thúc hai câu chuyện ra sao. Dưới mắt tôi Trần Văn Khang là một con người lãng mạn. Ông không phân biệt giai cấp, giàu nghèo trong tình yêu. Với Trần Văn Khang, tiếng nói của con tim là quan trọng, là hàng đầu.

TRANG CHÂU

LỜI MỞ ĐẦU VÀ CẢM TẠ

Thưa quý độc giả và quý thân hữu,

Chúng tôi cũng như rất nhiều người đã sống và là chứng nhân trong nhiều cuộc chiến: Thế chiến thứ hai 1939-1945, Chiến tranh Cao Ly 1950, Chiến tranh Việt Pháp 1945-1954. Thế nhưng cuộc chiến giữa hai miền Nam Bắc Việt Nam từ sau 1954, kéo dài 20 năm, kết thúc vào 30 tháng 4 năm 1975 gây nhiều tang thương, đau khổ cho đất nước và người dân của một quốc gia.

Tuyển tập ***Hai Bên Chiến Tuyến*** *có mục đích nhỏ bé ghi lại vài hoàn cảnh, vài dữ kiện, vài tình trạng của người dân tại một* ***vài địa phương trong một giai đoạn chiến tranh tương tàn giữa Cộng Sản miền Bắc và Việt Nam Cộng Hòa miền Nam****. Hy vọng nếu có dịp đọc, những thế hệ sau có chút ít khái niệm về cuộc chiến này. Cuộc chiến một phần lớn do những thế lực quốc tế sắp đặt, hậu thuẫn, rồi kết cuộc sau cùng cũng phần lớn do họ quyết định. Người dân Việt Nam chỉ là những nạn nhân trên bàn cờ thế giới. Người viết có những trăn trở, những nỗi buồn cho thân phận dân tộc mình. Nhìn các quốc gia khác như Madagascar, Tunisia, Algeria, Morocco... họ có độc lập sau thời kỳ thuộc địa mà đâu có phải đổ nhiều xương máu như Việt Nam. Nam, Bắc Cao Ly không chịu cảnh chiến tranh sau khi bị chia cách tại vĩ tuyến 38. Đông Đức, Tây Đức đã thống nhất trong hòa bình, không đổ máu. Là người Việt Nam, dù sinh đẻ hay cư ngụ tại* *miền nào, khi suy tư có thể cảm nhận nỗi bất hạnh quá lớn lao cho thân phận đất nước mình.*

Trong những truyện ngắn của tập truyện, tên họ và hoàn cảnh của các nhân vật cũng như vài địa danh, nếu có sự trùng hợp ngoài đời thì chỉ là do ngẫu nhiên, ngoài ý muốn của người viết.

***Để sửa soạn cho Tập Truyện Ngắn Hai Bên Chiến Tuyến** song ngữ đến tay bạn đọc, người viết trước hết xin chân thành cảm tạ một người bạn là anh Lương Phúc Thọ. Anh đã sưu tập các truyện của người viết, giúp phần lớn chuyển ngữ sang tiếng Anh, thiết kế bìa sách, cho phép dùng một số hình ảnh do chính anh vẽ, và góp phần xem lại bản thảo. Xin cám ơn em tôi là anh Trần Văn Dương đã góp nhiều ý kiến quý báu và đã cùng anh Lương Phúc Thọ thực hiện phần dịch thuật sang tiếng Anh. Đặc biệt cám ơn bạn đồng nghiệp Y Khoa là nhà văn, nhà thơ Trang Châu đã viết Lời Giới Thiệu. Cũng không thể quên cảm tạ những người bạn thân quý như anh Nguyễn Đắc Điều, nhà văn Đỗ Tiến Đức, nhạc sĩ Võ Tá Hân và chị Kim Châu cùng nhiều thân hữu khác đã khuyến khích mỗi khi đọc truyện. Xin phép và tri ân tác giả một số hình ảnh (bức tranh) trong tập truyện, người viết được thấy tranh trên mạng lưới mà không có phương cách liên lạc và xin phép với các tác giả của tranh. Cảm tạ anh Lê Hân, người bạn đồng trang Chu Văn An, và Nhà Xuất Bản Nhân Ảnh đã hết lòng giúp đỡ hoàn thành việc xuất bản cuốn sách. Sau hết phải vô cùng cám ơn người bạn đời của tôi, Trương Thị Phước, cũng như các con chúng tôi là Trần Phước Khanh, Trần Khánh Phương đã khuyến khích, góp phần tích cực hoàn tất tập truyện song ngữ này.*

Trần Văn Khang

MỤC LỤC

1. TRỞ VỀ PHỐ XƯA

(Tên họ và hoàn cảnh của các nhân vật trong truyện ngắn dưới đây, nếu có sự trùng hợp ngoài đời chỉ là do ngẫu nhiên, ngoài ý muốn của người viết)

CHUYẾN BAY HỒI HƯƠNG và MỘT THỜI ĐỂ NHỚ

Năm 75, anh cùng một số chiến hữu đáp những chiếc chiến đấu cơ xuống phi trường Utapao Thái Lan di tản, rồi sang định cư tại Hoa Kỳ. Cuối thập niên 80, anh là một trong những người sớm trở về Việt Nam. Anh trở về không phải để xem lại nhà cũ, quê xưa hay để thăm họ hàng như nhiều người. Anh về để giải tỏa nỗi băn khoăn trong lòng mình. Nỗi băn khoăn anh đã mang theo từ khi rời Hà Nội, ngày nào đã xa.

Chiếc phi cơ dân sự 747 cất cánh đã trên mười phút, lấy đủ cao độ. Qua máy vi âm, người phi công trưởng chào mừng hành khách bằng tiếng phổ thông Trung Hoa rồi bằng Anh ngữ. Người hoa tiêu cũng cho biết thời gian chuyến bay dài trên 16 tiếng, từ San Francisco tới Hồng Kông, và giờ giấc cùng khí hậu hiện tại của nơi đến. Minh nhận nút bấm để lưng ghế của mình ngả thêm một chút ra phía sau cho thoải mái. Hàng ghế Economy chật hẹp, anh không muốn ngả hết lưng ghế sợ làm phiền người hành khách ngồi sau. Anh lẩn thẩn nghĩ ngày xưa, anh cũng như nhiều người Việt Nam khác ở quê nhà, ít ai để ý đến chi tiết về khí hậu mỗi ngày. Hồi còn ở miền Bắc với bốn mùa khá rõ rệt, rồi sinh sống bao năm tại miền Nam với hai mùa mưa nắng, anh ít khi cần biết đến chuyện thời tiết. Cứ cho đó là chuyện của ông Trời. Trời lạnh mặc cho ấm, trời nóng mang áo mỏng. Mùa mưa đem sẵn áo che mưa. Đời sống cứ hồn nhiên như thế cho đến khi vào quân đội, làm phi công anh mới thường để ý đến thời tiết.

Nghĩ đến chuyến về thăm Hà Nội lần này, sau trên 30 năm xa cách, Minh thấy nao nao trong lòng. Anh mong biết tin tức người cũ. Không biết Bích Hạnh, người thiếu nữ anh đã yêu thương chỉ một thời gian ngắn nhưng rất nồng nàn lúc mới vào đời, bây giờ nơi đâu, sống còn ra sao. Anh vẫn thầm ân hận, chỉ vì yêu anh mà bao nỗi đau đã đến với nàng.

"Chú cũng về Việt Nam chuyến này?" Cô gái ngồi ghế bên nhìn Minh hỏi, làm ngưng dòng suy tưởng của anh. Giọng nói dễ thương, khuôn mặt tươi trẻ, tuổi cô khoảng mười tám đôi mươi. Cô không trang điểm cũng đẹp hồn nhiên. Mái tóc đen huyền gần chạm vai, phần cuối úp vào nơi cổ trắng, làm anh nhớ tới mái tóc của Hạnh ngày nào. Không trả lời ngay câu hỏi, anh nhẹ nhàng hỏi lại "Cô biết tôi là người Việt?". "Cháu thấy chú cầm tờ báo tiếng Việt trên tay lúc nãy". Cách xưng hô vừa thân mật, vừa phân định khoảng cách tuổi tác giữa Minh và cô. Bây giờ anh mới trả lời câu cô hỏi lúc đầu "Tôi về Hà Nội có công việc, cũng tìm gặp người quen, còn cô?". "Cháu trở về Sài Gòn thăm cha mẹ cháu". Câu chuyện giữa hai hành khách cùng ngôn ngữ, cùng quê hương thật tự nhiên, dễ dàng.

Sau bữa ăn tối, đèn trong thân tàu được để nhỏ lại. Cô gái nói muốn ngủ một vài giờ, tối qua cô thức thật khuya để lo thêm bớt những món trong hành lý. Cô lấy tấm mền nhỏ màu huyết dụ từ chỗ ngồi, đem phủ lên người, kín cả đôi chân. Cô khẽ than "cháu lạnh". Câu nói tự nhiên vô tình này lại làm Minh thấy nhói nơi tim. Anh liên tưởng đến câu nói "em lạnh" của Hạnh ngày nào. Ngày ấy..., trước giây phút yêu nhau lần đầu, Hạnh nói cùng anh, giọng nàng run rẩy nhưng không phản đối: "em sợ!". Rồi sau khi yêu nhau, qua những phút nóng bỏng, cuồng nhiệt của xác thịt, Minh vẫn còn lưu luyến muốn tận hưởng kéo dài những rung cảm yêu đương. Anh nằm ôm Hạnh, cánh tay bên phải anh để nàng buông tóc gối đầu. Bàn tay trái anh đã xoa vuốt lưng nàng, như dỗ dành một người em, như xin chuộc lỗi mình, vì đã lấy đi của nàng đời con gái. Khuôn mặt thanh tú của nàng kề bên anh, khép mi. Nét ngây thơ thiên thần vô tội. Hương thơm da thịt người thanh nữ làm anh ngất ngây dù anh mới tận hưởng thú yêu thương. Cảnh cũ như một cuốn phim quay chậm lại trong tâm tưởng. Trong căn phòng trọ, anh đã nghe nàng nói "em lạnh". Âm thanh một thời đã xa như còn lắng đọng trong thính quan. Minh nhớ rõ anh đã xoay mình lấy tấm chăn, đắp lên người Hạnh rồi nhẹ hôn lên môi nàng. Anh thấy mi nàng ướt. Ngày đó nàng mới gần 18 và anh chưa được 21 tuổi đời. Cả hai cùng bồng bột, say đắm, thắm thiết trong yêu đương của tình đầu. Tình yêu tuổi trẻ lên đến đỉnh cao mau chóng trở thành trái cấm, lôi cuốn và mời mọc, khiến anh và nàng cùng sa vào đam mê, không suy tính. Anh đã yêu Hạnh ngay từ lần đầu mới gặp, như gặp một cú sét của những cuộc tình lãng mạn trong tiểu thuyết. Hạnh có lẽ cũng vậy, tim nàng rộn ràng, nàng sững sờ trong phút đầu gặp anh, đến nỗi cha nàng phải nhắc "Con chào thày học chưa?"...

Lúc đó là cuối thu, bắt đầu niên học mới. Anh theo năm thứ hai Đại học Khoa Học tại Hà Nội. Nàng mới vào học lớp đệ nhị, ban C, chuẩn bị thi Tú tài phần I vào năm tới. Gia đình nàng sống sung túc, cha là một công chức ngạch khá cao, chuyên về xây cất và công lộ. Quan tâm cho việc học và thi cử của cô con gái đầu lòng, cha mẹ nàng đăng báo tìm người kèm cho nàng bài vở và luyện thi. Gia đình Minh thanh bạch, cha anh là tiểu công chức tại Thái Bình. Năm trước đó, Minh cũng đã phải kèm dạy tư gia vài chỗ để đủ chi dùng, bớt một phần gánh nặng cho cha mẹ còn lo nuôi dưỡng những đứa em. Một chiều thứ bảy, với chiếc xe đạp cũ kỹ, anh theo địa chỉ trên báo, đến tìm xin việc. Căn biệt thự đẹp trang nhã, màu vàng nhạt, cửa sơn xanh, hướng ra sông Hồng. Nước sông Hồng tại Hà Nội hình như không lúc nào trong, luôn luôn đục, màu gạch nhạt, và mùa ấy cuồn cuộn chảy, có lẽ vì những cơn lũ từ thượng du. Minh cẩn thận khóa xe, dựa bên vách tường gần cổng, e dè nhấn chuông. Hai con chó lớn, chồm sau những song cửa sắt, sủa vang trước khi chị giúp việc ra mở cửa mời anh vào nhà. Cha mẹ nàng chuyện trò tìm hiểu anh khoảng nửa giờ, nhanh chóng nhận anh với một thù lao khá rộng rãi, và định ngày giờ, hai buổi mỗi tuần cho việc kèm dạy tư gia cho Hạnh và cả hai em của nàng. Rồi ông bà gọi Hạnh và các em ra chào để "thầy trò gặp nhau". Nàng ở tuổi thanh xuân của người con gái, xuất hiện trước mặt anh, đẹp tự nhiên như nụ hoa vừa chớm nở. "Các con gọi thầy giáo Minh bằng "thầy", giọng cha nàng ân cần. Anh xin phép để nàng và các em gọi mình bằng "anh", lấy cớ anh không hơn tuổi nàng bao nhiêu.

Chỉ sau vài tháng, tình cảm giữa người "thầy giáo trẻ" và "cô học trò bé nhỏ" đã nhanh chóng nảy nở. Ông bà kỹ sư có lẽ cũng biết một phần nào, nhưng thấy Minh là sinh viên, lễ độ, nên tỏ ra cũng có cảm tình, ông bà cư xử với anh như người thân. Đôi lần anh được phép đưa Hạnh cùng những em nàng đi ciné hay dạo phố. Minh nhớ rõ lần đầu tiên anh tỏ tình với nàng mà không một lời nói. Trong bóng tối của rạp ciné, anh tìm tay nàng. Hạnh không phản đối. Anh vuốt những ngón tay nàng rồi bóp nhẹ. Bàn tay xinh xắn mềm và êm. Nàng nắm lại tay anh. Anh khẽ hôn nàng, trên tóc rồi lên má. Không có hành động nào xa hơn thế nữa trong bước đầu. Hai em nàng ngồi bên. Đó là lần xem phim Cuốn Theo Chiều Gió. Rạp ciné còn để tựa đề tiếng Pháp Autant En Emporte Le Vent. Trên màn ảnh Cinemascope, tài tử Clark Gable và Vivien Leigh đang diễn xuất tuyệt vời, anh và nàng bàn tay trong bàn tay thật lâu. Rồi một ngày khác anh hôn nàng lần đầu trên môi, hôm ấy chỉ một lần, lúc xem cuốn phim Tóc Em Chưa Úa Nắng Hè, tựa đề ngoại ngữ Elle n'a dansé qu'un seul Été, khi nữ tài tử khỏa thân Ulla Jacobsson đi dạo bên một bờ hồ đẹp, trước mặt người tình. Lần sau nữa, anh chủ ý mời nàng cùng các em đi xem phim Tarzan Nổi Giận, ngồi hàng ghế cuối của rạp hát. Khi hai em nàng còn chăm chú mải mê coi Tarzan "nổi giận" trên khung vải, nàng lại rất "hiền ngoan" cho anh cơ hội tìm môi nàng nhiều hơn. Thế là hai người bước vào tình yêu, thật hồn nhiên, nhưng lại mau chóng trở thành đam mê, nồng nàn.

Cái đam mê, nồng nàn của tuổi trẻ. Mỗi lần anh lại nhà Hạnh, lòng anh lâng lâng, rộn ràng như dòng nước sông Hồng phía trước ngôi nhà. Chị Hiền là người giúp việc thường ra mở cửa cho anh. Đôi khi là anh Phúc, người tài xế của cha Hạnh. Chị Hiền lúc nào cũng thân mật, chị hay rót nước, cắt những trái cam mời anh dùng khi anh đã vào nhà. Anh Phúc lại có vẻ dè dặt, ít nói đến độ xa cách, Minh cũng chẳng quan tâm tìm hiểu.

Hà Nội ngày ấy xôn xao, nao núng vì những tin chiến sự và việc động viên thanh niên của chính phủ Trần Văn Hữu, rồi chính phủ Nguyễn Văn Tâm. Sắp đến hạn Minh ra trình diện nhập ngũ thì mặt trận Điện Biên Phủ trở thành điểm nóng cực kỳ sôi động cho cuộc chiến. Tương lai phải xa cách Hạnh và gián đoạn việc học hành vì sẽ bị động viên đã gần kề càng làm cho anh và nàng thắm thiết với nhau hơn. Ngày 7 tháng 5 năm 1954, Pháp thất thủ Điện Biên Phủ. Hạnh đậu khóa đầu kỳ thi Tú Tài phần nhất năm đó. Hội nghị Genève kết thúc 20 tháng 7. Tại Hà Nội cũng như cả miền Bắc nhiều người hoang mang trước quyết định ở lại hay di cư vào Nam. Một buổi chiều chớm thu, Hạnh đến thăm anh, cũng là lần đầu nàng hiến tặng đời con gái cho anh. Tình yêu, đam mê và tuổi trẻ đã lôi cuốn Minh và nàng vào những lần yêu thương mặn nồng, trước khi anh về Thái Bình cùng gia đình theo sự dẫn dắt của các Cha Công Giáo xuống Hải Phòng di cư vào Nam bằng tàu biển. Gia đình Hạnh vì nhiều lý do đã ở lại Hà Nội. Anh chưa biết sẽ sanh sống ra sao, cư ngụ nơi đâu tại Sài Gòn xa lạ. Trước khi chia tay, anh cho nàng địa chỉ một người bạn đã vào Sài Gòn từ trước để thư từ.

Hồi ấy, nhiều tháng trong thời gian chuyển tiếp, người dân hai miền Nam Bắc vĩ tuyến 17 còn được liên lạc bằng bưu thiếp. Sau khi xa nhau một tháng, Minh đang ở khu tạm trú cho sinh viên tại Sài Gòn, anh được bạn chuyển cho tấm bưu thiếp đầu tiên của người yêu. Bao nhiêu năm đã qua rồi, anh còn nhớ cả nét chữ cũng như từng lời nàng viết cho anh: "...em nhớ anh vô cùng, em yêu anh và chờ anh. Em chỉ mong hai năm qua nhanh đến ngày tổng tuyển cử, đất nước thống nhất, em sẽ gặp lại anh, sẽ được sống bên anh ...". Bưu thiếp thứ hai của nàng đến, làm anh choáng váng sững sờ: "... em đã có thai trên hai tháng rồi, em gầy đi nhiều vì không ăn uống được. Em khổ lắm vì thầy mẹ đã biết... Em tủi hổ và không biết phải làm sao... Thầy mẹ đang thu xếp cho em rời Hà Nội, về một miền quê cho khỏi xấu hổ với họ hàng và người quen... Nhưng em không bao giờ oán trách anh, em biết chúng mình xa nhau vì hoàn cảnh nước mình, em biết lòng anh không bao giờ muốn phụ em..." Những tháng kế tiếp, anh không còn tin tức gì về nàng cho đến gần một năm sau, một người quen của gia đình nàng từ Pháp gửi tin ngắn gọn cho anh biết nàng đã sanh một bé trai. Lại một lần nữa, anh bàng hoàng, vì đã gây sầu khổ cho người yêu. Anh ăn năn về giọt máu của mình đã để lại cho nàng tại miền Bắc. Minh buồn nản, lại cần giúp cha mẹ nuôi dưỡng các em trong bước đầu di cư, anh đã bỏ dở học trình đại học. Anh đi dạy các tư thục và sau đó động viên, anh vào binh chủng Không Quân của quân đội Miền Nam. Anh còn nhớ vào những năm cuối của cuộc chiến, anh lái khu trục cơ, thường xuyên yểm trợ những chiến trường ác liệt. Mỗi lần dội những loạt bom hay phóng những phi đạn từ máy bay xuống trận địa, anh vẫn băn khoăn nghĩ có thể con anh, giờ này đã 18, 19 tuổi đời, có lẽ đã phải phục tùng lệnh đi nghĩa vụ vào Nam, biết đâu đang ẩn trốn hay đã tan nát thân thể qua những lần oanh tạc của chính người cha nó...

TRỞ VỀ PHỐ XƯA

Máy bay đáp tại Hồng Kông đúng giờ, Minh từ biệt cô bé đồng hành xinh xắn đã gợi lại cho anh hình ảnh Hạnh và những kỷ niệm sâu đậm ngày xưa. Anh mất vài giờ đồng hồ để sang chuyến bay chuyển tiếp về Hà Nội.

Chưa có nhiều người tỵ nạn từ Mỹ trở về Việt Nam như sau này, thủ tục tại phi trường còn chậm so với những quốc gia anh đã nhiều lần ghé qua. Cũng chưa có bang giao Mỹ Việt. Công an cửa khẩu khám xét khá kỹ lưỡng. Nhưng anh hơi ngạc nhiên. So với những du khách khác cùng chuyến bay, anh thấy mình được hỏi kỹ hơn, lâu hơn. Người đàn ông, mũ lưỡi trai trên đầu, ngồi sau màn ảnh nhỏ của máy điện toán. Anh ta là cán bộ, sĩ quan hay công an cửa khẩu, Minh cũng chẳng biết và cũng không muốn tìm hiểu. Anh ta lạnh lùng cầm giấy thông hành của Minh và giấy nhập cảnh, nhìn Minh, nhìn những tấm hình trên giấy tờ rồi tay lướt nhanh trên bàn phím máy điện toán. Minh thấy người cán bộ nhẹ gật đầu một mình. Anh ta lật một xấp giấy cao, dừng tại một trang xong ngước lên nhìn Minh, bớt lạnh lùng:

- Anh về nước lần đầu?

Minh có dịp quan sát người cán bộ kỹ hơn. Chắc chắn anh ta phải trẻ tuổi hơn con của Minh bây giờ, nếu con anh còn sống sau hai thập niên chinh chiến. Đứa con mà anh chưa biết mặt, cũng chẳng biết tên. Người cán bộ được ngồi chỗ này chắc cũng phải có quen biết, có gốc gác lớn, Minh nghĩ thầm. Ở đây "bình đẳng", xưng hô thông thường với các từ "anh", "chị" hay "cán bộ"...

- Vâng, tôi về lần đầu. Minh trả lời.

- Anh định ở lại bao lâu?

- Tôi đã giữ chỗ máy bay, trở về sau hai tuần. Nếu cần ở lại thêm, tôi sẽ xin gia hạn và liên lạc với hãng hàng không để đổi vé máy bay cho chuyến về.

- Nơi cư ngụ của anh tại Hà Nội? Có phải anh đã đăng ký phòng tại khách sạn Thăng Long, số ... đường ..., anh có định ở tại khách sạn này không?. Người cán bộ hỏi anh.

Minh hơi ngạc nhiên sao họ biết rõ chi tiết đến vậy. Có thể khi xin chiếu khán để vào Việt Nam, văn phòng dịch vụ đã phải khai báo nơi tạm trú của anh tại đây. Anh trả lời:

- Thưa đúng.

Người cán bộ hải quan đóng mộc trên tờ hộ chiếu nhập cảnh, cho biết thủ tục nhập nội đã xong, và nói với anh:

- Anh có nhiều thời gian, không khẩn trương, anh sẽ có dịp tham quan nhiều nơi, thăm nhiều người quen.

Không ai đón anh tại phi trường, Minh thuê xe về thẳng khách sạn. Nhiều đường phố đã đổi khác, nhưng nhiều con phố vẫn còn những căn nhà cổ kính ngày xưa. Minh tới khách sạn vào lúc đã gần trưa, anh nhận phòng, rồi xuống nhà hàng trong khách sạn. Bụng đói. Anh nói cùng người tiếp viên: "Cho tôi một bát phở tái nạm". Anh chủ ý dùng chữ "bát phở" cho hợp nơi, hợp cảnh. Sau nhiều năm ở tại miền Nam, rồi ở Mỹ, anh quen dùng chữ "tô phở" từ lâu.

Minh thong thả thưởng thức tô phở nóng bốc khói, cố tìm lại hương vị phở Hà Nội ngày trước. Anh hơi thất vọng vì không tìm lại được nhiều cái hương vị cũ. Có lẽ tiệm ăn tại khách sạn không chuyên nấu phở, và một phần anh đã quen cái vị phở đậm đà tại San José, hay tại khu phố Bolsa rồi chăng. Nhưng anh tìm lại được ở đây loại bánh phở với những sợi mềm, nuột nà và to bản của những ngày tháng xưa.

Dùng trưa xong, Minh lên phòng mình, đi tắm, rồi thay đồ nhẹ lên giường nghỉ ít phút. Sau những chuyến bay, lại thay đổi múi giờ, anh đã thấy mệt. Nhưng anh không tài nào tìm được giấc ngủ, anh nôn nao thao thức nhớ về những cảnh cũ, người xưa. Minh nghĩ đến Hạnh, đến đứa con ruột thịt chưa một lần gặp. Anh tự hỏi không biết giờ này Hạnh ra sao, cuộc sống thế nào. Nếu gặp gỡ nhau có làm phiền gì cho cảnh gia đình hiện tại của nàng? Từ ngày định cư tại Mỹ, anh đã nhiều lần dò hỏi, nhưng đa số họ hàng và bạn bè của anh không ai biết tin tức gì về Hạnh, về cha mẹ nàng. Ngày còn học tại Hà Nội, thời gian anh và nàng quen nhau chưa được một năm, mới thắm thiết yêu thương nhau được trên sáu tháng. Họ hàng của nàng anh cũng không rõ một ai. Nghỉ một lát, anh quyết định trở dậy, thay đồ, rồi rời khách sạn đi dạo một mình trên đường phố. "Hà Nội mùa Thu". Bây giờ anh mới cảm thấy cái "chất Thu" thật đặc biệt của thành phố này. Có lẽ ở tuổi hoa niên, anh chỉ lo học hành, rong chơi, không chú ý nhiều đến ngoại cảnh như những nhà thơ, những nhạc sĩ đã có nhiều bài về Hà Nội. Cái đề tài về mùa thu nơi đây trở thành một thứ "thời trang thơ nhạc", nó dễ thương, truyền cả đến những người chưa biết Hà Nội bao giờ. Hôm nay, đi trên những con phố, anh có những cảm nhận riêng của mình về mùa Thu đất Thăng Long. Sau bao năm, nhiều con đường đã đổi tên. Nhưng lối cũ còn đọng trong tiềm thức, trong ký ức, đưa dẫn anh vào con phố đến ngôi nhà của Hạnh ngày xưa.

Rồi một chiều buông rơi
Ngân sóng nước chơi vơi
Ai đem mùa Thu tới

Hà Nội trời giăng mây
Khi lá luyến lưu bay
Anh đi về phố xưa

Lòng ngập ngừng bâng khuâng
Theo lối cũ bên sông
Anh đi tìm quá khứ

Tìm lại người em xưa
Năm tháng đã xa xôi
Nhưng tâm hồn vẫn mơ

Cho anh một cuộc tình, đẹp vào lúc mới bình minh
Thương em vì chuyện mình, để buồn mỗi lúc hoàng hôn
Môi anh tìm ngọt ngào, một lần nhớ mãi cho nhau
Mi em đẹp thuở nào, mà rồi ướt mắt ai sau ...

(Ca khúc *Trở Về Phố Xưa / TVK*)

Anh xúc động, đứng nhìn ngôi nhà cũ một hồi lâu. Có lẽ không được tu sửa, chiếc cổng và hàng song sắt đã hoen rỉ nhiều với thời gian. Mái ngói và một ven tường rêu phong. Những lá cây lác đác trên mái nhà, trên lối đi, trên sân gạch đỏ. Không có chiếc chuông điện cũ nơi cổng vào. Anh lên tiếng kêu cửa. Không có hai con chó lớn sủa vang mỗi lần anh đến như ngày trước. Một người đàn bà, dáng bình dân, chừng gần ba mươi tuổi đi ra. Anh hỏi thăm ông bà kỹ sư Thọ, cô Hạnh và hai người em nàng. Người phụ nữ trả lời gia đình bà đã mua căn nhà này gần mười lăm năm rồi. Bà không biết chủ cũ bây giờ ở đâu. Minh chán nản. Anh hỏi thăm hai căn nhà kế bên. Cũng toàn người lạ. Không ai biết những người anh muốn tìm. Anh đến căn nhà khác hỏi thăm. Một bà già cho biết khi "Mỹ đánh bom" miền Bắc, gia đình nàng đã bán nhà, về miền quê sanh sống.

NHỮNG BẤT NGỜ

Minh thất vọng. Chuyến đi xa không đưa lại cho anh những điều mong đợi, không làm anh hết băn khoăn. Anh lơ đãng cất bước về nơi tạm trú.

Hà Nội ngày hôm nay
Trong tiếng gió heo may
Anh đi vào nhung nhớ

Tìm lại người em thơ
Nơi phố cũ năm xưa
Nhưng nào thấy em đâu ...

(Ca khúc *Trở Về Phố Xưa / TVK*)

Minh tự an ủi còn gần hai tuần lễ ở đây, biết đâu rồi sẽ tìm được tin nàng. Gần giờ dùng cơm tối, anh sửa soạn xuống nhà hàng của khách sạn lần nữa. Minh dự định, dùng bữa xong, anh sẽ lại đi bách bộ vài phút rồi về phòng nghỉ ngơi, ngày mai sẽ tính. Chợt điện thoại trong phòng reo. Anh nhấc máy. Nhân viên khách sạn cho biết có người muốn tìm anh. Anh hỏi ai muốn gặp.

- Thưa ông, họ không nói rõ, chỉ nói muốn gặp ông Nguyễn Trọng Minh, chúng tôi tra sổ biết ông ở phòng này.

Minh trả lời sẽ xuống trong ít phút. Anh thắc mắc. Một chút lo ngại. Anh có thông báo cho ai quen biết tại Hà nội chuyến đi này đâu. Hay công an muốn tìm, vì anh có "tội ác với nhân dân", "với cách mạng", không đi học tập cải tạo ngày nào. Dù sao đã đến đây rồi, anh nghĩ cũng chẳng có cách nào hơn, ai cần gặp thì đành gặp. Chẳng lẽ tiến trình bang giao Mỹ Việt đang được nhà cầm quyền Việt Nam âm thầm nhưng tận tình lo xúc tiến trong bước đầu, lại có chuyện làm khó dễ với một người trở về nước có giấy nhập cảnh như anh.

Anh dùng thang máy xuống từng dưới của khách sạn. Một thanh niên chừng 25, 26 tuổi, mặc đồng phục kaki tiến đến:

- Ông là Nguyễn Trọng Minh?

Minh hơi hồi hộp. Anh ta không gọi Minh bằng "anh" như người cán bộ phi trường. Anh ta cũng không đeo quân hàm gì hết. Minh, lần đầu tiên về Việt Nam, anh không biết anh này là cán bộ, hay quân đội, hay công an khu vực. Minh lấy vẻ điềm tĩnh trả lời:

- Vâng, chính tôi.

Người thanh niên này không lạnh lùng như người "đồng chí" của anh ta tại phi trường hồi trưa. Anh ta còn lộ vẻ mừng:

- Mời ông theo tôi, có người muốn gặp ông tại nhà ăn của khách sạn.

Minh theo người lạ mặt đến một bàn nơi cuối nhà hàng. Một người phụ nữ, áo dài màu xanh, ngồi một mình, đang đọc một tạp chí. Tờ báo che lấp nửa khuôn mặt. Nghe có tiếng bước gần bên, người phụ nữ nhẹ đặt tờ báo xuống bàn, đứng lên nhìn anh, ánh mắt vui chào đón. Minh sững sờ. Hạnh ở trước mặt anh. Vẫn nước da trắng, vẫn nụ cười tươi, vẫn một nốt ruồi đen nho nhỏ cách khóe môi bên trái 20 ly như anh đã thầm đo lường bằng mắt nhiều lần ngày xưa sau khi hôn nàng. Nàng đưa hai tay ra phía trước. Anh chỉ nói được một chữ khi đưa tay mình nắm lấy hai bàn tay người yêu cũ:

- Hạnh!

- Anh!

Nàng cũng chỉ thốt một tiếng thôi, nhưng hình như hai người đã nói được rất nhiều, nói được tất cả... những nỗi nhớ nhung xa cách. Anh ngắm người nhìn Hạnh thật lâu. Hơn 30 năm không gặp, anh thầm tính. Nàng vẫn còn nét thanh tú mặc dù qua bao nhiêu tang thương của đất nước, những biến đổi của cuộc đời. Anh không thể dấu được ngạc nhiên, xao xuyến nhìn nàng:

- Hạnh ! Bất ngờ quá, sao em biết anh ở đây ?

Nàng vẫn giọng nói nhẹ nhàng ngày xưa:

- Chuyện dài lắm, em sẽ kể cho anh. Bây giờ em mời anh dùng cơm với em tối nay.

Nàng ra hiệu cho người tiếp viên nhà hàng đến bàn, thông thạo chọn đặt vài món ăn mà một thời xa xôi anh vẫn ưa dùng. Thêm một chai rượu đỏ. Hạnh quả thực làm anh ngạc nhiên. Cô học trò ngày xưa, "người yêu bé nhỏ" của anh, bây giờ lịch thiệp, xã giao như một mệnh phụ. Anh im lặng nhìn nàng rồi ngắm áo nàng đang mặc. Không phải màu thiên thanh "biết anh thích màu trời, em đã ngậm ngùi, chọn màu áo xanh..." câu hát anh vẫn yêu mến trong bài "Bảy Ngày Đợi Mong", tình yêu học trò. Áo nàng màu xanh rêu, làm tôn làn da trắng, nơi ngực áo có thêu rất khéo vài chiếc lá vàng. Trang nhã, thật hợp cho mùa Thu. Thức ăn và rượu được dọn trên bàn, nàng và anh cùng nâng ly.

Nàng cụng ly anh:

- Em mừng anh trở về thăm Hà Nội.

- Mừng gặp lại em. Anh về để tìm em và gặp con chúng mình.

Anh nôn nả tiếp:

- Em kể cho anh những gì xảy ra cho em từ ngày mình xa nhau.

Nàng nhẹ cười:

- Em muốn anh kể chuyện của anh trước.

Anh trầm ngâm, chưa nói gì. Biết bắt đầu từ đâu bây giờ. Chuyện đời anh bao nhiêu thay đổi, bao nhiêu biến cố, làm sao tóm lược trong ít câu. Nhưng Hạnh lại cất tiếng trước, cho Minh hay những điều anh không ngờ tới:

- Anh không nói nhưng em đã biết đôi chút về anh, anh Minh. Anh là Thiếu tá Không Quân trong quân đội Miền Nam ngày trước. Anh đi sang Mỹ từ tháng tư năm 75. Bây giờ anh là kỹ sư, có một công ty về điện toán với nhiều nhân viên tại San José, tiểu bang Cali. Em được biết anh đã lập gia đình từ khi còn ở Sài Gòn. Vợ anh tên Hằng, Bích Hằng. Anh có hai cháu với chị Hằng.

Minh hết sức ngạc nhiên, tròn mắt nhìn nàng. Anh cũng nhận xét nàng đã tế nhị không nói anh thuộc quân đội Ngụy. Anh không hiểu sao nàng biết rõ về anh đến thế. Anh chưa nói được gì, nàng chăm chú nhìn anh:

- Nhưng em không rõ anh quen rồi lấy chị Hằng ra sao lúc ở Sài Gòn, chị đẹp phải không anh?

Minh mỉm cười, thầm nhủ Hạnh cũng như nhiều phụ nữ, thường để ý đến chi tiết về vợ của người tình cũ. Nàng tiếp theo trước khi anh trả lời:

- Em nghe nói các ông Không Quân miền Nam ngày trước hào hoa lắm, khiêu vũ giỏi và toàn chọn vợ đẹp. Đúng không anh?

Minh nói nhỏ như tâm sự:

- Anh "có số" quen thân, yêu rồi lấy học trò. Anh biết Bích Hằng, vợ anh, khi anh dạy trường tư thục Văn Lang Sài Gòn, lúc Hằng còn học đệ nhị. Sau khi vào quân đội, anh mới làm đám cưới, hồi anh còn là Trung Úy. Hằng nhỏ hơn anh cả mười tuổi.

Anh nghĩ về số mệnh. Anh có số yêu, rồi lấy học trò thật sao. Rồi như một định mệnh, người con gái nào anh quen thân, yêu mến cũng mang chữ Bích. Bích Hạnh trước mặt anh đây. Rồi Bích Ngọc, Bích Ngà, và sau cùng là vợ anh, Bích Hằng.

Minh thong thả nhắp một chút rượu. Rượu thật ngon. Anh không biết vì Hạnh khéo chọn, hay rượu "chất lượng cao", hay lòng anh đang vui hội ngộ. Có lẽ do tất cả. Anh nhìn nàng:

- Em đã rõ chuyện của anh rồi. Làm sao em biết chi tiết đến thế, chắc có bạn quen ở bên Mỹ phải không? Bây giờ anh mong được nghe về em.

Hạnh thong thả:

- Em kể cho anh. Khi đất nước chia đôi, gia đình em cũng phân vân, hoang mang. Nhưng một số chú bác và anh họ của em theo kháng chiến từ đầu. Nhiều người có chức vụ cao, nhắn tin về, nói ba em và họ hàng nên ở lại, sẽ được bảo đảm mọi chuyện. Bà Nội và ông bà Ngoại em lúc đó cũng đã già, không chịu rời Hà Nội hay xa quê quán để vào Nam. Thế là cả nhà ở lại. Khi biết em có thai, thày mẹ mắng nhiếc em nhiều. Em cũng tủi thân chỉ muốn chết thôi. Có lúc em định thoát ly, liều lĩnh một mình xuống Hải Phòng tìm đường vào Nam gặp anh, chung sống với anh. Nàng ngưng lại rồi nói tiếp, giọng như tiếc nuối:

- Sao hồi đó em yếu đuối quá, không dám liều đi tìm anh. Rồi đến lúc tiếp thu Hà Nội, cả nhà mới biết anh Phúc cũng có học, anh đậu Diplome rồi theo cách mạng. Anh Phúc là người của kháng chiến, được bố trí đưa vào thành lo thi hành công tác địch vận nội thành. Kể cả việc tuyên truyền để các thanh niên trốn tránh, không thi hành lệnh động viên. Nếu họ muốn, anh Phúc sẽ cho tổ chức tìm cách đưa ra vùng kháng chiến. Anh Phúc nhận làm người lái xe cho thầy em chỉ là một bình phong bên ngoài, để anh bí mật hoạt động các công tác. Sau khi tiếp thu, anh ấy có chức vụ khá cao trong ngành an ninh, và giúp đỡ gia đình em nhiều. Ngày trước, anh Phúc hay dùng công xa của thày em, nhiều lần chở em đi học. Anh ấy hơn em cả 12 tuổi nhưng đã thầm yêu em. Để tránh tai tiếng với những người quen tại Hà Nội, anh Phúc xin thầy mẹ đưa em về quê của anh là làng Nguyễn, gần Vân Đình Hà Đông. Rồi anh Phúc xin cưới em, sau đó nhận đứa con của em như con mình! Em với anh Phúc không có được đứa con nào!

Minh nghe nàng kể mà bàng hoàng. Với tâm lý thường tình của đàn ông, anh hơi thầm tức tối với "cái anh tài xế Phúc" ngày xưa. Nhưng rồi anh tự trách mình nhỏ nhen, phân chia giai cấp, ghen tức với người đã giúp Hạnh, đã có tấm lòng bao dung, chịu làm kẻ đến sau, lại còn nuôi dưỡng con anh. Anh nóng lòng hỏi:

- Con anh, con chúng mình tên gì, anh muốn gặp. Em và anh Phúc cuộc sống ra sao?

Hạnh dịu dàng:

- Anh sẽ gặp con. Thầy mẹ đặt cho con tên Lộc. Thầy tên Thọ, chồng em tên Phúc. Như vậy nhà có đủ Phước Lộc Thọ.

Tim Minh có lẽ trật một nhịp đập khi nghe nàng nói "chồng em". Nhưng anh nói khôi hài như bản tính mình:

- Nếu em có thêm hai đứa con với anh Phúc thì đặt là Khang và Ninh cho đủ bộ.

Nàng cũng cười, rồi giọng hơi chùng xuống:

- Không phải đặt tên cho con rồi mình đạt được những điều mình muốn anh ạ. Thầy mẹ em đã mất. Hai đứa em của em cũng có gia đình đã lâu. Anh Phúc về hưu, sau đó bị tai biến mạch máu não, ngồi xe lăn một thời gian. Anh Phúc mất được hơn hai năm rồi. Trước đó anh Phúc đã giữ nhiều chức vụ trong ngành công an, tình báo. Khi Lộc bắt đầu khôn lớn, cũng được tuyển chọn vào ngành này. Lộc không phải vào Nam đi nghĩa vụ như nhiều thanh niên cùng tuổi. Em cũng cho Lộc biết cha nó là ai sau khi anh Phúc mất được vài tháng. Vì ở trong ngành an ninh, nó tự động đi tìm tin tức về anh qua cơ quan Kiều vận và Tình báo Hải ngoại. Trong thâm tâm, em muốn để chuyện cũ qua đi, anh và em ai cũng đã có hoàn cảnh riêng rồi. Nhưng khi qua thủ tục an ninh, Lộc thấy tên anh trong danh sách xin nhập cảnh, Lộc liền cho em hay. Vì vậy khi anh về, Lộc cho theo dõi mọi di chuyển, mọi liên lạc của anh và cho em biết. Nó cũng mong gặp cha. Lộc cho em rõ chiều nay, anh đã đi về phố cũ, tìm em. Em vui là anh không quên em. Vì vậy em cũng nóng lòng gặp anh. Người thanh niên lúc nãy là nhân viên lái xe cho Lộc.

Minh không ngờ "nhất cử, nhất động" của anh đều có người biết, có người theo dõi. Nhưng anh thở ra nhẹ nhõm. Những thắc mắc băn khoăn của anh đã được giải tỏa.

Đến món ăn tráng miệng, anh thấy nhân viên nhà hàng đem ra một chiếc bánh ngọt khá lớn, thật đẹp, nhưng chắc chắn là hai người không thể nào dùng hết. Anh còn đang bỡ ngỡ thì người tiếp viên nhà hàng đem lại một bình trà nóng, với hương thơm của trà mạn sen, và bốn cái tách để dùng trà. Hạnh nhìn anh thân ái. Nàng cười, vẻ giỡn vui với anh:

- Bây giờ anh sẽ gặp con trai, con dâu và cháu nội.

Nàng đưa tay ra hiệu về phía một bàn nơi cuối phòng phía kia. Một cặp vợ chồng trẻ, thời trang cũng trẻ, cùng một bé gái khoảng chừng ba tuổi đi tới bàn của anh. Anh không ngờ Hạnh thật là tế nhị, đã dàn xếp để anh và nàng tự nhiên hàn huyên tâm tình thật lâu trước khi cho anh gặp mặt người con trai và gia đình riêng của nó. Hạnh giới thiệu:

- Các con đến chào cha. Thảo chắp tay thưa ông Nội đi con.

Minh lặng im, không nói gì được trong giây lát. Mới có khoảng trên mười tiếng đồng hồ từ khi anh đặt chân lên đất Hà Nội thân yêu ngày xưa, mà tình cảm anh có biết bao sao động. Rồi bao nhiêu đột biến, hết ngạc nhiên này đến ngạc nhiên khác xảy ra như trong một giấc mơ, như trong tiểu thuyết, hay truyện trong phim ảnh. Dù thay đổi giờ giấc và đáng lẽ phải buồn ngủ, anh lại thấy mình tỉnh táo lạ thường. Anh hàn huyên với con trai, với con dâu rồi bồng đứa cháu nội trên lòng. Tất cả đều thân mật với anh, không dè dặt, không khách sáo. Hạnh cất tiếng hỏi anh:

- Anh đi về Việt Nam một mình, chị Hằng không đi cùng anh sao? Chị biết chuyện ngày trước của mình không? Anh về có công việc gì nữa không?

Nhiều câu hỏi một lúc, nhưng Minh trả lời thong thả:

- Công chuyện của anh phải đi đây đó, giao dịch nhiều nơi, vợ anh cũng quen rồi. Trước khi kết hôn với Hằng, anh đã cho Hằng biết quá khứ của anh, anh đã có con với em từ ngày ở Hà Nội. Hằng rất hiểu biết, yêu anh nhưng dấu cha mẹ về chuyện này khi lấy anh. Ít ai ngờ kẻ Bắc người Nam sẽ có ngày gặp lại trong hoàn cảnh này. Hằng chỉ thắc mắc không biết có phải anh lấy "Bích" Hằng để thay thế "Bích" Hạnh trong trái tim anh. Còn về công việc, rất có thể trong vài năm nữa Mỹ và Việt Nam sẽ bang giao. Giới tư bản và kinh doanh Hoa Kỳ cũng như nhiều nước khác, đang muốn khai thác thị trường và đầu tư tại Việt Nam vì ở đây đông dân, nhân công rẻ. Ngành truyền thông, điện toán sẽ phát triển nhiều lắm trong những năm tới, nhất là tại Silicon Valley, nơi anh đang ở. Anh về Việt Nam lần này, mục đích chính là để gặp em. Một vài người trong ngành điện tử cũng nhờ anh tìm hiểu thị trường và cơ hội kinh doanh trong nhiều năm tới. Nhưng đó là việc phụ của anh trong chuyến này.

Chuyện trò tới nửa đêm, nhà hàng chuẩn bị đóng cửa. Minh phải chia tay Hạnh cùng con cháu, hẹn gặp lại nhau trong những ngày sau...

CHUYẾN BAY VỀ

Minh rút ngắn chuyến đi, chỉ ở lại Việt Nam một tuần lễ. Anh đã đạt được mục tiêu, gặp và tâm sự nhiều với người yêu cũ, gặp được con anh, giải đáp được những băn khoăn, thắc mắc trong tâm tư từ nhiều năm tháng. Công ty cũng điện thoại mời anh về để ký hai giao kèo quan trọng. Trên chuyến bay từ Hồng Kông về Mỹ, Minh tự thưởng cho mình bằng cách tăng cấp chỗ ngồi. Anh đổi vé máy bay lên hạng nhất, trả tiền thêm với giá cao. Anh thấy cần thư giãn sau hơn một tuần đi đây đó. Chiếc ghế da rộng rãi và thật êm. Chỗ duỗi chân cũng thoải mái. Thời gian bay còn dài, anh thong thả thưởng thức ly champagne khá ngon và thức ăn với muỗng nĩa đẹp do người tiếp viên hàng không trẻ tuổi, duyên dáng đem lại.

Chuyến về, anh có cảm tưởng máy bay êm ái hơn chuyến đi. Có lẽ phi cơ ít gặp những khoảng trống trong không khí hay những thay đổi bất thường của áp suất khí quyển. Hay tại lòng anh đã vơi đi những băn khoăn. Hay chỗ ngồi quá tiện nghi. Minh ngả hẳn lưng ghế tối đa về phía sau, bấm nút nâng chỗ để chân lên cho vừa tầm nằm, nhắm mắt nhủ thầm sẽ tìm giấc ngủ. Chỗ ngồi này thoải mái, ngả ra tạm thành một chỗ ngủ khá êm.

Nhưng cũng như chuyến đi, tâm trí anh lại suy nghĩ lan man. Anh nghĩ nhiều nhất về Hạnh. Trong suốt thời gian ở Hà Nội, anh và nàng ngày nào cũng gặp nhau, thân ái như hai người bạn thiết. Thế mà anh chỉ một lần hôn môi nàng khi chia tay từ biệt, không hề có hành động về tình dục, về xác thịt nào khác. Nếu tâm sự chuyện này cho mấy người bạn thân "hào hoa" trong quân ngũ của anh ngày xưa, có người không tin. Thế nào anh cũng bị chê là "thỏ đế", "quân tử Tàu" hay "đạo đức như ông Khổng Tử". Có thể "thằng bạn thân trời đánh" từ thuở sinh viên, nổi tiếng ăn chơi nhất của anh, sau nó cũng vào không quân cùng với anh, sẽ nói anh "không chịu chơi". Nó rõ mối tình của anh và Hạnh từ khi còn ở Hà Nội. Mình anh biết sự thực không phải thế. Anh thấy chính Hạnh còn giữ gìn ý tứ hơn anh nữa. Có lẽ nàng muốn tôn trọng hạnh phúc gia đình của anh bây giờ. Anh cũng vậy, đã quá nửa đời người, biết đắn đo suy tính, không còn bồng bột như ngày xưa. Anh không muốn có hành động phản bội vợ mình. Hằng đối với anh đầy ân tình, đầy trọn vẹn của người vợ hiền... Lại nữa biết đâu khi anh ở Hà Nội, lúc nào cũng có người theo dõi. Người cán bộ đầu tiên xem các tường trình, báo cáo chắc chắn lại là... con anh.

Anh nghĩ về Hà Nội, nơi anh còn đầy những kỷ niệm một thời hoa niên. Giai điệu thấm thía truyền cảm qua bản nhạc "Nỗi Lòng Người Đi" của Anh Bằng như còn vang vọng trong thính quan anh. "Tôi xa Hà Nội năm lên mười tám khi vừa biết yêu...". Anh rời Hà Nội năm hai mươi mốt tuổi, nhưng sao lời ca diễn tả quá đúng tâm sự của anh lúc vào Sàigòn cuối mùa Thu ấy. Bài nhạc đã xưa, nhưng mỗi khi nghe lại vẫn còn gây nhiều ấn tượng, nhiều rung cảm cho anh. Không có cuộc chiến, có lẽ bây giờ anh đang sinh sống tại Hà Nội, làm công hay tư chức. Có thể làm nghề dạy học, đang có một gia đình đầm ấm, an bình với Hạnh... Đâu có chuyện "cái anh chàng lạnh lùng tên Phúc ấy" đi vào cuộc đời nàng! Bây giờ anh hiểu tại sao ngày xưa Phúc có vẻ xa cách với anh... Với cuộc chiến, nếu không di cư, ở lại miền Bắc, có khi anh đã phải đi nghĩa vụ "giải phóng miền Nam" dù muốn hay không muốn. Có thể anh đã tử thương mất xác nơi trận địa. Trường Sơn, Khe Sanh, Ban Mê Thuột, Hạ Lào... Nếu sống sót, biết đâu anh cũng trở thành "cán bộ cao cấp, quan to súng ngắn" như vài thằng bạn học ngày xưa, anh về mà chưa muốn gặp.

Anh suy nghĩ thêm và cười thầm một mình. Ngày trước, cha của Hạnh nhiều lần dùng công xa và tài xế để đưa đón nàng đi học. Đến lượt anh, thời còn ở Việt Nam, đôi khi cũng dùng tài xế và xe Jeep quân đội của mình để đưa Hằng, vợ anh, đi đến cửa hàng mỹ phẩm của nàng. Lương quân đội của anh làm sao đủ sống. Hằng một thời đã phải buôn bán thêm mới đủ cho ngân sách gia đình. Rồi bây giờ, Lộc, đứa con anh, không biết quyền lực cỡ nào trong ngành an ninh tình báo, cũng dùng nhân viên và cả xe chính phủ để đưa mẹ đến nhà hàng gặp anh ngày đầu, rồi đưa anh và nàng đi đây đi đó trong gần một tuần lễ anh thăm Hà Nội. Thì ra ở đâu cũng vậy. Dù có cải tiến, có cách mạng, dân chủ, độc tài, tự do, tư bản hay vô sản... cũng không thay đổi được gì nhiều tâm lý, suy nghĩ và hành động chi phối bởi bản năng con người...

Anh lại nghĩ đến việc kinh doanh của mình, phân vân suy tính. Công ty điện toán của anh đang phát triển, khiến anh sớm có cơ hội làm chủ nhân một cơ sở vững chắc và một sản nghiệp khá. Vài ông tư bản Mỹ cộng tác với anh, cũng như những cố vấn về phát triển và kế hoạch của công ty, đã đặc biệt khuyên anh phải bành trướng hoạt động kinh doanh tại nhiều nơi trên thế giới, kể cả Trung Cộng và Việt Nam. Mặt khác, mấy người bạn đồng ngũ, từng là tù nhân cải tạo, đang nhắn nhủ anh không nên "làm ăn" gì tại quê hương. Thậm chí, một người bạn thân đã nói sẽ chấm dứt liên lạc với anh nếu anh bành trướng kinh doanh tại Sài Gòn.

Anh miên man nghĩ về cuộc chiến, đã kéo dài trên hai thập niên tại đất nước mình. Cuộc chiến nhanh chóng kết thúc ngoài dự đoán của anh và nhiều người. Cuộc chiến mà anh cũng như nhiều người bị lôi cuốn vào, như những con chốt thật nhỏ nhoi trên bàn cờ. Cuộc chiến đã làm biết bao nhiêu người yêu nhau thắm thiết như anh và Hạnh phải xa cách. Bao nhiêu gia đình phải ly tan. Bao nhiêu tang tóc... Và khi máu hết đổ, vẫn còn thật nhiều bất đồng, thật nhiều tranh cãi cho cả người mình lẫn người Mỹ ...

Rồi Minh cũng chìm vào giấc ngủ trên máy bay lúc nào không hay. Trong giấc mơ, anh thấy Cali, anh thấy Hà Nội ...

Trần Văn Khang

2. MỘT LẦN TIỄN BIỆT

Công viên Tao Đàn nhìn ra quảng trường Tự Do (Đại lộ Hòa Bình, Cần Thơ trước 1975 (hiepcantho chụp lại từ ảnh cũ)

(Thời gian vào những năm tháng trong cuộc chiến Việt Nam. Không gian thuộc Miền Hậu Giang. Danh tánh và hoàn cảnh của các nhân vật trong truyện ngắn dưới đây, nếu có sự trùng hợp ngoài đời chỉ là do ngẫu nhiên, ngoài ý muốn của người viết.)

Gần bẩy giờ rưỡi sáng, Huân đến phòng mạch. Đại lộ Hòa Bình tại Cần Thơ nhộn nhịp. Trẻ em đi học, công nhân đi làm. Quân nhân, tư chức, công chức trên đường đến nhiệm sở. Mấy bà bán hàng rong quẩy gánh trên đường. Những quán cà phê, hủ tiếu nhỏ đông khách ngồi, ồn ào tiếng người cười nói.

Phòng mạch Huân đã khá đông bệnh nhân. Anh khoác áo choàng, bắt tay vào việc để còn kịp trở về Quân Y Viện làm việc lại vào lúc chín giờ. Đêm qua là phiên trực của anh. Huân thức gần như suốt đêm để mổ xẻ và săn sóc thương binh quá đông sau vụ tấn công một đồn bót tại Ô Môn và một vụ pháo kích tại Phụng Hiệp.

Huân khám xong người bệnh thứ tư thì cô y tá vào trình anh:

- Có cô Hương muốn xin vào gặp bác sĩ.

Từ ngày Huân đổi về đây, Hương đã đến thăm anh vài lần tại phòng mạch. Nàng hay mang cho anh hột gà và trái cây từ quê của nàng ở Ngang Dừa, nơi hai năm trước Huân đóng quân cùng đơn vị cũ. Anh nói mời vào. Hương xuất hiện nơi cửa phòng khám bệnh, giản dị, tươi trẻ và xinh xắn. Tay nàng mang một túi xách nhỏ. Huân chào:

- Cô Hương đến Cần Thơ hồi nào? Mời cô ngồi đây.

Anh chỉ chiếc ghế bệnh nhân vẫn ngồi chờ khám bệnh cho Hương. Nàng dịu dàng ngồi xuống, khá tự nhiên vì đã quen lâu với anh:

- Em mới tới chiều qua, ở nhà người cô của em. Bác sĩ có rảnh, em có chuyện muốn thưa với bác sĩ. Huân nhìn ra phía cửa, trên mười bệnh nhân người lớn và trẻ em ngồi chờ. Đã lâu anh chưa có dịp gặp lại Hương. Anh cũng chưa bao giờ thấy Hương có vẻ thành khẩn và có một chút gì nghiêm trang như lần này. Anh nói:

- Cô Hương, chắc bây giờ còn nhiều bệnh nhân. Tôi mời cô dùng cơm trưa, mình nói chuyện được nhiều, có tiện cho cô không?

Hương không đắn đo:

- Dạ. Em định trở về sáng nay nhưng không sao, em có thể ở thêm một ngày.

Huân suy nghĩ nhanh. Chiều nay, sau phiên trực hôm qua, anh được nghỉ bù trừ, rảnh rang. Mời Hương dùng cơm trưa tại câu lạc bộ bệnh viện, tại nhà hàng Phong Dinh, hay tại nhà hàng Ngọc Lợi đều không tiện. Thành phố nhiều người biết anh, họ hay để ý và bàn tán. Anh nói với Hương:

- Chiều nay tôi được nghỉ, vậy mời cô Hương gặp tôi lúc một giờ trưa tại quán ăn Hậu Giang, ngang Bến Xe Mới. Tôi cũng ở gần đó.

Hương nhận lời:

- Em xin gặp lại bác sĩ trưa nay. Bây giờ để bác sĩ làm việc, em cần đi mua sắm chút ít đồ đem về dưới quê.

Huân tiễn người quen cũ nơi cửa, vài bệnh nhân phụ nữ chăm chú nhìn nàng và nhìn anh, quan sát xem có cử chỉ thân mật nào.

ooOoo

Buổi trưa, Huân trở lại phòng mạch sớm hơn thường lệ. Anh khám xong vài người bệnh, không chờ có thêm bệnh nhân, anh ra nơi hẹn sớm. Anh không muốn để Hương đến quán ăn trước. Con gái, một mình, nếu ngồi tại hàng quán chờ đợi, tội nghiệp cho nàng và kém xã giao phần anh.

Thành phố ngoài đường nóng, nhưng trong tiệm ăn khá mát mẻ. Huân chọn một bàn nhỏ, ấm cúng và kín đáo nơi một góc phía trong và gọi trước một ly chanh đường. Anh hồi tưởng lại những ngày tháng tại Ngang Dừa, gần hai năm trước. Có mười mấy tháng ở nơi tiền đồn mà anh có được nhiều kỷ niệm, và chút kinh nghiệm đôi khi trực diện với chiến tranh.

Anh gặp Hương lần đầu lúc anh mới ra trường được ba tháng. Huân đáo nhậm đơn vị, theo bộ chỉ huy nhẹ của Trung Đoàn đến đồn trú tại Ngang Dừa, một vùng gồm nhiều xã ấp trù phú thuộc đồng bằng sông Hậu. Một buổi sáng, anh đang khám bệnh cho quân nhân và dân chúng tại trạm cứu thương bên bờ sông, phía ngoài vòng đai của doanh trại. Hương đến cùng với Tân, người anh của nàng. Tân là một trung đội trưởng nghĩa quân bên quận. Hai anh em Hương khẩn khoản xin Huân đến thăm bệnh và chữa trị cho ông nội là Cụ Đồ Lãm, lâm bệnh nặng thình lình sau trận mưa lớn mấy ngày hôm trước. Anh thấy Hương đẹp. Huân không ngờ ở nơi xa xôi này lại có một cô gái xinh xắn như nàng. Cái đẹp hồn nhiên, không son phấn, rất dễ thương của người con gái Hậu Giang. Hương tuổi khoảng mười tám, đang độ thanh xuân. Màu da hồng, mạnh khỏe. Có lẽ nhà khá đầy đủ, nàng ít phải làm ruộng vườn như phần đông các cô gái ở đây. Còn Tân, anh của nàng, anh đã biết từ trước. Tân đã thỉnh thoảng giúp an ninh cho anh trong những lần anh đi khám bệnh dân sự vụ cho dân chúng ở các thôn xóm lân cận. Nhà Cụ Đồ Lãm nghe nói cũng không xa, tại một ấp nhỏ độ hơn một cây số, bên kia bờ sông. Huân hỏi qua Trung úy Hậu ban an ninh, được biết là tạm an toàn. Anh kéo thêm hai nhân viên quân y dưới quyền, rồi cùng Hương và anh nàng, dùng đò qua sông. Tiếp đó đi bộ dọc theo bờ ruộng, đến làng ấp của Cụ Lãm.

Căn nhà ngói đỏ, cũ nhưng xinh xắn. Chung quanh là ruộng vườn, trồng nhiều cây trái xanh tươi. Có thật nhiều cây dừa, ngả bóng ven theo những rạch ngòi bao quanh. Trong nhà, Cụ Đồ Lãm nằm trên chiếc giường nhỏ, đắp mền mầu xanh đậm. Râu tóc bạc. Tuy bệnh, nhưng Cụ còn lộ dáng nét trưởng thượng, tráng kiện và đẹp lão. Cụ bảy mươi sáu tuổi. Huân chào hỏi với thái độ kính trọng người già. Cụ gượng chào lại, định ngồi lên nhưng Huân vội cản. Anh lấy thủy thấy Cụ nóng gần 40 độ. Người nhà cho hay, Cụ Lãm ho nhiều đã ba ngày, có đờm màu gạch đỏ. Lúc khởi bệnh, Cụ run như bị làm cữ, nay còn nóng hoài. Huân dùng ống nghe, thính chẩn ngực người bệnh, tiếng lạo xạo nghe rõ ở vùng giữa phổi bên phải. Chắc là Cụ bị sưng phổi cấp tính, thường xảy ra cho người lớn tuổi khi trời lạnh. Hỏi bệnh sử, Cụ chưa hề bị mẫn cảm với thuốc nào. Anh nói về bệnh của Cụ cho người nhà, Hương đứng gần nghe. Anh lấy Penicillin chích cho Cụ và cho thêm vài thứ thuốc để uống kèm mỗi ngày. Huân dặn dò Hương cách thức săn sóc cho ông Nội, rồi cùng hai nhân viên trở về.

Liên tục hai ngày sau, anh cho nhân viên y tá mỗi ngày đến chích thuốc và theo dõi bệnh của Cụ Lãm. Anh mừng được tường trình là Cụ Lãm đã nhanh chóng hồi phục.

Anh dần dần tìm hiểu, được biết Hương là cô gái nổi tiếng xinh và dễ thương nhất trong vùng và nhà nàng có ruộng vườn sung túc. Xong bậc tiểu học trường làng, nàng được gia đình cho lên Cần Thơ, ở nhà người cô, học hết trung học phổ thông. Nhà neo người, nàng trở về dạy lớp ba cho trường tiểu học Ngang Dừa từ hồi đầu niên khóa vừa qua. Ái mộ Hương, đang có nhiều người. Một ông Thiếu úy nghĩa quân. Thầy thư ký Tâm bên quận. Ông Trung úy Hòa, truyền tin, thuộc bộ chỉ huy Trung đoàn. Và ông thầy giáo Ngạn, cùng dạy trường làng với Hương. Thầy giáo Ngạn là con một, có cha mẹ già, không phải nhập ngũ vì lý do gia cảnh. Hương sống với mẹ, ông Nội, và một bà chị dâu, vợ của anh Hai. Tân là anh Ba của nàng, làm nghĩa quân bên quận, ở gần bên, thỉnh thoảng về giúp đỡ gia đình. Có vài nhà tá điền, trung thành lo ruộng vườn cho gia đình nàng từ nhiều năm. Cha của nàng và anh Hai, nghe nói đi làm xa, không về từ lâu.

Từ ngày ông Nội lành bệnh, Hương thường đến trạm y tế của Huân. Nàng hay biếu anh trái cây ngon, đôi khi làm những món ăn đặc biệt miền Nam cho anh. Huân rất thích món thịt kho nước dừa của nàng. Miếng thịt ba chỉ, để nguyên khúc dài, kho lâu thật mềm, ăn rất ngọt ngào.

Nước thịt kho thật trong, màu hổ phách. Rồi món cá bống kho tiêu, ăn với cơm gạo nàng Hương, thứ gạo đúng tên của nàng, rất ngon. Và món vịt nấu chao, khẩu vị đậm đà. Qua ánh mắt, lời nói, sự thăm hỏi ân cần, Huân biết cô gái của miền quê Hậu Giang này đã có cảm tình với anh. Vô tình, anh tự nhiên thành kỳ đà cản mũi cho những người mến mộ đang muốn kết duyên cùng nàng. Gặp người con gái đẹp, hiền hậu, Huân cũng có nhiều cảm tình. Tuy nhiên, anh dự tính chỉ ở nơi tiền đồn này cho hết nhiệm kỳ tiền tuyến, thường là một hai năm, rồi trở về nơi tĩnh tại, đi tu nghiệp hoặc làm công tác giải phẫu là ngành anh có chút khả năng. Vì vậy, giao tế với Hương, anh giữ xã giao, thân ái và ân cần nhưng chưa lộ vẻ gì là anh có tình yêu với nàng.

Cụ Lãm khỏe mạnh hẳn. Tỏ lòng tri ân, Cụ cho Hương mời Huân đến dùng cơm chiều vào một ngày chủ nhật. Trung úy Hậu, ban an ninh, và Thiếu úy Phước, thuộc đội thám báo, tổ chức tối đó đi kích đêm và đặt các điểm tiền thám bên kia sông, gần thôn xóm Cụ Đồ Lãm. Vì vậy, anh yên chí và nhận lời mời.

Giữ lễ Nho giáo, Cụ Lãm mặc áo dài trịnh trọng đón Huân. Cụ là người được kính nể trong vùng. Cụ sanh cuối thế kỷ thứ mười chín, theo Nho học, có thời mở trường dạy chữ Nho. Sau này Cụ cũng học chữ quốc ngữ và hình như có đi cách mạng chống Pháp một thời gian. Tiếp đó, có mẹ già, Cụ trở về quê, lo phụng dưỡng mẹ và sống với ruộng vườn, dạy một số học trò tại nhà.

Huân được tiếp đãi rất thân tình với những món nhậu miền quê, ngon miệng. Gỏi bắp chuối có đậu phụng và tôm, khô cá thiều nướng, gà nướng chao, cua lột chiên và xôi dừa. Cụ Lãm đem mời khách một loại rượu đế trắng, rất trong, thơm và khá mạnh. Huân nhấp khẽ, chỉ dám uống nhẹ, rất từ từ. Tửu lượng anh chỉ ở loại trung bình và Huân biết tối nay sẽ còn nói chuyện dài nên anh cầm cự không để say hầu tránh thất thố với một người trưởng thượng. Rượu được đựng trong một bình nậm bằng sứ, rất đẹp. Men sứ trắng hơi mờ mờ xanh. Nét vẽ và chữ Nho trên bình mầu xanh đậm, sắc sảo và nghệ thuật. Huân chỉ biết vài chữ Nho, anh đọc được chữ nhân, chữ nguyệt. Hình vẽ trên bình rượu là một ông lão tiên phong đạo cốt, một tay cầm chén rượu, mặt ngước nhìn trăng. Huân khen rượu ngon, lại đựng trong bình quá đẹp.

Cụ Lãm kể:

- Tổ phụ của tôi, ngày xưa làm quan dưới triều Đức Gia Long. Khi nhà vua an quốc xong, được theo đi cùng sứ bộ, cầu phong với vua nhà Thanh bên Tàu, lúc về có đem được một số đồ sứ và sách vở. Chiếc bình rượu này đã trên một trăm sáu mươi năm, truyền tới tôi là đã năm đời.

Huân hỏi Cụ ý nghĩa bức vẽ và hai hàng chữ Hán, viết theo chiều dọc, mé bên phải của người đọc.

Cụ từ tốn giảng giải:

Bức vẽ là hình ông Lý Bạch, ngắm trăng, và hai câu thơ đọc là:

Kim nhân bất kiến cổ thời nguyệt
Kim nguyệt tằng kinh chiếu cổ nhân

trích ra trong bài thơ Bả Tửu Vấn Nguyệt, có nghĩa là Nâng Chén Hỏi Trăng, uống rượu rồi hỏi chị Hằng. Bài thơ của ông thi bá Lý Bạch. Rồi Cụ thong thả ngâm nga, như diễn giải:"Người nay đâu thấy trăng xưa, Trăng nay từng chiếu người xưa bao lần".

Cụ Lãm hỏi Huân có đọc thơ Đường và có biết chữ Hán

không. Huân thành thực cho biết anh rất thích Đường Thi, nhưng cũng chỉ biết một ít bài hay, nổi tiếng và được truyền bá nhiều của các nhà thơ lớn đời Đường như Lý Bạch, Đỗ Phủ, Vương Duy, Thôi Hiệu, Hàn Dũ vân vân ... Còn chữ Hán, anh chỉ biết dăm ba chữ nhưng anh có ý định khi rảnh rang sẽ cố học thêm. Cụ Lãm tỏ ý vui. Cụ cầm bình rượu rót thêm cho hai người, rồi trao bình cho Huân có cơ hội quan sát kỹ hình vẽ. Anh cẩn thận thưởng ngoạn một cổ vật. Sau đó Cụ lấy ra, từ một ngăn trong tủ thờ gia tiên gần bên, hai cuốn sách chữ Hán dày. Giấy bản đã cũ lắm, màu vàng, chữ in bằng mộc bản. Cụ nói đó là hai cuốn Đường Thi cũng do ông cha để lại từ thời xa xưa. Cụ lật tới một trang rồi đọc nguyên văn bài Bả Tửu Vấn Nguyệt của Lý Bạch, đoạn phiên giảng từng câu cho Huân nghe. Một già một trẻ, nói chuyện rất tương đắc. Sẵn sách thơ Đường trong tay, Cụ Lãm đọc thêm một vài bài bằng Hán văn và luôn cả những bài dịch sang quốc ngữ của Cụ. Huân có được đọc những bài thơ Đường chuyển sang Việt ngữ của Tản Đà, Trần trọng Kim, Trần trọng San... Mỗi người dịch hay mỗi vẻ. Những vần thơ của Cụ Lãm nghe hay không kém và rất sát nghĩa.

Hôm đó sông nước lên cao. Trăng tròn đúng kỳ, chiếu sáng từ trên bầu trời thanh trong, nhiều tinh tú. Cảnh đêm trăng tịch mịch, an bình. Cô Hương thỉnh thoảng ra vào, thêm thức ăn, trà và rượu. Câu chuyện vui giữa chủ và khách đã quá nửa khuya. Mấy nhân viên của Huân vào thưa đã có lều vải cá nhân, mền mùng sẵn cho anh ở bên con kinh gần đó, cùng địa điểm trú đóng của trung đội thám báo. Anh đứng lên cảm ơn Cụ Lãm và xin cáo từ. Cụ Lãm cũng đứng dậy, cử chỉ chân thành và ân cần:

- Mang ơn chữa bệnh của bác sĩ, tôi xin tặng biếu bác sĩ bình rượu này để làm kỷ niệm.

Cụ đưa tay trao tặng chiếc bình quý, lúc đó rượu như đã cạn. Huân hoàn toàn bất ngờ trước thịnh tình sâu đậm của Cụ, anh thưa:

- Cháu rất cám ơn Cụ, nhưng đây là đồ quý, gia bảo. Cháu thật không dám nhận. Cháu đang ở đơn vị tác chiến, nay đây mai đó đi hành quân, nhỡ ra để bể vỡ một cổ vật thì uổng lắm.

ooOoo

Thế rồi một tuần sau, Hương cùng anh Tân của nàng đến ban Quân Y khi Huân đang làm việc. Cụ Lãm sai họ đem cho anh một chai rượu nếp than, và thêm bình rượu cổ mà anh đã thấy trong bữa ăn hôm trước. Cụ cẩn thận để chiếc bình quý trong một hộp gỗ, chêm chặt chẽ bằng rơm. Huân hơi ngần ngừ như chưa muốn nhận. Hương lên tiếng:

- Em biết Nội đã có ý muốn tạ ơn bác sĩ bằng món đồ này từ trước hôm mời bác sĩ tới dùng cơm. Bác sĩ nhận cho Nội em vui lòng.

Huân chợt nhận ra sự thâm thúy và tế nhị của Cụ Đồ Lãm. Cụ chờ đúng ngày có trăng tròn, mới mời anh dùng cơm và đem bình rượu có Lý Bạch, có thơ Đường ra đãi khách. Anh nhận món quà tặng và lấy giấy viết thư cùng bì thư. Anh viết vài chữ cám ơn Cụ Lãm, kèm theo bốn câu thơ tặng Cụ như để tạ lòng. Bài thơ ngắn do anh đã làm, khi nằm trong lều vải, nhìn trăng tròn sáng và đẹp trên bầu trời, ngay sau khi anh tạm biệt Cụ Lãm vào lúc nửa khuya tuần trước:

Trăng này với Lý Bạch xưa
Mà nguồn thi cảm bây giờ còn đây
Phải chăng những lúc rượu đầy

Kẻ kim người cổ có ngày say chung

Huân nghĩ về cổ, kim như khoảng cách giữa Lý Bạch và Cụ Lãm là mười hai thế kỷ. Hay khoảng cách giữa Cụ Lãm và anh, mới năm mươi năm. So với lịch sử trái đất anh đang ở đã có hàng tỷ năm, những khoảng cách trên đâu có nghĩa lý gì.

Sau này Huân mang bình rượu của Cụ Lãm cho, đem về nhà tại Sài Gòn và cất kỹ, coi như một món quý và nhiều kỷ niệm trong bộ sưu tập mà anh mới bắt đầu thực hiện.

Những tháng kế tiếp, nếu không đi hành quân, lúc rảnh Huân hay cùng nhân viên đi bộ hoặc dùng xuồng sang thôn ấp thăm Cụ Lãm và có thêm dịp thăm Hương, gặp Má nàng và người chị dâu. Huân và Cụ Lãm rất tương kính, lâu ngày trở nên thân tình như bạn vong niên. Mỗi khi có thời giờ, Cụ thường đem sách, thơ Đường đọc và bình giải cho anh. Cụ nói:

- Tôi nay đã luống tuổi, chỉ vui với con cháu, vườn tược, sách Nho và hai tập thơ này. Biết bác sĩ là người ưa thưởng thức văn thơ cổ xưa, mai sau tới ngày tôi về với tổ tiên, sẽ để bác sĩ giữ hai tập sách này.

Huân cảm tạ và trấn an:

- Cháu cám ơn Cụ có lòng quý mến. Cháu thấy Cụ còn mạnh giỏi, trời cho chắc còn thọ nhiều.

Một hôm, trong lúc chuyện trò thân mật, Cụ Lãm nói cùng anh:

- Con cháu Hương hiền và nết na. Cháu đã lớn, có vài nơi dạm hỏi. Nếu bác sĩ không chê nhà nghèo và quê mùa, bác sĩ thử nghĩ có thể chọn cháu làm người bạn đời sau này.

Huân hơi bất ngờ về lòng thương cháu, lòng quý mến anh và sự thật thà chân thành của Cụ. Anh chưa có ý định coi Hương là người yêu. Nàng đẹp, dễ thương, anh có cảm tình và mến thương. Anh yêu quý nàng như em gái, anh tìm cách nói cho qua:

- Cháu cám ơn Cụ có lòng thương. Cháu mới ra trường, bây giờ đang thời buổi chiến tranh. Cháu cũng chưa muốn làm ràng buộc và liên hệ đến cuộc đời của ai lúc này. Cháu có ý định xin đi học thêm, có lẽ còn phải nhiều năm mới tính chuyện lâu dài. Cháu sợ làm lỡ tuổi xuân đang đẹp của cô Hương.

Cụ Lãm tỏ vẻ thông hiểu và về sau không nhắc gì tới chuyện này nữa.

ooOoo

Huân còn đang hồi tưởng chuyện cũ. Thấm thoát anh đã về Cần Thơ hơn một năm. Hương bước vào quán ăn. Buổi sáng, đang bận khám bệnh, anh không quan sát nàng kỹ. Hương vẫn như mọi khi, dáng đẹp và dịu hiền. Tóc nàng không uốn, để lưng chừng phía sau, đoạn cuối cắt ngang và đều. Nàng hồn nhiên, trang điểm thật nhẹ. Hương mặc một sơ mi lụa mầu nâu nhạt, bỏ phía ngoài chiếc quần tây màu kem. Nàng mang một đôi dép gót hơi cao. Sơ mi để lộ chiếc cổ thon đẹp, và một dây chuyền, có đeo một tượng Phật nho nhỏ.

Huân thân mật mời Hương ngồi. Đây là một quán ăn thuần túy miền Nam, thực khách buổi trưa toàn là người lạ, dùng cơm trưa chờ xe đi các nơi. Anh mời Hương. Nàng chỉ xin dùng một ly cam tươi và một đĩa cơm có sườn nướng, hai ba cánh rau sa-lát xanh tươi, vài lát dưa leo thái mỏng. Huân cũng kêu món ăn giản dị, cơm với thịt kho và dưa giá. Anh nói với Hương:

- Từ ngày đổi về Cần thơ, chưa bao giờ được được ăn món thịt kho nước dừa ngon như Hương nấu cho ngày trước.

Anh chợt nhận ra mình không còn gọi người đối thoại bằng "Cô Hương" như mọi khi.

Hương miệng cười xinh đáp lại:

- Lần sau lên thăm, em sẽ nấu cho bác sĩ.

Hai người chuyện trò thân. Hồi còn ở Ngang Dừa, Huân chưa có dịp nào ngồi dùng cơm chỉ có hai người với nàng. Anh hỏi thăm Hương về tình hình và sinh hoạt hiện nay nơi quê và tình trạng những người quen thân.

Hương với giọng nói buồn:

- Nội đã mất, được gần năm tháng, Nội đi rất an bình, trong giấc ngủ. Buổi sáng, không thấy Nội dậy uống trà, má em vào thăm thì Nội đã hết thở lúc nào. Đám táng rất đông, có cả Ông Quận đến chia buồn.

Huân xin lỗi đã không hay biết gì sớm về tin này. Anh cũng buồn về sự ra đi của một người mà anh quý trọng.

Hương lấy từ túi sách tay ra một món quà được gói cẩn thận bằng giấy dầu:

- Bác sĩ đổi về Cần thơ rồi, mỗi khi Nội đọc những cuốn sách này, thường hay nhắc tới bác sĩ. Những lần trước, em lên đây gặp bác sĩ, khi về lần nào Nội cũng hỏi thăm bác sĩ có được bằng an và mạnh giỏi không. Nội căn dặn em khi nào Nội mắt mù lòa hay qua đời phải tìm cách gởi tặng bác sĩ hai cuốn sách này.

Huân mở gói giấy. Hai cuốn Đường thi bằng chữ Hán, anh thường được thấy năm xưa, bây giờ trong tay anh. Anh cảm động về chân tình của người quen cũ.

Dùng cơm xong, Hương nhìn anh:

- Bác sĩ hồi sáng nói nhà ở gần đây, Hương xin được lại thăm cho biết nhà.

Huân không nỡ và cũng không có lý do chính đáng nào để từ chối, chiều nay anh hoàn toàn rảnh rang:

- Xin mời, nhưng Hương đừng cười, tôi ở có một mình, không gọn gàng đâu.

Huân mời nàng lên xe hơi của anh. Chỉ vài phút đã tới căn nhà nhỏ anh mướn gần một năm nay. Hương khen căn nhà xinh xắn. Nhà gạch, một tầng, ngoài là phòng khách, phía trong là một giường ngủ, bàn viết, và tủ áo của Huân.

Anh mời nàng ngồi trên chiếc ghế dài của bộ salon, mở tủ lạnh lấy nước ngọt mời nàng và cho anh. Huân đưa cuốn hình chụp vào những năm tháng anh ở Ngang Dừa cho Hương ngồi coi. Huân cáo lỗi vô nhà trong, xối nước tắm vội nơi phòng tắm rồi mặc đồ nhẹ dân sự cho thoải mái. Anh trở lại phòng khách, Hương đang chăm chú coi hình. Anh ngồi xuống cạnh nàng, cùng coi những tấm ảnh chụp. Nhiều hình tại ấp Cụ lãm. Có hình Huân chụp cùng gia đình của Hương. Nàng nói còn giữ tấm hình anh Ba của nàng chụp bất ngờ, khi Huân đứng với tay lấy mấy trái xoài và có nàng đứng bên cạnh. Anh nhớ có cho nàng một phó bản của tấm hình này. Chuyện vui và mỗi lúc một thêm thân mật. Rồi Hương nói với anh:

- Hôm nay em đến thăm, đưa sách Nội đã căn dặn, và muốn hỏi bác sĩ một việc.

Giọng nói nàng bỗng hơi run, như nén một chút xúc động. Huân nói với giọng trấn an vì anh nghĩ nàng đang gặp chuyện gì khó khăn ở quê:

- Tôi coi gia đình Hương như người thân rồi. Có chuyện gì cần, Hương cho hay, tôi vẫn còn liên lạc và quen biết nhiều với Trung đoàn và với bên quận.

Hương nhẹ nhàng:

- Em không dám nhờ gì bác sĩ. Về sức khỏe và thuốc men, bác sĩ Nghĩa cũng lo giúp cho dân chúng như hồi bác sĩ còn ở Ngang Dừa. Gia đình em cũng có quen, và có gặp cả bà bác sĩ Nghĩa đến thăm ông ấy vào mấy tháng trước. Em chỉ muốn thưa để bác sĩ hay điều này. Lúc Nội còn sống, rất mến bác sĩ, Nội có khuyên em nên đến thăm hỏi thường. Nội coi tử vi, nói với má là tuổi của em và tuổi bác sĩ rất hợp.

Huân giật mình về sự bạo dạn của cô gái miền quê như

Hương. Nhưng anh nghĩ lại. Hương đã học bốn năm trung học tại Cần Thơ. Cách đối xử của nàng từ trước tới giờ rất chân thành, thân ái và đúng tư cách. Nàng không là người hoàn toàn sanh trưởng tại vùng quê như anh đã thầm nghĩ khi lần đầu gặp nàng. Có lẽ những năm ăn học nơi thị tứ đã giúp nàng thêm mạnh dạn. Hương nói tiếp:

- Má em, anh Ba và em cũng mến bác sĩ. Nhưng ý kiến trên là ý của Nội. Em thì cho rằng bác sĩ chỉ coi em như một người em.

Nói đến đây, mắt Hương hơi ướt. Huân chưa kịp nói gì, còn chút bàng hoàng và ngạc nhiên. Hương nói thêm:

- Em nghĩ một người đã ra trường như bác sĩ, chắc phải có người yêu từ lâu ở Sài Gòn rồi. Em cũng biết em và bác sĩ ở hoàn cảnh khác nhau, khó có duyên cùng nhau. Bây giờ Nội đã mất, nhà vắng thêm. Có mấy người đòi đến hỏi em, nhận lời ai thì chờ đủ năm, khi hết tang Nội sẽ làm đám cưới. Má và anh Ba cũng nói, con gái chỉ có một thời, bắt em phải quyết định. Vì đã quen bác sĩ nhiều, em muốn xin hỏi ý kiến bác sĩ.

Huân xúc động. Mắt Hương như ướt thêm. Anh thấy mến thương và quý trọng tình cảm và sự chân thành của nàng. Anh để một tay lên vai nàng. Hương như theo phản ứng, tự nhiên gần lại anh, gục đầu vào một bên vai Huân. Anh ôm nhẹ nàng trong đôi tay, như muốn trấn an, như muốn cảm thông. Anh nghe rõ tiếng tim nàng đập và tiếng thổn thức nơi chiếc cổ thon tròn. Nửa phút sau, Hương hỏi:

- Thầy ký Tâm bên quận, Trung úy Hòa bên Trung đoàn, và thầy giáo Ngạn. Anh khuyên em nên nhận lời ai?

Nàng đã bất ngờ kêu Huân bằng anh, có lẽ tại vì anh đang ôm vai nàng. Vẫn giữ nàng trong tay, anh nói:

- Còn ông Thiếu úy địa phương quân bên quận, nghe nói cũng thương Hương.

- Anh Ba khuyên em đừng quen với ông này. Ảnh nói ông ấy hay rượu chè và hay la cà với các cô bán hàng quán bên chợ.

Huân khuyên nàng như một người anh:

- Chuyện tình cảm trăm năm, lâu dài, Hương cần suy nghĩ kỹ. Hương xem ai là người tốt và xem mình thương ai nhiều.

Nàng nhìn Huân, giọng chân thành và cảm động:

- Nếu hỏi thật lòng thì em thương anh!

Nói xong, nàng ngước mặt, tay ôm quanh cổ Huân, chờ đợi. Anh rung động, thấy người con gái tuổi đôi mươi thật đẹp và quyến rũ với tóc mây, mắt huyền và môi hồng. Anh như bị lôi cuốn, anh cúi đầu đặt một nụ hôn thật lâu trên đôi môi của nàng. Cả tim nàng và tim anh như đập mạnh thêm. Anh cảm nhận nơi ngực anh, bộ ngực căng của nàng như tăng thêm nhựa sống, mặc dầu qua những làn áo, áo anh và áo nàng.

Một phút trôi qua. Nước mắt Hương bắt đầu chảy ướt nhiều trên hai bên má. Huân trấn tĩnh lại. Hương nói hơi nức nở:

- Anh khuyên em nên nhận lời ai?

Huân từ tốn nói để Hương hiểu:

- Anh có rất nhiều cảm tình với Hương. Hiện giờ anh đang xin đi tu nghiệp tại ngoại quốc, có khi phải nhiều năm, nên anh chưa tính được chuyện lập gia đình. Má em bây giờ cần có người thân ở gần bên giúp đỡ, săn sóc. Anh Ba thì bận lo nghĩa vụ bên quận. Các ông Thiếu úy, Trung úy thuyên chuyển nay đây mai đó và đời người quân nhân thời chiến chẳng biết sống chết lúc nào. Anh có gặp thầy giáo Ngạn vài lần khi đến trường tiểu học, chủng lao cho mấy học trò. Anh thấy thầy có nhân cách trung hậu. Thầy lại cùng xứ sở, cùng dạy học một trường với em. Hai người sẽ sống hạnh phúc. Em và thầy Ngạn có hoàn cảnh để lo gia đình, lo cho bên cha mẹ của thầy cũng như lo cho Má của em. Vậy thì theo anh, em nên nhận lời cầu hôn của thầy giáo Ngạn.

Có lẽ vì những tiếp xúc của thân thể và qua nụ hôn, Huân đã tự lúc nào xưng anh và kêu Hương bằng em. Và tuy những lời khuyên Hương là rất thành thực, nhưng như có mâu thuẫn về tâm lý, Huân cảm thấy như bị mất mát một thứ gì quý báu của mình.

Vẫn ở trong vòng tay Huân, Hương ngước mặt nhìn anh, mắt vẫn còn ướt:

- Em đến thăm anh hôm nay, chỉ muốn để anh hiểu lòng em thương anh nhiều. Em muốn mãi mãi có hình ảnh anh trong tim. Nhưng em phải cố gắng, em sẽ suy nghĩ về lời anh khuyên.

Anh cúi xuống, hôn nàng thêm một nụ hôn rất nồng, rất say đắm nhưng hình như cả anh và nàng đều cảm nhận như không trọn vẹn cho một tình yêu không thực hiện, không kết quả, không tương lai giữa hai người.

Một lát sau, Hương cũng lấy lại tự chủ. Nàng vuốt tóc, ngồi ngay ngắn. Hương lần đầu tiên kể thật gia cảnh cho Huân nghe:

- Anh biết không, Ba em trước kia đi kháng chiến. Lúc đất nước chia đôi, Ba ra tập kết ngoài Bắc. Tưởng sau hai năm, có tổng tuyển cử, nước mình thống nhứt, sẽ về với

Má. Ngày Ba đi, em mới tám tuổi mà còn nhớ mãi. Bây giờ em đã hai mươi. Khoảng sáu năm trước, anh Hai em đang ở nhà, được người của Mặt Trận trao thư của Ba, biểu phải ra bưng theo Mặt trận giải phóng. Không biết ảnh bây giờ ở đâu. Rồi còn anh Ba đến tuổi phải đi quân dịch. Không đi bên này thì bên kia họ cũng kéo đi. Anh Ba đành xin đi nghĩa quân của quận, để được gần nhà, lo cho Nội, cho má và cho em. Chỉ tội nghiệp chị Hai, lủi thủi chờ ảnh. Má buồn, chẳng biết nói với ai. Má nghĩ anh Hai, ảnh biết địa thế ở quê nhà, có khi sẽ về cùng quân của Mặt trận, tấn công đồn, tấn công quận. Anh, em trong nhà có thể bắn vào nhau!

Huân cũng thấy đau lòng, xót xa cho hoàn cảnh gia đình Hương, và cho đất nước mình. Cuộc chiến tại miền Nam, cũng là cuộc chiến Việt Nam, thật quá tương tàn, đau buồn. Ranh giới của hai bên chiến tuyến có khi rõ ràng minh bạch như đôi bờ nam bắc của giòng sông Bến Hải. Có khi nó cũng minh bạch chốc lát như phía ngoài và phía trong của một đồn bót trong lúc giao tranh. Như bên trong và bên ngoài một mục tiêu quân sự. Như bên này và bên kia của hàng rào một ấp chiến lược. Có khi nó khốc liệt, tàn bạo, rối bời, không thể phân chia như trong một trận cận chiến. Có khi nó phân chia ngay trong gia đình, giữa cha con, giữa anh em ruột thịt như trường hợp gia đình của người con gái vô tội đang ngồi bên anh. Anh cảm thấy sự bất hạnh của đất nước mình.

Huân lấy thêm nước uống cho hai người. Anh đưa một chiếc khăn mới để nàng lau má ướt. Lúc anh còn đứng trao khăn, Hương đứng lên, hai tay đặt trên đôi vai anh, nhìn anh một cách trìu mến.

Nàng nói một câu mà anh không thể ngờ tới:

- Em thương anh, em xin ở lại đêm nay, em muốn trao

anh cuộc đời. Cuộc đời con gái của em. Chỉ ít tháng nữa em sẽ lấy chồng, em sẽ không gặp anh nữa, sẽ chẳng còn gì cho anh. Em không đòi hỏi anh một ràng buộc nào.

Nói rồi nàng ôm anh, ghé môi hôn thật đậm đà, như không muốn để anh nói thêm gì nữa. Huân ôm chặt nàng trong tay, hôn lại, say đắm đáp ứng lòng yêu thương của người con gái trẻ. Anh cũng thấy những thôi thúc, đòi hỏi của thể xác khi vòng tay trong vòng tay, thân thể gần kề thân thể, và môi chạm môi với người đẹp khác phái. Nhưng rồi Huân tự chủ được. Anh nhớ tới lòng quý mến của Cụ Lãm, tới sự đôn hậu của thầy giáo Ngạn, tới bà mẹ khoan dung và cũng nhiều đau khổ của Hương, và tới tình cảm thương yêu đậm đà, chân thành của nàng đối với anh. Huân với giọng cảm động:

- Anh sẽ trân quý mãi kỷ niệm ngày hôm nay và những lời em vừa nói. Hương đã cho anh những nụ hôn và cho anh hiểu, anh hiểu nhiều lắm, tình yêu của em dành cho anh. Anh sẽ nhớ mãi buổi gặp gỡ này. Anh thật mang ơn về những tình cảm của em. Nhưng anh muốn tôn trọng em để sau này khi sống với thầy giáo Ngạn, em không có gì ân hận, và em cũng giữ mãi nét đẹp về kỷ niệm của chúng mình.

Hương chớp mắt, nhẹ cúi đầu như đồng ý.

Trời đã về chiều. Ngoài đường phố xe cộ nhộn nhịp như hồi sáng. Những người đi làm việc trên đường về nhà. Huân biết rằng nếu Hương ở lâu thêm, có thể anh không tự chủ được nữa và sẽ có hành động khác với điều lý trí vừa mới nhắn khuyên anh. Qua cửa kính, bóng nắng đã mờ dần. Căn phòng nhỏ, chỉ có hai người, như đã tối đi nhiều và anh sợ rằng anh và nàng sẽ dễ dàng trở nên thân mật hơn. Anh dùng xe đưa Hương về nhà người cô của nàng.

Sáng hôm sau Huân nghỉ làm phòng mạch, đến đón Hương, đưa nàng ra tới bến sông. Nàng lên chiếc tàu đò, mắt lại ướt, về Vị Thanh rồi về Ngang Dừa. Chiếc tàu từ từ rời bến, nhỏ dần trên sông nước Hậu Giang màu xanh, phản chiếu bầu trời đẹp. Bóng dáng Hương cũng nhỏ dần. Huân dơ tay khoa nhẹ trước mặt. Anh thấy Hương cũng đưa tay vẫy.

Lại một lần chia tay! Lại một lần tiễn biệt! Lại một lần vẫy tay chào! Buồn như lời ca một bài hát nào anh vẫn hay nghe. Đời Huân đã nhiều lần chia tay. Đã nhiều lần tiễn biệt. Nhưng chưa lần nào anh thấy xúc động như lần chia tay này.

Trần Văn Khang

3. NGƯỜI CHÀI LƯỚI

(Tên gọi của một số địa danh đã được thay đổi. Nếu danh tánh và hoàn cảnh của các nhân vật trong truyện có sự trùng hợp ngoài đời thì chỉ là do ngẫu nhiên, ngoài ý muốn của người viết.)

Tả ngạn sông Ngang Dừa là một xã ấp lớn, rất trù phú. Lại có cả một khu chợ, đông người mua bán từ sáng sớm cho tới quá trưa. Thêm hai tiệm cà-phê hủ tiếu và vài tiệm tạp hóa của người Hoa, càng làm cho khu chợ đông người lui tới.

Hữu ngạn có nhiều đồng ruộng, thôn xóm thưa và rải rác. Xa hơn chút nữa, độ ba bốn cây số đường thủy, gần bên Sông Lớn, là một khu làng của những người đánh cá, dân ở đây gọi là Xóm Chài. Nói là xóm, nhưng chính ra phải gọi là làng mới đúng. Dân số của Xóm Chài chừng trên một ngàn năm trăm người, với khoảng trên ba trăm gia đình. Nhiều nhà sàn, dựng ven bờ sông nước. Vài ngôi nhà gạch, lợp ngói đỏ. Những gia đình chài lưới, hàng ngày đem cá tôm đánh được sang bán bên khu chợ Ngang Dừa. Khi được mùa lưới, dân chài bán thủy sản không hết, họ đem phơi khô. Những tàu đò đem tôm khô, cá khô lên tỉnh bán. Trên đường về, họ lại chở những nhu yếu phẩm như đường, sữa hộp, dầu hôi, xăng nhớt để chạy máy tàu, máy xay lúa...về cho các tiệm buôn trong vùng.

Nhưng câu chuyện không phải là nói về địa dư và sinh hoạt của cư dân tại một vùng nhỏ thuộc đồng bằng Hậu Giang. Câu chuyện kể sau đây là sự tương quan rất ngẫu nhiên giữa một y-sĩ mới ra trường, còn phong cách thư sinh, và một người dân chài, chuyên đi câu cua. Mọi người trong vùng vẫn quen gọi anh ta là Hai Cua.

Vào thời gian ấy, giữa thập niên sáu mươi, An theo đơn vị đến đóng quân tại Ngang Dừa được chừng vài tháng. Nếu không đi hành quân, thì công việc của An rất nhẹ nhàng. Mỗi sáng anh đến trạm y tế, sát bên bờ sông, khám bệnh cho thuốc những quân nhân trong đơn vị. Thỉnh thoảng săn sóc giúp cho những nhân viên hành chánh bên quận. Gần như ngày nào cũng có một số cư dân trong vùng đi ghe thuyền, đem thân nhân đến xin khám bệnh, chữa thuốc. Chương trình dân sự vụ, cốt tranh thủ lòng dân và cũng thêm cơ hội lấy tin tức tình báo của bên kia, cho phép An làm công tác y tế miễn phí cho dân chúng trong vùng. An đã hai lần đi dân sự vụ tại Xóm Chài. Cùng đi với anh, mỗi lần đều có toán y tá quân y, Trung Úy Hậu ban tình báo cùng một số nhân viên, và một toán nghĩa quân bên quận. Mỗi khi thi hành công tác y tế như vậy, An cũng như nhiều đồng đội khác, hay mặc đồ bà ba vải sẫm màu cho hòa mình với dân chúng.

Nhiều buổi trưa, An nằm nghỉ trên võng, trong lều vải dựng ở ven sông. Anh thường thấy Hai Cua, ngồi trên chiếc ghe nhỏ đơn độc, kiên nhẫn thả những bẫy cua dọc theo giòng sông. Sông ở đây, gần biển, nửa năm nước mặn, và cua cá rất nhiều. Những cái bẫy cua hình dáng như những chiếc vó nhỏ, bên dưới có mảnh lưới thưa và một cục đá to bằng nắm tay. Người chài cột mồi bằng cá ươn hay một con

nhái nhỏ vào bẫy. Cua có nhiều càng, bò vào lưới kiếm ăn. Một vài càng vướng mắc vào mạng lưới, cua không thoát đi đâu được. Thế là một lát sau, Hai Cua chèo ghe lại, dùng một cán cây dài có móc, kéo bẫy lên, ngon lành bắt một hoặc hai con cua mắc lưới. An quan sát, thấy việc chài lưới này cũng nhẹ nhàng. Nhưng An phục tài Hai Cua ở chỗ anh ta có cả mấy chục cái lưới, không phao đánh dấu, thế mà lại nhớ từng "tọa độ", từng địa điểm của mỗi chỗ đặt bẫy. Anh ta dùng móc, kéo bẫy lên, lần nào cũng trúng.

Hai Cua khoảng hai mươi lăm tuổi, dáng dấp mạnh khỏe, nước da nâu sạm vì nắng miền tây và vì nghề chài lưới trên sông nước. Vài lần An ra bờ sông, vẫy Hai Cua vào bến để mua hàng. An chưa thấy cua ở đâu to, ngon, chắc thịt như ở đây. Kể cả cua biển An được ăn khi còn nhỏ ở Hải Phòng, vùng cảng miền Bắc, hay cua ở Vũng Tàu, hoặc cua tại nhà hàng Diamond Chợ Lớn An hay dùng cùng bạn bè cũng không ngon bằng. Có khi An mua cả hai chục con cua, rồi thưởng thức những món cua hấp, cua xào me cùng với toán y tá của anh.

Một buổi sáng, An đang làm việc tại trạm y tế thì Hai

Cua cùng người em gái độ mười lăm tuổi, đem bà mẹ lại nhờ chữa bệnh. Bà mẹ khoảng gần sáu mươi, nằm yếu mệt trên chiếc cáng. Bà còn tỉnh nhưng có vẻ đau nặng, bịnh đã ba ngày, ói mửa, nóng sốt và than đau nơi bụng. An chẩn bệnh. Lưỡi bệnh nhân đóng trắng và khô. Mạch nhanh, tim phổi bình thường. Bụng mềm, nhưng đau đều khi ấn chẩn. Một vài nốt lốm đốm đỏ trên da ngực và da bụng. Vì ở xa các trung tâm y tế, An không có phương tiện thử nghiệm để định bệnh qua huyết thanh. Anh tạm đoán là bệnh nhân bị thương hàn. "Trung-sĩ y tá trưởng" của An đồng ý ngay, mẹ một người bán cua bị bệnh *"ban cua"* chắc là phải ... đúng! Người bệnh có vẻ bị thiếu nước vì nóng và ói, không ăn uống đã hai ngày. An cho y tá truyền hai chai nước biển, có pha thuốc, qua tĩnh mạch, cho bệnh nhân. Sau đó cho thêm một loại thuốc trụ sinh và thuốc trị nóng để uống trong một tuần. Hai Cua chăm chú nghe lời dặn dò, cám ơn An rồi dùng ghe đem mẹ về nhà.

Hơn một tuần sau, An thấy Hai Cua đi chài lại. Anh ta đến tìm An ở trạm cứu thương, biếu An một buồng chuối cau và cả chục con cua lớn. Anh ta nói bà mẹ đã thuyên giảm nhiều, đang hồi phục. An vui vẻ nhận quà và cũng cảm thấy vui.

ooOoo

Trong số những sĩ quan tại Trung đoàn, An quen nhiều với Trung úy Hậu. An hay chơi Domino hoặc cờ tướng với người sĩ quan trẻ này. Trung úy Hậu trước kia là sinh viên luật khoa năm thứ hai ở Sài Gòn. Hậu không may mắn, thi rớt và bị gọi nhập ngũ Thủ Đức khoảng mấy năm trước. Có sẵn quá khứ học Luật, anh được cho đi học khóa tình báo, rồi về làm Ban Hai của Trung Đoàn bộ binh tác chiến mà An đang phục vụ. Cùng một cỡ tuổi, lại cùng có quá khứ sống đời sinh viên Sài Gòn, An và Hậu dễ thông cảm nên chuyện trò rất hợp.

Vào một xế trưa, Trung úy Hậu và vài nhân viên đem anh chàng Hai Cua vào lều thẩm vấn của đơn vị. An tình cờ cũng có mặt. An được biết một nhân viên quân báo thấy Hai Cua vừa đi chài, vừa ghi chép và vẽ những gì trên một mảnh giấy, nên tạm giữ anh ta và đem trình Trung úy Hậu. Khai thác sơ khởi cho biết Hai Cua ở Xóm Chài với mẹ và một đứa em. Anh ta có giấy hoãn dịch vì lý do gia cảnh. Ai cũng biết rõ là ở miền quê, nếu biết lo lót, nhiều người có giấy này! An được xem tờ giấy "tang vật" mà Hai Cua đã vẽ. An thấy hình vẽ sơ sài con sông, dãy nhà bên phía bờ bên kia, địa điểm trạm cứu thương, và một hàng những chấm chấm nhỏ trên dòng nước. Không thấy vẽ doanh trại bộ chỉ huy, không ghi vị trí hai khẩu đại bác. Bị thẩm vấn, Hai Cua nói là vẽ những chấm trên sông để nhớ những địa điểm hay đặt bẫy cua.

Trung úy Hậu hỏi An:

- Bác sĩ nghĩ sao?

An không muốn lãnh trách nhiệm về việc tha hay bắt giữ anh câu cua này. An cũng chẳng có kinh nghiệm gì về khai thác các nghi can hay về tình báo. Việc bắt giữ, khai thác những người phía bên kia cũng không phải là nhiệm vụ của An. Anh đáp lời:

- Trung úy cứ tính sao cho đúng. Riêng tôi thấy chưa có gì để xác thực tội trạng anh này. Nhưng nếu Trung úy nghi ngờ thì kế tiếp mình sẽ làm gì?

Trung úy Hậu hơi ngần ngừ:

- Nếu nghi ngờ hay có nhiều bằng chứng, mình cho giải về Sư đoàn, để khai thác thêm. Khai thác không có gì thì lại thả ra, thường là vài tháng. Bắt đi khai thác thì cũng tội cho người ta, chỉ vì mảnh giấy sơ sài này. Hay là thôi, mình thả tên này.

An cũng nghĩ thêm về người mẹ và người em của Hai Cua. Người đàn bà miền quê mộc mạc, đứng tuổi, đơn chiếc, mới lành bệnh. Nếu anh chàng này bị bắt mang đi, hai người thân của anh ta chắc sẽ không có ai giúp đỡ. Vì thế An cũng nói theo người Trung úy phòng nhì:

- Tôi cũng nghĩ vậy, thôi cho người ta về.

Hai Cua được cho đi, nhìn An, không nói, nhưng có vẻ như ngầm cảm ơn.

ooOoo

Tin điện báo từ Vị Thanh, bằng siêu tần số, cho biết cha của An trở bệnh nặng, nằm bệnh viện Đồn Đất Sài Gòn, chắc khó qua khỏi, cả nhà cần An về gấp. An được vị chỉ huy cấp giấy cho phép về ngay, nhưng anh chờ trực thăng hai ngày rồi, không có. Chiều hôm trước, có một chuyến trực thăng, nhưng điểm về lại là Cà Mau, còn xa Sài Gòn hơn. Không có đường bộ cho xe chạy, vì cả một vùng xung quanh nơi đồn trú toàn là xã ấp, đồng ruộng và kinh rạch. Nếu không dùng trực thăng, chỉ còn đường thủy. An chưa bao giờ dám đi ghe tàu từ đây về Cần Thơ vì vài sĩ quan và binh sĩ gấp đi về nghỉ phép bằng tàu đò đã bị du kích bắt giữ đem đi mật khu, mất tích. Nhưng An không thể chờ lâu hơn được. Những tháng trước, An đã biết về bệnh nặng của cha anh, chắc cha An khó qua khỏi lần trở bệnh này. An đành liều, tính toán rời Ngang Dừa về Cần Thơ bằng đường thủy. An có quen thân ông Phó hành chánh Hưng, bên quận. Ông ta làm gấp ngay cho An một căn cước dân sự, một giấy chứng nhận là giáo viên trường tiểu học Ngang Dừa, và một sự vụ lệnh nói An về họp với Khu học chánh tỉnh Phong Dinh. An nhờ cô giáo Hương cho mượn chiếc cặp da của Cô và vài cuốn sách giáo khoa bậc tiểu học. An mặc đồ dân sự, như một thầy giáo làng và ngay buổi sáng sớm, đáp tàu đò để đi Cần Thơ. Anh dự tính sẽ kịp chuyến chót của xe đò Đức Hiệp từ Cần Thơ về Sài Gòn cùng ngày.

Chiếc tàu đò rời bến từ khu chợ Ngang Dừa. Khói của động cơ dầu cặn bay tỏa mùi hắc. An muốn kín đáo nên ngồi trong khoang tàu. Nhưng hơi khói làm ngột ngạt, anh phải ra phía đầu tàu, hứng gió mát và tìm không khí trong lành. Hành khách trên tàu chỉ có sáu người đàn bà, buôn bán, nói chuyện ồn ào, tuổi của họ khoảng chừng từ hai mươi đến bốn mươi. Có hai người trông khá đẹp, trẻ trung, nước da mặn mà. An thầm nghĩ, một cách thơ thẩn và khôi hài, như muốn quên đi nỗi lo âu trong lòng cho một chuyến đi có thể coi là nguy hiểm cho anh: không ngờ tại Bến Ngang Dừa mình lại có dịp đi chung thuyền với các thương nữ như chàng Tư Mã Áo Xanh ngày xưa ở Bến Tầm Dương. Khác biệt rất xa là An vô danh tiểu tốt về thơ văn, mà người xưa thì thi tài lừng lẫy một thời. Thi sĩ họ Bạch tới bến vào lúc canh khuya. An rời bến vào buổi sớm mai. Tư Mã Áo Xanh đất Giang Châu ngày trước gặp có một thương nữ đàn hát tài hoa. An gặp tới sáu bà buôn bán ồn ào. Cô nào, bà nấy cũng lo chuyện làm ăn, chẳng ai đàn hay, hát ngọt!

Ông chủ tàu, cũng là tài công, độ ngoài năm mươi, còn tráng kiện. Đã có người gửi gắm An cho ông nên ông tiếp An rất thân tình, cởi mở. An thấy mấy hành khách trên tàu, quen thuộc kêu ông ta là Chú Tư. Phụ với ông là đứa con trai, độ mười bốn, mười lăm tuổi. Cậu giúp cha bằng cách dùng sào chống đỡ hai bên lúc tàu rời bến. Khi tàu di chuyển, An thấy cậu bé thỉnh thoảng lấy bình nước, tưới nước nơi động cơ, có lẽ để làm cho máy bớt nóng. Như vậy, kể cả An, trên tàu chỉ có ba người là đàn ông, còn sáu hành khách kia là phụ nữ. An nghĩ thầm là tàu có chín người, con số này hên.

Chiếc tàu đò qua Cồn Dừa, rồi qua Xóm Chài, sắp sửa vào Sông Lớn. Tên gọi là Sông Lớn, nhưng đây cũng chỉ là một nhánh của dòng Hậu Giang. Lần đầu tiên, An rời xa vị trí của đơn vị bằng đường sông nước.

Mấy người hành khách phụ nữ bắt đầu nói chuyện lời lỗ, buôn bán. Các "thương nữ" này lo việc hàng họ, không để ý gì tới An. Có lẽ họ cũng quen với cảnh có người quá giang kiểu này. Chú Tư chủ tàu mời An một ly trà nóng. Có gió mát, hơi lạnh trên sông vào buổi sáng, được ly trà ấm, An thấy dễ chịu. An hỏi chuyện vài câu với chú Tư và cậu bé, nhưng anh hạn chế đối thoại, sợ nói nhiều lộ tung tích của mình. Có lẽ trên chiếc tàu đò nhỏ này, chỉ mình Chú Tư biết An là ai. Nhưng chú cũng gọi lại An là chú, có nghĩa là chú em. An thầm cảm ơn vì Chú Tư đã muốn giữ kín tông tích cho mình.

Tàu ra tới sông lớn, tăng thêm tốc độ, gió như mát hơn. Hai bên bờ là những lùm cây xanh tươi, phần nhiều là cây cần đước và dừa nước. Lâu lâu, tàu lại qua những xóm làng nho nhỏ, xanh những bóng dừa. Nhiều hàng dừa, quả trái chĩu chịt dưới những tàu lá xanh phía gần ngọn cây. Cảnh trí sông nước miền Hậu Giang thật là đẹp, và có dáng an bình quá. Lác đác vài ghe tàu xuôi ngược trên dòng sông. An mở chiếc cạc-táp Cô Hương cho mượn, lấy mấy cuốn sách giáo khoa tiểu học ra coi cho qua thời giờ. Những sách tập đọc, sách dạy làm toán sơ đẳng cộng trừ nhân chia, vài trang lại có những dòng chữ viết tay ghi chú của Hương. Nét chữ đẹp và mềm mại, hiền như người con gái chủ nhân những dòng chữ. An cũng mới quen Cô Giáo Hương được một hai tháng nay.

Tàu đã chạy được độ trên hai mươi cây số đường sông, chợt có ba tiếng kẻng từ ven bờ vọng ra. Một bà hành khách nói:

- Lại "mấy ổng" đòi kiểm soát, thu thuế rồi!

An nhìn ra phía trước. Bờ phía bên phải có một chiếc cờ xanh đỏ, cột vào một cây sào dài, đang đưa qua đưa lại bên sông. Cờ của Mặt Trận Giải Phóng Miền Nam ! An biết ngay là tàu của anh bị phía bên kia chặn lại. An thực sự lo sợ, phen này bị bắt ra bưng thì hết hy vọng gặp lại Cha đang đau nặng. Có khi vĩnh viễn xa mẹ và các người thân. Sẽ gian khổ và nhục nhằn. An nghĩ thầm nếu bị cầm tù trong một chế độ không có tự do cho ngay cả những người chưa bị bắt giữ, quả sẽ là một tai họa nặng nề cho anh, có khi còn mất mạng. Tim An đập mạnh, nhưng ngoài mặt anh cố giữ bình tĩnh. Chú Tư chủ tàu và mấy bà buôn bán thì rất thản nhiên. Họ đã quá quen với cảnh "kiểm soát" này.

Tàu cặp vào bến, sát bên một chiếc cầu nhỏ đưa ra mặt sông. Cầu làm bằng thân hai cây dừa, không có tay vịn. Bốn năm người du kích đứng ở trên bờ, chờ đợi, mặt mày họ cũng như thường, không có gì là dữ dằn như An thầm nghĩ từ trước. Có người mới độ mười sáu, mười bảy tuổi, có người trạc gần ba mươi. Trong đám chỉ có hai người võ trang bằng súng carbine, những người khác mang lựu đạn nội hóa, và tất cả đều mặc đồ bà ba. An đoán là xung quanh đây, phải có những toán yểm trợ của họ, đang nằm trong những lùm cây đây đó, với súng đạn đã lên nòng, sẵn sàng hành động ứng phó với mọi biến cố.

Hai người du kích lên tàu kiểm soát, một người hỏi chủ tàu:

- Có gì lạ không Chú Tư?

- Cũng thường thôi. Tàu chở mấy bà con đem hàng lên Cần Thơ.

- Chú và bà con có gì yểm trợ Mặt Trận không?

Đây là một cách đòi nộp thuế. Một bà nói:

- Tôi đem tôm khô đi bán trên tỉnh. Để tôi tặng mấy chú ít kí.

Bà này lấy một bịch lớn tôm khô, bọc kỹ càng trong bịch giấy dầu, đưa cho người du kích trẻ. Anh ta nói ngắn: "Cám ơn cô bác".

Chưa ai để ý gì đến An và anh đang tạm mừng thầm.

Một bà khác tặng cá khô. Một bà cho một thùng giấy đựng đầy rau cải ... Những người du kích nhận hết, không từ chối một món gì. Việc "thu thuế" có lẽ là công tác chính, kiểm soát chỉ là việc phụ. Thấy "thuế" nộp đã đầy đủ, họ không hỏi gì thêm mấy người kia. Một người du kích bây giờ mới quay lại nhìn An:

- Chú Tư, còn anh này là ai dzậy?

Chú Tư thản nhiên đáp lại:

- "Ông thầy giáo" quá giang đi Cần Thơ, lo việc trường học cho mấy trẻ.

Người du kích nhìn An, quan sát, giọng nghiêm nghị:

- Anh cho coi giấy tờ, chứng minh thư.

Bao nhiêu giấy tờ quan hệ, căn cước quân đội, An đã dấu kỹ giữa hai lớp da của chiếc cạc-táp, dán keo kỹ chỗ cất dấu. An đưa tấm căn cước mà ông Phó quận Hưng mới làm dùm, và tờ sự vụ lệnh về họp với Ty Học Chánh Phong Dinh.

Người du kích coi giấy tờ, rồi nói nhỏ gì với người kia, An không rõ. Rồi anh ta nói:

- Trường hợp này phải hỏi Anh Hai.

Họ giữ tàu lại, ra lệnh cho An lên bờ, đứng bên một gốc dừa. Một người lục những túi áo và chiếc bóp của An. Một người khác nắn người anh xem có mang võ khí gì không. Không có gì để họ nghi ngờ, một du kích nói với người khác:

- Mậy vô trỏng, mời anh Hai.

An hồi hộp thêm, nhưng ráng làm vẻ bình tĩnh. Chỉ ba phút, nhưng An thấy rất lâu, "Anh Hai" từ mấy lùm cây phía xa bước tới. An bàng hoàng cả người vì nhận ra Anh Hai chỉ huy toán du kích là Hai Cua. An đã có dịp chữa bệnh cho mẹ anh ta và đã nhiều lần mua cua của anh. Hai Cua chỉ hơi sững người vài giây, nhưng rồi anh ta làm như không có chuyện gì quan trọng, như chẳng hề quen biết gì với An. Anh ta nói với mấy đàn em:

- Có chuyện gì dzậy, tụi bây?

Một người du kích nói:

- Anh Hai, anh này khai là thầy giáo. Tụi em thấy anh ta còn trẻ, tóc lại cắt ngắn, dám là sĩ quan Ngụy lắm. Mà thầy giáo thì cũng là công chức Ngụy rồi, tụi em phải hỏi anh tính sao.

An lo lắng nhưng cố giữ bình tĩnh. Anh không thể ngờ rằng cả vận mạng và tương lai của anh bây giờ lại éo le nằm trong tay người chài lưới Hai Cua này.

Hai Cua quay sang An:

- Anh đưa lại giấy tờ coi.

An hồi hộp nhìn Hai Cua, đang coi chứng minh thư "thày giáo giả" của mình. Tuy mặt Hai Cua lúc này lạnh lùng, An phải tinh ý lắm mới thấy một khóe cười rất là thầm kín trên miệng hắn.

Cùng lúc, mấy người phụ nữ buôn bán chờ lâu trên tàu, coi bộ nóng ruột. Bà đã "yểm trợ Mặt Trận" bọc tôm khô lúc nãy, đứng ở mũi tàu nói vọng lên:

- Chú Hai mạnh giỏi, hôm nào có cua lớn, dành bán cho tôi vài con nghe.

Hai Cua quay lại:

- Dì Năm. Tui hồi này mắc bận ở đây, ít đi lưới lắm. Nhưng nếu có cua ngon, tui cho con Lài đem sang dì.

Một người phụ nữ trẻ trên tàu nói với lên phía bờ:

- Thôi cho đi đi Chú. Lỡ phiên chợ chiều của tụi tui mất. Ông nầy là Thầy giáo. Để cho người ta đi. Không có ổng, con em tụi tui lấy ai dạy học.

Hai Cua xem qua giấy tờ của An, thoáng một chút suy nghĩ, trao trả lại cho An, rồi nói với đàn em:

- Thầy Giáo, chỉ biết dạy học, để cho đi.

Hai Cua nhìn An, không chào từ giã, không nói gì thêm. Dù đã quen trước, chắc chắn là An không tính chuyện bắt tay cảm ơn, hay chào từ biệt, hoặc hẹn "tái ngộ". Không hợp lúc, và An cũng chẳng bao giờ muốn phải tái ngộ với anh chàng du kích Hai Cua này nữa, nguy hiểm quá.

Được tự do, An trở xuống tàu, khẽ thở ra nhẹ nhõm. Khi nhìn lên, An thấy Hai Cua thong thả đi vào phía sâu trong bờ, rồi bóng dáng khuất sau những lùm cây xanh. Con tàu nhỏ rời bến, một người du kích nói với xuống:

- Chú Tư ơi, bận về nhớ nói bà con đem đường và sữa hộp cho anh em.

Một anh du kích khác nói thêm:

- Có la-de Con Cọp nữa càng tốt.

An nghĩ thầm: Hóa ra tất cả họ đã biết nhau, và tâm lý chung, dù ở bên chiến tuyến nào, con người bình thường có lẽ ai cũng mong bình an, có nhu cầu vật chất, những ham muốn thông thường như nhau.

Trên đường sông về Cần Thơ, An thầm cầu nguyện. Cầu cho cha anh có một phép lạ nào để sống thêm. Nhưng sự cầu nguyện khẩn thiết nhất mà An mong được ban cho lúc này là không gặp thêm toán du kích nào chặn đường nữa.

An an toàn tới Cần Thơ bằng đường sông và kịp về Sàigòn cùng ngày bằng chuyến xe đò chót. Cha An còn nhận được anh, nhưng bệnh đã tới giai đoạn cuối. Hai ngày sau, cha An qua đời.

ooOoo

Cùng gia đình lo xong tang lễ của cha, An ở lại Sài Gòn ít ngày với mẹ và anh em. Hai tuần sau, anh trở lại Ngang Dừa, tiếp tục nhiệm vụ của người y sĩ trong quân ngũ. An tự hứa là sẽ không bao giờ dùng đường thủy để từ đơn vị đi Cần Thơ hay để trở về đơn vị nữa.

Trong ba ngày đầu, sau khi về lại nhiệm sở, An suy tư thật nhiều. Thấy An ít nói, không linh hoạt như trước kia, mọi người trong đơn vị tỏ ra thông cảm, như hiểu cho sự mất mát lớn lao trong đời anh. Thực ra, An suy tư nhiều vì nhớ tiếc cha cũng có, nhưng chuyện làm An bận tâm chính là người chài lưới Hai Cua.

Hai Cua biết rõ An là Trung Úy quân đội quốc gia. Trong ngày An bị chặn giữ bên sông, nếu Hai Cua bắt anh đem ra bưng biền, không biết số phận An bây giờ ra sao. Giờ đây, rất rõ ràng là An và Hai Cua, mỗi người ở mỗi bên chiến tuyến. Hai Cua lại hiểu rõ địa hình, vị trí đơn vị của An. Anh ta có thể chỉ điểm hoặc phụ giúp các lực lượng bên kia pháo kích chính xác hay tấn công doanh trại của An khi có dịp thuận lợi. An và bao nhiêu đồng ngũ có thể tử thương, đơn vị An sẽ tổn thất nặng nề. Còn nếu An tố cáo Hai Cua với ban tình báo, họ sẽ sang Xóm Chài tìm cách bắt anh ta. Sẽ khai thác, sẽ tra tấn để tìm thêm những đường dây "phiến Cộng" trong vùng. Làm vậy chắc là sẽ đưa Hai Cua đến chỗ cùng khổ, luôn cả mẹ và người em của anh ta sẽ không có ai săn sóc, trợ giúp, che chở. An có nỡ hại một người đã có hành động tốt với anh không.

Trong đời An, anh đã nhiều lần phải cân nhắc, chọn lựa, nhưng chưa bao giờ mất công tính toán, suy nghĩ nhiều như lần này. Khi còn nhỏ dại, An thường phải chọn một trong hai món đồ chơi cha mẹ đồng ý mua cho, như lựa khẩu súng giả hay chiếc xe chạy bằng dây thiều. Khi lên trung học, anh phải suy nghĩ mất vài ngày để chọn học ban văn chương hay ban toán... Xong trung học, anh lại phải chọn học trường kỹ sư Phú Thọ hay trường Y khoa đường Trần Quý Cáp. Đậu xong Nội trú tại Sài Gòn, anh phải chọn ngành nội thương hay là giải phẫu. Bây giờ An cần quyết định tố cáo hành tung của Hai Cua hay là giấu nhẹm mọi chuyện, coi như không có gì xảy ra.

Sau cùng, An có một lựa chọn. Anh nói cho Trung úy Hậu ban tình báo biết là chuyến về Cần Thơ của anh mấy tuần trước, anh đã bị du kích chặn xét và trưởng nhóm du kích chính là Hai Cua. Hắn biết An là Trung úy y-sĩ nhưng không bắt giữ. Trung úy Hậu quyết định rất nhanh chóng:

- Tôi sẽ không nói chuyện này cho ai, sợ họ lại thẩm vấn bác-sĩ, có khi phải lên trình diện phòng nhì Sư Đoàn, rất phiền phức lôi thôi. Nhưng bác-sĩ đã cho tin tức tình báo chính xác, bổn phận tôi phải bắt hắn. Tôi xin phép Chỉ Huy Trưởng, ngày mai xin thanh sát tuần phòng Xóm Chài, có bác-sĩ đi khám bệnh dân sự vụ cùng với chúng tôi. Mình phải tìm bắt Hai Cua để khai thác. Cả một mạng lưới do thám của tụi nó quanh đây!

An đã có những giao hảo khá thân với Trung úy Hậu, anh nói:

- Vì an ninh chung cho cả đơn vị, tôi nghĩ trung úy làm vậy là đúng. Nhưng tôi sẽ cho ông sĩ quan trợ y và toán y tá của tôi đi lo dân sự vụ và phát thuốc cho dân lần này. Toán thám báo và Trung úy sẽ lo việc kia. Tôi muốn tránh, vì trong lòng thấy không thoải mái nếu tôi hiện diện và chính thức tham dự việc dẫn giải Hai Cua.

Trung úy Hậu đồng ý.

Sáng hôm sau, cả một lực lượng đến Xóm Chài. Vừa công tác dân vận, vừa truy lùng người du kích cộng sản Hai Cua. Nhưng không tìm ra hắn, nghe nói Hai Cua đã cùng mẹ và em dọn nhà đến một thôn ấp, một làng xóm nào xa xăm, không ai rõ. Hay là có rõ, họ cũng không dám nói. Hắn đã rời Xóm Chài hơn hai tuần trước, chỉ ít ngày sau khi hắn cùng với toán du kích gặp An lần chót bên ven bờ Sông Lớn.

ooOoo

Trong một dịp hàn huyên với bạn bè tại Sài Gòn, An đem

chuyện Hai Cua kể cho các bạn nghe. Một anh bạn đặt câu hỏi:

- Hai Cua không bắt giữ bạn, mặc dù biết rõ bạn là sĩ quan bên mình. Bạn lại tố cáo, để lùng bắt hắn. Có lúc nào bạn nghĩ là mình hành xử thiếu nhân hậu, kém tình nghĩa, chưa bằng một người du kích Cộng sản không?

An đã có sẵn câu trả lời:

- Không! bạn ơi. Việc liên hệ, mua bán, trị bệnh lúc đầu giữa tôi và Hai Cua là theo tình cảm riêng, giao thiệp hàng ngày rất thông thường, rất tự nhiên của con người. Chuyện sau này phải báo cáo Hai Cua là du kích bên đối phương khi đã biết chắc chắn tông tích của hắn, chỉ là bổn phận của tôi với đơn vị, là việc phải làm của một quân nhân cho sự an toàn của đồng ngũ và của chính mình nữa. Mặc dù khi làm ơn, trả nghĩa ta không nên kể, cũng chẳng nên tính sổ, chẳng nên "cộng trừ". Nhưng trong trường hợp đặc biệt này, lại càng dễ để tôi quyết định. Tôi lo chữa trị, cứu chữa Mẹ của Hai Cua một lần. Góp phần thả hắn khi còn nghi ngờ một lần. Hắn cho lại tôi một buồng chuối cau cùng một chục cua. Rồi "tha tào" tôi một lần. Nếu "kết toán" ân nghĩa, "sổ sách" coi như quân bình rồi. Việc thông báo về tông tích Hai Cua là chuyện tôi phải làm. Quyết định lùng bắt Hai Cua là trách nhiệm của ông Trung Úy an ninh và của vị chỉ huy. Hơn nữa Hai Cua có để tôi đi, cũng chẳng hại gì đến cái tổ du kích của hắn. Trái lại, nếu không báo cáo hành tung của hắn, tôi thấy có lỗi với Trung Đoàn tôi đang phục vụ và tôi không thể nào... ngủ yên được.

Tại đơn vị, cũng như với bạn bè, sau này không ai nhắc tới chuyện Hai Cua nữa. Nhưng An lại gặp một trở ngại nhỏ. Cho đến bây giờ, mỗi khi dùng món cua, cua hấp, cua xào me, cua rang muối, cua gừng hành, cua farci ..., dù đặc sắc đến đâu, An không bao giờ thưởng thức món hải sản ngon miệng này một cách hồn nhiên, "tận tình" như ngày trước nữa. Mỗi khi dùng cua, anh luôn luôn nhớ tới người du kích cộng sản, nhiều lần gặp gỡ, khi buồn khi vui, một thời đã xa ...

Trần Văn Khang

4. TIẾNG ĐÀN XƯA

Vào tháng 11 năm 2002, lần đầu tiên Hoa Hậu Việt Nam, cô Mai Phương, tham dự cuộc thi Hoa Hậu Thế Giới, tổ chức tại Nigeria. Tin tức được đăng tải trên nhiều báo chí trong nước và hải ngoại cũng như trên những màn ảnh nhỏ. Vì những chống đối, biểu tình bạo động tại Nigeria, cuộc thi Hoa Hậu hoàn vũ sau đó hình như phải chuyển về Anh Quốc. Tôi cũng không có dịp theo dõi. Đối với nhiều người Việt, tin về Hoa Hậu Việt Nam tham dự Hoa Hậu Hoàn Vũ là một niềm vui, một hy vọng vẻ đẹp của người phụ nữ Việt Nam được thế giới biết đến. Nhưng riêng với Tâm, bạn tôi, tin này

làm anh thích thú và hãnh diện hơn nhiều người khác. Lý do là Hoa Hậu Mai Phương và Tâm cùng sinh quán tại thành phố Hải Phòng, miền Bắc Việt Nam, nơi Tâm đã ra đời và trải qua thời niên thiếu. Tâm thường hay nhắc tới thành phố hải cảng này. Anh nói Hải Phòng, thành phố lớn thứ nhì miền Bắc, là nơi có những nhân vật nổi tiếng về văn nghệ, về âm nhạc hay những nhân sĩ đã từng sanh sống... Tâm yêu mến âm nhạc, nhất là nhạc Việt. Anh thường nói các nhạc sĩ mà anh ngưỡng mộ như Phạm Duy, Đoàn Chuẩn, Từ Linh, Ngô ThụyMiên... đều đã từng sống tại Hải Phòng. Hôm ấy, nhân có dịp lại nói về Hải Phòng, Tâm kể cho chúng tôi nghe mối tình thầm lặng, đầu đời, của anh. Tâm hiện hành nghề luật sư tại Hoa Kỳ. Truyện ngắn sau đây viết theo lời kể của Tâm:

Trời đã vào cuối mùa Thu, những ngày nghỉ Hè đã hết. Một số bạn tôi lên Hà Nội học vì trường Trung học công lập duy nhất tại Hải Phòng thời bấy giờ là trường Ngô Quyền chỉ có tới lớp đệ tứ. Gia đình tôi đông anh em, cha tôi là một tiểu công chức, cuộc sống chỉ đủ chi dùng. Để đỡ tốn kém, tôi ở lại Hải Phòng, học lớp đệ tam trường trung học tư thục Phùng Hưng do giáo sư Chu Văn Bình, sau này là nhà văn Chu Tử, làm hiệu trưởng. Hải Phòng là thành phố nơi tôi ra chào đời và có thật nhiều kỷ niệm thời niên thiếu. Năm ấy, tôi mới 16 tuổi cùng đám bạn bè sinh hoạt học đường rất hứng thú vì năm đệ tam không phải lo thi cử và ban giảng huấn trường tôi học có những nhà văn được nhiều người biết đến như giáo sư Trần Tiêu tác giả truyện Con Trâu và là anh em của Khái Hưng. Có nhà văn Sao Mai, Giáo Sư Chu Văn Bình, Giáo Sư Nguyễn Mạnh Côn... Các thầy dạy chúng tôi Việt văn, Pháp văn và thường nói chuyện về văn chương ngoài đời. Đám học trò chúng tôi ngồi nghe vừa thích thú, vừa mến mộ.

Gần đến Tết, tôi được cha mẹ cho lên Hà Nội lo việc biếu quà Tết một số các bác, các cô tôi và những người ân nghĩa, quen thân của gia đình. Mấy ngày tại Hà Nội, tôi ở nhà người em họ là Mỹ Linh, con của Cô tôi, đường Gambetta. Mỹ Linh cùng tuổi với tôi, cũng đang học Đệ Tam, nhưng học ban sinh ngữ và văn chương tại Hà Nội, còn tôi thì học ban toán ở Hải Phòng. Mỹ Linh khá đẹp, tươi vui và hồn nhiên, thân mến với tôi như anh em ruột.

Vừa gặp lại nhau, Mỹ Linh nói như reo lên:

- Anh Tâm, em phải giới thiệu một cô bạn của em cho anh. Bạn em sắp xuống Hải Phòng học.

Tôi lấy lòng cô em:

- Cô bạn có xinh bằng Mỹ Linh không?

Con gái, và cả con trai nữa, có lẽ ai cũng thích được khen. Mỹ Linh cười:

- Anh Tâm còn nhỏ mà đã mê các cô đẹp, hết học cho mà xem. Phượng, bạn của em đẹp nhất lớp, hiền và ngoan lắm, sợ xuống Hải Phòng các anh bắt nạt nó.

Ngày hôm sau, dùng cơm tối xong, tôi đang giúp Mỹ Linh giải thích một bài học về toán đại số, thì Phượng tới. Tôi nghĩ cô em Mỹ Linh có sắp đặt nhưng không cho tôi và Phượng biết. Mỹ Linh giới thiệu tôi cho bạn rất tự nhiên:

- Anh Tâm, anh của Linh ở Hải Phòng mới lên chơi, đang giảng bài học về toán của thầy Bích cho mình. Đây là Phượng, bạn cùng lớp với em.

Phượng nhẹ cúi đầu, mái tóc dài đen huyền, buông sau đôi vai thon nhỏ, khẽ lay động. Phượng có giọng nói Hà Nội:

- Chào anh.

Tôi cũng đáp lại:

- Chào chị Phượng.

Mỹ Linh nói thêm vào:

- Anh Tâm gọi bạn em là Phượng được rồi. Phượng là bạn của em thì cũng là em của anh luôn.

Tôi thầm cám ơn cô em, đã tạo thân mật trong buổi đầu gặp gỡ. Trái tim tuổi con trai mới lớn của tôi rộn rã. Phượng quả là một thiếu nữ đẹp, duyên dáng và tôi thấy người con gái mới gặp này khả ái lạ thường. Thấy tôi chú ý nhìn, Phượng hơi mất tự nhiên, và tôi cũng chợt nhận ra cái "ngố" của mình, vội tránh không nhìn nàng một cách "ngây ngô" nữa. Mỹ Linh mời chúng tôi vào phòng khách. Gần dịp Tết, nhà sẵn trái cây, Linh cho chúng tôi dùng trái hồng mềm, ăn với cốm Vòng. Những trái hồng chín đỏ, da mọng và hương vị ngọt, thơm ngon vô cùng. Chưa từng yêu thương người thiếu nữ nào, nhưng ngồi ăn hồng trước mặt Phượng và cô em, tôi đã tưởng tượng má người thiếu nữ đẹp có lẽ cũng căng và ngọt thơm như những trái hồng này. Cốm xanh của làng Vòng là một thổ sản nổi tiếng miền Bắc nhiều người biết, tôi nghĩ có lẽ còn danh tiếng hơn cả thuốc ông Lang Vòng thời bấy giờ.

Chúng tôi nói chuyện rất vui, có lẽ vì cùng lứa tuổi và cùng học năm đầu của chương trình Tú tài, chỉ khác ban. Qua câu chuyện, tôi được biết Ba của Phượng làm ngành công chánh. Vì tình hình chiến sự lúc bấy giờ, ông sắp phải xuống Hải Phòng vài năm lo chương trình tu bổ và xây cất, nới rộng phi trường Cát Bi Hải Phòng cho nhu cầu phi đạo và chỗ đậu của những chiến đấu cơ Pháp.

Phượng nói với tôi, giọng hơi lo lắng:

- Phượng học ban C. Anh Tâm nói Hải Phòng chỉ có một trường của anh là dạy tới lớp Đệ Tam, chỉ có ban toán. Không biết làm sao Phượng theo kịp.

Tôi nói cho Phượng an tâm:

- Phượng đừng lo, toán lớp Đệ Tam không đến nỗi khó lắm. Phượng sẽ vui vì trường Tâm đang học bây giờ, có nhiều thầy dạy Việt văn hay lắm, chắc Phượng sẽ thích.

Tôi đã tự động xưng hô với tên của mình cho thân mật. Mỹ Linh nói quảng cáo cho bạn:

- Phượng giỏi Việt văn lắm anh Tâm ạ, làm luận văn hay nhất lớp em. Phượng thích thơ và biết làm thơ nữa.

Phượng hơi cúi đầu và má ửng đỏ vì lời khen của bạn. Tôi kể tên các nhà văn đang dạy tại trường Phùng Hưng. Phượng nghe nói, mắt nàng sáng long lanh:

- Phượng chỉ xuống Hải Phòng có một hai lần, lúc bé. Rồi năm ngoái chỉ ngang qua Hải Phòng lúc đi biển Đồ Sơn. Bây giờ còn chưa quen với thành phố của anh. Anh Tâm thấy Hải Phòng có những gì đặc biệt?

Tôi nói với nàng:

- Mỹ Linh có thể cho Phượng biết thêm, Linh có xuống thăm Hải Cảng nhiều lần. Hải Phòng là một thành phố nhiều lao động, với bến tàu, với công nhân, không thơ mộng và "văn hiến" như Hà Nội. Hải Phòng có sắc thái đặc biệt của một thành phố hải cảng. Có một giáo sư trẻ dạy trường Trí Tri Hải Phòng, bút hiệu Song Nhất Nữ, mới lập gia đình với một cô gái tại thành phố này, đã làm một bài thơ nói về Hải Phòng, để đọc cho Phượng và Linh nghe. Tôi thong thả đọc bài thơ Hải Phòng, đã được ngâm trên Đài phát thanh Pháp Á nhiều tháng trước:

Ơi Hải Phòng xa xôi
Có ngàn dân lành cặm cụi
Giữa phố phường đô hội
Sống ngặt nghèo nơi ngõ tối âm u

Ơi Hải Phòng bụi mù
Ơi Hải Phòng chen chúc
Bến Tàu đông đúc
Và đây, Cầu Hạ Lý vẫn trơ trơ

Bên kia Sáu Kho
Bên đây Cửa Cấm
Gió Tam Bạc chiều nay sao lồng lộng
Nước xuôi nguồn theo lớp sóng ra khơi
Chị bán rau trong Chợ Sắt ngụt người
Anh phu gạo ngoài Ba Ty ngợp bụi

Mười phương loạn quay về đây tụ hội
Mồ hôi nghèo mong đổi chút cơm khô

Hải Phòng ơi,
Này bến ô-tô
Nọ ga xe lửa
Bể mặn chát đã dạt về bao cửa
Những hương ngàn gió nội của năm châu

Hải Phòng ơi,
Đây đất để làm giàu
Đất để sống, để kiếm tiền kiếm gạo
Đất vật lộn để tìm cơm, tìm áo
Đất kiêu hùng cửa họng của non sông

Hải Phòng ơi,
Ta nhớ mãi Hải Phòng

(Thơ Song Nhất Nữ)

Những ngày kế tiếp, Mỹ Linh và Phượng cùng tôi dùng xe đạp dạo các phố phường và thắng cảnh tại Hà Nội. Linh giới thiệu cho tôi món bánh tôm Cổ Ngư, mướn thuyền đi trên Hồ Tây, đi dạo và ăn kem mấy lần bên bờ Hồ Gươm. Trước hôm tôi trở về Hải Phòng, người chị cả của Phượng là Chị Huyền cho chúng tôi dùng món bún chả Hà Nội, ngay tại cửa hàng tơ lụa của Chị ở Phố Hàng Gai. Cửa hàng của chị có tên là Đan Phượng, lấy tên của một huyện của tỉnh Hà Đông. Chị Huyền cho tôi biết là gia đình quê quán ở Hà Đông, chuyên sản xuất tơ lụa. Phượng được sanh ra tại quê của nàng, nên được cha mẹ chọn tên như vậy.

ooOoo

Sau Tết năm đó, gia đình Phượng di chuyển xuống Hải Phòng sinh sống, cư ngụ tại một căn nhà khang trang ở Phố Ga, cách nhà của Hoài, một người bạn thân cùng lớp với tôi chừng mươi căn phố. Nhà tôi ở phố Đường Cát Dài, chỉ cách nhà nàng khoảng trên một cây số. Phượng mau chóng hội nhập với lớp học mới, với trường mới, và vì có quen tôi rồi quen Hoài nên nàng không mấy bỡ ngỡ. Phượng với vẻ đẹp nữ sinh thơ mộng, mớ tóc mây dài buông tới ngang lưng. nàng hay mặc áo dài lụa có lẽ do cửa hàng Chị Huyền may cho, rất tha thướt, duyên dáng làm cho nhiều đám học trò con trai trong trường tôi chú ý và ươm mộng. Thế nhưng cũng như các cô con gái thời bấy giờ, gia đình kỹ lưỡng và nghiêm túc, Phượng rất ít giao thiệp với các bạn trai khác cùng lớp, ngoại trừ Hoài và tôi. Hai chúng vài lần hướng dẫn Phượng và đôi khi có cả hai em trai của nàng đi thăm, giới thiệu những phố xá Hải Phòng. Chỉ vài tháng sau "tình bạn tay ba" giữa chúng tôi trở nên thân thiết và rồi tôi có thêm những nhớ mong, mơ mộng của một "tình yêu âm thầm" nào mới chớm lúc tuổi thanh xuân.

Phượng đàn dương cầm rất hay, còn Hoài bạn tôi vừa biết đàn Guitar, vừa hát giỏi. Trong những sinh hoạt văn nghệ trong lớp hoặc của toàn trường, Hoài luôn luôn là một ngôi sao sáng. Tôi không biết đàn và hát cũng chẳng ra gì. Đôi lần tại nhà của Phượng, tôi ngồi nghe Hoài vừa đàn ghi-ta vừa hát, Phượng đệm thêm dương cầm. Tôi nghe tiếng đàn, giọng hát một cách thú vị, nhưng lại thấy lẫn lộn với một chút mặc cảm về khả năng văn nghệ của mình!

Hoài và tôi thường hay lại nhà Phượng giúp nàng giải những bài toán hình học phẳng. Hoài học giỏi và đẹp trai. Anh tự động đặt cho Phượng một tên mới là Phoenix. Một hôm cuối tuần, chúng tôi rủ nhau đến nhà Phượng. Nói là đến thăm để ôn bài, nhưng thực ra cả hai chúng tôi đều nhớ nàng, dù vẫn gặp nhau mỗi ngày trong tuần tại nhà trường. Hôm ấy chỉ có Phượng ở nhà, còn cả gia đình đã dùng chiếc xe Peugeot của gia đình về thăm lại Hà Nội để giúp một vài việc cho công chuyện buôn bán của chị Huyền. Chúng tôi yêu cầu Phượng đàn dương cầm cho nghe. Phượng mặc một bộ đồ trong nhà, màu ngà bằng lụa, tóc buông thả sau lưng, dáng đẹp nghiêng nghiêng nổi bật trước cây dương cầm màu đen, hai bàn tay thon trắng lướt trên những phím đàn. Hoài giỏi âm nhạc, nên có lẽ bạn tôi chú ý nhiều đến âm thanh, đến giai điệu các tấu khúc, đến các hợp âm qua tiếng dương cầm. Trong khi tôi thì lại chú ý hơn về dáng đẹp của người con gái mà có lẽ tôi đã thầm yêu. Phượng đàn những bản Việt Nam như Suối Mơ, Bến Xuân, Thiên Thai của Văn Cao. Rồi Con Thuyền Không Bến và vài bản khác của Đặng Thế Phong. Sau đó nàng dạo những tấu khúc nhạc cổ điển của Mozart, Chopin, Schubert và Liszt... Tiếng đàn thánh thót điêu luyện của nàng cũng như dáng đẹp thanh cao đưa tôi vào một thế giới tình cảm và âm thanh mơ ảo.

Nàng ngưng sau bản nhạc quen thuộc Lettre à Elise, ai học dương cầm cũng biết, rồi kể chuyện giai thoại về tác giả khi ông sáng tác bản nhạc này...

Hai tháng sau khi gia đình Phượng xuống Hải Phòng, Hoài tâm sự với tôi là anh đã thầm yêu Phượng. Người bạn thân của tôi yêu mà chưa thổ lộ với nàng. Có lẽ anh có cái e dè, nhút nhát của tuổi học trò thời bấy giờ, hay cũng sợ ngỏ lời, tình yêu sẽ bay xa thành mây khói. Việc thổ lộ tâm tình của người bạn thân làm tôi thấy xốn xang vì như đã nói ở phần trên, trong lòng tôi cũng thầm thương mến cô bạn gái này, có lẽ từ "thuở ban đầu mới gặp" tại Hà Nội. Nhưng nghĩ mình còn đang là học sinh trung học, mơ mộng thì có, đâu dám tính chuyện yêu đương. Tôi giữ trong lòng những tình cảm của mình. Vì vậy mỗi khi Hoài nhắc tới Phoenix, trong lòng tôi có những giao động khó tả. Tôi chỉ nói theo, đôi khi còn trái với lòng mình, tán thưởng miễn cưỡng những ý nghĩ của Hoài nữa. Tình bạn, và niềm yêu thầm kín trong trường hợp này khó cho tôi bày tỏ những ý nghĩ của mình.

Người ta vẫn cho rằng, vào lúc niên thiếu với cùng một tuổi đời, đa số các cô gái khôn ngoan và "hiểu biết" hơn các cậu con trai. Tôi nghĩ rằng với cảm tính bén nhạy của phụ nữ, thêm với sự săn đón thân tình và ân cần của hai đứa bạn chúng tôi, Phượng có thể đoán hiểu những cảm tình dù rất kín đáo của chúng tôi đối với nàng. Phượng cũng giữ "im lặng tình cảm" trong cách giao thiệp, và cư xử thân mến, hòa nhã đồng đều với cả tôi và Hoài.

ooOoo

Chiến cuộc tại miền Bắc giữa quân kháng chiến Việt Minh và quân đội viễn chinh Pháp cùng với quân đội quốc gia ngày càng mạnh mẽ và lan rộng. Nhiều đồn bót bị mất.

Rồi quân Pháp rút bỏ khỏi thành phố Nam Định. Những tin chiến sự cực kỳ sôi động về mặt trận Điện Biên Phủ. Hội nghị Genève về Việt Nam đã nhóm họp nhiều tháng. Rồi Điện Biên thất thủ và bản văn của Hội Nghị Hòa Bình được ký kết ngày 20 tháng 7 năm 1954, nước Việt Nam chia đôi ở vĩ tuyến 17, bởi dòng sông Bến Hải. Miền Bắc thuộc về Việt Minh Cộng Sản được hậu thuẫn yểm trợ bởi Nga, Tàu. Miền Nam thuộc về thế giới Tự Do, và Hoa Kỳ thực sự nhúng tay vào việc củng cố cho miền Nam thành một tiền đồn chống lại sự bành trướng của khối Cộng tại Đông Nam Á. Quân đội viễn chinh Pháp từ từ rút khỏi Việt Nam, nhường chỗ cho những phái đoàn cố vấn dân và quân sự Hoa Kỳ. Một cuộc di cư cả triệu người miền Bắc vào Nam được tổ chức do Mỹ yểm trợ. Dân chúng thành phố Hải Phòng nơi tôi cư trú cũng rất giao động, mọi người xao xuyến, phải chọn một quyết định di cư vào Nam hay ở lại miền Bắc.

Cha tôi mau chóng quyết định cả nhà sẽ vào Nam. Gia đình Hoài có một người anh, một người chị còn ở vùng kháng chiến. Hoài nói nay "kháng chiến đã thắng lợi", "nước nhà đã độc lập", nên ở lại miền Bắc. Chúng tôi lại thăm hỏi Phượng. Nàng có người anh cả theo Việt Minh từ ngày còn hoạt động bí mật ở chiến khu, anh cho người vào Hải Phòng nhắn nhủ gia đình ở lại, anh "bảo đảm" an toàn. Ông bà nội, ngoại của Phượng lại rất lưu luyến với quê hương miền Bắc, có cả một cơ sở sản xuất tơ lụa tại Hà Đông, không chịu đi đâu cả. Vì vậy gia đình Phượng cũng không di cư vào Nam.

Tôi chuẩn bị rời xa miền Bắc và thành phố Hải Phòng thân thuộc với nỗi buồn trong lòng. Trước ngày di cư xuống tàu vào Nam một tuần, tôi có gặp và chuyện trò riêng cùng Phượng khá lâu. Phượng tâm sự:

- Phượng có Chú Hải, em của Ba, làm sở Liêm Phóng Hà Nội. Chú không thể nào ở lại. Gia đình Chú Hải sẽ xuống Hải Phòng, rồi vào Nam vì Hà Nội sẽ được tiếp thu trước. Chú nói với Ba là, nếu Ba muốn, sẽ cho Phượng và một hai đứa em đi theo Chú vào Nam. Hai năm nữa, tổng tuyển cử, hai miền Nam Bắc thống nhất, mọi người lại gặp lại nhau, mọi gia đình sẽ đoàn tụ.

Tôi hỏi nàng, với một chút hy vọng:

- Thế Ba và Phượng tính sao?

Nàng nói với giọng buồn:

- Ba mẹ Phượng không muốn Phượng xa cha mẹ, xa anh em, gia đình phải ở cùng một nơi.

Tôi im lặng, tâm hồn như trống vắng, nghĩ một ngày mai, ngày mai rất gần, sẽ ở xa, rất xa những người bạn thân thiết của tôi. Cả tuần đó, ngày nào tôi cũng tìm cách gặp Hoài và gặp Phượng.

Gia đình tôi xuống tàu Ville de Saigon tại bến tàu Hải Phòng vào một buổi sáng trời mưa nhưng không lạnh, mặc dù đã cuối thu. Anh em trong gia đình tôi, áo ướt nước mưa, khuân vác những vali, những thùng vật dụng và sách vở gia sản học trò xuống tàu. Tôi thấy cha mẹ tôi trầm ngâm, có lẽ vì phải rời bỏ thành phố thân thuộc, sau bao nhiêu năm cần cù làm việc, bây giờ ra đi với một mớ tài sản nhỏ bé là mấy thùng đồ, để sẽ đến một nơi xa lạ, tương lai chưa biết sẽ ra sao. Còn tôi không có thời giờ suy tư nhiều. Tôi cố dành những giây phút còn lại tại Hải Phòng để nấn ná ở bên hai người bạn thân ra tiễn tôi là Phượng và Hoài. Tôi ở trên bờ cho tới lúc tàu hú còi hiệu lần chót trước khi rời bến. Tôi bắt tay Hoài thật chặt, và không hiểu tại sao, có lẽ đã nghe qua nhiều người tiên đoán, tôi nói với Hoài:

- Từ biệt Hoài và Phượng ở đây. Sẽ nhớ mãi hôm nay. Chúng mình khó gặp lại nhau, người ta nói có thể không có tổng tuyển cử.

Lần đầu tiên tôi nắm tay Phượng, và có lẽ đây là lần đầu tiên trong đời tôi nắm tay rất thân mật, rất luyến lưu với một người con gái không phải là họ hàng. Bàn tay người con gái thật mềm mại. Ước gì tôi được nắm mãi tay nàng. Trong lòng rất muốn nhưng tôi e dè không dám đặt môi hôn lên bàn tay ấy. Tôi muốn ôm tấm thân nhỏ bé dễ thương của Phượng vào trong vòng tay của mình, một lần thôi, nhưng tôi không có can đảm thực hiện ý muốn. Tôi nhìn vào mắt Phượng, và giọng tôi như chùng xuống:

- Mong Phượng và Hoài ở lại, có nhau, giúp đỡ nhau, sẽ... bên nhau mãi.

Tôi nói tiếp, có lẽ chỉ đủ cho Phượng nghe:

- Hoài rất quý mến Phượng, Phượng biết không?

Phượng nhẹ nhàng trong lời nói, và ánh mắt thân mến nhìn tôi:

- Phượng biết, có lẽ biết nhiều điều khác nữa, anh Tâm ạ.

Tôi kịp lên tàu, chỉ năm phút trước khi tàu nhổ neo rời bến, và tôi xa cách người bạn học thân nhất và người con gái tôi có thật nhiều cảm tình từ ngày hôm ấy.

ooOoo

Mãi đến nhiều năm, sau khi cuộc chiến tại Việt Nam chấm dứt, tôi có dịp về Việt Nam vào đầu thập niên 90, thăm lại Hải Phòng. Phố Đường Cát Dài của tôi đã thay tên. Phố Ga của Hoài, của Phượng ngày xưa xa lạ và đổi khác. Tôi đọc một mình một câu thơ trong truyện Kiều "Trải qua một cuộc bể dâu". Tôi không muốn đọc tới những câu Kiều kế tiếp, dù thuộc từ hồi trung học. Tôi tìm lại những mái nhà xưa. Nhà cũ của tôi, nhà cũ của bạn. Những người ở các căn nhà của hai bạn tôi ngày xưa, hoàn toàn xa lạ, giọng nói cũng xa lạ. Họ nhìn tôi xa lạ nhưng không lạnh lùng. Nhắc đến tên, không ai biết Hoài và Phượng của tôi là ai. Tôi xa Hải Phòng trên 30 năm rồi. Cảm giác tôi có lẽ không phải cảm giác Từ Thức trở về chốn cũ, vì tôi chưa thấy nơi nào trên trái đất này có thể được coi là Thiên Thai. Nhưng quả thật tôi có cảm giác trống vắng khó tả trong tâm trạng.

Rồi tôi thăm Hà Nội và một mình lang thang những phố phường. Dù tôi không quen thuộc Hà Nội ngày xưa như nhiều người bạn của tôi, nhưng tôi thấy Thăng Long ngày trước cũng đổi khác, nhiều, rất nhiều. Sau cùng, chân đưa tôi trở lại phố cũ, phố Hàng Gai. Một điều làm tôi vừa ngạc nhiên vừa vui mừng, tim tôi hồi hộp, là bảng hiệu của một cửa hàng bán áo len, áo dài, tơ lụa mang tên Đan Phượng vẫn còn. Những đường phố buôn bán tại Thủ Đô Hà Nội thường là ngắn, nhất là so sánh với những con phố ở nước ngoài. Tôi mang máng nhớ cửa hàng Đan Phượng ngày xưa cũng ở khoảng này trên đường phố. Chiếc bảng hiệu hôm nay lớn hơn bảng ngày xưa, nét chữ kẻ trên bảng hoa mỹ và nghệ thuật hơn ngày trước. Tôi tần ngần đứng trước cửa tiệm một hồi lâu, không vào, để cho lòng mình lắng xuống. Hay để tránh gặp lại một thực tế có thể sẽ làm tôi thất vọng khi người trong tiệm chẳng ai quen mình, và mình cũng chẳng biết ai! Qua tấm kính lớn của tủ hàng, tôi thấy những áo đan bằng len, bằng sợi, những áo dài màu sắc đẹp cắt khéo, và những tấm lụa chưa may được treo từ trên cao thả dài tha thướt và mỹ thuật. Một hồi sau, tôi hướng tầm quan sát vào phía trong tiệm... Một cô gái trẻ đẹp, ngoài hai mươi, đang tiếp vài ba người khách hàng, có lẽ Việt Kiều về mua hay đặt may áo lụa. Cô gái bán hàng tôi chưa hề gặp mà sao có bóng dáng như đã quen. Đây là lần đầu tiên tôi trở lại Hà Nội sau gần bốn thập niên xa cách. Cô gái cúi chào, vui vẻ với giọng nói Hà Nội ngày xưa chứ không phải giọng của nhiều người tại Hà Nội ngày nay mà tôi có dịp tiếp xúc:

- Ông muốn mua áo may sẵn hay mua lụa?

- Cô cứ tự nhiên tiếp mấy bà khách đang thử áo, tôi coi các hàng trưng bày, nếu cần mua gì tôi sẽ nhờ Cô.

Thong thả quan sát các mặt hàng, và đồng thời cố tìm lại hình bóng một cảnh vật nào ngày xưa, nhưng tôi không thấy. Mà làm sao thấy được sau bao nhiêu năm đã qua rồi. Tôi dừng lại một quầy phía bên trong. Nơi sau quầy một phụ nữ ngoài năm mươi tuổi đang ngồi đan áo. Mái tóc điểm vài sợi bạc, uốn nhẹ và để dài một chút ở phía dưới sau cổ. Dáng sang và thanh tú. Người phụ nữ ngước mắt nhìn tôi, ánh mắt dịu dàng và tôi thấy thật là quen thuộc. Tôi nhẹ chào hỏi một câu cho chắc chắn, mà bây giờ tôi nghĩ hơi ngớ ngẩn vì "nửa bà nửa cô":

- Xin lỗi, có phải bà là cô Phượng ngày trước từng ở phố Ga, Hải Phòng?

Người phụ nữ buông kim và sợi đan trên mặt quầy hàng, đứng dậy chăm chú nhìn tôi, một giọng quen từ nhiều năm ngày trước như reo lên:

- Có phải anh Tâm không?

Tôi quên cả lịch sự tối thiểu. Đáng lẽ phải để người phụ nữ đưa tay ra trước, nhưng vì vội vã mừng gặp lại người xưa, tôi quên cả xã giao nắm lấy bàn tay mặt của nàng, bàn tay tôi đã nắm một lần, lần đầu và tưởng như đã là lần cuối, từ nhiều năm trước tại bến tàu Hải Phòng, ngày tôi rời xa đất Bắc:

- Phượng còn nhận ra tôi sao?

- Em nhận ra anh ngay. Anh vẫn có nụ cười ngày xưa, khó có thể quên được.

Chưa bao giờ Phượng xưng em với tôi, vào những ngày học trò. Bây giờ có lẽ vì thói quen nghề nghiệp, giao thiệp với những bà khách hàng người Việt từ Sài Gòn hay từ hải ngoại về đây, nàng dùng lối xưng hô này. Nhưng tôi lại chủ quan, thấy tiếng xưng hô thân mật như gửi gắm một chút gì ấm cúng của một tình cảm đã xa, đã có từ những ngày tuổi xanh. Tôi nóng lòng vội hỏi:

- Hoài bây giờ ở đâu? Phượng có tin tức gì về Hoài không. Tâm muốn gặp lại Hoài.

Tôi vẫn dùng cách xưng hô thân mật tuổi học trò. Nàng chớp mắt. Đã có những vết nhăn nhẹ, dấu tích của thời gian sau đuôi mắt. Giọng nàng hơi trầm xuống:

- Chuyện dài và buồn anh ạ. Anh Hoài mất từ nhiều năm trước. Sẽ kể anh nghe. Mà anh chắc từ ngoại quốc về thăm? Sẽ ở lại Hà Nội bao lâu? Có chị và các con anh cùng về với anh không?

Nhiều câu hỏi dồn dập cùng một lúc, tôi không biết trả lời câu nào trước, nhưng cũng nói với nàng với lối xưng hô ngày trước:

- Chuyện của Tâm cũng dài và cũng buồn. Về đây, vừa thăm Việt Nam vừa có công việc do nghề nghiệp. Sẽ ở lại đây một tuần nữa. Hiện tại Tâm ở Hoa Kỳ.

Phượng vội gọi cô gái bán hàng lại và giới thiệu với một giọng thật vui:

- Cháu Đan Tâm, con gái của em và Hoài.

Nàng nói với Đan Tâm:

- Bác Tâm là bạn học của ba mẹ cả mấy chục năm trước. Bác ngày xưa thân với Ba con lắm.

Đan Tâm chào tôi, dáng đẹp và hiền như mẹ ngày nào:

- Mẹ cháu nhắc tới bác nhiều lần. Mẹ nói đã mượn tên bác đặt tên cho cháu khi cháu mới sinh.

Phượng nhìn tôi, nàng nói giọng rất chân thành:

- Gặp lại anh, em mừng lắm. Bây giờ đã gần sáu giờ chiều. Em sẽ đóng cửa hàng sớm hôm nay. Bây giờ anh dạo phố Hà Nội đi, mời anh tám giờ tối trở lại đây ăn cơm tối với mẹ con em.

- Cho phép Tâm mời Phượng và cháu đi ăn tại một nhà hàng gần đây, bên hồ Hoàn Kiếm được không?

- Không có không khí gia đình và ồn ào anh ạ, mình không chuyện trò tự nhiên và được nhiều. Anh cứ nhận lời dùng cơm tại nhà cho em vui.

Tôi không thể nói khác hơn, và cũng không muốn nói khác hơn. Tôi tạm biệt Phượng và Đan Tâm, rồi tiếp tục đi dạo quanh những phố cũ Hàng Đào, hàng Ngang, Hàng Trống, Hàng Mành... của Hà Nội. Nhưng sự quan sát phố phường của tôi giờ đây không chú ý nhiều tới ngoại cảnh như một tiếng đồng hồ trước nữa. Tôi nghĩ nhiều về những ngày xưa cũ, về Hoài, về Phượng, về thời gian cùng sống tại thành phố Hải Phòng, về lần đầu tiên tôi gặp Phượng tại nhà cô em họ Mỹ Linh của tôi...

Đúng giờ hẹn, tôi trở lại. Cửa hàng Đan Phượng đã khép, Phượng mở cửa mời tôi lên căn gác. Căn gác chị Huyền của nàng đã mời tôi, Mỹ Linh và nàng dùng món bún chả lần tôi lên Hà Nội dịp gần gần Tết một năm nào xa xưa. Căn gác, mà nhiều năm tôi đã chịu ảnh hưởng ngôn ngữ tại miền Nam nước Việt, bây giờ muốn kêu là từng lầu, được trang trí gọn ghẽ và ấm cúng, làm tôi tin rằng Phượng đang có một cuộc sống khá sung túc so với nhiều người tại nước nhà hiện nay. Nàng cho tôi dùng bánh cuốn Thanh Trì, rồi dùng cơm trắng với thịt kho tàu kiểu miền Bắc ngày xưa nước thịt có vị khá ngọt và không có nước dừa như thịt kho miền Nam. Rau muống Sơn Tây loại dọt non nhỏ và xanh như ngọc thạch được luộc vừa đủ chín dùng với tương Bần Yên Nhân. Nhưng món ăn tôi thích nhất hôm ấy là món canh riêu cá chép, những khúc cá đã được chiên vàng cho rắn thịt và thơm ngon, nấu với cà chua và khế, nổi vị với một chút thì là. Đã thật lâu, tôi chưa được dùng lại món cá chép của miền Bắc, nó thơm ngon hơn cá Carpe cùng loại tại Hoa Kỳ, dân ở Mỹ cũng ít ai dùng.

Phượng kể chuyện nàng cho tôi nghe:

- Sau khi tiếp thu Hà Nội, anh cả của em từ vùng kháng chiến về, và gia đình em trả lại căn nhà thuê ở Hải Phòng, và trở về Hà Nội sinh sống, cả nhà đoàn tụ một thời gian. Nhưng cuộc sống ngày càng chật vật vào những năm sau vì kinh tế yếu kém, việc quản chế của nhà nước chặt chẽ, không được "cởi mở" như anh thấy bây giờ. Anh Hoài ngày đó vẫn ở Hải Phòng nhưng vẫn liên lạc thường với gia đình em. Ba mẹ em rất có cảm tình với anh Hoài. Trong khi đó anh cả của em từ vùng kháng chiến về, có giới thiệu một cán bộ cấp cao là bạn của anh ấy cho em, nhưng em không thấy một chút rung động nào cho tình yêu với một người mới quen, do anh của em giới thiệu. Ba em, như anh biết trước kia làm ngành công chánh, khuyên anh Hoài theo học ngành xây dựng. Anh Hoài giỏi toán, vừa làm vừa học, tốt nghiệp kỹ sư xây dựng và đường xá vào năm 1962, và chúng em sau đó thành hôn. Ba năm sau, em sanh một cháu trai, cháu Hùng, hiện cháu làm kỹ sư cho chính phủ tại mỏ than Hòn Gay. Vì chiến tranh để giải phóng miền Nam, nhà nước khuyên dân hạn chế sinh đẻ, mãi đến năm 1972 chúng em mới sinh cháu Đan Tâm, kém cháu trai đầu lòng bảy tuổi. Vừa sinh cháu gái được hai tháng, anh Hoài được gọi đi nghĩa vụ lên đường vào Nam, làm công tác mở đường cho việc chuyển vận trên đường Hồ Chí Minh . Sáu tháng sau ngày anh Hoài đi nghĩa vụ, em được hung tin anh ấy tử nạn, đã được chôn vội vàng bên sườn núi Trường Sơn Trung bộ. Anh Hoài không chết vì súng đạn, không tử thương vì bom B 52. Xe vận tải làm đường của anh rủi ro bị lật xuống một triền núi, nghe nói anh bị chấn thương nặng nơi đầu và mất ngay. Vì gia đình có người theo kháng chiến từ sớm, anh Hoài tử nạn vì đi nghĩa vụ vào Nam, em và các con thuộc thành phần gia đình liệt sĩ nên cũng có một số lợi quyền và nhiều sự dễ dãi. Từ khi chính phủ cho tự do kinh doanh, việc buôn bán và lợi nhuận của gia đình khá hơn. Ba mẹ em đã về hưu, hiện tiếp tay giúp gia đình chị Huyền sản xuất tơ lụa tại Hà Đông, bây giờ là một phần của Hà Nam Ninh. Cửa hàng này giao cho mẹ con em.

Tôi bùi ngùi trong lòng, nhớ tới Hoài, người bạn thân ngày xưa. Đúng như lời tôi chúc hai bạn tôi khi rời xa Hải Phòng, hai người đã lập gia đình cùng nhau, đã sống bên nhau. Một điều không trọn vẹn cho lời chúc là họ không ở bên nhau mãi! Một người đã mất. Một người còn đây.

Được hỏi chuyện đời tôi, tôi cũng rất thành thật kể cho Phượng:

- Sau ngày xa miền Bắc vô Nam, gia đình Tâm sanh sống tại Sài Gòn, cha tiếp tục làm tiểu công chức như cũ. Tâm theo học ngành Luật, rồi động viên vào quân đội quốc gia, chuyển sang làm thẩm phán cho tòa án quân sự tại một tỉnh miền Hậu Giang, lập gia đình với một cô dược sĩ và có hai cháu gái. Sau ngày 30 tháng tư, Tâm trong khi phải học cải tạo suốt bảy năm và đã khuyến khích vợ và các con vượt biên, thành công sang Mỹ. Khi ra cải tạo, Tâm sang được Hoa Kỳ thì người vợ đã có gia đình mới. Tâm cũng không trách gì, vì người phụ nữ còn trẻ, vượt biên với hai con lúc đó còn nhỏ dại, khó có đủ nghị lực để một mình nuôi con tại một nơi xa lạ, cần một điểm tựa cũng là chuyện mình phải thông cảm mà thôi.

Một cây đàn dương cầm loại đứng, mầu nâu sậm và đẹp dựng bên tường. Cây đàn ngày xưa tại Hải Phòng chắc giờ này đã lưu lạc nơi đâu. Phượng ngồi đàn, chỉ dạo lại cho tôi nghe một bản Suối Mơ. Tôi ngồi thưởng thức và thấy cuộc sống của mình như trẻ lại, tiếng đàn và âm điệu gợi cho tôi những cảm xúc và kỷ niệm của những năm tháng ngày xưa, thời thanh xuân, tuổi học trò. Đan Tâm tốt nghiệp trường âm nhạc Hà Nội, đàn cho tôi nghe những nhạc bản mẹ cháu thường trình bày hồi trước. Ngón đàn của Đan Tâm điêu luyện, và điều làm tôi ngạc nhiên là cháu đàn cả nhạc cổ điển cũng như những nhạc bản sau này của những nhạc sĩ tên tuổi rất quen thuộc của miền Nam trước 75.

Trong lúc Phượng lo dọn dẹp, tôi ngồi trò chuyện cùng Đan Tâm. Cô con gái đẹp như mẹ ngày trước, 22 tuổi, nói chuyện rất dễ thương. Đan Tâm cho tôi xem những tập Albums của gia đình. Ngạc nhiên là Phượng còn giữ được một bức hình chụp ba chúng tôi trong một buổi sinh hoạt văn nghệ tại lớp học ngày xưa. Trong hình chụp, Phượng đứng giữa, mái tóc che mất nửa một bên má, Hoài đứng một bên và tôi một bên. Tôi đang thầm nghĩ nhiều người dị đoan, cho rằng chụp hình ba người, rồi sẽ xa cách. Một người là Hoài giờ này đã ra đi, vĩnh viễn ra đi. Đan Tâm thân mật, nói khẽ bên tôi, làm ngưng điều tôi đang suy nghĩ :

- Mẹ con có lần nói, nếu đất nước ngày ấy không chia đôi, có khi chúng con đã là con của Bác.

Câu nói của Đan Tâm làm tôi thật ngạc nhiên. Những năm sau khi chồng mất, nàng có tâm sự với con vậy sao ? Vừa lúc đó, Phượng đem trà sen và bánh đậu xanh Hải Dương ra đãi bạn. Đan Tâm tiếp chuyện một lúc rồi xin phép đi nghỉ sớm, có lẽ chủ tâm cô bé muốn mẹ và tôi được tự nhiên ôn lại những kỷ niệm của một thời đã xa.

Phượng giọng rất chân thành:

- Bất ngờ gặp lại anh, em mừng lắm. Sau chiến tranh, em cố gắng tìm hỏi thăm về anh, nhưng bạn bè mới cũ không ai biết.

Tôi trầm ngâm. Nghĩ về Hoài. Nghĩ về Phượng giờ đây đơn côi goá bụa. Nghĩ về tôi, xa rời xứ sở, vợ đã có chồng khác. Cuộc sống vật chất của tôi nay đầy đủ mà tình cảm thật cô đơn. Từ khi mở văn phòng luật sư, tôi có quen năm bảy người phụ nữ nhưng không thấy hợp với ai để tiến thêm bước nữa. Vì câu nói của Đan Tâm hồi nãy, có lẽ Phượng không nghe, tôi nói và cũng như tự hỏi mình:

- Không rõ nếu ngày ấy, gia đình Tâm ở lại Hải Phòng không di cư vào Nam, giờ này hoàn cảnh sẽ ra sao.

Phượng như muốn tâm sự:

- Phượng có đọc trong một tiểu thuyết của Lâm Ngữ Đường, một điều Phượng thấy đúng vô cùng: "đôi khi một sự việc nhỏ, một quyết định nhất thời có thể lại mang một ảnh hưởng to lớn đến cả một đời người..." Phượng biết rằng ngày ấy lúc học ở Hải Phòng, cả anh Hoài và anh đều mến Phượng. Nếu Phượng theo chú vào Sài Gòn thì rất có thể đời mình đã khác bây giờ.

Tôi chợt nhớ lại câu nói của Phượng ngày chia tay tại Hải Phòng "Phượng đoán biết chứ, có lẽ biết nhiều hơn nữa, anh Tâm ạ". Và hai chữ đời mình Phượng vừa mới dùng, tôi chủ quan muốn hiểu là đời chúng mình.

ooOoo

Do gặp lại Phượng, tôi ở lại Việt Nam thêm hơn một tuần nữa. Ngày nào tôi cũng lại thăm nàng. Tôi đi thăm lại những nơi có kỷ niệm ngày xưa. Chúng tôi đi ăn uống tại nhiều nhà hàng lớn nhỏ, đôi khi có cả Đan Tâm đi cùng. Cô bé thấy Mẹ có bạn cũ cũng vui lây và tỏ ra có nhiều thiện cảm với tôi.

Một buổi tối, sau khi nghe ca nhạc tại phòng trà khách sạn tôi đang cư ngụ, tôi cùng nàng ra uống rượu, nghe nhạc tại câu lạc bộ nhỏ của khách sạn. Quá nửa khuya, khách đã vắng. Trước đàn dương cầm, người nhạc sĩ dạo những nhạc bản cổ điển. Tôi yêu cầu Phượng đàn lại cho tôi những bản nhạc ngày xưa. Nàng ngập ngừng một chút, vì căn phòng lúc đó còn năm bảy người khách ngoại quốc. Tôi xin phép họ, cho người bạn cũ đàn một số nhạc phẩm. Tôi tin tưởng ngón đàn của nàng, đã một thời làm tôi khi đêm về còn nhớ những âm ba. Không vị khách nào phản đối mà còn thích thú, họ cũng muốn nghe những tiếng đàn tài tử. Phượng khoan thai dạo những nốt đàn mở đầu, rồi trình bày những nhạc phẩm cổ điển, xong lại qua một số nhạc bản Việt Nam tôi rất quen thuộc, từ nhạc tiền chiến đến nhạc gần đây. Tiếng đàn của nàng tha thiết, kỹ thuật còn điêu luyện hơn ngày xưa. Tôi và số thính giả nhỏ bé ngồi thưởng thức và tán thưởng cho đến quá hai giờ đêm, phòng rượu ngưng sinh hoạt. Cùng với những ly rượu, những tiếng đàn xưa đã mang cho tôi và có lẽ cho cả nàng những rung động, xao xuyến của ngày thanh xuân. Tối hôm đó, Phượng đã ở lại phòng tôi trong khách sạn và cả hai chúng tôi như có lại mơ ước ngày xanh. Nàng thủ thỉ: "Thực ra em đã thấy mến anh từ lần đầu mới gặp anh tại nhà Mỹ Linh..."

Cuộc tình của tôi với Phượng từ hôm đó trở đi thật là nồng ấm. Tôi "khám phá" thêm nhiều điều chưa biết về Phượng. Chẳng hạn nàng có một nốt ruồi mà tôi thấy rất xinh nơi phần trên của ngực trái, nàng không thích đồ trang sức như nhiều phụ nữ khác, khi đi dạo hay trên giường nằm, nàng thích ở bên phải của tôi, sau khi thân mật chăn gối nàng thích nằm ôm nhau nói chuyện không cho tôi... đi ngủ, và bây giờ nàng thích đàn một số bài tân nhạc của Đài Loan...

Tôi thuyết phục Phượng lập gia đình cùng tôi và sẽ cùng sống tại Hoa Kỳ. Chúng tôi cùng đã quá tuổi trung niên, có người bạn đường hiểu biết, quen nhau từ nhiều năm, cuộc sống sẽ thêm phong vị. Tôi nghĩ chúng tôi sẽ sống hạnh phúc, tôi sẽ được nghe đàn dương cầm ấm áp của nàng mỗi ngày. Phượng đồng ý nghe theo đề nghị của tôi.

Tôi trở về Hoa Kỳ, mau chóng làm thủ tục cho nàng sang thăm nước Mỹ hai tháng với tư cách vị hôn thê của tôi. Sau đó, vài tháng tôi lại về thăm nàng một hai tuần lễ, và gần một năm sau, tôi chuẩn bị về Hà Nội làm lễ cưới. Mọi chuyện có bạn tôi và bên gia đình nàng sắp xếp. Chỉ còn hai ngày nữa là tôi lên máy bay về Việt Nam thì nàng điện thoại:

- Anh Tâm, em mong anh không giận em. Em không đủ thanh thản nói ý kiến em qua điện thoại, em sợ nghe giọng nói của anh khi anh buồn. Anh mở máy tính, coi điện thư của em mới viết cho anh.

- Có chuyện gì trở ngại vậy em?

Tiếng Phượng vẫn tươi vui ở đầu dây bên kia:

- Không có gì trở ngại đâu. Em vẫn mãi yêu anh. Anh vẫn có em. Anh coi điện thư đi rồi khi thuận tiện anh điện thoại lại cho em. Em hôn anh.

Phượng gác máy. Tôi bỏ hết việc đang làm dở, mở máy điện toán, đọc bức điện thư của nàng:

Anh Tâm yêu mến,

Em sợ nói qua điện thoại sẽ không hết ý của em. Anh hãy tạm hoãn chuyến bay này, và về thăm em và các con em một hai tháng sau anh nhé. Ý em muốn thế, để lúc mình gặp nhau lần tới, em hy vọng anh không giận em nữa.

Em đã suy nghĩ thật kỹ. Em và anh nên sống với nhau như hai người yêu thân thiết, như đôi tình nhân "tân tiến" thời bây giờ. Mình lập gia đình cùng nhau, mới nghe thì thật là lý tưởng, rất là thuận lý. Anh đã ly dị, chồng em không còn, mình lại "quen nhau từ những ngày xưa", lòng thương yêu và tình thân thiết chúng mình đã có từ lâu. Thế nhưng lập gia đình ở tuổi nào cũng vậy, là có ràng buộc, là có bổn phận, là có những kỳ vọng nơi nhau. Em đã sang Mỹ thăm anh, sống cùng anh nhiều tuần lễ. Có những điều vui và mới lạ, có những tiện nghi mà em không thể tìm được ở nơi đây. Nhưng có lẽ vì em đã đóng cội rễ ở miền đất thân thuộc tại Việt Nam này, xa nó em thấy như một cây bị rời bỏ cái gốc đang có. Sống với anh ở ngoại quốc chỉ hai tháng, em nhiều khi cảm nhận thấy những hụt hẫng, những hoang mang, những xa lạ, em không diễn tả nổi. Dù có anh ở bên, em chưa thấy cái hạnh phúc hoàn toàn, và em e ngại vì thế sẽ không mang tới niềm vui và hạnh phúc trọn vẹn cho anh. Sống cùng anh tại Mỹ, em lại xa cha mẹ già, xa hai đứa con của em. Em cũng không muốn yêu cầu anh về luôn Việt Nam để sống cùng em. Mà dù có muốn cũng không được vì em hiểu rõ tư tưởng, ý nghĩ của anh về cuộc sống và xã hội bên này.

Em xin anh theo ý em, mình sẽ là "đôi tình nhân yêu nhau mãi", "sẽ mãi là tình nhân" như nhan đề một bản nhạc, những lúc ở xa nhau mà luôn nghĩ tới nhau, lúc gần nhau thì thật hạnh phúc... Đôi khi em sẽ sang Mỹ thăm anh, và vài tháng anh lại về thăm em một hai tuần. Em vẫn là của anh. Mãi là của anh.

Yêu và nhớ anh,

Phượng

Tôi bị ngạc nhiên và ngẩn ngơ lúc đầu vì quyết định rất bất ngờ của Phượng. Tôi đã sẵn sàng đủ mọi thứ, cả vé máy bay, vài bộ đồ mới, cả nhẫn cưới cho nàng. Nhưng có người nói phụ nữ muốn là trời muốn. Và riêng tôi thấy nhiều khi phụ nữ muốn đúng, họ muốn có lý. Họ không đôi khi bồng bột như một số nam giới trong đó có tôi. Suy nghĩ này của tôi thành thực chứ không phải nói ra để đề cao, để lấy lòng phụ nữ. Tôi cũng cẩn thận dùng chữ đôi khi để vừa lòng một số phái nam không đồng ý với tôi. Vả lại Phượng vẫn là của tôi, tôi vẫn là của nàng. Vì vậy, chỉ ngày hôm sau, tôi điện thoại cho biết tôi đồng ý theo đề nghị của nàng, không giận hay phiền trách gì nàng.

Lần thăm Phượng gần đây tại Hà Nội, trong một quán ăn bên Hồ Tây, nàng còn sợ tôi buồn. Ngồi cạnh bên tôi, Phượng nói nhỏ:

- Anh có phiền lòng về quyết định của em không?

Tôi nhìn Phượng, cầm tay nàng, đeo cho nàng chiếc nhẫn cưới. Chúng tôi coi như cưới nhau, không hôn lễ, không tiệc tùng, không hôn thú. Trao nàng chiếc nhẫn cưới rồi, mà Phượng vẫn sợ tôi còn buồn. Tôi nói vừa thành thực vừa như một lời khen tặng:

- Anh chỉ tiếc là không được nghe tiếng đàn dương cầm của em mỗi ngày.

Phượng có dáng vui vì lời tôi nói, nàng nhẹ nhàng trả lời:

- Anh không nên tiếc điều đó. Có một nhạc sĩ, bạn của Đan Tâm, cho em một đĩa nhạc do anh ấy sáng tác và thực hiện. Em thích đĩa nhạc này, hòa âm và dòng nhạc khá lắm. Em cứ nghe hoài mỗi ngày, sau hai tuần thì bắt đầu thấy chán, không nghe nữa. Thế nhưng lâu lâu mới đem ra thưởng thức, thì lại thấy hay. Tiếng đàn em cũng vậy, để lâu lâu em sẽ đàn cho anh nghe.

Phượng làm đúng như điều nàng nói. Tôi biết Phượng vẫn luyện ngón đàn rất thường, có lẽ mỗi ngày. Có lần Phượng nói khi đàn dương cầm là lúc tâm hồn nàng đi theo dòng nhạc và được thảnh thơi nhất. Nhưng những ngày chúng tôi ở bên nhau như một đôi tình nhân vô cùng thân thiết, chỉ lâu lâu nàng mới đàn cho tôi nghe những nhạc bản tràn đầy những kỷ niệm ngày xưa.

Trần Văn Khang

5. MÙA XUÂN TẠI LÀNG NHÂN ÁI

(Tên của một số địa danh trong truyện ngắn dưới đây đã được thay đổi. Nếu danh tánh và hoàn cảnh của những nhân vật trong truyện có sự trùng hợp ngoài đời, chỉ là do ngẫu nhiên, ngoài ý muốn của người viết.)

Tại huyện Gia Viễn tỉnh Ninh Bình miền Bắc Việt Nam, có một làng đẹp và hiền hòa, thơ mộng. Khi xưa, lúc chưa có chiến tranh dân cư sống rất an bình. Nam nhân hay phụ nữ nơi đây đa số được trời cho có đời sống về tình yêu phong phú và thoải mái. Dân nơi đây có truyền thống mến yêu hòa bình. Như được thần linh che chở, ngay cả lúc cả miền Bắc gặp mùa chinh chiến Việt Pháp, làng này vẫn may mắn không phải chịu cảnh bom đạn. Làng cũng có một tên như những thôn xã khác, nhưng vì muốn tôn trọng những truyền thuyết và phong tục khá riêng tư của một địa danh, nên ta hãy tạm lấy tên là *Làng Nhân Ái* để gọi cho một địa phương có tính cách đặc biệt này.

Làng ở gần bên một nhánh lớn của sông Đáy, dân cư rất trù mật. Nếu kể đủ mọi thôn xóm, dân số có tới gần ba ngàn người. Dân làng lấy nghề nông làm căn bản. Phụ nữ thì canh cửi, *chăn tằm hái dâu*. Một số nam nhân sống với nghề chài lưới trên sông nước. Ruộng đất màu mỡ. Nếu không có chiến tranh, gia đình nào có ít sào ruộng do cha ông để lại và chịu khó chăm lo cấy cày thì chắc chắn là đủ ăn. Đó là chưa kể tới những nhà phú nông, ruộng thẳng cánh cò bay. Tuy nhiên, giống như nhiều làng mạc khác trong vùng, cũng có một số gia đình nông dân ít ruộng vườn, nghèo và chỉ chuyên làm nhân công, cày thuê vác mướn cho những địa chủ. Con sông bên làng thật nhiều cá, ngoài cá lớn còn có những loại cá nhỏ. Nhiều nhất là *cá mương*, cả nhiều ngàn con, đi từng đàn. Dân làng khi làm gà, làm vịt bên bờ sông, chỉ cần thả những miếng da gà vịt lên mặt nước là dễ dàng thấy cả mấy chục con cá vẫy vùng, quẫy nhảy đến ăn mồi. Một loại cá nữa có tên là *cá Dầm*, giống như cá rô nhưng ít gai ngạnh và chỉ ở sông, vắng thấy ở ao. Khi người chài lưới được mùa, những phú ông trong làng mua cá về, ướp muối, phơi khô để dành. Đến mùa gặt, mùa cấy đem cho tá điền dùng món cá khô nướng, dùng vào bữa cơm, sau những lúc làm công việc đồng áng. Người nông dân, chỉ cần có cơm gạo đỏ cho no đủ, thêm cá khô mặn nướng, vài quả cà muối, một nồi canh mồng tơi hay canh rau muống nấu với cua đồng là cũng đủ thấy cuộc đời hạnh phúc.

Riêng nói về tình yêu nam nữ, thì làng Nhân Ái là một địa đàng. Tâm hồn người dân ở đây rất phóng khoáng, phải nói là lãng mạn, lại dễ tha thứ cho những lỗi lầm về tình ái. Truyền thống này đã có hàng trăm năm, trải qua nhiều thế hệ, có thể là từ khi làng mới được thành lập từ nhiều thế kỷ xa xưa. Làng có nhiều điểm đặc biệt khiến cho khách phương xa phải chú ý. Đó là *Giếng Hoan Lạc, Núi Chim Cao* và *Miếu Bà*.

Giếng Hoan Lạc ở bên đình cung cấp nước ngọt mát cho cả làng. Tục truyền, Thành Hoàng một hôm về báo mộng cho vị Tiên Chỉ đầu tiên địa điểm để đào giếng và dạy rằng ai uống nước này sẽ được mạnh khỏe, sống lâu, sanh con đẻ cái đầy đàn. Nhiều người tin rằng nước giếng này có đặc tính bồi dưỡng sức khỏe và tăng cường khả năng sinh lý. Điểm đặc biệt là mỗi khi có ai vô tình hay tinh nghịch ném một viên đá xuống giếng thì trong làng lại có những *chuyện lộn xộn* về tình yêu xảy ra. Hoặc là hai cô cậu bà con trong họ phải lòng nhau, ăn ở với nhau. Hoặc là bà nọ đã có chồng ngoại tình với ông kia đã có vợ... Dân làng lại kết luận là tại "*giếng bị động*", đem lễ vật cúng kiếng Thành Hoàng, thế là xong. Có khi nhiều cô cậu, vì lý do gì ngang trái hay bị ngăn cản không lấy được nhau, họ chủ ý ném một hòn đá nhỏ xuống giếng, vậy là có thể toại nguyện làm những chuyện tình ái chưa được bà con hay dân làng chấp nhận, sau đó cúng tạ lỗi với thần linh, hợp thức hóa và thành vợ chồng. Dân làng lại dễ dàng tha thứ.

Đặc điểm thứ hai của làng là một hòn núi, có hình dạng đặc biệt, có tên là *Núi Chim Cao*, sừng sững oai hùng một mình tọa lạc ở ven sông ngoài bìa làng. Các nhà Nho tao nhã thì nói là núi có hình dáng của một bầu rượu, chắc là các vị lúc nào cũng nghĩ đến rượu ngon, thơ phú và bạn hiền. Những người nông dân cần mẫn lại cho là quả núi giống như một nắm tay khổng lồ với một ngón tay dơ lên trời, chỉ cho nhân gian những đàn chim lượn và mây bay, trời nắng trời mưa, để tùy thiên văn lo việc đồng áng. Những mục đồng và các thanh thiếu niên tinh nghịch thì dẫn giải là núi có hình tượng khác. Mặc cho trí tưởng tượng của mỗi người muốn nghĩ sao cũng được, hàng năm cứ đến ngày mồng bốn tháng tư ta thì hàng ngàn con chim nhạn từ hướng nam bay về tìm tổ cũ tại đỉnh Núi Chim Cao. Người ta nói là vào cuối Thu, để tránh mùa Đông giá lạnh chúng bay về miền Nam, xa cả ngàn dặm tìm nơi ấm áp. Mùa Xuân, chim nhạn lại trở về đây và bắt đầu một mùa yêu đương sanh sản cho thế hệ chim mới. Chúng bay lượn quanh đỉnh non cao, ríu rít reo vui, như nhắc nhở mọi người là mùa Xuân đã tới, nên lo hưởng thụ cảnh trời mây, nắng đẹp và tình yêu. Chúng không bao giờ hồi hương về đây trước ngày mồng bốn tháng tư, chúng chỉ bay về đúng hay sau ngày kể trên chậm lắm là một hai tuần lễ. Vào dịp này dân làng đã xong vụ cấy, và đây là mùa của cưới xin, mùa của hội Xuân, mùa của yêu đương. Trai gái trong làng còn độc thân có cơ hội tìm cách thân thiết với nhau hơn. Các phụ nữ và nam nhân đã có gia đình thì hình như mỗi độ chim về, tình vợ chồng cũng tăng phần nồng thắm cho hợp với ý Xuân của trời đất, với chim muông và hoa cỏ. Có người để ý nói là mỗi độ thấy chim về thì dân làng thường đi ngủ sớm, đèn trong thôn xóm tối đến tắt sớm hơn. Bởi lẽ ấy, mỗi năm, khoảng chín tháng mười ngày sau dịp nhạn tìm về tổ cũ thì trong làng nhiều bà nhiều cô chuyển bụng, đem đến cho làng thần tiên này một thế hệ nhi đồng mới và làng mỗi năm mỗi đông thêm cư dân.

Đặc điểm thứ ba của làng là *Miếu Bà*. Đây là một miếu bằng gạch, xây trên một gò đất rộng giữa nơi đồng ruộng bên làng, dưới một tàng cây cổ thụ. Chung quanh gò có nhiều bụi chuối xanh tươi. Theo truyền thuyết, Miếu đã có trên một trăm bốn mươi năm. Cửa miếu bằng gỗ lim dày và vững chắc, lúc nào cũng được đóng kỹ bằng hai lần khóa. Ai cúng vái thì đặt lễ vật và thắp hương nhang ở trên một bệ thờ ngay ngoài cửa miếu. Dân làng nói ở trong miếu có Tượng Bà, và Tượng Bà là một bí mật. Tục lệ trong làng là chỉ có *một phụ nữ duy nhất*, có chức gọi là *Cô Hầu*, được phép mở khóa, vô cửa miếu một cách kín đáo khi không có ai cúng lễ, săn sóc lau chùi bàn thờ và Tượng Bà bên trong. Cô Hầu không cho ai được vào theo và cũng không được phép tiết lộ điều gì mình thấy. Nếu Cô Hầu xúc phạm hay làm sai điều này, có thể bị *Bà* vật chết và nguy hại đến cả nhà, và cả làng cũng sẽ bị thần linh trừng phạt. Vì thế, hình dáng của Tượng Bà cũng như đồ thờ bên trong miếu, dân không ai được biết trừ một người phụ nữ này. Theo các vị bô lão, tục truyền là vào những thập niên đầu lập miếu, người phụng sự là một người nữ trong làng được *Bà* báo mộng, chỉ định cho chức vụ hầu việc hương nhang. Nếu người này già cả, thì được quyền nêu danh một người khác thay thế, qua việc *Bà* phán bảo trong một giấc mơ. Miếu Bà rất linh thiêng. Ai hiếm muộn hay gia đình ai có người đau ốm đến cầu xin cúng kiến thường được như ý nguyện. Khi chuyện cầu mong không xong, thì được giải thích là tại người cầu xin không có lòng thành. Cũng theo truyền thuyết được kể lại, rằng ngày xưa trong làng có một phú ông đã già lại có một người vợ bé, không rõ là vợ thứ mấy, còn rất trẻ, gốc gác là một cô thợ cấy. Phú ông đã lớn tuổi mà cô vợ bé xuân tình còn tràn đầy, nàng tư tình với một tá điền của phú ông. Một hôm phú ông bắt được quả tang hai người đang làm chuyện thương yêu nhau trong khu vườn trồng khoai sắn gần nhà. Phú ông giận lắm, cho đem trói chung, chân và thân mình cả hai người, vào một cây cột trên gò, dưới tàng cây cổ thụ, để cho người làng qua lại đều thấy. Cô thợ cấy và người yêu tá điền có lẽ chịu sự nhục nhằn không nổi, nửa đêm họ cùng cắn lưỡi từ giã cõi đời bên cạnh nhau, trong những vòng dây oan nghiệt cột chặt hai người. Gặp giờ linh, cô thành ra một Bà Thần và trả thù, trù ẻo gia đình phú ông mau chóng bị tán gia bại sản. Nhân số trong nhà phú ông bị hao hụt dần mòn vì bệnh hoạn hay vì tai nạn. Phú ông lúc bấy giờ tài sản đã gần khánh kiệt nhưng cố gắng lập một miếu thờ ngay trên gò đất. Phú ông còn thuê tạc tượng thờ đặc biệt đặt trong miếu, và một người con gái của phú ông là

Cô Hầu đầu tiên lo việc hương nhang nơi miếu. Có lẽ cũng vì chuyện tình buồn này mà từ đó dân làng Nhân Ái thật là phóng khoáng dễ dãi trong vấn đề luyến ái, ai có lỗi lầm trong chuyện yêu đương thường được tha thứ, khoan hồng như đã đề cập ở đoạn trên. Nhưng truyền thống dễ dãi này lại gây ra một điểm bất lợi là từ đó các làng xã khác, ít nơi nào chịu dựng vợ gả chồng với con trai con gái làng Nhân Ái. Những làng mạc lân cận rất e ngại *cái đức tính phóng khoáng* kể trên. Nếu họ lấy một người làng này về mà có chuyện ngoại tình lăng nhăng thì người phối ngẫu dễ dàng đổ tội là *Giếng Hoan Lạc bị động*, không phải do lỗi lầm hay do sự thiếu chung thủy của họ. Thành ra qua nhiều thế hệ, người trong làng có tục lệ chỉ lấy người làng, quanh quẩn giữa những người thôn Đông thôn Đoài, xóm Thượng xóm Hạ, xóm Chùa xóm Đình... Trải qua trên một trăm năm, mọi người trong làng hầu như đều quen biết nhau, hoặc là bà con xa gần với nhau, càng dễ gây tình thân thiết.

ooOoo

Những chi tiết trên đây là nói về địa lý và nhân văn của làng Nhân Ái. Câu chuyện thật sự của thời cận đại chỉ xoay quanh ba nhân vật chính: *Cậu Đạt, Cô Thắm* và *Thằng Còm*. Nói là cận đại, nhưng chuyện lúc bắt đầu xảy ra là cả mấy chục năm về trước, thời mà chiến tranh Việt Pháp chưa bùng nổ.

Cậu Đạt là con trai của một nhà nông giàu có, cả làng gọi là ông Cửu Thịnh. Thời pháp thuộc, ông có tiền, mua chức Cửu Phẩm Văn Giai để có chút danh với làng xã. Mỗi khi có ăn uống, đình đám, hội hè trong làng ông được ngồi ở chỗ chiếu cao. Ông chỉ có Cậu Đạt là con trai duy nhất, thêm hai người con gái, ba bà vợ, già có trẻ có. Khi đứa con trai của ông

Cửu Thịnh mới lên chín, nhà cần thêm người chăm lo vườn ruộng mênh mông, ông cho cưới Cô Thắm lúc đó mười bảy tuổi, con gái của một gia đình cư dân nghèo ở thôn Đoài về làm vợ Cậu Đạt. Thời buổi ấy, tục lệ tảo hôn tại thôn quê còn rất thường, nhất là đối với những nhà giàu có. Trước đó khá lâu, khoảng năm năm, ông Cửu Thịnh cũng đã đem Thằng Còm, con một gia đình bần nông khác ở Xóm Chùa về nuôi. Thằng Còm lúc đó mới có chín tuổi, cha mẹ mất sớm. Cũng nên nói thêm ở đây là cái tên "Thằng Còm" rất thường thấy tại các làng mạc miền Bắc ngày xưa, và nhiều nhà văn đã cho Thằng Còm của họ thành những nhân vật trở nên anh hùng, dũng cảm trong những tác phẩm. Riêng Thằng Còm trong truyện này chỉ làm công việc chăm lo đàn trâu, lớn nhỏ trên một chục con, của ông Cửu Thịnh.

ooOoo

Thế rồi thời gian trôi, Miếu Bà vẫn có người chăm lo săn sóc, giếng Hoan Lạc lâu lâu cũng bị động, và chim nhạn hằng năm vẫn theo thời tiết mùa Xuân trở về đỉnh Núi Chim Cao. Cô Thắm đã hai mươi hai tuổi, Cậu Đạt mười bốn và Thằng Còm đã trên mười tám. Nhờ cơm gạo của nhà phú nông, Còm lớn lên như thổi, sức vóc vạm vỡ, da ngăm đen giòn mạnh khỏe vì ở ngoài trời chăn trâu. Đúng lúc đó thì Cô Hầu già nua của Miếu Bà trước khi từ trần có nói với dân làng là được *Bà* báo mộng cho Cô Thắm kế nhiệm làm công việc phụng sự nhang đèn tại Miếu. Thắm có thêm công việc mới, mỗi ngày rằm, mùng một lại lo việc săn sóc nơi Miếu Bà. Khi phụng sự việc hương khói, Thắm thường mở cánh cửa gỗ lim vững chắc, hằng che dấu những bí mật bên trong miếu, để lau chùi tượng Bà và thắp nhang. Dân làng ai cúng kiếng nải chuối đĩa xôi, Thắm lại đem về cho Thằng

Còm, có khi nàng đưa cho nó ăn lúc nó còn đang chăn trâu ngoài đồng.

Cậu Đạt tuy đã mười bốn tuổi, nhưng là con nhà giầu, cứ mải chơi diều, đánh khăng, câu cá với các bạn đồng tuổi, chưa làm gì đến chuyện vợ chồng với Thắm. Trong khi đó thì Thắm và Thằng Còm, lúc này đã là một thanh niên cường tráng, cả hai người đang độ sung sức của tuổi xuân lại ở gần nhau và gặp nhau mỗi ngày. Mới đầu chỉ có sự cảm mến giữa chủ tớ khi Còm còn nhỏ, sau thành tình yêu nồng nàn và kín mật của đôi nam nữ. Đúng như câu sáo ngữ *"Lửa gần rơm lâu ngày cũng bén"*.

Câu chuyện tình của Thắm và Còm bắt đầu khi cuộc chiến Việt Pháp bùng nổ mạnh mẽ nơi các thành thị như Hà Nội, Nam Định, Hải Phòng và cả Ninh Bình ... Một ngày có đoàn Văn Nghệ Kháng Chiến đến lưu diễn tại làng Nhân Ái. Nhà của Cửu Thịnh rộng lớn, nên cho đoàn kịch nghệ tạm trú. Buổi tối họ diễn những vở kịch tuyên truyền, trong đó có những diễn viên đóng giả Tây làm Đô Đốc *D'Argenlieu*, làm Tướng *Bollaert*, rồi sau này là tướng De Lattre ... của thực dân Pháp bị dân quân du kích kháng chiến phục kích đánh cho tử thương dễ dàng *trênsân khấu*. Kịch được trình diễn tại đình làng vào buổi tối vì ban ngày mọi người phải lo việc đồng áng, chài lưới và nếu tụ tập đông sợ máy bay Pháp tới bắn hay dội bom.

Buổi tối hôm đó, Thắm dắt Cậu Đạt chồng nàng đi coi diễn kịch. Còm cũng đi theo. Dân làng chen chúc đứng chậtních trước sân khấu thiết lập trong đình. Thắm đứng ôm vai Cậu Đạt còn thấp bé ở phía trước nàng. Tự dưng Thắm cảm thấy một sức đè ép khá nặng sau lưng. Nàng quay lại, thấy Còm ngay phía sau. Hơi thở nóng ấm từ người con trai gây một cảm giác dễ chịu, thích thú nơi gáy cổ của Thắm. Nhưng bị sức ép từ phía Còm nhiều quá, nàng nói:

- Mày làm cái gì thế Còm.

Còm tỉnh bơ trả lời:

- Đằng sau họ chen lấn, đẩy tôi quá Cô Thắm.

Trong khi đó thì Cậu Đạt mải mê coi diễn kịch. Nam diễn viên đóng giả tướng Pháp *Bollaert* đang bị dân quân du kích đâm chảy máu bằng mực đỏ nơi bụng, nằm dẫy chết trên sân khấu. Dân làng vỗ tay nhiệt liệt. Thắm giả bộ như chăm chú theo dõi màn kịch, dễ dãi để kệ cho Còm tự do muốn đụng chạm sao cũng được. Và từ đó nàng và Còm thân thiết nhau.

Một hôm ngày rằm, sáng còn sớm tinh mơ, Thắm đem tơ tằm đi bán nơi chợ của làng bên. Trên chuyến đi, nàng rẽ vào con đường nhỏ từ lộ cái để vào Miếu Bà, trong tâm dự định lo phận sự cúng kiếng vài phút. Còm chăn trâu ở gần, nó lén đến cạnh miếu lúc nào nàng không hay. Còm vào luôn trong miếu, nơi được coi là bí mật và tôn nghiêm cả trên trăm năm nay, nó làm Thắm hết cả hồn vía. Thấy Còm, nàng vừa thở, vừa sợ, lo *bị Bà vật,* nhưng có lẽ cũng thấy vui và sung sướng. Còm tò mò nhìn lên hương án nơi bàn thờ. Còm thấy một bát hương đỏ, hai bên cạnh là hai cây đèn bằng đồng sáng bóng, và chính giữa kệ thờ là một tượng gỗ sơn son thiếp vàng tạc hình một nam nhân và một phụ nữ trẻ bị trói vào nhau phía thân dưới, nhưng bốn cánh tay còn tự do quấn quít ôm lấy nhau như đang say sưa trong tình yêu. Có lẽ Còm là người đàn ông duy nhất từ nhiều thế hệ được thấy tượng Bà, bây giờ nghĩ phải gọi là *tượng Ông và Bà* mới đúng.

Đàn trâu được thả, thanh bình ăn cỏ phía xa. Thấy hình tượng Ông Bà đang ôm nhau, Còm cũng nổi hứng yêu đương. Còm ôm lấy Thắm, hôn lên khắp mặt nàng. Thắm chỉ ú ớ, không chống cự. Cũng chẳng thấy Bà trừng phạt, vật sống vật chết gì. Có lẽ trong tiền kiếp, *Ông Bà* đã từng đau khổ vì yêu đương nên thông cảm cho đôi trai gái chăng. Rồi Thắm vừa thở vừa nói:

- Anh Còm, phải tội chết.

Trời còn sớm mai, cảnh vật nơi đồng quê còn mờ hơi sương, nhưng Còm cũng sợ có người đến cúng lễ, sẽ thấy lục cục bên trong, nó bảo Thắm:

- Mình xuống bụi chuối dưới gò. Tôi đi trước, Cô Thắm xuống sau nhé!

Còm vẫn quen miệng gọi Thắm bằng Cô. Anh nhìn trước nhìn sau, không thấy ai, từ từ đi xuống một phía chân gò khuất bên kia, và chỉ ít phút sau Thắm cũng tìm ra bụi chuối chỗ Còm đang nôn nao chờ đợi.

Bầu trời buổi sáng trong mát, mặt trời chưa ló dạng, ánh sáng còn mờ ảo. Những giọt sương trong suốt đọng trên cỏ non lóng lánh. Bầy chim trên đỉnh Núi Chim Cao mới thấp thoáng vài con rời tổ bay lượn. Những làn gió Xuân làm lá bụi chuối lay động rạt rào lấp đi những tiếng rên khẽ trong sung sướng của Thắm. Cỏ non dưới đất và những đùm lá xanh mượt mà của bụi cây chứng kiến đôi tình nhân say sưa hưởng lạc thú yêu đương lần đầu trong đời.

ooOoo

Khi người con trai và người con gái đã gần gũi nhau một lần thì mọi chuyện liên hệ tình ái tiếp theo trở nên dễ dàng và thành thói quen cho thèm muốn. Từ lần thân mật dưới bụi chuối bên gò Miếu Bà, Còm và Thắm tiếp tục tư tình với nhau. Khi thì ban đêm dưới chõng tre bên hè vắng, khi thì ban ngày trong kho lúa đóng kín, lúc thì ở bên những luống khoai lang nơi vườn của khu trang trại rộng lớn. Trước mặt mọi người, lúc cần xưng hô, Thắm vẫn gọi tên Còm hay Thằng Còm, và Còm vẫn kêu nàng là Cô Thắm. Lúc chỉ có hai người và trong những giây phút yêu đương lén lút vội vàng, cách xưng hô cũng đã bắt đầu đổi khác đi. Còm thì càng lớn càng sung sức, và Thắm từ ngày có tiếp xúc tình ái sâu đậm với người khác phái, sắc da vóc dáng càng tươi mát hơn.

Thế rồi chuyện phải đến đã tới. Một hôm bên vựa thóc, Thắm nói với người tình:

- Anh Còm, Thắm bị tắt kinh, buồn nôn, chắc có thai mất.

Còm lo lắng:

- Tắt kinh bao lâu rồi?

- Mới trễ chừng hơn nửa con trăng.

Còm suy nghĩ, xong anh ta bàn với Thắm:

- Hay là Thắm "ấy" với Cậu Đạt đi.

Thắm lắc đầu:

- Cậu Đạt chỉ ham chơi, mới mười bốn tuổi, biết gì mà "ấy".

Còm không chịu:

- Phải được chứ. Hồi Còm mười ba mười bốn tuổi, mỗi

lần giếng bị động, khi đánh trâu về, thấy đàn bà con gái tắm ở ao làng, nhìn họ cũng đã thấy thích rồi. Cậu Đạt chắc cũng vậy. Cậu ấy gần mười lăm còn gì nữa.

Chỉ trong vòng nửa tháng sau, Cậu Đạt được Thắm chỉ bảo hướng dẫn cũng hơi quen việc yêu đương. Rồi chuyện Thắm mang thai, nhà ông Cửu Thịnh biết và mừng. Dân làng hay tin này, ít ai nghi ngờ hoặc lạ lùng gì, vì với tục tảo hôn đã có hàng trăm năm nay, chuyện vài cậu bé con nhà phú nông mới mười lăm mười sáu được lên chức làm cha đã xảy ra nhiều lần. Những người mừng nhất vẫn là Thắm và Còm. Chuyện tư tình không bị bại lộ. Hai người cũng cố giữ kín đáo, lâu lâu mới tìm cách lén gặp và gần gũi nhau.

ooOoo

Thời gian cứ trôi, đứa con trai của Thắm và Cậu Đạt, phải nói là của Thắm và Còm mới đúng, đã gần hai tuổi, rất kháu khỉnh, có những bước đi khá vững, bập bẹ nói rất đáng yêu. Nó có tên là thằng Cu Vượng. Cửu Thịnh đặt cho cháu đích tôn cái tên này, với ước mong gia thế sẽ thịnh vượng, phát đạt nhiều thế hệ. Cậu Đạt cũng đã trên mười bảy tuổi và bắt đầu trở thành một thanh niên sung sức. Cậu không còn ham chơi thả diều, câu cá như mấy năm trước. Bây giờ Cậu ham làm phận sự của người chồng Cô Thắm thường hơn.

Bắt đầu từ cuối năm 1953, khi cuộc chiến tranh kháng chiến giữa Việt Minh và quân viễn chinh Pháp ngày càng nặng nề. Làng Nhân Ái cũng như hầu hết các làng xã khác trọng vùng có phong trào cải cách ruộng đất và tố khổ. Những bần cố nông được kích động để đấu tố các phú nông, địa chủ của mọi thập niên về trước. Những buổi đấu tố tiếp diễn nhiều ngày trong mỗi tháng, và tất nhiên gia đình của Cửu Thịnh cũng là một trong những mục tiêu của phong trào tố khổ có tính cách toàn quốc này. Một ngày vào mùa Xuân, dân làng được thúc đẩy tập họp thật đông trước sân đình khi mặt trời ngả bóng, còn chừng vài con sào trên chân trời hướng thôn Đoài. Tòa án Nhân Dân được thiết lập với một cán bộ cải cách ruộng đất cấp huyện làm Chủ Tọa. Hai cán bộ khác cùng sáu bần nông đại diện cho đủ thôn xóm của làng làm phụ thẩm. Họ ngồi trên những ghế đẩu, sau một chiếc bàn dài. Ở trên cao phía sau của họ là bàn thờ Tổ Quốc. Một lá cờ lớn, treo theo chiều dọc. Trên bàn thờ Tổ Quốc có nến, nhang và đỉnh đồng tỏa nhẹ khói thơm của trầm hương. Cửu Thịnh, cùng mấy bà vợ, các con gái và tất nhiên cả Cậu Đạt bị tố, bắt ngồi trên nền gạch đỏ của sân đình. Riêng Cửu Thịnh, có lẽ bị coi là trọng tội nhất, thì bị trói vào cột cờ, ngay cận bên chỗ các tội nhân khác. Mọi người để ý, thấy Thắm và Còm được đứng trong hàng ngũ nhân dân vì xuất thân từ giai cấp bần nông, và được coi là thuộc giai cấp bị bóc lột nặng nề. Sau nghi lễ đã trở nên quá quen thuộc là chào cờ, mặc niệm và suy tôn «Bác», viên Chánh Thẩm nghiêm trang tuyên bố khai mạc phiên tòa. Người cán bộ như đã thuộc bài kể tội chung những cường hào ác bá, phú nông địa chủ và hôm nay mục tiêu đấu tố là *tên Cửu Thịnh và gia đình*. Không biết từ đâu, anh ta đã thu thập được nhiều chi tiết đúng cũng như sai về quá khứ của Cửu Thịnh. Hắn hùng hồn lên tiếng hô hào nhân dân trong làng ai có những gì uất ức do bị đàn áp từ bao nhiêu năm nay hãy ra tố cáo để nghị tội và trừng trị các tội nhân.

Khởi đầu của phiên tòa nhân dân, vợ con của Cửu Thịnh bị tố khổ và hạch hỏi trước. Như đã được đề cập ở những đoạn trên, dân làng Nhân Ái thường có liên lạc họ hàng với nhau từ nhiều thế kỷ và truyền thống của làng là thân ái, yêu đương, hòa bình và dễ khoan hồng. Cũng như những lần trước, các cán bộ cấp huyện đều tỏ ra thất vọng vì những cuộc đấu tố tại làng này không có gì là sôi nổi và chẳng bao giờ sắt máu.

Một cô thợ cấy đứng ra tố cáo vợ hai của Cửu Thịnh thường bắt cô làm việc cực nhọc quét dọn cả mấy căn nhà rộng lớn đến quá nửa đêm, sau khi cô đã phải làm việc ở ngoài đồng rất là mệt mỏi mỗi ngày đến nhá nhem tối mới về. *Tội ác* này kể ra không có gì trầm trọng. Một tá điền, có lẽ đã tốt nghiệp lớp i-tờ, cầm một miếng giấy, cố đọc một cách chậm chạp những tội trạng của cả gia đình Cửu Thịnh đã bóc lột công sức lao động của anh. Một cô bần nông khác, còn trẻ chưa chồng và diện mạo có vẻ lẳng lơ, tố cáo sự ép liễu nài hoa của Cửu Thịnh. Cô nói hai lần khi *giếng làng bị động*, Cửu Thịnh đã bắt cô phải ăn nằm với hắn. Cô khai thêm Cửu Thịnh chỉ cho cô mỗi lần mười đồng bạc Đông Dương và còn dụ dỗ là hành động ăn nằm cốt để *thêm sức* làm việc cho cô. Nhiều người chứng kiến phiên tòa cười ồ, làm chánh thẩm phải gõ bàn, yêu cầu mọi người giữ trật tự.

Đến lượt Thắm được mời ra để tố cáo gia đình Cửu Thịnh. Cô bồng đứa con là Cu Vượng hai tuổi trên tay. Như đã được học tập từ trước, Thắm tố cáo là lúc cô mới mười bảy tuổi, vì nghèo bị ép buộc phải lấy Đạt, một đứa trẻ còn bé dại và là con địa chủ, để trừ nợ cho cha mẹ, như vậy cô bị uổng phí tuổi xuân. Cô bị bóc lột làm việc như một người đầy tớ không công cho gia đình Cửu Thịnh. Cô không kể ra được một chi tiết bị đàn áp hay ức hiếp tàn nhẫn nào khác. Thắm nhìn vào đám tội nhân, và nhìn chồng nàng là Đạt, người sau này đã cùng chung sức với Còm cho nàng những giây phút hoan lạc tại ngôi làng thân thuộc này. Nàng bỗng cảm thấy tội nghiệp Đạt hơn là giận ghét một người con của địa chủ. Bị khuyến khích , bị kích động phải tố cáo thì nàng làm vậy thôi. Và chắc là Thắm cũng có chút lương tâm tự trách tội ngoại tình của mình nhưng không dám nói ra.

Rồi tới phiên Còm được yêu cầu làm công việc đấu tố. Còm lúng túng, chậm chạp vì chưa khi nào phải ăn nói trước công chúng. Thực ra anh ta lại thấy rất hạnh phúc được chăn đàn trâu của chủ. Mỗi con trâu đã được anh đặt cho một tên, và mỗi một con vật to đen khỏe mạnh kia thân thiết với anh như một bạn hiền. Anh thuộc lòng vị trí từng cái khoáy của mỗi con trâu, cũng như đã nhớ rõ một vài nốt ruồi kín đáo trên người của Thắm. Còm từ trước tới nay chưa thấy bị bóc lột hay thấy đời anh bị đầy ải cực nhọc. Đúng như sáo ngữ "*Ai bảo chăn trâu là khổ*". Bầu trời và đồng ruộng thênh thang là bạn của Còm. Lúa thơm, hoa dại, cỏ non là chỗ anh được gần cận nằm nghỉ trưa, nhìn trời mây. Và Cô Thắm là chỗ anh thân ái trao đổi cho hết ân tình. Có gì để anh phải than thở và đấu tố đâu. Một cán bộ đứng cạnh anh thúc đẩy:

- Đồng chí Còm, hãy tố cáo những gì đồng chí bị áp bức.

Còm lúc đó cố nhớ, anh chỉ nói được một phần nhỏ những câu đã được dặn dò từ trước:

- Thưa đồng bào, thưa các đồng chí. Tôi là Còm...

Anh ta còn ấp úng chưa dứt câu thì vài cô thôn nữ chưa chồng, có lẽ cũng đã để tâm và mến thích anh, nói:

- Bây giờ lớn rồi.

- Hết Còm rồi.

Lại một màn yêu cầu trật tự của chủ tọa. Còm tiếp:

- Tôi bị ông Cửu Thịnh bắt đi chăn trâu từ lúc mới chín mười tuổi, không cho đi học...

Còm vẫn quen miệng, đáng lẽ theo học tập phải nói *tên Cửu Thịnh*, nhưng vì kính nể chủ từ bao nhiêu năm nay, anh vẫn gọi Cửu Thịnh bằng *ông*. Anh ta nói tiếp:

- Một mình tôi phải chăn mười bốn con trâu. Lúc trâu không đi cày bừa, tôi phải cho trâu ăn cỏ và phải tắm trâu, vất vả. Tôi bị bóc lột, không được trả công. Mỗi năm chỉ được hai bộ quần áo vải thô và mười gạt lúa, bán được thì mua thuốc lào, chỉ đủ hút thuốc bằng điếu cày lúc ở ngoài đồng, gió lạnh. Cơm ăn hằng ngày tôi chỉ có gạo đỏ, cà muối, canh cua, cá khô mặn ...

Có lẽ mấy món Còm vừa kể có vẻ ngon miệng hơn là bây giờ đã vài nhà bắt đầu phải ăn độn khoai sắn vì cảnh tiêu thổ kháng chiến, cày cấy bị giới hạn do chiến tranh, gạo thóc một phần phải chuyên chở đi bán với tính cách thu mua cho quân đội kháng chiến. Một bà nói với mấy người đứng bên:

- Có đủ mấy thứ đó ăn cũng đỡ.

Rồi đến lượt "Cậu Đạt" bị đem ra hạch tội. Nhưng không có một tá điền, một thợ cấy nào có thù oán gì với Đạt. Chỉ riêng vợ cậu là Thắm, đã vì bắt buộc, phải tố khổ vì cậu mà nàng phải phí tuổi xuân, lấy cậu bé chín tuổi, gần mười năm về trước. Cả tòa lẫn dân làng đều ngầm hiểu rằng đây không phải là lỗi tại cậu này mà là do cha mẹ sắp xếp tính toán.

Đến lúc tòa cho phép các tội nhân biện hộ. Hai bà vợ của Cửu Thịnh không biết nói gì, coi như nhận tội về những lời tố giác đã cư xử bạc đãi bóc lột các bần nông. Cửu Thịnh không chối tội nào kể cả tội tư tình với cô thợ cấy và đã chi phí, ông ta cho là rất sòng phẳng, mỗi lần tới mười đồng bạc Đông Dương. Cửu Thịnh bào chữa yếu ớt, nói là mang tội phú nông vì cha mẹ ông bà hắn để lại ruộng vườn, tội không phải do hắn gây ra, mong được nhân dân tha thứ. Riêng Đạt vì còn trẻ tuổi, cậu ta chẳng biết sợ là gì. Những người phụ thẩm ngồi trên kia một thời là tá điền vẫn nuông chiều cậu. Có người trước kia hay nặn đất sét đem nung làm những con giống, hay dùng lá chuối đan thành những con cào cào cho cậu. Đạt tỏ ra bình tĩnh, nói biện hộ cho cả gia đình:

- Thưa tòa, thưa các đồng chí và nhân dân ...

Chưa kịp nói tiếp, Đạt bị người cán bộ huyện át giọng quát ngay:

-Mày là con của địa chủ, con của phú nông phản động, không được phép gọi ai là đồng chí.

Đạt phải nói lại:

- Thưa tòa và nhân dân , cả nhà tôi tuy là địa chủ nhưng cũng đã nuôi cơm gạo cho nhiều người. Riêng tôi còn rộng rãi cư xử tốt với anh Còm, coi như có công nhiều giúp đỡ bần nông...

Mọi người hồi hộp muốn nghe xem Đạt đã *giúp bần nông* ra sao ngoài việc gia đình cậu ta chỉ cho họ ăn cơm gạo đỏ và bóc lột sức lao động. Người cán bộ cũng muốn tỏ ra có công tâm, nói dõng dạc :

- Mày có công trạng gì nói rõ.

Đạt tiếp:

- Tôi biết anh Còm ăn nằm với vợ tôi.

Nhiều người dân làng ngơ ngác vì lời khai bất ngờ này.

Vài tiếng Ồ đây đó. Một hai người cán bộ cải cách nói át ngay «vu cáo, vu cáo». Viên chánh tòa lớn tiếng:

- Mày nói sai, vu khống sẽ bị trừng trị nặng. Có bằng cớ nào?

Đạt nói:

- Một buổi tối sau vụ gặt, lúa đã vào vựa, tôi đi thả diều về thấy có tiếng động trong kho thóc, tôi sợ có chuột hay có người xúc trộm lúa, vào coi thì thấy anh Còm nằm phủ lên người vợ tôi, hai người ăn ở với nhau ...

Lại một tràng tiếng Ồ nữa và tiếng vài người thở ra sau khi nín thở giây lát, kể cả Cửu Thịnh và mấy bà vợ. Đám dân làng nhìn Thắm. Nàng đỏ ửng cả đôi má, úp đầu vào đứa con trai nhỏ đang bồng trên tay. Mọi người cũng nhìn về phía Còm. Anh ta đứng xa Thắm mươi thước, cúi mặt bẽn lẽn.

Đạt lại tiếp:

- Tôi có công *hy sinh* không tố cáo anh Còm, hồi đó tôi còn nhỏ, lại cũng sợ nói ra anh Còm sẽ không làm diều sáo cho tôi nữa.

Cán bộ chánh tòa ra lệnh:

- Xin anh Còm và chị Thắm ra trước tòa.

Còm và Thắm đành phải ngượng ngùng bước ra.

- Anh chị cho biết lời tố cáo của con tên địa chủ phản động có phải là vu khống?

Còm ngần ngừ, sau đó trả lời rất khẽ:

- Tôi có...

Thắm, tay bồng con, hai hàng nước mắt chảy hai bên má:

- Tôi nhà nghèo phải lấy Cậu Đạt khi cậu còn nhỏ. Nhưng tôi yêu và *giải quyết công tác* với anh Còm. Thằng Cu Vượng này là con của anh Còm...

Lại thêm một tràng tiếng Ồ của đám đông người dự kiến. Phiên tòa cải cách ruộng đất, tố khổ tự nhiên biến thành tòa tố cáo và phân xử về ngoại tình.

Lúc đó đã hơi ngả tối, vài thiếu niên cứu quốc đang sửa soạn những bó đuốc lớn làm bằng những bó tre nứa. Chợt có những tiếng gió rào rào trên không. Mọi người nhìn lên thì thấy hàng ngàn con chim nhạn rợp trời, từ phương Nam bay về đỉnh Núi Chim Cao, báo hiệu mùa Xuân đang nở rộ. Một mùa của yêu đương, của thân ái mà thiên nhiên dùng đàn chim như muốn nhắc nhở dân làng. Nhiều người cả thanh niên lẫn phụ nữ reo lên "Nhạn về, nhạn về..."

Phải hơn mười phút sau, khi đàn nhạn chỉ còn vài đám nhỏ, muộn màng bay đến ngang bầu trời của sân đình, người cán bộ chủ tịch phiên tòa nhân dân mới lấy lại được sự chú ý phần nào của đám người đấu tố. Hắn ta biết rõ Còm bây giờ đã lên chức Tiểu Đội Trưởng du kích làng Nhân Ái. Hắn muốn làm một cái gì để bênh vực và ân nghĩa cho một *đồng chí yêu nước* của hắn. Hắn nói:

- Đồng chí Còm, đồng chí Thắm, hai đồng chí có thực sự yêu nhau không?

Cả Thắm và Còm cùng trả lời khẽ trong ngượng ngập:

- Có.

- Thưa có.

Chủ tọa phiên tòa lại nói:

- Anh Đạt, anh là con của địa chủ, có tội với nhân dân. Anh chưa thể nào *đứng trong hàng ngũ bần nông cứu quốc* được. Thằng Cu Vượng cũng không phải là con của anh. Anh cần *hy sinh* cho chị Thắm lấy anh Còm.

Đạt đã từng nhìn trộm mấy cô diễn viên của đoàn ca kịch kháng chiến ngày trước, khi họ lưu diễn và tá túc tại khu nhà của cậu. Cậu ta thấy mấy cô đó còn trẻ và đẹp hơn Thắm nhiều. Đạt chỉ ao ước một ngày nào được theo đoàn kịch nghệ, dù là làm một chân kéo màn cũng được. Đạt lại kém Thắm tới tám, chín tuổi. Tuy Thắm đã chỉ dạy cho cậu hưởng lạc thú xác thịt từ khi mới lớn, cậu thực sự đâu muốn ăn đời ở kiếp với người vợ hơn tuổi mình nhiều và do cha mẹ sắp đặt. Có lẽ đây là dịp tốt để cậu một lần nữa *hy sinh*. Cậu nói:

- Tôi bằng lòng.

Nhiều tiếng vỗ tay nổi lên hoan hô *tinh thần* của Đạt. Có lẽ biết phong tục của làng Nhân Ái, và biết đám dân đang hồ hởi không phải vì đấu tố mà vì thấy chim nhạn mới bay về ngày hôm nay, hội xuân và mùa cưới đã tới, cán bộ chánh tòa sau khi tham khảo ngắn với các phụ thẩm nhân dân, tuyên đọc bản án:

- Tòa án nhân dân hôm nay tuyên bố: Tước bỏ hết ruộng đất của tên địa chủ Cửu Thịnh. Một ủy ban sẽ phân phát sản nghiệp của tên địa chủ này cho bần nông ái quốc. Cửu Thịnh chỉ được phép ở với một vợ và phải lao động vinh quang, tự túc sinh tồn. Cho con của Cửu Thịnh là Đạt nếu hối cải, có thành tích tốt sẽ được cứu xét sau này ra nhập đoàn dân quân du kích làng Nhân ái, góp phần vào công cuộc kháng chiến chống thực dân Pháp. Cho chị Thắm được ly dị ngay với chồng cũ là Đạt vì lý do hôn nhân bị áp bức, và được phép làm *đám cưới kiểu đời sống mới* với anh Còm.

Mọi người của làng Nhân Ái thoải mái và hài lòng với bản án khá nhân đạo. Khác với những cuộc đấu tố tại các làng xã khác thường là rất tàn bạo và sắt máu, những phiên tòa đấu tố tại làng này thường chỉ có tố khổ, kể tội, mạt sát, tịch biên tài sản, không có cảnh đánh đập tàn nhẫn, địa chủ gục ngã trước mặt dân làng.

Làng vẫn xứng đáng với tên được tạm đặt là Làng Nhân Ái. Nhất là hôm nay, thấy chim nhạn hồi hương, người ta càng dễ tha thứ cho nhau. Nhiều người ra về, hướng mắt nhìn lên đỉnh Núi Chim Cao. Những con chim nhạn như đang vui mừng về lại tổ cũ sau nhiều tháng trốn lạnh tại một phương trời nào xa xăm tận miền nam. Chúng về đây, ríu rít bay, vui lượn quanh ngọn núi, như thúc dục mọi người quên hận thù, hãy thương yêu nhau và thực hiện những hành động thân ái chứng tỏ tình yêu vào mùa Xuân lúc nhạn về.

Trần Văn Khang

6. CON BÒ VÀ CON TRÂU

(Tên họ và hoàn cảnh của các nhân vật trong truyện ngắn dưới đây, nếu có sự trùng hợp ngoài đời thì chỉ là do ngẫu nhiên, ngoài ý muốn của người viết)

Lúc đó là cuối mùa mưa, một năm giữa thập niên sáu mươi, tại miền Nam. An mới ra trường và được bổ nhiệm làm y-sĩ Trung Úy cho một đơn vị tác chiến cấp trung đoàn. Anh theo bộ chỉ huy nhẹ, đóng quân tại Ngang Dừa, thuộc miền Tây, vùng đồng bằng Hậu

Giang.

Hôm ấy, nước sông Ngang Dừa thật trong, có lẽ vì cả tuần vừa qua trời không mưa. Hai hàng dừa bên ven sông in bóng dưới nước, rất thanh bình. Vài ghe chài thả lưới gần xa. Trời xanh, lãng đãng những áng mây trắng.

Cơm trưa vừa xong, một số sĩ quan của đơn vị An được ít phút rảnh rang, ngả lưng trên võng trong những lều vải. Riêng An và Thiếu Úy Phước của đội thám báo thì ra sông tắm. An ngồi nghỉ trên chiếc cầu phao, thả chân xuống nước, nhìn trời, mây. Anh đang nhớ Sài Gòn, nhớ người thân cùng bạn bè, nhớ vài cô "em gái hậu phương", nhớ những tháng ngày sinh viên trường thuốc... An đang muốn quên chiến tranh thì Sơn Khum, người hạ sĩ gốc Miên và là tùy viên của anh, chạy đến:

- Thưa Bác sĩ, mười phút nữa có họp hành quân, mời Bác sĩ chuẩn bị ngay.

An vội về lều cá nhân của mình, mặc lại quân phục tác chiến, rồi đi lên khu lều vải lớn của bộ chỉ huy. Mọi người đã đến họp đầy đủ. Tấm bản đồ quân sự khá to, bọc mica trong, máng trên một giá gỗ, đặt ở giữa lều. Đại úy Hùng, trưởng ban hành quân, bắt đầu trình bày tình hình bạn, tình hình địch. Tin tức cho biết phía bên kia đang điều quân cỡ nhiều tiểu đoàn trong vùng trách nhiệm của đơn vị An. Những mũi tên đậm nét, những điểm xanh đỏ được vẽ trên bản đồ, chỉ dẫn đường tiến quân, vị trí của bên này hay bên kia. Các mục tiêu quân sự được ghi đậm trên tấm bản đồ. Tầm xa của đại bác được khoanh bằng những vòng tròn mầu đỏ bao quanh tọa điểm của những trung tâm tác xạ. Vị Trung tá Trung đoàn trưởng vừa nói, vừa dùng cây gậy nhỏ, chỉ những vị trí trên bản đồ:

- Tiểu đoàn 2 hiện ở cận bên chúng ta, đủ yểm trợ cho Bộ chỉ huy. Tiểu đoàn 1, cách đây 30 cây số, ngoài tầm hỏa lực đại bác của mình. Có tin tức là địch muốn đụng lần này vì họ điều động được đủ quân số, và Tiểu Đoàn 1-31 đang tiếp cận với đối phương nhiều nhất. Để yểm trợ tinh thần Tiểu đoàn 1, và để tìm hiểu tình hình cũng như nhu cầu tại chỗ, tôi muốn một số sĩ quan của Bộ Chỉ Huy ra tiền tuyến, sinh hoạt tác chiến cùng với họ một tuần.

Vị Chỉ Huy nói thêm bằng tiếng Mỹ. Thiếu úy Phước, Trung úy Hậu tình nguyện đầu tiên. Trung Úy Hay thuộc Ban tiếp liệu cũng xin đi. Rồi thêm vài sĩ quan nữa. Đại Úy More và trung sĩ Johnson cũng nhận lời. More là cố vấn Mỹ tại bộ chỉ huy. Johnson là một chuyên viên truyền tin, trách nhiệm liên lạc với các lực lượng Hoa Kỳ. An chưa từng có mặt ngay trận tuyến trong lúc giao tranh lần nào, nhưng thấy có cả cố vấn Mỹ và một số sĩ quan quen thân đã xung phong, anh cũng xin đi. An nghĩ thầm, nếu có đụng độ và nếu anh bị thương, thế nào Johnson cũng xin trực thăng tải thương anh ngay về Quân Y Viện Phan Thanh Giản. Còn nếu chết, là... đoạn kết của cuộc đời, anh không muốn nghĩ đến.

An về lều của anh, chuẩn bị nhanh chóng mọi thứ cần thiết. Anh đã được lệnh lúc nào cũng phải sẵn sàng. Nón sắt, áo giáp, túi cứu thương có bản đồ và vài món cá nhân. Hai trái lựu đạn và một khẩu súng ngắn Colt 45, đeo nơi dây lưng. Hạ sĩ Sơn Khum, luôn luôn theo anh, mang một ba lô có vài quần áo và các thứ cần thiết khác. Sơn Khum rất tận tâm và ý tứ. Ba lô lúc nào cũng có thêm quyển sách hoặc cuốn... tiểu thuyết An đang đọc dở dang.

Hai chiếc trực thăng tới, chở mọi người ra tiền tuyến. Vị Tiểu đoàn trưởng đón tiếp phái đoàn ngay tại bãi đáp. Lại một thuyết trình hành quân ngắn, ngày dưới một gốc cây cho mọi người hiểu tình hình. Lúc đó khoảng trên bốn giờ chiều. Trình bày xong, ông nói rất ngắn gọn:

- Mình cho lính ba mươi phút để nấu và ăn cơm chiều, xong ta tiến quân.

An phục tài nấu nhanh và... ăn nhanh của quân đội. Chỉ nửa giờ, họ vừa nấu nướng vừa ăn uống xong. Dưới những tàng cây xanh, An cũng dùng cơm chiều luôn cùng các sĩ quan. Anh thấy Sơn Khum ngồi trên một mô đất, ăn cơm dã chiến với nhóm y tá, bạn cũ.

Trung úy Hậu nói cho An biết:

- Ông Tiểu đoàn trưởng này là một sĩ quan tác chiến gan dạ, lại nhiều kinh nghiệm chiến trường. Mình đóng quân ở đây đã trên hai tiếng, lại có trực thăng bay tới. Địch đã rõ vị trí. Nếu ở lại đây, tối đến mình không bị tấn công cũng bị pháo kích, hoặc bị quấy rối, vì vậy ông sẽ cho di chuyển.

Cơm chiều xong, chuẩn bị điều quân một lát, mặt trời đã ngả nhiều về hướng chân trời. Tiểu đoàn phân tán thành từng toán nhỏ, trung đội hay tiểu đội, di chuyển trong một thế liên kết, yểm trợ những "cạnh sườn" của nhau. Lội ruộng gần hai tiếng đồng hồ, cả tiểu đoàn đến đóng quân an toàn tại ven Rạch Đường Mây. Tất cả đơn vị đã không đi theo đường mòn ruộng, mà lội nước và sình lầy để tránh cạm bẫy và mìn cá nhân. An nhớ mới mấy tuần trước, anh đã săn sóc cho nhiều chiến sĩ, họ mất cả bàn chân vì đạp lôi, hay bị thương tích đau đớn vô cùng khi đạp phải chông.

Ông Tiểu đoàn trưởng ra lệnh phân chia vị trí cho các đơn vị nhỏ, dùng một bờ của giòng nước làm tuyến phòng thủ thiên nhiên. Các chốt tiền thám được trải xa, cả phía bên kia bờ rạch. Sau đó mọi người bắt đầu đào hố cá nhân.

An thấy ông Tiểu đoàn trưởng tự tay đào nơi trú ẩn cho mình. An cảm phục vì ông có thể nhờ một binh sĩ làm cho ông, nhưng vị chỉ huy này tự làm lấy. Ông nói với An:

- Ra tiền tuyến muốn thêm cơ hội sống còn, tôi phải làm gương cho thuộc cấp. Muốn họ làm gì, mình làm trước và làm đến nơi đến chốn.

Quả nhiên, đây là một vị sĩ quan tài giỏi, sau này ông lên nắm giữ những chức vụ chỉ huy cao cấp trong quân đội.

An cũng phải bắt chước, làm theo. Nhưng đôi cánh tay thư sinh của anh không quen đào đất, chóng mệt và mất nhiều thời giờ. Sơn Khum tiếp tay giúp anh. Anh ta cũng có một hố cá nhân gần ngay bên.

Tiểu đoàn đóng dọc theo một bên bờ của Rạch Đường Mây, dưới những lùm cây, ven theo phía ngoài những thôn xóm. Nhiều mìn Claymore được đặt tại những yếu điểm chung quanh. Những đơn vị nhỏ liên lạc với nhau qua những máy truyền tin có dây, và máy vô tuyến, tần số ngắn. Không ai tiếp xúc với xóm làng hay vào nhà một người dân nào. Không ai đốt lửa, hút thuốc hay dùng đèn.

An và vài sĩ quan khác, trùm Poncho, nằm cạnh những hố mới đào, nhìn trăng sao trên trời, thỉnh thoảng nói nho nhỏ. Tiếng dun dế, côn trùng kêu chung quanh. Vài tiếng ếch nhái. Lâu lâu có tiếng động của một con cá quẫy nhẹ dưới mương. Tất cả như tạo nên âm hưởng của một điệu nhạc về đêm, không tiết tấu. Lội sình nhiều cây số hồi chiều thấm mệt, An ngủ lúc nào không hay.

Khoảng quá nửa khuya, An chợt tỉnh vì được Sơn Khum lay gọi và vì có những tiếng động nhẹ xung quanh. Mọi người xuống ngay hố cá nhân. Những chốt tiền thám gọi dây báo cáo cho biết có một đoàn trên mười chiếc xuồng, đang di chuyển trên con kinh, hướng về phía vị trí của mình. Người trên thuyền hát những bài quân ca của bên kia. Chắc chắn đây là quân phía đối phương ban đêm tìm cách tập trung lực lượng tại một địa điểm nào đó. Có lẽ họ nghĩ rằng ban đêm là của họ, hay đây là vùng đất của họ. Nửa đêm, họ không ngờ, lọt vào một ổ phục kích, *tình cờ* bố trí tại đây. Vị Tiểu đoàn Trưởng cho lệnh các đơn vị chờ cho đoàn xuồng của đối phương di chuyển vào giữa tuyến phòng thủ rồi ra lệnh nổ súng. Đại liên, tiểu liên, súng phóng lựu, súng cá nhân nổ rền. An thấy tận mắt nhiều người gục ngã, xuồng chìm. Bên kia bị tấn công quá bất ngờ, không kịp trở tay, chỉ một vài tiếng súng nhỏ bắn trả. Phía đối phương kẻ bị thương, người ngã xuống tử trận. Một số trốn chạy lên bờ phía bên kia. Vài người bơi lội trốn trong dòng nước của con kinh, và làm mục tiêu cho những xạ thủ trên bờ.

Đây là lần đầu tiên trong đời, An thực sự có mặt nơi tiền tuyến, và «đụng trận». Hơi trớ trêu là An chỉ... tác chiến bằng cách đội nón sắt, ngồi nhìn khá an toàn trong hố cá nhân, như coi một phim chiến tranh có hình và âm thanh nổi. Anh không phải cho nổ hai trái lựu đạn mang theo. Anh cũng không có dịp phải rút khẩu Colt ra khỏi bao súng. Anh thấy rõ cảnh chết chóc, máu đổ, người ngã xuống trước mắt. Tự nhiên, với tinh thần người thầy thuốc, An không thấy vui mừng vì chiến thắng mà lại thấy một chút xót thương. Anh nhớ những lúc làm Nội trú giải phẫu, thực tập tại bệnh viện, đứng bên cạnh những bậc thầy và đàn anh tận tụy, có khi phải vất vả thức đêm mổ xẻ cả ba bốn tiếng đồng hồ, may ra mới cứu sống được một mạng người. Bây giờ trước mặt anh, mạng người phí phạm quá. Nhưng anh nghĩ lại, nếu đơn vị anh không tận lực tiêu diệt bên địch, thì chính những người đối phương kia, những kẻ đang gục ngã kia, sẽ tìm dịp tiêu diệt bên anh, có khi còn tàn bạo hơn. Anh cũng có thể sẽ tử thương như một vài đồng nghiệp Y sĩ đã hy sinh nơi chiến trường. Không bên này thì bên kia có người nằm xuống. Với chiến trận, tất nhiên cả hai bên bạn và thù cùng phải có thương vong. Chỉ có nước Việt Nam mình thiệt hại. Kéo thêm những người Mỹ hay luôn cả nước Hoa kỳ vào một cuộc chiến tốn hao nhân mạng và tài nguyên.

Trận phục kích kết thúc, tiếng súng thưa dần rồi ngưng. Bên kia tổn thất quá nặng. Họ tử vong và bị thương nhiều, một số trốn chạy kịp, một số bị bắt sống. Võ khí tịch thu được gồm cả nhiều đại liên Trung cộng và súng cối. Bên An không thiệt hại nhờ bố trí kỹ và nhờ có yếu tố bất ngờ.

Trung đoàn của An đại thắng trận này, nhờ tình cờ phục kích, không nhờ một tin tình báo nào cả. Sáng hôm sau, có Mặt Trời, Đại Bàng, Bạch Hổ đáp trực thăng tới tận chiến trường thôn xóm Rạch Đường Mây. Những ám danh trên là để chỉ các vị Tư lệnh quân đoàn, sư đoàn và chỉ huy trưởng trung đoàn. An cũng có một ám danh là Thanh Xà. Bạch Hổ một hôm đã cho An tên gọi này. Ông nói "Dấu hiệu của Bác sĩ là con rắn Quân Y, quân phục tác chiến màu xanh, tặng Bác sĩ cái tên "Thanh Xà". An không thích cái tên gọi này lắm, nhưng đã được cho thì phải mhận. An còn trẻ, độc thân. Anh khôi hài nghĩ mình có tên Thanh Xà, là một loại rắn độc, còn cô *em gái hậu phương* nào muốn quen nữa.

Sau trận đánh vừa kể, An lần đầu tiên cũng được gắn một huy chương! "Anh Dũng Bội Tinh" với ngôi sao bạc. Anh nhận huy chương mà không thấy một chút hãnh diện. Anh có công lao gì đâu! Anh có anh dũng gì đâu! Anh chỉ an toàn ngồi trong hố cá nhân, do Sơn Khum tiếp tay đào hộ, và nhìn người khác... bắn nhau.

ooOoo

Vì thắng trận vừa qua, toán tình nguyện của An được lệnh dùng trực thăng trở về Ngang Dừa ngay ngày hôm sau, không sinh hoạt với tiểu đoàn 1 cho đủ một tuần như đã dự liệu. Trung Úy Hậu, ban tình báo, nói với An:

- Chúng tôi bắt sống được một Thượng úy Bác sĩ Việt cộng trong trận đụng vừa qua, tên này có lẽ vô từ Bắc Việt. Sẽ khai thác hắn vài ngày lấy tin tức rồi giải về sư đoàn. Đây là túi vải của hắn, Bác sĩ coi có cần tìm hiểu gì về phía địch không. Chúng tôi coi rồi, chỉ thấy tài liệu y khoa.

An nghe hai tiếng *khai thác* mà hơi rùng mình. Anh chưa chứng kiến khai thác bao giờ. Nhưng chắc là phải có cảnh tra tấn, An biết bên mình cũng như bên họ đều làm vậy. Anh cầm lấy túi vải mầu nâu còn ẩm nước. «Đồng nghiệp bên kia» của anh chắc khi bị tấn công, xuồng đắm, chém vè bên bờ kinh rồi bị bắt sống. An đem túi vải về lều mình rồi lục coi. Một vài đồ lặt vặt cá nhân. Một ít y dược của Trung cộng, của Tiệp khắc và cả thuốc men của... Mỹ nữa! Thêm một cuốn sổ, có ghi Tài Liệu Học Tập Chuyên Môn bằng chữ viết tay. An hiếu kỳ đọc và chú ý tới bài *Cấy Nhau*:

"Vớt nhau của sản phụ vừa đẻ. Cần chọn những sản phụ trẻ và mạnh khỏe. Dùng phương cách vô trùng, trải nhau lên một miếng vải. Cắt nhỏ nhau thành từng miếng hình khối, mỗi bề độ 2 hay 3 li. Xong cho vào một dung dịch muối đẳng trương vô trùng. Để vào tủ đá lạnh hay hộp có đá lạnh. Phải sử dụng nhau trong vòng 36 giờ. Khử trùng chỗ định cấy nhau nơi bệnh nhân. Da nơi bụng, hoặc da phía ngoài đùi, hay cánh tay trên. Với điều kiện vô trùng, rạch da từng chỗ, dài độ 3 li, sâu tới dưới lớp hạ bì. Dùng nhíp, nhét một miếng nhau vào chỗ rạch. Băng nhẹ bên ngoài bằng gạc sạch. Mỗi lần cấy nhau từ 10 tới 20 chỗ. Theo dõi, nếu thấy dấu hiệu

nhiễm trùng, sưng đỏ, nóng sốt thì phải lấy nhau ra ngay trong những ngày sau. Nếu không có nhiễm trùng, chỗ cấy nhau sẽ tự lành, và miếng nhau khô sẽ tự động được đẩy ra ngoài. Đối tượng: cấy nhau rất tốt cho người mắc lao phổi, người thiếu dinh dưỡng hay suy nhược tổng trạng".

An xem xong hơi ngao ngán cho cách phục dược bây giờ đã lỗi thời và nguy hiểm này. Anh tiếp tục lật tiếp cuốn tập. Gần những trang cuối có một tấm hình đen trắng của hai vợ chồng trung niên chụp với bốn đứa con, đứa nhỏ nhất mới độ trên ba tuổi. Thêm mấy dòng chữ tại tờ chót:

Nguyễn văn Đệ

Khóm Cách Mạng Tháng Tám

Làng Vũ Xuyên, Huyện Ý Yên, Nam Định

Tên cha: Nguyễn văn Định

Tên mẹ: Vũ thị Thục

Nếu tôi không về, xin thông tin cho vợ tôi là Lê thị kim Thư, cùng địa chỉ.

An bàng hoàng, lạnh người. Tự nhiên có một chút mồ hôi trên trán. Người y sĩ tù binh phía bên kia là người cùng làng anh, là anh họ của anh, con Bác Thừa Định, và có rất nhiều kỷ niệm với anh thời thơ ấu...

ooOoo

An nhớ rõ hồi anh độ sáu tuổi, học trường tiểu học An Dương, ngoại ô thành phố Hải Phòng miền Bắc. Cha anh và ông bác thứ ba không thích cảnh phố phường nhộn nhịp, mỗi người mua một khu đất khá rộng tại làng An Dương, thuộc vùng ngoại ô. Có một con đường nhỏ đổ đá, xe hơi, xe kéo, xe ngựa đến được tận nơi. Cha anh và ông bác, mỗi người cất một khu nhà mái lợp bằng lá cây gồi, khá rộng và khang trang. Nhà An có vườn cây ăn trái, có những luống rau, có ao nuôi cá, thả rau muống. Và đây là nơi An có nhiều kỷ niệm đẹp nhất lúc anh còn thơ dại. Cả cha anh và ông bác đều là những công chức bậc trung của thành phố, do Pháp cai trị.

Lúc đó An đang học lớp tư. Tối đến, nhà anh em đông, dùng cơm chiều xong, ngồi quây quần học bài chung quanh một chiếc bàn ăn vuông lớn. Không có đèn điện, dùng đèn dầu hỏa Hoa Kỳ hay là đèn măng-sông. An đọc lên bài Lục Súc, mới được thầy dạy ở trường buổi sáng. Bài học nói về sáu con vật hữu ích nuôi trong nhà như trâu, bò, lợn, gà, chó, mèo. Anh Đệ ngồi gần bên, nhẹ nhàng và thân mật sửa cách đọc cho An. An đọc sai, không có nhấn mạnh vào phụ âm "S" của chữ "súc", An đọc nhẹ thành "xúc". Anh Đệ không chịu cách đọc sai như vậy. Anh Đệ là con Bác thứ hai của An. Ông bác này làm Thừa Phái tức là một chức thư ký ở một tỉnh nhỏ gần Hải Phòng, mọi người trong nhà gọi ông là Bác Thừa Định. Lúc đó anh Đệ đang dạy lớp nhất cho một trường tiểu học cùng thành phố Hải Phòng. An nghe cả nhà nói anh Đệ học giỏi lắm. Anh là người đầu tiên trong số những người cháu của ông Nội, đã đỗ xong Tú Tài phần nhất. Nhà nghèo, anh phải tạm bỏ học, xin vào ngành dạy học để có tiền giúp đỡ gia đình, tiếp cha mẹ lo nuôi dưỡng cho một đàn em. Bác Hai đã già, lại đông con.

An rất mến anh Đệ. Anh hay cho An kẹo mua tại quán Bà Tài ở đầu đường. Anh Đệ thường dẫn anh em của An dạo bộ, đi ăn kem vào những tối mùa hè. Anh hay kể cho An truyện những anh hùng của Việt Nam ngày xưa. Truyện Phù đổng Thiên Vương, Hai Bà Trưng, Ngô Quyền, Lý Thường Kiệt, Hưng Đạo, Lê Lợi, Quang Trung... Anh Đệ ở trọ tại một nhà gần trang trại của gia đình An. Vài tuần anh lại đến chơi, cùng ăn cơm tối với cha mẹ và anh em của An.

Đang thời Pháp thuộc, An còn bé nhưng cũng biết rõ chuyện: Anh Đệ một hôm cãi vã và suýt nữa đánh «quan" Thanh Tra Tiểu Học Francois Xavier. Ông Tây thực dân này gốc là một hương sư tại một làng nhỏ bên Pháp. Ông chỉ có bằng Brevet Élémentaire. Sang Việt Nam, ông được coi luôn cả hệ thống tiểu học của thành phố Hải Phòng, lớn thứ nhì miền Bắc, và ông là xếp lớn của anh Đệ. Có lẽ anh Đệ nghĩ là anh còn giỏi hơn ông Tây hương sư, vô tài, được thực dân cho làm Thanh Tra, bây giờ lại còn la rầy, hạch hỏi anh một cách không đúng, chỉ vì anh không biết thần phục hay không chịu nịnh bợ. Sau vụ cãi vã này, anh Đệ bị cấp tốc thuyên chuyển đi mạn ngược, tỉnh Bắc Kạn, nước độc, có muỗi rừng và nguồn sốt rét. Anh từ chối không đi, bị sa thải và... thất nghiệp. Ông Bác thứ ba của An, có quen biết nhiều, xin cho anh Đệ một chân y tá tập sự tại bệnh viện thành phố Hải Phòng. Anh Đệ bắt đầu sự nghiệp y khoa từ đó. Anh Đệ cũng tình nguyện dạy những lớp của Hội Truyền Bá Quốc Ngữ thời bấy giờ. An nghe nói, qua tổ chức này, Anh Đệ tham gia một đảng phái cách mạng chống Pháp. Cả nhà chỉ lo anh bị bắt và họ hàng sẽ bị liên lụy.

Năm Ất Dậu, miền Bắc Việt Nam bị nạn đói trầm trọng. Một người cô của An lấy chồng tại huyện Gia Viễn tỉnh Ninh Bình, gửi một người cháu gái bên chồng là Chị Huệ lên giúp việc cho gia đình An, và cũng là một cách để Chị Huệ tránh nạn đói kém tại thôn quê thời bấy giờ. Chị Huệ mười tám tuổi, đẹp và hiền. Chị rất nuông chiều An. Chị hay hát những bài ca thôn dã và kể cho An những truyện Tấm Cám, Thạch Sanh Lý Thông... An cũng quý mến chị. Một hôm An theo anh Đệ ra bờ ao xem chị Huệ hái rau muống. Chị xắn ống quần đen lên quá gối, tay cầm những cọng rau xanh mượt đem lên bờ. Hai chân chị trắng thon và đẹp. Một con đỉa màu lục bám nơi chân phải, chị gỡ không ra. Anh Đệ cúi xuống, giúp chị tháo gỡ con đỉa. Một dòng máu đỏ nhẹ chảy nơi vết thương. Anh Đệ lấy khăn mouchoir của anh, chậm máu cho chị. An thấy má chị Huệ đỏ hồng. Hơn hai tuần sau, một buổi chiều vì máy bay Mỹ bỏ bom Nhật tại Hải Phòng, An được cho tan trường về bất ngờ, thật sớm. Không thấy ai ở nhà, An lo lắng kêu tên chị Huệ. Khoảng năm phút sau, mới thấy Chị Huệ từ căn nhà kho cùng anh Đệ đi ra. Tóc chị Huệ hơi rối, vương vài sợi tơ nhện óng ánh. Anh Đệ nói là giúp chị Huệ tìm trừ một con chuột lớn chạy vào kho, sợ nó phá đồ đạc. Thế rồi chuyện thân ái giữa anh Đệ và chị Huệ được cha mẹ An tường trình cho bác Thừa, ba anh Đệ. Chị Huệ được trả về quê tại Gia Viễn. An ngày ấy buồn cả tháng, như bị xa vắng mất một người thân yêu.

Thời gian trôi, anh Đệ học và thành một y tá chính ngạch giỏi. Rồi chiến tranh Việt Pháp bùng nổ năm 1946, gia đình An tản cư ra vùng kháng chiến, sau ít năm lại hồi cư về thành. An nghe nói anh Đệ tiếp tục đi theo kháng chiến. Và từ đó không có tin tức gì về anh Đệ, ngay cả đến khi gia đình An di cư vào Nam năm 1954, lúc đất nước chia đôi.

ooOoo

An nghĩ là anh Đệ đã được cho đi học thêm hay đã được nâng bậc và nay trở thành y sĩ. An cũng không nói cho Trung úy Hậu ban tình báo biết là người tù binh y-sĩ bên kia lại là anh họ của An. Anh xin phép vào thẩm vấn riêng về chuyên môn người tù binh đồng nghiệp, nói là để tìm hiểu tình hình quân y, phương cách điều trị và hệ thống tiếp liệu y dược của đối phương. Anh đem theo cuốn sổ tay học tập của anh Đệ, nhưng để trong túi áo của mình.

An bước vào lều thẩm vấn. Giữa lều có một chiếc bàn nhỏ và hai ghế đẩu. Anh Đệ đang ngồi dưới đất, hai tay bị còng phía trước, một chân bị cột bằng dây xích dài vào một cọc sắt lớn đóng sâu nơi nền đất. An bây giờ hai mươi sáu tuổi, anh Đệ phải ngoài bốn mươi. Da anh đen sạm, vì gian khổ chiến trường, vì nắng Miền Tây. An kêu người mở còng tay cho anh Đệ, và mời anh ngồi trên chiếc ghế đẩu đối diện. Dáng anh cao như xưa, nhưng gầy ốm nhiều, già trước tuổi. Anh Đệ có vẻ suy tư. Một nét lo âu. Một vẻ buồn. Có lẽ anh đang nghĩ về tương lai không biết sẽ ra sao của anh. Hay anh đang lo về gia đình. Anh Đệ nhìn An, ánh mắt lạnh lùng, không lộ một tình cảm thân thiện, cũng không một chút giận ghét, hay căm thù. Chắc chắn anh Đệ không nhận ra An. Anh em xa nhau từ hồi An còn thơ dại.

An lên tiếng trước:

- Tôi là y sĩ của đơn vị này. Biết anh là một y sĩ của bên kia. Tôi đến gặp anh để hỏi chuyện thôi, như hai người cùng nghề nói chuyện với nhau, dù tôi và anh *ở hai bên chiến tuyến*. Tôi không khai thác gì nơi anh, không đòi hỏi anh cho một tin tức quân sự nào, vì chắc là anh biết rõ việc đó không phải là nhiệm vụ của một y sĩ như tôi.

An từ tốn lấy bao thuốc lá ba con số 5, mời anh Đệ, người y sĩ tù binh trước mặt, một điếu thuốc. An chậm rãi châm thuốc cho anh Đệ và châm cho mình một điếu. Thấy nói không bị khai thác, anh Đệ hơi thay đổi thái độ, vẻ mặt bớt lạnh lùng. Riêng An thực ra không thích thuốc lá. Nhưng từ ngày tới đơn vị này, túi áo anh hay có một bao ba con số 5. Có dịp lấy ra mời các sĩ quan trong trung đoàn, khi chuyện trò. Rất hữu hiệu để gây thiện cảm trong những dịp giao tế lúc ban đầu. Nhất là thuốc lá loại ngon. Ai ghiền thuốc khi được mời cũng muốn cầm một điếu. Và anh Đệ phải thích thuốc lá này hơn ai hết, chắc chắn là thơm ngon hơn thuốc Vĩnh Bảo hay thuốc Đoàn Kết của anh.

An cất tiếng:

- Tôi có mặt tại tiền tuyến trong lúc phía bên anh bị tấn công bất ngờ trận vừa qua. Là người y sĩ, thấy cảnh máu đổ, người chết, dù là đối phương, tôi có những cảm xúc khó diễn tả về sinh mạng con người! Tôi đã cho săn sóc một số người bên anh, hiện là tù binh bị thương.

Anh Đệ im lặng một lúc, rồi bình thản đáp lại:

- Có nhiều trận đánh, chúng tôi chiến thắng, tù binh bên anh bị thương, tôi cũng cho y tá băng bó, tôi cũng săn sóc.

An nghĩ thầm, phía bên các anh, tiếp liệu y dược cho đồng đội mình còn khó khăn, sao đủ lo cho bên địch. Nếu là người cán binh nào khác của bên kia nói như trên, An đã nghi ngờ rất nhiều. Nhưng với anh Đệ, người anh họ mà An đã biết từ thời ấu thơ, biết nhiều về cá tính, An có thể tin phần nào điều vừa nghe nói.

An hỏi:

- Anh đã bị bên tôi khai thác nhiều chưa?

Anh Đệ trả lời rất tự nhiên và bình tĩnh:

- Tôi đã bị thẩm vấn về quân số, đường di chuyển và mục tiêu tấn công của Mặt Trận. Tôi thuộc về ngành chuyên môn, không có gì để khai cả.

An trầm giọng:

- Như tôi đã nói khi mới vào đây, tôi chỉ muốn nói chuyện với anh. Tôi không có nhiệm vụ tìm hiểu, khai thác tin tức tình báo. Nhưng tôi đã được biết nhiều điều về anh rồi.

Anh Đệ ngước mặt, tỏ vẻ không hiểu, vì anh đã khai gì đâu. An nói tiếp:

- Anh gốc người làng Vũ Xuyên, huyện Ý Yên, tỉnh Nam Định. Anh không thuộc thành phần ba đời là bần nông, vô sản như chế độ bên anh hay đề cao. Ông Nội của anh từng làm quan dưới triều Nguyễn. Ông Cố làm tới chức Ngự Sử. Anh có một ông bác lớn tuổi nhất, trước kia dạy học tại quê. Cha của anh có thời làm công chức, Thừa Phái tại tỉnh Quảng Yên. Anh có hai người chú, trước kia ở Hải Phòng. Ngày xưa có thời anh đi dạy học, cãi nhau với Tây. Sau đó anh đi làm y tá tại Hải Phòng, trước khi chiến tranh Việt Pháp bùng nổ.

Đến lượt anh Đệ dùng tay thấm lớp mồ hôi trên trán và nhìn An. Anh Đệ không thể ngờ, và chắc không thể tin rằng tình báo bên quốc gia lại có khả năng biết rõ về anh nhanh chóng như thế. Anh bị bắt làm tù binh mới có hai ngày! Tự dưng An cảm nhận được nét lo hiện rõ trên mặt anh Đệ, và bỗng nhiên anh Đệ lạnh lùng trở lại. An hơi tội nghiệp và thấy cần phải nói rõ cho người anh họ. Với giọng thiện cảm, An tiếp:

- Anh Đệ, chắc anh nhớ hồi còn đi dạy lớp nhất, anh hay đến nhà hai người chú ở An Dương, Hải phòng.

Anh Đệ không nói gì, chỉ hơi gật nhẹ đầu.

An nói thêm:

- Anh nhớ có đứa em họ tên là An, con ông chú của anh. Anh sửa cách đọc cho đúng chữ "lục súc".

An nhấn mạnh vào chữ "S", và đồng thời chỉ và bảng tên có chữ An trên áo của mình.

Anh Đệ hơi ngơ ngác một chút. Chắc chắn anh không

nhớ gì chuyện "lục súc" vừa tầm thường, vừa... lẩm cẩm này. Có những chi tiết thật nhỏ, không có gì đáng nhớ, của một quá khứ thật xa, tự nhiên được ghi nhớ thật kỹ, còn mãi trong ký ức của người này mà lại bay phớt qua ngoài bộ máy ghi nhớ của não bộ người kia. Nhưng cái tên An và các ông chú ở Hải Phòng thì anh Đệ phải còn nhớ rõ. Diện mạo của An, chắc anh Đệ không thể nào nhận ra được. Lần chót anh em gặp nhau là năm 1946, An mới độ chín tuổi. Về phần An, An nhận ra vài nét quen thuộc ngày xưa trên khuôn mặt gian khổ ngày nay của người anh họ.

An thân mật và xưng em với anh Đệ như những ngày còn nhỏ dại:

- Anh Đệ, em còn nhớ và nhận ra anh. Em là An, con người chú thứ tư của anh. Anh hay lại nhà em ăn cơm tối ở An Dương, lúc chưa có chiến tranh Việt Pháp.

Anh Đệ hít một hơi thuốc, thở ra nhẹ nhõm, mắt sáng lên và mở rộng. Lần đầu tiên từ lúc gặp mặt, An thấy nụ cười nhẹ nhàng nơi anh Đệ:

- À, chú là An, tôi nhớ rồi! Hồi nhỏ, thầy của chú vẫn nói là chú lười học và ham chơi nhất nhà. Chú học xong bác sĩ hồi nào?

Đến lượt An phải cười. An không ngờ mình lại "bị thẩm vấn".

- Em mới ra trường được vài tháng. Cũng như anh, em ở trong quân đội. Chỉ khác là do hoàn cảnh đất nước, anh em mỗi người bây giờ ở mỗi bên chiến tuyến.

Anh Đệ cũng trầm ngâm sau câu nói của An. Hai người hàn huyên. Không đề cập chút gì về chiến tranh, về quân sự, về chính trị hoặc ý thức hệ quốc gia hay cộng sản. An thăm hỏi tin tức của thân nhân còn ở lại miền Bắc, còn anh Đệ thăm hỏi về bà con đã di cư vào Nam. Anh Đệ cho biết, khi cuộc kháng chiến chống Pháp bắt đầu, anh về quê của chị Huệ, rủ chị đi lên Việt Bắc, theo kháng chiến. Chị Huệ làm nữ cứu thương viên. Sau đó anh xin lập gia đình với chị và được Đảng chấp thuận ngay vì chị Huệ thuộc giai cấp bần nông yêu nước. Ít lâu sau, Chị Huệ có con đầu lòng và về công tác tại hậu phương. Chị đổi tên là Kim Thư, có lẽ để gia đình Bác Hai không biết quá khứ đi làm công ngày trước của chị.

An lấy quyển sổ học tập của anh Đệ ra, nhìn lại tấm hình, nhìn ra những nét đẹp hiền còn lưu trên gương mặt chị Huệ trong tấm ảnh. An nói với anh Đệ:

- Nhờ cuốn sổ này, em biết được lý lịch của anh. Em sẽ phải trả lại cuốn sổ cho Ban Hai, lo về an ninh và tình báo. Anh có cần điều gì không?

Anh Đệ rất cương nghị, không xin hay nhờ vả An một điều gì ngoài việc nhắn tin:

- Nhờ chú tìm cách báo tin cho chị, còn ở làng của mình với các cháu. Nói anh đã bị bên này bắt giữ, nhưng bình yên, không bị thương tích gì, cho chị yên tâm.

An hứa sẽ làm theo, nhắn tin cho người chị dâu là Chị Huệ ngày xưa:

- Em có bạn ở Pháp và ở Hồng Kông. Em sẽ vắn tắt chuyển tin tức anh về cho gia đình của anh qua những ngả đó. Tên chị bây giờ là Lê thị kim Thư, có ghi trong cuốn học tập của anh, em đã nhớ. Còn tên làng xã của mình thì em thuộc lòng từ nhỏ, anh yên tâm.

Bộ quần áo của anh Đệ rách nát, và đã mặc suốt mấy ngày

gian lao. An kêu nhân viên lấy bộ bà ba mà An hay mặc mỗi khi đi dân sự vụ, đem cho anh Đệ. Thêm luôn bao thuốc lá ba con số 5, còn trên nửa gói, kèm theo cái hộp quẹt Zippo của anh. Anh Đệ không từ chối. An từ biệt người anh họ. Anh Đệ giọng chân thành và tình cảm:

- Anh em chắc khó gặp lại nhau. Từ biệt chú bây giờ, tôi cám ơn chú.

Hôm sau, trực thăng tới chở anh Đệ và một số tù binh khác về Phòng Nhì Sư Đoàn.

Trung Úy Hậu hỏi An:

- Sao Bác sĩ tốt với thằng tù binh cộng sản đó quá vậy? Cho nó cả thuốc lá. Mình mà bị bắt, chúng nó đánh nhừ tử, khó mà sống nổi đâu Bác sĩ.

An không muốn tiết lộ gì về liên hệ gia đình của mình với người cán binh, lại là họ hàng, rất ngẫu nhiên và éo le gặp lại. Chỉ thêm phiền phức. An nói với Trung Úy Hậu một cách tự nhiên:

- Tôi muốn đối xử hơi đặc biệt một chút với một người cùng làm nghề thày thuốc, dù họ ở hàng ngũ bên kia, nhưng bây giờ đã là tù binh của mình!

ooOoo

Vào năm 1973, Hiệp Định Ba Lê ký kết. Ủy Ban Liên Hợp Quân Sự Bốn Bên thành lập. Tạm ngưng bắn, nhưng Hòa Bình chỉ có trên giấy tờ. Những cuộc tấn công, những vụ pháo kích vẫn xảy ra. Hai bên Bắc-Nam trao đổi tù binh và cần có Quân Y sĩ trong lúc thi hành công tác để khám và điều trị cho tù binh bên mình nhận về, hay tù binh đem ra trao trả cho bên kia.

An thích đi đây đó, anh tình nguyện tham dự phái đoàn trao trả tù binh ở bên này bờ sông Thạch Hãn. An muốn nhân dịp này để nhìn tận nơi dòng sông và cây cầu lịch sử của nước anh.

Như có cơ duyên, một trong những người tù binh An gặp là anh Đệ. An thấy anh Đệ trông còn khỏe mạnh và mập hơn lúc anh bị bắt. An nghĩ có lẽ cơm tù quốc gia và ít phải gian lao chiến trường đã làm cho người anh họ của An lên cân và... trắng ra. Vì ở trong ban khám sức khỏe tù binh, An được đặc biệt cho phép gặp anh Đệ chỉ khoảng mười phút, nhưng anh Đệ tỏ ra mừng lắm. An trao tặng anh Đệ một bao thuốc lá ba con số 5 còn nguyên. Lúc còn ở Hải Phòng, cả anh Đệ và An đều thích thổi ống sáo, một loại sáo ngang gọi là sáo trúc, nhưng thực sự làm bằng ống tre nứa. Anh Đệ tặng cho An một cây sáo anh làm trong tù.

An bắt tay từ biệt anh Đệ. Rồi anh Đệ cất bước theo đám tù binh để được di chuyển sang bên kia sông. Hai anh em lại ngăn cách ở hai bên chiến tuyến.

An thấy lòng buồn. Không buồn cho một tình riêng, không buồn cho cuộc chia tay này, nhưng buồn cho hoàn cảnh của dân tộc anh. An làm một bài thơ ngắn, TIỄN ANH:

Tiễn Anh về bên kia sông
Anh vui, sao lòng tôi buồn
Cách ngăn đôi bờ Bến Hải
Ta còn gặp lại nhau không?

Tiễn Anh về bên kia sông
Thân nhân Anh đang chờ trông
Tôi ở bên này chiến tuyến
Hòa bình, hay chỉ ước mong?

Tiễn Anh về bên kia sông
Anh em mà nay đôi giòng
Mỗi người một bờ biên giới
Có ngày tàn sát nhau không?

Tiễn Anh về bên kia sông
Tôi cờ vàng, Anh cờ hồng
Có phải mình vì Tổ Quốc
Để thành kẻ thù nhau chăng?

An đề tặng bài thơ cho anh Đệ, nhưng không bao giờ gửi cho người anh họ, mặc dù có thể gửi bằng thư tới tận làng xóm của anh Đệ qua các ngả ngoại quốc. An nghĩ rằng, sau khi ở tù bên phía quốc gia tới mười năm, anh Đệ trở về miền Bắc sẽ bị quản chế kỹ càng. Anh Đệ không còn được tin cậy hay được trọng dụng bởi những người phía bên kia nữa. Thư từ của anh sẽ bị kiểm duyệt gắt gao. Gửi một bài thơ tặng anh Đệ, chỉ làm khổ và làm phiền cho anh thêm.

ooOoo

An cứ nghĩ sẽ không còn dịp nào gặp lại anh Đệ nữa. Cho đến một ngày cuối thập niên 90, An đang tạm cư tại ngoại quốc thì có một người bạn là Huân làm cho một hãng thông tấn lớn. Hoa Kỳ và Việt Nam sắp ký kết giao thương và giới tư bản cần biết rõ những nhu cầu thị trường tại đất Việt. Huân được cử về làm một cuộc khảo sát sơ khởi kinh tế, thị trường, và An được giới thiệu để tìm hiểu và làm một tường trình về tình trạng y tế cũng như nhu cầu tiêu thụ dược phẩm của dân chúng. Hai hãng sản xuất dược phẩm chịu mọi chi phí và trả thù lao khá hậu cho chuyến đi hai tuần lễ của An, An không từ chối. Công tác xong, Huân về Hải Phòng thăm người quen. An mướn một xe nhỏ về thăm làng cũ quê xưa. Ngày trước, lúc còn nhỏ, anh rất ít về quê, chẳng có kỷ niệm gì nhiều. Nhưng lý do chính về làng là An muốn gặp lại anh Đệ.

Anh Đệ đã gần tám mươi, rất quắc thước và sáng suốt. Anh cho con cháu làm cơm mời An rất thân tình. Lần này An biếu anh nguyên cả một cartouche thuốc lá ba con số 5, An mua miễn thuế trên chuyến bay. Anh Đệ vui vẻ nhận thuốc lá và nói:

- Anh biết hút thuốc hại cho sức khỏe, nhưng "quen mất nết đi rồi" và anh cũng chẳng còn sống bao lâu.

Chị Đệ đã mất tám năm về trước. An xin phép thắp nhang bàn thờ chị. Hình chị trên bàn thờ, vấn chiếc khăn đen. An vẫn tưởng nhớ và thương mến mái tóc ngày xưa của chị, vương tơ nhện, đẹp và thơ mộng.

An hàn huyên với anh Đệ thật lâu, đủ chuyện quá khứ và hiện tại. Nhắc đến lần chia tay nhau bên bờ sông Thạch Hãn, An mượn giấy bút chép lại nguyên văn bài thơ Tiễn Anh viết từ nhiều năm trước. Mãi đến bây giờ An có cơ duyên trao tận tay anh Đệ bài thơ tình cảm, nói lên những suy nghĩ lẩm cẩm của mình. Một lát sau anh Đệ nhẹ nhàng nói:

- Anh nghe các chú làm ăn khá ở ngoại quốc, cái đó là nhờ phúc đức ông bà. Họ hàng mình sắp có chương trình tu bổ mồ mả của tổ tiên, anh khuyên các chú nên hết lòng.

An mau mắn đáp lời:

- Chúng em rất vui và rất sẵn sàng. Nhưng em muốn hiểu anh thêm, theo duy vật, có chuyện ông bà phù hộ cho con cháu không anh?

Anh Đệ cười:

- Lý thuyết thì không có chuyện đó. Nhưng bây giờ "đổi mới" rồi, có kiêng có lành. Vả lại trùng tu mồ mả cha ông là việc tốt, đáng làm An ạ. Ngoài ra, bây giờ làng mình lại thờ Thành Hoàng, lại có những ngày lễ tế linh đình như xưa.

An nghĩ thầm, có lẽ "không phải là đổi mới", phải nói là "trở về lối cũ" thì đúng hơn. Gần chín giờ tối, An từ giã anh Đệ. Anh Đệ tiễn An ra tận trước cổng nhà. An nắm tay anh, hỏi một thắc mắc chót:

- Sau bao nhiêu năm từng trải và kinh nghiệm trên đời, qua nhiều gian khổ và hy sinh, anh cho biết cảm nghĩ bây giờ của anh thế nào về tư bản và về vô sản.

Anh Đệ nhìn An, giọng chân thật, có lẽ với tuổi gần tám mươi anh cũng chẳng cần e dè, cẩn trọng lời nói hay sợ sệt gì ai nữa:

- Anh nghĩ có người đã nói khá đúng: con người sống dưới chế độ tư bản, có thể ví như *con bò* được nuôi kỹ cho ăn cỏ để rồi được vắt sữa cho chủ nhân. Ở chế độ vô sản, thì con người được coi như *con trâu*, kéo cày, cũng được cho ăn chút cỏ, chút rơm, rồi đi tìm thêm cỏ lấy mà ăn. Bò thì được thảnh thơi một chút, tự do đi ngoài đồng cỏ, nhưng cũng chịu một số khuôn phép, một số giới hạn, và bị vắt sữa tận tình. Trâu thì cực hơn, kéo cày suốt ngày, có khúc tre sỏ vào mũi buộc vào những sợi chão ràng buộc lúc cày bừa để quẹo phải hay quay trái do bác nông phu hoặc ông lực điền điều khiển và canh chừng. Đến tối mệt rồi, trâu được nằm ngủ nghỉ khỏe là mừng. Vì vậy làm thân trâu, ít trâu nào có thời giờ để suy nghĩ lắm. Thôi chú lên xe về Hà Nội, bây giờ đường xá an ninh rồi, chú đừng lo gì cả.

An từ biệt và lên chiếc xe nhỏ, đã được thuê bao. Hương lộ bây giờ khá rộng, đủ cho xe chạy nhưng con đường đổ đá còn gồ ghề và sóc, làm An lắc lư. An quả thật không lo gì, như lời anh Đệ nói. Tâm trí An chỉ vương nhớ đến bao kỷ niệm cùng anh Đệ. Chuyện *"lục súc"* lúc còn ấu thơ, chuyện *"bắt con đỉa"* nơi ống chân đẹp và thon trắng của chị Huệ, chuyện *"tìm con chuột"* trong nhà kho giữa anh Đệ và chị Huệ, *"trận tuyến đầu đời"* của An tại Rạch Đường Mây Chương Thiện và việc *"thẩm vấn"* anh Đệ như một tù binh chiến tranh, rồi chuyện *"tiễn anh Đệ"* về bên kia bờ sông Thạch Hãn... Nhưng chuyện làm An suy nghĩ nhiều nhất là chuyện anh Đệ ví von con người, ở hai chế độ khác nhau, như *"con bò và con trâu"*. An và bất cứ ai, không thích làm trâu hay làm bò. Phải có một chế độ nào hợp với nhân bản hơn. An lẩm cẩm suy nghĩ tiếp. Mình nhận công tác của tư bản, về Việt Nam kỳ này, làm bản khảo sát sơ khởi về tình trạng y tế và nhu cầu tiêu thụ Âu dược tại Việt Nam, thế nào khi về nơi đang cư ngụ cũng bị vài người bạn cho mình là một con bò. Bò non, bò già, bò mộng hay ngay cả bò thần của dân Hindou thì cũng là kiếp bò cả.

An thôi hồi tưởng và ngưng suy nghĩ khi chiếc xe chở anh vừa vặn ngừng trước khách sạn nơi anh tạm trú tại Hà Nội.

Trần Văn Khang

7. DẤU CHÂN TRÊN CÁT

"Cuộc chiến dài và thảm khốc đã ảnh hưởng đến đời sống và tâm hồn của người dân Việt Nam trong thời chiến cũng như sau cuộc chiến với nhiều kỷ niệm đau thương. Thế nhưng, ngoài những lúc bị kinh hoàng vì chiến tranh, hoặc đau buồn về quá khứ, người dân Việt vẫn sống, vẫn yêu, vẫn cười, vẫn ca hát, vẫn làm hay ngâm thơ, vẫn thưởng thức âm nhạc, nghệ thuật và văn chương, vẫn có những giây phút

của cuộc sống bình thường. Do đó mới có truyện ngắn dưới đây."

1

Anh là một họa sĩ nghèo, 23 tuổi, mới tốt nghiệp trường Mỹ Thuật được một năm. Anh chưa có tác phẩm nào được sự chú ý của những người sưu tầm tranh hay của giới hội họa. Những bức tranh anh vẽ, được bán với giá khiêm tốn tại các tiệm tranh, các phòng trưng bày tại Sài Gòn. Anh sống trong một xóm nghèo thuộc thị xã Biên Hòa.

Anh tên Triều, yêu mến biển cả, nên dùng bút hiệu Hải Triều ghi dưới những bức tranh của mình. Mùa Hè năm ấy, anh dùng chiếc xe gắn máy đã cũ, mang theo hành trang nhẹ, thêm dụng cụ cùng giá vẽ loại có thể xếp gọn, một mình đến Bãi Sau của Vũng Tàu. Anh mướn một góc nhỏ trong căn nhà đơn sơ của một ngư phủ nghèo, rồi hàng ngày ra bờ biển, vẽ tranh... Anh chú ý đến một thiếu nữ, nàng hay đi biển với mấy người em. Đôi khi vào buổi chiều, nàng thong thả dạo bước một mình trên bờ cát. Là một họa sĩ, anh quan sát nhân dáng nàng. Khuôn mặt thanh tú, ngây thơ học trò. Chiếc cổ dài và thon. Đôi chân đẹp, hai bàn chân gót nhỏ. Anh liên tưởng đến thơ văn người xưa, thường ví bước đi của người phụ nữ đẹp là những bước trổ ra những đóa hoa sen. Với chân không, cô gái đi với dáng đẹp dịu dàng trên bờ cát, rồi trên vùng cát nhỏ bên ghềnh đá. Anh thầm ước ao được nàng làm người mẫu cho một bức tranh của mình.

Thế rồi một buổi còn chút nắng chiều, nàng dạo biển. Một làn gió làm bay chiếc nón rơm rộng vành che nắng của nàng. Chiếc nón đẹp tình cờ dừng ngay bên giá vẽ của anh.

Vì thế anh và nàng quen nhau. Nàng ngắm nhìn bức tranh đang được anh phác họa và khen tranh đẹp. Nàng hỏi, giọng ngây thơ:

- Là họa sĩ, anh thích vẽ những gì?

Anh trả lời, thật vui vì có dịp nói về lãnh vực của mình với một cô gái đẹp dễ thương, anh may mắn được quen:

- Tôi yêu mến biển, mùa hè ra đây để vẽ tranh. Vẽ cảnh biển lúc sáng ban mai. Vẽ dân chài thuyền lưới ra khơi. Ghềnh đá xanh, với mây trời, chim hải âu... Cảnh sinh hoạt nơi bờ biển. Một hai em bé chơi cát. Vài thiếu nữ dạo biển đó đây. Hoàng hôn trên biển... Nhưng nơi phòng vẽ tranh tại nhà, tôi vẽ cả tĩnh vật và chân dung... Tôi không có xu hướng vẽ tranh trừu tượng, tranh lập thể hay tranh theo trường phái tượng trưng.

Anh khen nàng có dáng đi và đôi chân thật đẹp.

Quen nhau ít ngày, Triều được biết nàng có tên là Ngọc Quỳnh. Cha nàng là một doanh nhân ở Sài Gòn. Nàng mới đậu xong Tú Tài, được cha mẹ cho đi nghỉ Hè cùng các em một tháng tại đây. Mấy chị em đang cư ngụ tại một phòng rộng có bếp núc, trong một khách sạn của một người bạn cha nàng. Có cả một chị giúp việc tin cậy đi theo, nấu ăn và săn sóc cho mấy chị em. Mấy ngày sau, anh dùng bút than đen, nhanh chóng vẽ tặng nàng một phóng ảnh chân dung, và vẽ sơ một bức nữa, hình ảnh nàng, anh giữ để làm kỷ niệm. Anh ngỏ ý, có dịp về Sài Gòn, xin nàng làm người mẫu cho anh vẽ một bức tranh thiếu nữ, tranh sẽ công phu hơn. Nàng nhẹ nhàng:

- Ba mẹ em nghiêm túc lắm, ít muốn em quen với bạn trai. Anh lại để tóc dài, hút thuốc lá hoài, em không dám để cha mẹ biết đâu, nói gì đến việc em làm người mẫu. Em hẹn anh, bỏ tóc dài đi, đừng hút thuốc nữa. Hè sang năm vào đầu tháng bảy, em sẽ gặp lại anh ở đây. Ba Mẹ nói có thể cả nhà sẽ cùng ra đây nghỉ Hè năm tới.

Hôm chia tay, anh và nàng dùng nước dừa trong một quán nước bên bờ biển. Một đôi vợ chồng người Âu, còn trẻ tuổi ngồi một bàn gần bên. Họ có hai đứa con, còn nhỏ chừng bốn năm tuổi, đang đùa chạy quanh mấy bàn trống trong quán. Ông chồng dáng dấp thể thao, gọn gàng. Bà vợ khuôn mặt đẹp nhưng khá đầy đặn, mập mạp, bà phải cân nặng trên 80 ki lô. Ngọc Quỳnh nói rỡn với anh:

- Anh Triều, nếu cô này làm người mẫu, anh có chịu không?

Triều kín đáo nhìn người phụ nữ ngoại quốc rồi nói:

- Nhiều người mập cũng có những nét đẹp riêng, như Dương Quý Phi của Đường Minh Hoàng ngày xưa. Nhưng cho hình ảnh phụ nữ đẫy đà, đem vào tranh nghệ thuật, khó có thể hấp dẫn người thưởng ngoạn.

Nàng không cho anh địa chỉ hay điện thoại để liên lạc, lấy cớ gia đình rất khó. Anh về Biên Hòa, cắt tóc ngắn, bỏ thuốc hút. Anh đổi bút hiệu là Triều Hoài Ngọc. Tranh anh vẽ ngày càng tiến bộ và bán khá hơn. Trong ba năm liền, vào tháng bảy Mùa Hè, anh lại ra Bãi Sau Vũng Tàu một tháng, vẽ tranh. Anh vẫn trông tìm lại hình bóng người thiếu nữ đẹp, gặp gỡ mùa Hè năm ấy. Nhưng ba năm qua rồi. Chờ mong, mỏi mòn. Anh không gặp lại nàng!

Lời ca khúc **Dấu Chân Trên Cát**

Hôm nao, em đi bước nhẹ

Trên bờ cát êm
Đôi chân gót nhỏ
Gieo từng đóa sen.

Hôm nao, em đi bước nhẹ
Bên ghềnh đá xanh
Đôi chân gót nhỏ
Ghi từng bước em

Hôm nao, em đi bước nhẹ
Khi chiều sớm buông
Đôi chân gót nhỏ
Anh còn vấn vương

Biết bao người đã bước trên bờ cát ấy
Sao anh tìm lại được dấu chân em
Biết bao người đã đến bên ghềnh đá đó
Lớp rêu xanh cũng đã nhạt mờ

Hôm nay, anh quay bước lại
Trên bờ cát xưa
Đôi chân đã mỏi
Mấy mùa nắng mưa

Hôm nay, anh quay bước lại
Bên ghềnh đá quen
Đôi chân dẫu mỏi
Vẫn tìm dáng em

Đôi chân dẫu mỏi
Vẫn tìm..., vẫn tìm... dáng em.

2

Ngọc Quỳnh sau mấy tuần nghỉ Hè thật vui năm ấy, nàng về Sài Gòn, ghi danh vàoĐại Học Khoa Học. Nửa năm sau, nàng được cha mẹ sắp xếp cho đi du học tự túc tại Pháp Quốc, cùng với một người chị họ. Sau một năm sống tại Pháp Ngọc Quỳnh quen rồi được gia đình đồng ý, cho phép thành hôn với một kỹ sư cơ khí trẻ tuổi, cũng người Việt, đang làm việc cho một hãng sản xuất xe hơi tại Pháp. Hôn lễ tổ chức tại Paris. Song thân Ngọc Quỳnh và các em đều sang Kinh đô Ánh Sáng tham dự. Trong gần bốn năm, nàng sanh được hai em bé rất dễ thương. Nàng sống thật hạnh phúc bên chồng, bên con.

Nhưng cuộc đời "không đẹp mãi như thơ". Gặp rủi ro trong một tai nạn xe hơi, Ngọc Quỳnh thoát chết nhưng bị tàn tật, hư hại nhiều nơi chân trái. Nàng đi đứng không bình thường nữa!

3

Sáu năm sau dịp gặp và biết Ngọc Quỳnh, Triều đã trở thành một họa sĩ có tên tuổi. Tranh của anh được trưng bày và bán với giá cao tại nhiều phòng triển lãm. Khách mua họa phẩm của anh thường là những người giàu có trong nước và cả khách ngoại quốc. Những nhà sưu tầm thường tìm kiếm tranh có những đường nét sáng tạo mới lạ. Triều chỉ ra Bãi Sau Vũng Tàu vào ba mùa Hè kế tiếp, sau khi quen biết Ngọc Quỳnh, để vẽ tranh. Không gặp lại người xưa. Những mùa Hè sau đó, một phần vì thất vọng, một phần muốn tìm quên lãng và tìm cảnh vật khác, anh ra Nha Trang, Mũi Né và Phú Quốc...

Hè năm nay, anh dự định đi Đà Nẵng vẽ những cảnh biển đẹp tại đây và vùng phụ cận như Lăng Cô, Sơn Trà, Mỹ Khê, Hội An... Mấy ngày trước khi lên đường, anh ghé lại một phòng bán tranh đường Lê Lợi, rồi qua một cửa tiệm trưng bày khác tại đường Lê Thánh Tôn, hai nơi có nhiều họa phẩm của anh. Cô Bích Liên, người tiếp viên duyên dáng của phòng tranh sau, vừa gặp anh đã vui mừng báo tin:

- Anh Triều! Hôm qua có một bà từ nước ngoài mua luôn hai bức tranh của anh. Bức Bên Ghềnh Đá và bức Trên Bờ Cát. Bà ấy có vẻ ngưỡng mộ tranh của anh lắm. Bà còn định mua thêm bức họa Hoa Quỳnh. Ông chồng bà có lẽ không phải là dân sưu tầm tranh. Ông ấy nói hành lý nhiều rồi, đem theo tranh nặng nề thêm. Ngày mai hai vợ chồng còn đi Vũng Tàu.

Triều vội hỏi:

- Bà ấy người ra sao?

- Bà ấy đẹp, đi cùng với chồng, có cả hai đứa con còn nhỏ, thêm một bà giữ trẻ đi theo.

Từ khá lâu Triều biết Bích Liên, cô tiếp viên phòng triển lãm tranh này, có nhiều cảm tình với anh. Bích Liên có nghĩa là bông hoa sen màu ngọc bích, cái tên gợi lên vẻ đẹp trong sáng, thuần khiết. Mấy tháng trước, anh vẽ tặng cô bức họa Thiếu Nữ Bên Hồ Sen bằng phấn màu. Bức tranh có cô gái, bên một hồ sen, rất nghệ thuật. Bích Liên hãnh diện trưng bày bức họa tại phòng tranh này. Vài người hỏi mua, nhưng cô không bán, vì là tranh kỷ niệm.

4

Triều bỏ dự định đi Đà Nẵng, Hội An. Ngay hôm sau anh đi Vũng Tàu. Bây giờ Triều đã có chiếc xe hơi nhỏ. Anh vẫn ở Biên Hòa nhưng đã có nhà, khang trang hơn trước nhiều. Tới Vũng Tàu, anh mướn phòng ngắn hạn tại một khách sạn, gần bên biển, tại Bãi Sau.

Triều đặt giá vẽ ở nơi có kỷ niệm gặp gỡ năm xưa. Anh vừa phác họa tranh, thỉnh thoảng lại nhìn biển khơi, nhìn bờ cát. Anh lại có ý trông tìm một hình bóng..., tuy biết có thể là vô vọng. Đây là bờ cát, với nhiều dấu chân mới. Kia là ghềnh đá quen, chênh vênh, vẫn "trơ gan cùng tuế nguyệt". Chỉ khác là cảnh cũ, nhưng không thấy hình bóng người xưa.

Khá đông người đứng phía sau Triều, coi anh vẽ tranh. Vài người bàn tán nhỏ, đôi lời khen ngợi. Triều không phân tâm nhìn về phía sau. Chuyện những người du khách, dừng chân, xem họa sĩ vẽ tranh, đối với anh thường rồi. Nhưng Triều không biết rằng trong đám đông đang theo dõi đường nét vẽ của mình, có vợ chồng Ngọc Quỳnh. Bây giờ Ngọc Quỳnh chợt nhớ lại cuộc gặp gỡ người họa sĩ năm xưa. Ngày ấy, vì bận chuẩn bị gấp đi du học, rồi lấy chồng, Ngọc Quỳnh đã vô tình quên người họa sĩ và quên lời hẹn năm nào! Lời hẹn mà nàng đã vô tâm coi như một chuyện thoáng qua. Nàng thích tranh đẹp, yêu mến nghệ thuật hội họa nên ngày đó có đôi chút cảm tình với người nghệ sĩ tình cờ gặp gỡ. Năm xưa ấy, nàng chưa có một lời nói, một cử chỉ nào xa hơn tình bạn. Nhưng là con gái, thường rất tinh tế, nàng cảm nhận được tình cảm có vẻ thiết tha của Triều . Ngày đó, nàng còn quá trẻ, mới mười tám tuổi, chưa muốn vướng bận, phân tâm về tình yêu, khi chưa gặp "đối tượng" làm mình rung cảm, chưa gặp "người trong mộng". Sau này, nàng được những người bạn yêu hội họa ca tụng những tác phẩm của họa sĩ Triều Hoài Ngọc. Nàng chợt nghĩ tới người họa sĩ. Hôm qua, khi tìm mua tranh, Ngọc Quỳnh được cô bán hàng cho biết người họa sĩ Hải Triều, tác giả mấy bức tranh, đã đổi bút hiệu cả năm, sáu năm về trước. Nàng thấy bồi hồi. Nhưng nàng không hỏi thêm nhiều về người họa sĩ. Ngọc Quỳnh cũng không kể chuyện quá khứ, đã sáu năm qua đi, với chồng. Giờ đây, thấy người nghệ sĩ, tóc hết để dài, không còn hút thuốc, thoáng có nét phong trần già dặn hơn xưa, cô đơn ngồi vẽ, nàng bồi hồi hơn! Ngọc Quỳnh định đến hỏi han và trò chuyện ít câu cùng người quen ngày trước. Nhưng nàng ngập ngừng, suy nghĩ. Rồi nàng lặng lẽ cùng chồng, chậm chạp tiếp tục đi trên lối nhỏ, bên cạnh các hàng quán. Ngọc Quỳnh tự nhủ thầm. Bây giờ đã có gia đình. Một chân vì tai nạn, khiến đi đứng không bình thường. Còn đâu nữa dáng đẹp ngày xưa! Sanh đẻ hai lần, lại ít vận động vì tai nạn, hiện tại nàng đã nặng trên 60 ki lô. Thôi, chuyện xưa đã qua rồi! Nên để cho người nghệ sĩ giữ nguyên vẹn những hình ảnh đẹp, còn mãi trong tâm hồn...

5

Ánh sáng quan trọng trong hội họa. Khi mặt trời đã khuất, sau những hàng cây xa xa phía sau, Triều thu xếp giá vẽ và dụng cụ. Anh trở về khách sạn của mình.

Chiều tối hôm đó trời mát. Ngọc Quỳnh gửi con cho người giúp việc. Nàng vịn một bên tay chồng, đi chậm chạp từng bước bên bờ biển. Những dấu chân trên cát của nàng không còn đều đặn như xưa, không đẹp như xưa. Vì tật nguyền, lại thêm cân nặng, những dấu ấn của bàn chân bên phải sâu và đậm hơn bên trái...

Khoảng chín giờ sáng hôm sau, Triều lại ra chỗ cũ vẽ tranh. Thỉnh thoảng anh nhìn ra bờ cát xưa. Những dấu chân hôm qua đã được sóng biển và thủy triều ban đêm dâng lên, xóa hết. Lại có những dấu chân mới, sáng hôm nay, in trên cát. Rất vô thường. Đẹp hay không đẹp, vui hay buồn, hạnh phúc hay đau khổ..., trong cuộc sống "chuyện gì rồi cũng qua đi", như những dấu chân trên cát. Triều nhìn những làn sóng lớn nhỏ, hàng hàng lớp lớp, hết đợt này tới đợt kia, xô vào bờ cát, rồi tan! Kể cả những bọt nước trắng xóa tung lên cao hay rất li ti dưới chân ghềnh đá. Anh tự triết lý với mình: những chuyện to tát hay nhỏ bé trong cuộc đời, cũng như những đợt sóng kia, rồi cũng vào quá khứ, vào quên lãng...

Triều chợt nhìn thấy Bích Liên, cô tiếp viên của tiệm trưng bày tranh đường Lê Thánh Tôn Sài Gòn. Cô đang cùng bà mẹ và người em gái nhỏ đi bên bờ biển. Anh nhận ra Bích Liên cũng có thân hình và dáng đi đẹp, đôi chân thon gót nhỏ...

Triều qua cơn mê tình cảm. Ít nghệ sĩ như anh,"si" lâu đến thế. Anh đã ngộ, nhận ra hạnh phúc nhiều khi ở gần bên, trong tầm tay, đâu cần chờ mong tìm kiếm xa xôi...

Trần Văn Khang

8. THƯƠNG NỮ

Người ta thường nói văn là diễn dịch, thơ là cô đọng mới đúng nghệ thuật của thơ văn. Như vậy, ngoại trừ dạng thơ kể truyện, Đường thi là một trong những dạng thơ đã đi tới tột đỉnh của nghệ thuật. Nhiều khi chỉ cần 4 câu thơ, từ ngữ vô cùng cô đọng, với 28 chữ đơn âm, nhiều nhà thơ đời Đường đã diễn tả tài tình và gợi cảm cảnh trí của một địa danh, đồng thời nói lên được trọn vẹn suy tư , tâm sự hay tình cảm của thi nhân ở một bối cảnh. Thơ Đường có sức truyền đạt mạnh và trung thực những rung cảm tới người đọc, người nghe, người thưởng thức thơ.

Một trong những bài thơ Đường tứ tuyệt vẫn còn được ưa đọc, ngâm nga, nhắc nhở cả trên ngàn năm sau là bài **Bạc Tần Hoài** hay **Tần Hoài Dạ Bạc** của thi hào Đỗ Mục (803-

852) thời kỳ Vãn Đường:

Yên lung hàn thủy nguyệt lung sa
Dạ bạc Tần Hoài cận tửu gia
Thương nữ bất tri vong quốc hận
Cách giang do xướng Hậu Đình Hoa

Tạm dịch: **Đêm bên bến Tần Hoài**

Khói lồng sông lạnh trăng lồng cát
Đêm đến Tần Hoài cạnh tửu gia
Thương nữ biết chi sầu mất nước
Cách sông hát khúc Hậu Đình Hoa

Học giả Trần Trọng Kim dịch bài này như sau:

Khói lồng nước, bóng trăng lồng cát
Bến Tần Hoài, thuyền sát tửu gia
Gái ca đâu nghĩ nước nhà
Cách sông vẫn hát khúc ca Hậu Đình

Thương nữ trong bài thơ có nghĩa là con hát, là người kỹ nữ ca hát để giúp vui thiên hạ, không phải là nữ thương nhân đi buôn bán.

Bài thơ "*hay thì thật là hay*", nhưng có người lại nghĩ rằng thi hào Đỗ Mục đã không rộng lượng. Sao nỡ trách cứ một người con gái làm nghề ca kỹ không biết cái sầu vong quốc, cứ bình nhiên ca hát bên sông. Thật ra, nghĩ cho cùng, người kỹ nữ chỉ ca hát để mưu sinh, đồng thời phục vụ nghệ thuật cầm ca. Không thể đòi hỏi người thương nữ nào cũng phải có chí khí như một đấng tu mi nam tử anh hùng, tối ngày suy tư mưu kế cứu nước, phò nguy khi nước mất. Sao không trách mấy công tử, mấy văn nhân, nước mất mà còn đi mua vui, nghe các cô kỹ nữ ca hát. Cũng như bây giờ, đất nước chúng ta có cơ nguy. Hết Ải Nam Quan rồi đến thác Bản Giốc bị mất, hết biển Đông rồi đến Trường Sa Hoàng Sa bị lấn chiếm. Nếu ta lại đi trách các nữ ca sĩ .... chỉ lo ca nhạc, hát hỏng, hết đi *show* này đến *show* khác, trách như vậy có lẽ quá đáng và không công bằng.

Bài thơ nói về ***thương nữ* của Đỗ Mục**, tự hơn ngàn năm xưa, làm người viết bài này nhớ tới ***chuyện người thương nữ thời cận đại.*** *Nếu hoàn cảnh và danh tánh của những nhân vật trong truyện ngắn dưới đây có sự trùng hợp ngoài đời, cũng chỉ là do ngẫu nhiên, ngoài ý muốn của người viết. Truyện được viết theo lời kể của D.*

PHIÊN TRỰC ĐẦU NĂM

Ngày mồng một Tết năm ấy, Dũng là Nội Trú trực tại Khu cấp cứu Bệnh Viện Chợ Rẫy. Mới 10 giờ sáng, tiếng còi xe cứu thương vang ngoài cửa. Người Y Tá trực vội vàng mời anh xuống để cứu chữa khẩn cấp cho một bệnh nhân. Dũng từ phòng Nội Trú trên lầu đi như lao xuống phòng cấp cứu, ngay ở tầng dưới của khu nhà gần cổng vào của bệnh viện. Anh sững sờ. Người bệnh nhân nữ trên giường bệnh lại chính là Hồng Vân, người tình của anh. Nàng nhắm mắt, đang nằm mê man, da xanh tái, nhịp thở yếu nhẹ. Mái tóc đen huyền, dài và rất đẹp mọi ngày, xõa trải trên nền gối trắng. Mẹ nàng vẻ lo lắng tột cùng, đứng bên. Thấy anh bà mừng lắm. Bà nắm lấy tay anh:

- Cậu ơi, em Vân nó dại dột uống gần nửa ống thuốc ngủ. Sợ nó chết mất. Cậu ráng lo cứu em.

Anh trấn an bà:

- Dạ, bác để cháu cố lo.

Dũng khẩn cấp chữa trị.... Tiếp dưỡng khí, truyền huyết thanh, lo rửa bao tử, thử máu kiểm chứng các yếu tố quan trọng, rồi xét nghiệm tìm xem có sự mất quân bình của *acid* và *base* trong máu hay không ...

TÌNH YÊU THƯƠNG NỮ, từ nơi PHÒNG TRÀ

Ngày ấy đang mùa chinh chiến, nhưng Sài Gòn người lo buôn bán, kẻ lo kinh doanh vẫn tiếp tục làm ăn. Sinh viên học sinh vẫn lo học hành. Nơi tiền tuyến, chiến sĩ cả hai bên vẫn đổ máu từng ngày. Tại hậu phương Sài Gòn, mọi người vẫn sinh hoạt, coi chiến tranh như là chuyện tất yếu phải có giữa hai bên Quốc Cộng. Về đêm nhiều người trong giới nghệ sĩ, giới ăn chơi, những nhà kinh doanh giàu có, những ông lớn nhiều quyền thế ... vẫn lui tới những phòng trà khiêu vũ, quán ăn, quán nhạc ...

Tại đường Cao Thắng, có một phòng trà nhỏ, với gần 20 chiếc bàn thấp. Ánh sáng để vừa đủ, rất ấm cúng về đêm. Phòng trà chỉ có khoảng trên dưới 80 ghế ngồi. Đây là một thính phòng âm nhạc thanh lịch, không ồn ào, không có khiêu vũ. Ban nhạc khi đông nhất chỉ gồm dăm người nhạc công: dương cầm, vĩ cầm, Tây Ban cầm, saxo, hắc tiêu. Đôi khi có vài ca sĩ đã thành danh đến hát rồi lại nhanh chóng đi phòng trà, nhà khiêu vũ khác. Chủ nhân ở đây là một nhạc sĩ lúc đó tuổi trung niên, dáng dấp rất nghệ sĩ. Ông là tác giả vài bài nhạc được nhiều người ưa chuộng. Ông tuyển chọn những cô gái trẻ đẹp, ăn nói dễ thương, thường là từ những miền quê đang loạn lạc, tìm đến Thành Đô. Họ tránh cảnh binh đao khói lửa, nên phải tìm cách mưu sinh nơi đô hội. Ai có năng khiếu, được chủ nhân phòng trà luyện thành những ca sĩ tài tử, chỉ hát riêng cho quán nhạc này. Các cô gái hàng đêm, ngồi uống trà với khách, tiếp chuyện ngọt ngào, trong khi chờ đợi được mời lên ca hát. Đôi khi họ trình bày những bài ca do khách yêu cầu. Phong cách ở đây có vẻ như một nhà hát ả đào, hát cô đầu kiểu mới. Không khí có tính cách nghệ thuật, ấm cúng, khác xa với cảnh "bia ôm", "Karaoke ôm" sau này ...

Dũng năm ấy 25 tuổi, đang học năm thứ 5 trường Y Khoa. Anh yêu nhạc, sáng tác một vài bài nhạc chưa được ai biết đến. Gia đình làm nghề kinh doanh và khá giả. Anh sống phong lưu và chỉ còn hơn một năm nữa là ra trường. Bạn bè vẫn chọc đùa nói anh là *"Dũng đẹp trai, học giỏi, con nhà giàu"*. Anh và một vài bạn thân hay lui tới phòng trà kể trên vào những cuối tuần rảnh rỗi, không phải trực gác tại bệnh viện. Tại đây, anh gặp Hồng Vân, cô gái 18 tuổi, lưu lạc từ một miền quê vùng Cao Lãnh Tiền Giang đến Thành Đô. Dũng cảm mến nàng ngay từ lần đầu mới gặp. Giọng nàng dễ thương. Mái tóc nhung đen, buông dài, không uốn. Nước da trắng hồng, mịn màng. Cổ cao, dáng cao. Cặp mắt to, hiền ngơ ngác như nai. Vài khách của phòng trà hay dùng chữ *"Vân Mắt Nai"* khi nói về nàng, khi muốn mời nàng ngồi chung bàn, uống trà, uống rượu. Hồng Vân đã tập hát và một lần nàng trình bày một bài nhạc của Dũng.

Bài nhạc, gửi gắm tình cảm của anh với nàng, chẳng được mấy ai chú ý nghe. Nhưng nàng lại nói cùng anh là nàng rất yêu mến nhạc bản này. Dũng cảm động về tình tri âm, tri ngộ ấy. Rồi anh đã yêu nàng.

Ông chủ phòng trà, quen thân, coi Dũng như một người em văn nghệ. Một lần ông thân mật nói với anh:

- Chú coi chừng nghe. Chú có nhiều đối thủ lắm đó. Chưa ai chinh phục được Hồng Vân. Anh biết "em này" còn "*gin*". Chú biết không, có nhiều ông tướng ông tá, mấy ông thầu khoán, mấy ông xuất nhập cảng mua chuộc đủ thứ, muốn "*đưa nàng về dinh*" làm *phòng nhì* mà chưa được đó. Chú em còn là sinh viên, kiểu "*hàn nho phong vị phú*", khó lắm à.

Dũng tin ông chủ phòng trà. Anh có khó khăn thật, đang sống nhờ sự đùm bọc của gia đình, đâu phải tiền rừng bạc biển của mình. Mặc dù ăn ở đã có bệnh viện lo, ăn chơi nếu biết tính toán tiền lương nội trú cũng tạm dùng. Thiếu thốn đã có gia đình giúp. Tự nhiên anh cũng chú ý về một điểm khác do "ông anh văn nghệ" chủ phòng trà đề cập. Anh học nghề thuốc, cứ nghĩ là phải khám cơ thể hay gần gũi mới biết một người con gái còn trinh trắng hay đã thất thân. Nhưng những người kinh nghiệm, những "*võ lâm cao thủ*" trong làng ăn chơi, có người nói với anh rằng họ có thể đoán khó sai bằng cách chỉ nhìn dáng đi một người con gái để biết sự còn hay mất trinh trắng của mấy cô gái trẻ.

Hồng Vân đáp lại tình yêu nồng nàn của anh. Họ hẹn hò, dạo mát, đi ăn uống, coi phim ảnh ... Trên đường phố Sài Gòn, ai nhìn hai người sánh vai, cũng thấy đây là hai người tình trẻ tuổi, đẹp đôi.

TRỞ NGẠI

Cuộc tình đẹp của những người yêu nhau thường gặp khó khăn, trắc trở. Trở ngại nhỏ là ông chủ phòng trà e ngại Dũng độc quyền với cô *"ca sĩ tài tử"* Hồng Vân này. Ông sẽ mất một số khách sang, khách sộp, chỉ lui tới phòng trà vì cảm mến nàng. Dũng phải tìm cách mua chuộc ông chủ quán nhạc. Trở ngại thứ hai là Mẹ của Dũng. Bà thấy anh đã lớn khôn, sắp ra trường, đang muốn tìm chỗ xứng đáng để anh sớm thành gia thất. Bà kinh doanh nên quen biết khá nhiều. Mấy người bạn của mẹ anh có vài bà cũng đánh tiếng, muốn kết thân với gia đình. Dũng nhớ một hôm có phu nhân một ông khá lớn trong chính phủ đến thăm mẹ anh. Mẹ vắng nhà, Dũng đang ngồi đọc sách, học bài. Bà bạn mẹ ân cần hỏi anh:

- Cậu còn bao lâu nữa ra trường nhỉ.

Anh lễ phép trả lời:

- Thưa bác, cháu còn phải học hơn một năm nữa ạ.

- Học xong mà ra tiền tuyến cũng nguy hiểm đó cậu ạ. Đã có mấy bác sĩ ra trường tử trận rồi đó cậu. Bác trai quen biết nhiều, có gì để bác trai lo cho. Chúng tôi mến gia đình cậu lắm.

Rồi bà thân mật nói thẳng:

- Nhà tôi có gì quý nhất chúng tôi muốn để dành cho cậu.

Dũng chỉ ừ ào lễ độ chuyện trò cùng bà bạn của mẹ. Anh nghe nói bà này có một cô gái cưng, đang học văn khoa, và là một người đẹp, anh chưa một lần gặp.

Dũng tìm và biết Hồng Vân cư ngụ ở khu Bàn Cờ, cùng mẹ nàng và hai người em. Lần đầu tiên anh đến tìm thăm nàng vào một sáng Chủ Nhật. Anh biết cha nàng đã mất vài năm trước vì bom rơi, đạn lạc ở miền quê. Nàng một lần thủ thỉ tâm sự với anh. Một quả trái phá rơi nổ gần nhà, do quân đội Quốc Gia trả đũa một tràng bích kích pháo từ du kích Mặt Trận Giải Phóng tấn công một đồn bót của quận lỵ. Dũng đến thăm. Căn nhà nhỏ nghèo nàn, mái lợp tôn. Cô em gái của Vân nói nàng và bà mẹ đang bán hàng ở Chợ Vườn Chuối, khu hàng rau cỏ. Dũng tìm đến chợ. Gặp anh bất ngờ, nàng nhìn anh thẹn thùng như muốn lánh mặt. Anh cũng không ngờ. Một cô *"ca sĩ"*, phấn hương quyến rũ nhiều người buổi tối nơi phòng trà, bây giờ lại có dáng một cô thôn nữ cũng rất dễ thương, không phấn son, áo bà ba màu tím sẫm, làm nổi bật làn da trắng, đang phụ giúp mẹ bán rau...

Mấy hôm sau gặp lại nhau. Nàng ngước mắt nhìn Dũng. Mắt long lanh:

- Anh có quan tâm nhà em nghèo không?

Anh ôm nàng vào lòng :

- Yêu nhau không phải vì giàu nghèo. Yêu nhau là do tình cảm, do lòng thương mến nhau, không giải nghĩa được Vân ạ. Anh may mắn sanh ra trong gia đình sung túc, được đi học. Gia đình em vì chiến tranh, gặp hoàn cảnh không may. Cha em đã mất vì bom đạn, má em phải đưa gia đình về Sài Gòn lánh nạn. Em tiếp tay giúp mẹ và lo cho các em là việc tốt. Anh cảm thông hoàn cảnh em. Nghèo không có gì là xấu. Em hãy tin anh.

Vân cảm động, trao anh một nụ hôn dài ...

Một người bạn của Dũng là Lãm, rất quý mến mẹ anh. Mẹ anh cũng coi Lãm như con cháu trong gia đình. Lãm thấy Dũng có tình cảm sâu đậm với người "thương nữ"

Hồng Vân, cô gái để mua vui cho thiên hạ. Lãm lo ngại. Lãm biết gia đình Dũng theo lề lối xưa, không bao giờ tán thành cuộc tình này. Lãm một hôm tiết lộ với mẹ của Dũng:

- Bác ơi, con thấy Dũng của bác đang mê một cô tiếp viên phòng trà, con sợ bác một ngày có cháu nội không chính thức đó bác.

Vì anh bạn "quý " này, Dũng phải mất mấy ngày chống chế, né tránh những vặn hỏi của gia đình.

MỘT LẦN ÂN CẦN ...

Từ hai ngày trước, tin tức đài truyền thanh loan báo Sài Gòn và nhiều tỉnh miền Nam sẽ gặp trận bão lớn, kéo dài vài hôm. Trời đầy đặc mây xám. Gió thổi ào ào từng đợt, rung chuyển cả những hàng cây lớn. Rồi mưa trút xuống. Con đường Thuận Kiều ngay trước Bệnh Viện Chợ Rẫy cũng ngập nước vài tấc. Hôm ấy, Dũng không phải trực gác gì, nhưng anh ở lại bệnh viện không về nhà, vì di chuyển quá nguy hiểm. Là Nội Trú, anh thường ở trong bệnh viện nhiều hơn ở nhà. Quy chế nội trú, cho anh có một phòng nhỏ tại nhà thương.

Gió mạnh. Cành lá, cây cối đổ ngổn ngang trên nhiều đường phố. . Hồng Vân dùng Taxi đến thăm anh, bất ngờ. Nàng đã đến đây vài lần. Nghe tiếng gõ cửa phòng, Dũng mở cửa. Hồng Vân xuất hiện, thật đẹp, dáng vui hồn nhiên. Đôi mắt nai mở to. Tóc và áo ướt vì mưa lớn khi nàng ra khỏi xe. Nàng hơi run vì lạnh. Anh kéo nàng vào phòng, hôn trên đôi môi rồi ôm nàng thật lâu, như muốn trút nỗi nhớ nhung sau mấy ngày bão tố không gặp nhau, như để truyền hơi ấm ... Lúc buông nàng ra, áo anh cũng bị ẩm chút nước mưa. Dũng ân cần:

- Em bị mưa ướt hết, sợ bị cảm mất. Em thay đồ đi, dùng tạm bộ đồ ngủ này của anh vậy. Áo quần của em để anh hong cho khô.

Hồng Vân rụt dè cầm bộ đồ ngủ anh vừa trao, nàng giao hẹn:

- Nhưng anh phải quay mặt đi cho em thay đồ nha.

- Anh bằng lòng.

Dũng nói rồi làm một cử chỉ mạnh, xoay người về hướng khác. Nhưng chỉ 10 giây sau, anh hơi nghiêng đầu, nhìn về phía nàng. Hồng Vân la khẽ trách anh, với nụ cười xinh:

- Anh ăn gian quá à!

Căn phòng hẹp nhưng ấm cúng. Chỉ có một giường nhỏ, kiểu giường bệnh viện. Một chiếc bàn con, một chiếc ghế. Dũng đành kéo Vân cùng ngồi trên giường, Anh ôm nàng trong vòng tay. Thăm hỏi và trao nhau những nụ hôn. Nàng cho biết vì trời mưa bão, chợ không họp, phòng trà buổi tối cũng đóng cửa. Anh nói:

- Cám ơn em. Em không *"đến thăm anh một chiều mưa"*, mà *"em đến thăm anh một ngày giông bão"*, quý hơn thăm khi chỉ có mưa rơi.

Bên ngoài trời vẫn còn giông gió mạnh. Nhưng khung cảnh bão tố ngoài trời lại như thêm kích thích để hai người tình trẻ tuổi, cảm thấy ấm cúng hơn khi có bên nhau, trong một căn phòng nhỏ, thấy gần gũi với nhau hơn, cần sự che chở yêu thương của nhau lúc sấm chớp liên hồi ... Dũng và Hồng Vân như vẫn còn chưa đủ ấm vì thời tiết lạnh và vì áo mỏng. Anh ôm nàng, cùng nằm xuống chiếc giường nhỏ, dùng mền che đắp cho cả hai . Anh úp mặt trên mái tóc đen huyền, nhẹ vuốt ve trên tóc, rồi phía sau cổ, rồi trên lưng người tình. Anh từ tốn đưa tay dọc theo đường rãnh lưng, qua từng đoạn của lưng người yêu. Rồi anh chuyển hướng, nhẹ mở từng nút phía trước áo nàng. Bàn tay đưa trên từng vùng nhỏ nơi phiến ngực. Ngực người thanh nữ căng cứng, như thêm sức sống. Nàng run rẩy trong tay anh, không phản đối một cử động nào của anh. Nàng thì thầm, giọng như van nài:

- Đừng phá em nghe anh!

Anh không nói gì, chỉ tiếp tục hôn nàng. Mặc dù có lời yêu cầu yếu ớt của nàng ngày mưa bão ấy, nàng đã *"một lần ân cần trao thân"* cho anh, như lời hát trong một bài ca... Giã từ thơ ngây, giã từ một thời con gái.

ĐOẠN KẾT

Rồi gia đình Dũng cũng biết chuyện. Cả nhà, nhất là mẹ anh, lúc cảnh cáo mạnh mẽ, khi khuyên can nhẹ nhàng, bảo anh nên dứt khoát không tiếp tục liên lạc với Hồng Vân nữa. Anh ở trong một tình trạng khó khăn, tiến thoái lưỡng nan. Vừa không muốn làm buồn lòng gia đình. Vừa không muốn hy sinh tình yêu của mình với Hồng Vân. Nàng đã yêu thương anh thật tình. Cho anh cả cuộc đời con gái. Không bắt anh một hứa hẹn, không đòi hỏi anh một ràng buộc nào. Anh có nỡ phụ tình nàng không. Dũng vì lo suy nghĩ, anh ít đến phòng trà hay lui tới nàng thường xuyên như trước. Hồng Vân tủi hờn, có cảm tưởng của người bị tình phụ. Nàng lại bị một bà Trung Tá cho đàn em đến đánh ghen rất dữ dội, dọa sẽ tạt át xít vì bà nghe nói ông chồng bà đang say mê nàng, như trường hợp cô vũ nữ Cẩm Vân. Đồng thời, nàng lại thấy trễ nguyệt kỳ hơn nửa tháng. Lo nghĩ, buồn phiền, không ngủ được. Hồng Vân mua thuốc an thần. Mới đầu để uống cho dễ ngủ, cho quên niềm muộn phiền. Rồi đêm qua, trong một phút thiếu tự chủ, nàng uống luôn 10 viên thuốc, mong lìa đời. May mắn nàng qua khỏi, vì được cấp cứu sớm, với sự tận tình của chính người yêu. Nàng cũng không có thai. Chỉ vì bị nhiều áp lực, dồn ép, lo lắng nên rối loạn kinh kỳ.

Dũng suy nghĩ thêm nhiều đêm, sau khi nàng qua khỏi tình trạng hiểm nghèo. Cuối cùng anh quyết định theo tiếng gọi của tình yêu, của trái tim. Anh không theo sự đòi hỏi hay áp lực của gia đình. Anh nói mạnh với Lãm, bạn anh:

- Hạnh phúc của cuộc đời phải do chính mỗi người quyết định. Yêu thương một người con gái nghèo, ở giai cấp khác, có hoàn cảnh khổ không phải là điều xấu xa, sai trái.

Anh hết sức săn sóc Hồng Vân. Khi nàng hồi phục, anh thân ái nói:

- Anh sẽ sống bên em trọn đời. Em đừng đi làm ở phòng trà nữa. Hãy tiếp tục giúp Má, bán hàng ngoài chợ. Anh tìm cách đi làm thêm, phụ giúp cho em.

Dũng cũng không lui tới các nơi ăn chơi nữa. Anh đi trực gác thêm tại các bệnh viện tư của người Hoa bên Chợ Lớn. Bệnh viện Sùng Chính, bệnh viện Quảng Đông, bệnh viện Tiều Châu. Đi làm thêm, nhiều đêm không ngủ nhưng anh rất vui vì tự lập, và lại giúp được gia đình người yêu, không phải nhờ tới gia đình của anh. Thù lao do anh đi trực gác cũng khá, đủ tiếp đỡ cho gia đình nàng.

Sau khi tốt nghiệp cuối năm học chót, Dũng nhận lệnh trưng tập, ra một đơn vị tác chiến. Những lần nghỉ phép về Sài Gòn, mỗi giây phút bên nhau là mỗi giây phút hạnh phúc cho hai người tình.

Cuối tháng tư năm 75, vào những ngày hỗn loạn tại miền Nam, do một may mắn tình cờ, Dũng có cơ hội đem được Hồng Vân, cùng mẹ và hai em nàng di tản sang Hoa Kỳ. Cha mẹ anh làm nghề kinh doanh, tiếc gia sản to tát đang có do nhiều năm vất vả tạo dựng nên, không muốn rời bỏ Việt Nam vào những ngày dầu sôi lửa bỏng lúc tàn cuộc chiến.

Dũng và Hồng Vân chính thức thành vợ chồng sau ngày xa đất nước. Trong lúc anh học tu nghiệp để trở lại nghề cũ, nàng đi làm nhân công cho một hãng xưởng, giúp anh lo gia đình. Anh đã mau chóng hành nghề trở lại. Họ có 3 người con, hai đã trưởng thành, học hành theo bước chân và nghề nghiệp của anh.

Hồi đầu thập niên 90, lúc các con chưa xong bậc trung học, lần đầu tiên Dũng đem gia đình về thăm nhà. Cha mẹ anh đã già đi nhiều, nhưng rưng rưng nước mắt, vui mừng đón người con trai ngày xưa không vâng lời, thân mật ân cần với người con dâu một thời là "thương nữ", và trìu mến nhìn những đứa cháu nội dễ thương.

Trần Văn Khang

Phần phụ lục:

Không phải *truyện tình thương nữ* nào cũng có kết thúc đẹp như truyện tình của Hồng Vân và Dũng. Một bài thơ, cũng có câu *"bất tri vong quốc hận"*, hình như tựa đề là **THƯƠNG NỮ**, kể chuyện một thi nhân ngày trước đi hát ả đào, gặp một thương nữ đàn hay hát ngọt. Vì cảnh loạn ly, cô cũng lưu lạc từ miền quê ra đô thị, làm nghề hát xướng cho đời mua vui. Rồi một hôm tủi hờn cho son phấn, buồn với kiếp cầm ca, cô tìm cách xa cõi đời. Bài thơ như sau:

Tôi quen cô gái miền quê loạn
Lạc nẻo Thành Đô dạo tiếng đàn
Trăng gió lạnh lùng tơ phím oán
Đêm về băng giá nhịp lời than

Tôi biết tâm tư sầu trĩu nặng
Giận buồn thân thế, thẹn long đong
Hôm nao vắng khách hờn ca vẳng
Gợi nỗi niềm riêng phận má hồng

Chiều nọ cô tìm tôi thủ thỉ
Em từ quê cũ hận tha hương
Người ơi, son phấn đầy vơi nhỉ
Một kiếp chua, cay, mặn, chán chường

Hôm qua hoa héo miền hương phấn
Lại một ca nhi trút nợ đời
Ai trách "bất tri vong quốc hận"
Tôi nhìn lệ nóng ngập ngừng rơi

(Thơ Song Nhất Nữ)

9. HẠNH PHÚC VẪN BÌNH YÊN

(Tên họ và hoàn cảnh của những nhân vật trong truyện ngắn dưới đây nếu có sự trùng hợp ngoài đời thì chỉ là do ngẫu nhiên, ngoài ý muốn của người viết. Một số địa danh và thời gian cũng được thay đổi.)

Xe ra khỏi ngoại ô, xa dần phố xá đô thị. Nam thấy thoải mái. Cả một vùng trời bao la trên cao, và những cánh đồng rộng trải dài xung quanh. Phía xa là những rặng đồi núi xanh đen in đậm nét cuối bầu trời, quang đãng vào buổi sáng có thời tiết tốt.

Một mình lái xe trên quãng đường hơn ba trăm dặm, lần này Nam không có cảm giác cô đơn mà còn thấy một chút thư thái, có một không gian và thời gian riêng tư cho mình. Anh cũng hơi ân hận đã không chiều ý Hằng. Ngày hôm qua Hằng, vợ anh, còn nói: *"Em muốn đi Orange County cùng với anh"*. Nam đã trả lời nàng: *"Anh họp chuyên nghiệp có hai hôm, cả ngày ở phòng hội, em đừng đi cho mệt. Sáng Chủ nhật này lại có thợ làm vườn đến, em nhớ chỉ họ những chỗ cần làm cho quang đãng khu vườn sau nhà mình, chắc là quá trưa Chủ nhật anh mới về tới"*. Hằng đồng ý, thoáng có nét buồn, nàng nói: *"Nhưng anh lái xe một mình làm em lo, hay anh lấy máy bay đi cho khỏe"*. Nam nói để vợ an tâm: *"Anh sẽ lái cẩn thận. Anh muốn dùng xe, làm chủ lấy mình. Chờ đợi ở phi trường rồi mướn xe hay dùng Taxi cũng mất nhiều thời giờ, làm anh nóng ruột hơn"*.

Thật ra việc đi họp chuyên nghiệp lần này với Nam chưa hẳn là lý do chính. Những buổi thuyết trình, hội thảo về bệnh tim mạch thì thành phố lớn nào như San Jose của anh cũng thường có. Ngành tim mạch cũng không phải là chuyên môn của một y sĩ nội khoa tổng quát như anh. Nhưng anh nói với Hằng: *"Thuyết trình viên kỳ này là một chuyên gia nổi tiếng, đã có những công trình khảo cứu giá trị, anh muốn đi nghe"*. Nam quả thật mong được nghe bài nói chuyện, có ghi trong chương trình, của vị giáo sư danh tiếng về bệnh tim, nhưng phần lớn quyết định của anh là nhân dịp này tham dự buổi ra mắt tác phẩm thứ tư của nhà văn nữ Quỳnh Dung sẽ tổ chức vào chiều thứ Bảy. Anh muốn bất ngờ gặp lại người xưa. Vì bận rộn, anh chỉ mới đọc được hai cuốn tiểu thuyết đầu tay của nàng. Hai tập truyện, mới phát hành ba năm trước, đã mau chóng gây được tiếng vang và được tái bản chưa đầy một năm sau mỗi lần ra mắt.

Vừa lái xe, anh vừa nhớ tới Quỳnh Dung, bây giờ là một cây viết được nhiều người biết tới. Điều này Nam không ngờ mặc dù thời gian quen nàng bao nhiêu năm trước anh đã biết nàng yêu mến thơ văn. Nghĩ tới việc sẽ gặp lại Quỳnh Dung cuối tuần, anh thấy bồi hồi vọng nhớ về những kỷ niệm với nàng. Anh còn ghi trong lòng lời nàng nói khi hai người chia tay: *"Em biết anh yêu em, em cũng yêu anh vô cùng. Em đã không tiếc gì với anh ... Nhưng em không thể nhận lời lấy anh vì ..."* Ngày ấy, lúc gặp nàng lần đầu vào một ngày cuối hè đầu thập niên 70, anh đã phải chú ý ngay đến vẻ đẹp vừa hồn nhiên, vừa quyến rũ của nàng. Năm đó nàng mới 18 tuổi, tuổi thanh xuân hoa mộng như một cánh hoa mới vừa nở. Anh đã 26, mới thực sự vào đời. Thời gian qua thật mau. Nam thầm tính, bây giờ nàng đã 40, anh 48 tuổi đời. Chuyện cũ cả hai chục năm qua, bây giờ đã đầu thập niên 90, nhưng Nam khó quên. Anh nhớ những lời nói và cả nhiều chi tiết giữa anh và Quỳnh Dung. Nhớ những tình cảm ân cần nàng dành cho anh, những ngày tháng yêu thương bên nhau, những diễn tiến sôi động của thời cuộc và chiến tranh vào vài năm chót trước khi Sàigòn đổi chủ, cả một dĩ vãng chợt về, qua cuốn phim ký ức ...

NGANG DỪA, và NHỮNG NGÀY THÁNG ẤY

Tuy mới đến vùng đất thuộc miền Hậu Giang này, Nam thấy mến cái tên cũ Ngang Dừa hơn tên mới được đặt sau này là Quận Kiến Thiện. Có lẽ vì tên gọi Ngang Dừa đối với Nam nghe thơ mộng hơn.

Ngang Dừa thực ra chỉ là tập hợp của một số xã ấp nằm hai bên một nhánh sông. Chung quanh là những chòm xóm rải rác và rạch ngòi. Không xa biển, sông rạch ở đây nửa năm nước ngọt, nửa năm nước mặn. Dân cư hiền hòa nhưng bị nhiều áp lực, nhiều tai họa của chiến tranh. Từ ngày xã ấp trở thành quận lỵ, kinh tế có vẻ gia tăng vì có thêm những viên chức hành chánh và quân đội, đồn bót của chánh quyền quốc gia trú đóng. Tại đây mọi di chuyển đều là đi bộ hoặc dùng ghe, tàu. Quân nhân, công chức bên quốc gia khi di chuyển lẻ tẻ thường dùng trực thăng.

Thời gian đầu thập niên 70, cuộc chiến tại miền Nam Việt Nam gia tăng đến cao độ và lan rộng khắp nơi. Nam vừa học xong y khoa năm chót, chưa kịp trình luận án, anh được bổ nhiệm làm Y sĩ cho một đơn vị tác chiến bộ binh, hậu cứ đóng tại Vị Thanh. Mới đáo nhậm được vài tuần, Nam theo Bộ Chỉ huy đến đồn trú tại Ngang Dừa. Những trận đánh lớn nhỏ giữa hai bên quốc gia và cộng sản xảy ra thường xuyên.

Bên ngoài vòng đai của đơn vị là một khu nhà máy xay lúa, gồm nhiều dãy nhà tôn dựng ven bờ sông, bên những hàng dừa xanh mát. Nam tạm thời lập một trạm y tế trong một căn nhà tôn mái cao, làm việc chung với văn phòng hành chánh của quận. Mỗi sáng, nếu không đi hành quân, anh đến khám bệnh cho quân nhân và cho dân chúng trong vùng qua công tác dân sự vụ. Tòa nhà tôn rộng lớn, không có vách ngăn bên trong. Giữa nhà là một dãy ghế dài cho mọi người ngồi chờ khám bệnh hoặc chờ làm giấy tờ. Một bên là các văn phòng của quận, một bên là nơi làm việc của anh.

Mỗi đầu ngày, Nam thấy ông phó Quận trưởng đến làm việc cùng với các nhân viên, các thư ký. Ông Phó Hưng, trạc tuổi Nam, dáng dấp trẻ trung, dễ gây cảm tình. Ông tốt nghiệp về Hành Chánh và cũng mới được bổ nhiệm tới đây chỉ trước Nam vài tháng. Ở nơi xa xôi, cùng là thư sinh mới ra trường từ Sài Gòn, Nam và ông Phó Quận chỉ ít ngày trở nên quen thân. Trước mặt mọi người, Nam vẫn gọi Hưng là Ông Phó, Hưng cũng kêu anh là bác sĩ. Khi chỉ có hai người, xưng hô thân mật, Nam và Hưng thường gọi nhau bằng cậu. Những buổi chiều rảnh rang, hai người bạn mới thường ngồi uống trà, đôi khi uống bia bên bờ sông. Hưng hiểu biết, thích thơ nhạc, hay bàn luận về các vấn đề thời cuộc. Hưng thuộc nhiều thơ văn Việt và Pháp. Đôi khi Hưng đọc cho bạn nghe vài bài thơ do chính Hưng làm.

Hai người bạn cùng trẻ tuổi, chưa lập gia đình, câu chuyện dần dà dẫn đến việc tâm sự về tình cảm, và tất nhiên là chuyện về "các cô Sàigòn". Hưng bản tính cởi mở, kể lại những chuyện tình của anh, đôi khi với những chi tiết nóng bỏng. Nam sẵn dịp hỏi bạn:

- Cậu là người đào hoa, bây giờ bồ ruột của cậu là ai?

Hưng nói với bạn:

-Tôi đang quen thân một cô học Văn khoa ở Sài Gòn, tên là Quỳnh Dung. Khá đẹp.

Hưng cũng hỏi lại Nam về cuộc sống tình cảm. Nam kể qua mình có quen vài người thiếu nữ, nhưng chưa có ai thực sự là người yêu.

Từ đó rất đều đặn, mỗi tuần Hưng nhờ Nam chuyển gởi

dùm một hoặc hai lá thư cho người yêu Quỳnh Dung qua bưu chính quân đội, có trực thăng đi về tỉnh thường xuyên nên thư từ nhanh chóng hơn bên dân sự.

Một hôm, Hưng trở lại Ngang Dừa sau khi đã về thăm Sài Gòn mấy tuần lễ. Hưng tâm sự cho bạn nghe tiến bộ mới về chuyện tình nồng nàn, đã đến thời kỳ thật là thắm thiết, giữa Hưng và Quỳnh Dung. Nam hỏi bạn về dự tính tương lai. Hưng nói giọng chân thành: *"Quỳnh Dung và tôi yêu nhau, đã cho nhau trọn vẹn, và tụi này sắp đính hôn".*

ooOoo

Nam đứng chờ trực thăng tại sân bay Vị Thanh để trở về Ngang Dừa. Lần này anh được về phép và ở lại Sài Gòn trên nửa tháng để sửa soạn và trình luận án. Anh đã hưởng gần ba tuần lễ rất thanh bình tại thủ đô. Trở về đây, không khí chiến tranh lại hiện rõ.

Đã cuối hè mà thời tiết còn nóng. Sân bay nhỏ, bằng đất nện, khô cằn, cỏ cháy. Nhiều khoảng đất rộng bao quanh sân bay bị những ngày nắng nhiều trở nên trơ trụi, chỉ còn vài cụm cây khô. Thỉnh thoảng một cơn gió thổi qua, bụi cát bay mù. Nam bỏ chỗ đứng, thong thả lại ngồi trên ghế chiếc xe Jeep của anh cho đỡ nắng.

Một công xa bên tỉnh tiến chậm đến rồi dừng lại gần anh. Nam nhận thấy ông Trưởng Ty Tài Chánh ngồi trên xe cùng với một người con gái đẹp, tuổi chừng mười tám, đôi mươi. Đã biết Nam từ trước, ông Trưởng Ty chào anh và nói:

- Hôm nay có trực thăng đem lương tháng tới các đơn vị ở Ngang Dừa. Đây là "em gái" ông phó quận Hưng, cô muốn đi thăm. Tôi nhờ bác sĩ hướng dẫn để gặp ông Phó hành chánh.

Nam vui vẻ nhận lời. Anh chào người thiếu nữ. Nàng cũng nhẹ ngả đầu chào lại. Ở đây, những cô gái còn trẻ đến thăm thân nhân hoặc quân nhân nơi tiền đồn đều được phong là em gái. Em gái hậu phương. Nam đã quen thuộc với danh xưng này, nghe hơi cải lương, nhưng thân mật, trìu mến và tình cảm.

Ông Trưởng Ty đi rồi, Nam mời cô gái lên ngồi ghế băng phía trước của xe anh. Tấm mui vải che nắng cho người thiếu nữ. Nàng hướng cặp mắt to đen tự giới thiệu:

- Em là Dung, bạn của anh Hưng. Anh Hưng kể chuyện có quen với bác sĩ. Hôm nay em có dịp được gặp.

Nam chưa trực tiếp giới thiệu ngay tên mình. Anh thầm nghĩ có lẽ Hưng đã nói tên anh, và trên chiếc áo trận của anh đã có bảng tên. Anh đáp lại:

- Tôi mới biết anh Hưng được vài tháng nhưng gặp nhau gần như mỗi ngày nên coi như đã quen thân. Tôi là bạn của anh Hưng, cô Dung cứ gọi tôi bằng anh.

Rồi anh tiếp:

- Tôi tên Nam.

Nàng có giọng nói êm và dễ thương:

- Dạ, nhưng xin anh cũng kêu Dung bằng tên, như anh Hưng vậy.

Nam kín đáo nhận xét người thiếu nữ. Đúng như lời Hưng tâm sự, Quỳnh Dung có dáng đẹp quyến rũ ngay cho người mới gặp. Khuôn mặt cân đối và tươi sáng, nước da trắng hồng, khỏe mạnh. Cặp mắt sáng, sống mũi thẳng và cao, miệng cười xinh với đôi làn môi mời gọi. Người con gái không trang điểm nhiều. Chỉ một lớp kem mỏng trên da mặt, phớt một chút son nhẹ trên đôi môi. Tóc nàng uốn nhẹ, ngắn trung bình, đoạn dưới của làn tóc úp vào khoảng da trắng nơi cổ phía sau. Quỳnh Dung mang một sơ mi lụa màu mỡ gà và quần tây nâu đậm. Nàng đem theo một túi sách tay nhỏ, gọn gàng. Một niềm vui nhẹ nhàng đến với Nam. Đang chờ đợi trực thăng, anh lại có dịp nói chuyện với một cô gái xinh đẹp và duyên dáng, bạn gái của người bạn anh mới quen vài tháng.

Người hạ sĩ lái xe cho Nam tự động ra đứng dưới lều tôn nơi chờ đợi, nói chuyện cùng mấy đồng ngũ quen thuộc. Cạnh đó, vị Trung úy tài chánh cùng mấy nhân viên đang canh giữ những bao bố màu xanh quân đội đựng tiền, chuẩn bị đem đi phát lương cho những tiền đồn. Quỳnh Dung hỏi Nam đã đụng trận bao giờ chưa. Anh cho biết mới đến đơn vị ít tháng, anh chưa có mặt ngay nơi chiến trường bao giờ. Chỉ có một lần, cùng đoàn xe di chuyển, có xe bị mìn thảm khốc, xe anh may mắn an toàn. Nam cũng hỏi Quỳnh Dung về việc học của nàng. Nàng trả lời khiêm tốn:

- Dung kém về toán lại biếng học vạn vật. Xong Tú Tài ban C, Dung học Văn khoa.

Đã cuối mùa Hè tại miền Nam thời tiết thay đổi thật mau lẹ. Trời đang nắng và nóng bức, tự dưng nhiều làn gió mát thổi tới. Những đám mây xám đen kéo lại báo hiệu một cơn mưa. Cũng vừa lúc đó hai trực thăng do phi công Mỹ lái, từ từ xuống bãi đáp. Tiếng ồn ào của động cơ làm Nam phải nghiêng một chút về phía Dung và nói:

- Cô Dung, mình chuẩn bị lên máy bay.

Tuy đã được nàng mở lời lúc trước, Nam vẫn chưa thấy tự nhiên để gọi người thiếu nữ vừa quen bằng tên trong lúc mới sơ giao. Anh hướng dẫn nàng lên máy bay và giúp nàng cài dây an toàn. Những giọt mưa đầu mùa đã bắt đầu đổ xuống khi trực thăng bốc lên độ cao. Vô số hạt mưa tạt vào kiếng trước của phi cơ, gặp nhau tụ hội tạo thành những vệt nước dài, theo nhau chạy xuống phần thấp của kiếng rồi tan biến. Hai người xạ thủ Mỹ, với đại liên mỗi bên máy bay và những băng đạn dài, sẵn sàng bắn trả nếu bị tấn công từ dưới đất. Quỳnh Dung hỏi Nam:

- Đoạn đường bay có xa không anh?

- Trực thăng bay chừng ba mươi phút. Đi xuồng nghe nói phải gần nửa ngày. Dùng ghe máy chắc là cũng mất độ ba bốn giờ.

Một lát sau, mưa vẫn còn nhưng đã nhẹ hạt. Trực thăng giảm độ cao. Từ máy bay, Nam chỉ cho Quỳnh Dung căn cứ đơn vị anh, vòng đai an ninh của quận, dãy nhà tôn nơi anh và Hưng làm việc. Con sông Ngang Dừa được viền xanh ngoạn mục bởi những hàng dừa bên ven sông. Qua làn mưa nhẹ, nhìn từ cao, cảnh vật bên dưới có nhiều chỗ thật đẹp, như một tranh Tàu với cây xanh, che phủ bởi làn mưa mỏng như khói sương.

Hai chiếc trực thăng lượn một vòng rồi hạ xuống bãi

đáp gần bộ chỉ huy của Nam. Anh giúp Quỳnh Dung xuống máy bay. Mưa rơi nhẹ. Vừa đặt chân xuống đất đi được mấy bước, gió mạnh do cánh quạt trực thăng làm nàng mất thăng bằng. Nam kịp thời đưa tay ôm giữ người thiếu nữ mới quen, khỏi té xuống lớp đất trơn trượt vì trận mưa cuối hạ. Tự dưng anh có một rung động khó tả khi có người con gái đẹp trong vòng tay. Thân thể người con gái trẻ thật dịu êm gây cho Nam một cảm giác vừa ấm áp, vừa hạnh phúc. Một chút ý tưởng tội lỗi nhẹ nhàng lẫn vào cái cảm nhận ấy khi anh nhớ rằng đây là người yêu của bạn mình.

Hưng đã đứng chờ sẵn bên bãi đáp. Nam cùng Quỳnh Dung đến gặp bạn, anh nói vài câu với Hưng, rồi về trạm y tế lo giải quyết công việc đang chờ đợi sau những ngày vắng mặt.

ooOoo

Cách doanh trại khoảng hai cây số đường thủy, gần ngã

ba sông lớn, có một cồn cát với nhiều cây dừa bao quanh, gọi là Cồn Dừa. Đây là một yếu điểm quân sự, nên mỗi tối có một tiểu đội ra trú đóng, làm một chốt tiền thám, kiểm soát ngã ba sông và giữ an ninh thủy lộ cho quận và cho đơn vị của Nam. Những cây dừa lúc nào cũng xanh tươi nhờ được nước phù sa nuôi dưỡng. Giữa cồn có một chòi lá do những toán binh sĩ dựng lên. Bên trong chòi có võng, lò bếp than và vài bàn ghế sơ sài làm bằng những thân cây bần hay cây cần đước. Nơi đây, khi rảnh việc, Nam và một số sĩ quan trẻ ban ngày hay ra bãi cát tắm sông, khi lên bờ dùng món cá nướng chuôi, hay món trứng "cá cháy" Rạch Giá lúc gặp mùa, nướng khô mực, uống bia hoặc uống nước dừa. Nam mến thích cảnh thơ mộng này. Khi tình hình an tĩnh, ở đây mà anh tưởng như đang du lịch nghỉ mát trên một ốc đảo nhỏ. Có khi anh mắc võng giữa hai cây dừa để nghỉ trưa, nghe nhạc qua chiếc máy thu thanh nhỏ sách tay, hưởng những giờ phút ngắn, yên lặng và tạm an bình, vọng nhớ về Sài Gòn và cuộc sống sinh viên, những ngày đại học...

Ba ngày liền, Nam không thấy bóng Hưng và cô bạn gái. Hôm đó trong bữa ăn trưa cùng các sĩ quan bộ chỉ huy, Trung úy Vượng thuộc ban an ninh cho biết: *"Mấy hôm nay ông Phó quận ngày nào cũng dùng xuồng máy ra thăm Cồn Dừa với người đẹp. Tối đến, khi toán thám báo đi kích đêm mới về, chắc là Ông Phó mệt nghỉ"*. Nam muốn bênh vực cho hai người bạn mới quen: *"Ông Phó quận có người yêu đến thăm. Trong tương lai, cô sinh viên Văn Khoa này có thể là bà Phó quận đó"*. Mọi người thấy giọng nói thành thật của Nam, không nói bông đùa gì thêm.

Ít ngày sau, vào một chiều tối, cơm nước xong, Hưng đưa Quỳnh Dung đến thăm Nam để giã từ. Dung sẽ về Cần Thơ và dự định ở một hai ngày nữa tại nhà một người bạn gái cùng học Văn khoa. Có lẽ nàng đã nói cùng gia đình là xuống thăm bạn tại miền Hậu Giang nhân dịp hè. Hai người cho Nam một hộp trà nhỏ và một hộp bánh do Quỳnh Dung mang tới từ Sài Gòn. Nam nhờ người hạ sĩ tùy viên của anh nấu nước pha trà, cùng hai bạn truyện trò. Hưng lộ vẻ hạnh phúc, một chút hãnh diện, vì có người bạn gái đến thăm tại nơi xa xôi, vùng xôi đậu nguy hiểm này. Quỳnh Dung nói chuyện dễ mến, vui vẻ và tự nhiên. Nàng có đem một vài sách báo mới cho Hưng và Nam. Nàng nói về những bài văn, truyện và thơ nàng ưa thích.

Nam hỏi Quỳnh Dung sẽ về bằng phương tiện gì vào ngày mai. Hưng cho biết anh đã thu xếp với một tàu đò chở hàng sẽ đưa nàng tới Cần Thơ, có lẽ mất cả bốn tiếng đồng hồ mới tới. Phụ nữ và những người đi buôn lớn tuổi, di chuyển bằng ghe tàu cũng tạm an ninh. Ghe tàu đôi khi phải đóng thuế cho cả hai bên. Thanh niên, quân đội đi phép lẻ tẻ có thể bị những nhóm du kích phía bên kia chặn ghe, kiểm soát đem vô bưng biền.

Đêm đó không trăng nhưng có thật nhiều sao. Bầu trời đã trong sáng trở lại sau cơn mưa đầu mùa mấy ngày hôm trước. Một chiếc thuyền máy kiểu quân đội cặp bến sông. Tiếng nói lao xao của mấy quân nhân cột thuyền vào bờ, rồi họ đi bộ về phía doanh trại. Nam cho hai bạn biết đó là thuyền chở những toán thám báo đi phục kích ở nhiều địa điểm khác nhau mỗi đêm, xung quanh khu trú đóng. Mấy tiếng chuông ngân nga từ một ngôi chùa ở xa xa phía bên kia sông vọng về, vang nhẹ thinh không. Hưng nói cho Quỳnh Dung nghe về ngôi chùa cổ này của người Miên, đã được gần hai trăm năm, chùa có từ hồi Chúa Nguyễn Ánh. Dân ở đây vẫn gọi là Chùa Miên. Quỳnh Dung đọc nhẹ, vừa đủ nghe:

Thuyền ai đậu bến Ngang Dừa
Nửa đêm vẳng tiếng chuông chùa Cổ Miên (1)

Nam nói như một lời khen tặng:

- Dung đúng là sinh viên Văn khoa, gặp cảnh là nhớ tới thơ của người xưa. Nhờ Quỳnh Dung, chúng tôi sẽ gọi chùa với cái tên đẹp, chùa Cổ Miên. Không biết có khi nào sẽ được thăm chùa Hàn Sơn bên Tàu, chắc là thơ mộng hơn đây nhiều mới đem cảm hứng cho người xưa tạo nên những vần thơ, còn đến bây giờ, cả ngàn năm sau.

Nàng nhẹ đáp:

- Dung thấy nước mình cũng có nhiều chỗ đẹp. Nhưng đôi khi cảm nhận với ngoại cảnh còn tùy theo tâm sự, hoàn cảnh của mỗi người. Nếu thi vị hóa, vùng đất này cũng rất nên thơ, nhất là Cồn Dừa.

Gần khuya, Hưng và người yêu sửa soạn từ giã Nam thì một loạt tiếng nổ thật lớn, thật gần, vang động làm cả ba người hoảng hốt. Phía bên kia mở cuộc pháo kích. Nam vội kéo hai người bạn cùng anh xuống hầm trú ẩn, gần ngay căn lều vải của anh. Những tiếng nổ vẫn liên tục và chát chúa. Trong hầm tối chật chội, Nam nghe rõ tiếng thở nhanh và như cả tiếng tim đập dồn dập của Quỳnh Dung, bên anh. Nàng lo lắng hỏi Nam:

- Liệu có bị tấn công không anh?

Với "kinh nghiệm mới có vài tháng" nơi tiền đồn, Nam trấn an cô bạn mới:

- Bị pháo kích thế này, ít khi có tấn công trực diện.

Trong cảnh hiểm nguy và quả thật chưa kinh nghiệm, Nam quên đi chiến thuật tiền pháo hậu xung của những người bên kia chiến tuyến.

Chợt một tiếng nổ lớn, kèm theo tiếng miểng kim khí va chạm ngay cửa hầm nơi ba người đang ẩn trú. An đang ngồi thu mình, nhưng do phản ứng anh đưa tay khua nhẹ mặt đất. Tay anh chạm phải một mảnh bích kích pháo nhỏ và sắc, còn nóng bỏng. Anh bất giác kêu nhẹ.

Giọng Quỳnh Dung hốt hoảng:

- Anh Nam có sao không?

Một tay nàng đưa tới, nắm chặt lấy vai Nam. Anh nói cho bạn yên tâm:

- Tôi chạm phải một mảnh đạn còn nóng, vừa rơi vào hầm của mình.

Mảnh đạn đã va chạm mạnh vào những hộp sắt rỗng, trước kia đựng đạn đại liên. Binh sĩ đã dùng những hộp không này như những viên gạch, làm vách nơi cửa hầm cho đất khỏi lở xuống bên trong nơi ẩn trú.

Gần nửa giờ sau, hỏa châu được thả sáng quanh khu vực đồn trú. Rồi đại pháo của những đơn vị bạn rót những trái phá bao xa vài cây số phía tây nam bộ chỉ huy. Tiếng bích kích pháo của phe tấn công thưa dần rồi im lặng. Mọi người thận trọng ra khỏi các hầm trú. Doanh trại một phần bị hư hại, vài lều lá bị cháy nhỏ, không một ai tử thương nhờ có chuẩn bị những hầm trú kiên cố. Chỉ có bốn người vừa binh sĩ vừa hạ sĩ quan tại những chòi canh bị thương vì không kịp trú ẩn. Nam cho nhân viên đem thêm hai ghế bố quân đội và mền mùng để hai bạn ở lại đêm trong trạm quân y của anh. Không an ninh chút nào nếu để họ về quận, nơi cư trú của Hưng dù ở gần bên chưa đầy một cây số, vào tình trạng lúc này. Nam và các y tá đi săn sóc những người bị thương. Sau đó anh vào họp khẩn với bộ chỉ huy.

Sáng hôm sau, nhiều trực thăng từ Bạc Liêu và Cần Thơ tới, đem theo một số sĩ quan đến lượng định tình hình tại chỗ, và để chở các thương binh. Nhân dịp này, Nam kiếm cho Quỳnh Dung một bộ đồ trận mới và một nón vải đi rừng để nàng mặc, như một nữ trợ tá quân đội, rồi tháp tùng trực thăng tản thương về Cần Thơ.

Suốt một tuần sau đó, tình hình yên tĩnh. Bên này lo chỉnh trang tu bổ căn cứ. Các đơn vị cơ hữu tuần thám, lưu động ngày đêm. Bên kia chắc cũng lo thu dọn, phân tán mỏng để tránh bị truy kích hay bị tiêu diệt. Nam lại có những dịp nói chuyện lâu với bạn. Như một thói quen, Hưng tâm sự về ba ngày thân ái tuyệt vời cùng Quỳnh Dung, nhất là khi chỉ có hai người ở Cồn Dừa. Nam không ngờ Quỳnh Dung là cô sinh viên trẻ tuổi đã sống mới và phóng khoáng đến thế. Khi yêu thương, người con gái đã không ngần ngại sống hồn nhiên, thân thiết và trọn vẹn bên người tình.

Hưng đưa một bài thơ mới viết cho Nam coi:

- Tôi mới làm bài này, muốn khoe với cậu.

Nam cầm tờ giấy, đọc bài thơ Người Yêu Đến của Hưng. Anh còn nhớ có hai câu thơ lãng mạn:

Em đến trao anh cảnh địa đàng

Đôi ta sống lại thuở hồng hoang...

Nam thân mật nói với Hưng:

- Mừng hai bạn đã tìm thấy địa đàng ở Cồn Dừa.

ooOoo

Hôm ấy Nam về thăm Sài Gòn. Hưng nhờ anh đem thư cho Quỳnh Dung và một giỏ trái cây miền Hậu Giang, có mấy quả xoài tượng thật lớn.

Quỳnh Dung mừng rỡ gặp lại anh. Mắt nàng sáng như một đứa trẻ được kẹo khi nàng cầm một trái xoài:

- Cám ơn anh đem lại món quà mà Dung thích. Nhưng phải mang ơn anh nhiều đã săn sóc Dung trong chuyến đi thăm Ngang Dừa mấy tháng trước. Dung tưởng tượng có thể chết tại Ngang Dừa. Anh giúp Dung về Cần thơ bằng trực thăng nên khỏe lắm. Bộ đồ trận anh cho, Dung còn giữ làm kỷ niệm, nhưng chưa hôm nào dám mặc để khoe với bạn.

Quỳnh Dung mời anh ngồi nơi phòng khách, uống nước cam. Có lẽ cả nhà nàng đi vắng, trừ một cô em gái nàng, tuổi độ mười sáu, đôi lần thấp thoáng qua phía cửa căn phòng bên trong. Quỳnh Dung hỏi:

- Anh Hưng có nói với anh về dự tính đi Hoa Kỳ học cao học không?

Nam chưa lần nào nghe bạn nói đến việc du học, anh đáp:

- Anh Hưng chưa cho tôi biết về dự định này. Tôi nghĩ bây giờ tình hình chiến sự nặng nề, cũng khó xin đi du học.

Quỳnh Dung giọng thân mật:

- Anh Nam, anh đừng xưng tôi nghe xa lạ quá, anh cứ xưng anh với Dung nha. Cũng như anh Hưng, anh hơn tuổi Dung mà.

Từ đó Nam đổi cách xưng hô theo ý nàng. Quỳnh Dung cho biết có em gái là Quỳnh Hương, đang học đệ tứ trường Trưng Vương, và một em trai đang học đệ lục. Câu chuyện tiếp tục. Chuyện học Văn Khoa và các giáo sư của Dung. Cuộc sống tại Ngang Dừa của Hưng và Nam. Các tác phẩm và các tác giả mới nổi tiếng. Các ca sĩ đang được mến chuộng...

Rồi Quỳnh Dung hỏi anh:

- Anh Nam, chiều mai thứ bảy, có phim Summer Plage, trước bị kiểm duyệt nay cho chiếu lại. Dung thích tài tử Sandra Dee. Anh có rảnh dẫn Dung và Hương đi coi được không? Em muốn Hương quen với anh.

Nam hơi bối rối. Một chút ngạc nhiên về sự bạo dạn cũng như lòng quý mến của Quỳnh Dung. Nhưng Nam đã có những nhận lời khác, trước khi đến thăm nàng. Thấy vẻ ngập ngừng của Nam, Quỳnh Dung thông minh giúp anh:

- Hay là anh mắc bận, đã có hẹn với cô nào rồi?

Nam cho biết:

- Anh đã hứa đưa mấy cô em đi Thủ Đức. Lần nào về, mấy cô bé cũng đòi khao.

Quỳnh Dung làm cho cuộc nói chuyện vui và tự nhiên:

- Em anh thật không? Nếu là bạn gái thì sao anh đi một lúc với mấy cô?

Nam trả lời:

- Có một cô là em họ thôi. Cô ấy có vài người bạn.

Quỳnh Dung nhìn anh:

- Mong anh Nam chọn được một cô. Nhưng Dung cũng muốn anh quen em của Dung nữa.

Rồi nàng mời Quỳnh Hương ra giới thiệu với Nam. Anh cùng dùng xoài tượng với chị em nàng. Món xoài tượng dùng với đường và muối ớt nhiều cô gái ưa chuộng. Nam không mặn mà lắm với món này, nhưng vui vì có hai người con gái đẹp cùng trò chuyện. Quỳnh Hương có vẻ đẹp kín đáo, hiền hậu, không có nhiều nét năng động như người chị.

MỘT NGƯỜI RA ĐI

Gần ngày Tết Nguyên Đán, tình hình chiến sự vẫn gia tăng, quân nhân và công chức ít người được về dịp Tết cùng gia đình. Nam và Hưng đều ở lại Ngang Dừa, ăn Tết tại nơi tiền đồn. Lần này đúng như giao ước giữa hai bên của cuộc chiến, không thấy có giao tranh tại nơi đây vào đêm giao thừa và suốt ngày Nguyên Đán.

Khoảng một giờ sáng ngày mùng bốn Tết, Nam đang ngủ ngon thì nghe nhiều tiếng súng đạn nổ rền. Nam khoác vội áo giáp rồi vào ngay vị trí đã được đặt trước trong kế hoạch phòng thủ. Đối phương mở cuộc tấn công bất ngờ vào công sự của quận, nơi có khoảng gần hai trăm nghĩa quân và địa phương quân phòng trú và cũng có nhà của vị quận trưởng và nhà của Hưng. Doanh trại của Nam không bị một trái đạn nào. Có lẽ phía bên kia biết khó thắng và sẽ tổn thất nặng nếu trực diện tấn công vào căn cứ một trung đoàn chủ lực, có hỏa lực mạnh, quân số đông và hàng trăm trái mìn Claymore chung quanh. Vị trí phòng thủ của quận chỉ cách doanh trại Nam trên một cây số. Tiếng súng lớn nhỏ nghe thật rõ. Tiếng đại liên nổ dòn và cả tiếng súng 57 ly không giật. Nam lo ngại cho số phận của Quận và của người bạn mình. Hai tiểu đoàn chủ lực của đơn vị anh, cũng đang đóng quân ở gần, không được lệnh đi tiếp cứu. Không ai lạ gì chiến thuật công đồn đả viện, tiếp cứu lúc này chỉ chuốc lấy tổn thất nặng nề. Các nẻo đường tiếp viện chắc chắn đầy mìn bẫy và các ổ phục kích.

Giao tranh giữa bên trong và bên ngoài vòng đai của quận tiếp tục kéo dài trên hai tiếng đồng hồ. Cuộc tấn công chỉ ngưng khi máy bay loại nhẹ đến thả hỏa châu liên tiếp, soi sáng cả một vùng, trên trời và dưới đất.

Hôm sau, Nam bàng hoàng được biết Hưng đã tử nạn ngay trong giây phút đầu của cuộc tấn công. Một mảnh đạn M79 đã trúng người bạn anh, như một định mệnh. Cuộc tình của hai bạn anh có kết luận buồn. Không như trong cuốn phim *Elle n'a dansé qu'un seul été*, lần này không phải người con gái, mà là người thanh niên đã vĩnh viễn ra đi, để lại người yêu.

Nam suy nghĩ và buồn cho cuộc chiến đang xảy ra tại miền Nam. Cuộc chiến mà anh dù không muốn cũng bị lôi cuốn vào, đứng ở bên này chiến tuyến, và giờ đây trực diện với bên kia tại một đơn vị tiền phương. Nam còn nhớ, năm 1954, anh theo gia đình di cư vô miền Nam khi đất nước chia đôi. Một số họ hàng, thân nhân, bạn bè của anh còn ở lại bên kia vĩ tuyến 17. Anh biết chắc chắn nhiều người quyết định ở lại miền Bắc không phải vì họ say mê chế độ đại đồng. Nhiều người chỉ vì hoàn cảnh, hoặc không muốn xa rời làng mạc thân yêu. Chắc hẳn phải có những người bạn và họ hàng của Nam, cũng bị lôi cuốn vào cuộc chiến như anh, và bây giờ đang cầm súng bên kia chiến tuyến.

Họ đã cho nổ những trái bích kích pháo vào đơn vị anh. Lực lượng bên anh đã rót hàng chục hay có khi hàng trăm quả đại bác 105 ly lên đầu họ. Những bom đạn của bên anh hay bên kia cũng đang vô tình làm tổn hại, gây tang tóc cho nhiều dân lành. Những người phía bên kia, họ ở xa và họ ở gần. Họ có thể là bà con bạn bè của anh. Họ còn ở Hà Nội, Hải Phòng hay Thanh Hóa ... Hay họ ở ngay ngoài vòng đai đơn vị anh, hoặc ở một thôn xóm gần bên hay xa xa phía chân trời ...

CUỘC TÌNH ĐẾN SAU

Quỳnh Dung đã mang thai trước ngày Hưng tử nạn chừng hai tháng. Nam một phần thương nhớ người bạn xấu số, một phần vì cảm mến và muốn chia nỗi đau buồn của Quỳnh Dung, và vì một tình cảm tự nhiên có, mỗi khi có dịp thuận tiện anh thường đến thăm hoặc liên lạc để an ủi Quỳnh Dung kể từ khi Hưng mất. Quỳnh Dung lên Đà Lạt, sanh hạ một bé trai, ít lâu sau trở về Sàigòn sống cùng gia đình, tiếp tục học Văn Khoa. Đứa bé được bên gia đình của Hưng đón về nuôi dưỡng. Quỳnh Dung thăm con nàng hằng tuần. Nàng cũng được gia đình Hưng quý mến. Có lần nàng nói cùng Nam: "Con em là một kỷ niệm sống động đáng ghi nhớ nhất anh Hưng đã để lại cho em và những những người thân bên gia đình của anh ấy. Khi anh Hưng mới bị nạn, có nhiều người gợi ý khuyên em phá thai nhưng em không đồng ý, và cha mẹ em cũng không muốn em làm như vậy".

Mấy tháng sau, Nam được đổi về làm việc tại Mỹ Tho, sau khi hết nhiệm kỳ phục vụ nơi tiền tuyến. Anh có dịp về

Sài Gòn, thăm Quỳnh Dung thường hơn và tình cảm ngày thêm nảy nở nơi anh và nàng. Anh chưa ngỏ lời yêu nàng nhưng cảm nhận được Quỳnh Dung có nhiều cảm tình với anh. Tuy vậy đôi lần nàng có nhắc lại ý muốn anh quen thân với em nàng. Nhưng tình yêu thường tự nhiên mà có. Tình cảm do dẫn dắt, do sắp đặt nhiều khi khó thành. Nam quý mến Quỳnh Hương như quý mến em của một người bạn.

Một sáng Chủ Nhật, Nam đến thăm Quỳnh Dung. Anh dùng chiếc Vespa chở nàng dạo trên những đường phố quen thuộc Sài Gòn. Từ ngày Hưng mất, Quỳnh Dung để tóc dài. Xe chạy êm và gió mát. Một vài sợi tóc nàng, mơn man nơi bên cổ Nam, cho anh một cảm giác dễ chịu. Anh muốn những con đường dài hơn để tiếp tục đón nhận những cảm giác êm đềm ấy.

Đôi bạn sau đó dùng bữa cơm trưa tại một quán ăn bên bờ sông Sài Gòn. Quỳnh Dung đặt tay trên bàn. Cầm bàn tay nhỏ nhắn của nàng, Nam ân cần:

- Nơi cõi xa, Dung thử đoán xem anh Hưng nghĩ sao về chúng mình bây giờ?

Quỳnh Dung nhìn anh:

- Anh Hưng sẽ phù hộ cho chúng mình.

Nam vẫn giữ tay nàng trong tay mình:

- Nếu anh nói anh đã yêu Dung, Dung nghĩ sao, anh Hưng có buồn không?

- Anh Hưng mất rồi. Anh ấy hiểu biết và rộng lượng, chắc không buồn về chuyện đó. Nhưng riêng Dung nghĩ, Dung không xứng đáng với tình yêu của anh. Anh có cả một tương lai, Dung lại có cuộc đời lỡ dở...

Nam nói với giọng chân thành:

- Anh đã cảm thấy mến Dung ngay từ lần đầu mới gặp. Nếu anh Hưng không phải là bạn, anh đã cố chinh phục Dung từ hôm mới gặp em.

Quỳnh Dung hồng nét mặt. Nàng không nói gì. Hai người rời nhà hàng, thong thả dạo dọc bên sông. Đã quá trưa, cũng vắng người tản bộ. Nam ôm nàng và hôn làn tóc, rồi trên má và nhẹ nhàng hôn trên môi nàng.

Nam cùng nàng vào một rạp chiếu bóng thường trực tại thương xá Eden, đang trình chiếu một phim cũ nhưng nổi tiếng. Anh chọn một góc vắng. Đôi bạn đã quen thân thì thầm nói chuyện và rồi trao nhau những nụ hôn đam mê, mặn nồng...

Tình yêu của anh và nàng ngày thêm đằm thắm. Quỳnh Dung là cô gái trẻ, càng đầy nét đẹp nảy nở toàn vẹn, mãn khai. Nam say sưa trong yêu đương. Đôi khi như vì một phản ứng tâm lý, có lẽ vì đã quá yêu nàng, Nam thoáng có một chút ghen với quá khứ của người tình. Có lần anh hỏi Quỳnh Dung: "Ngày xưa em có yêu anh Hưng như anh không?" Nàng im lặng một lát. Nam thầm trách mình đã thiếu tế nhị. Một lần khác, anh vô tình thấy trong một cuốn sách của Quỳnh Dung, bài thơ *Người Yêu Đến*, ngày trước Hưng viết tặng nàng, nàng còn cất giữ như một kỷ niệm. Bây giờ anh mới có dịp đọc trọn vẹn bài thơ tình của người bạn cũ ... Anh có nét suy tư và Quỳnh Dung cảm thấy điều này.

ooOoo

Hôm ấy Nam về thăm nhà ở Đà Lạt. Anh chỉ còn mẹ đang ở tại thành phố nghỉ mát thơ mộng này. Cha anh đã mất từ nhiều năm xưa. Mẹ anh giọng nghiêm trang:

- Cậu ngồi đây cho tôi nói chuyện.

Nam ngồi xuống, cùng dùng trà với mẹ. Mẹ anh nói:

- Cậu đã lớn, học hành xong rồi, phải lo việc lập gia đình, tìm người xứng đáng tử tế, ý hợp tâm đầu mà đi tới hôn nhân. Đừng để lớn tuổi quá mới lập gia đình, cha già con cọc. Mấy người bạn của mẹ cũng có con gái hiền ngoan, học giỏi, đảm đang, nếu muốn mẹ tìm cách cho cậu gặp gỡ một vài cô, tùy cậu hợp tính hợp tình với ai thì tiến tới hôn nhân.

Nam thưa với mẹ:

- Con mới ra trường được hơn một năm, chưa vội vàng gì mẹ ạ. Con muốn tự ý chọn người bạn đời cho con để sống chung sau này.

Mẹ anh vừa hỏi thăm dò, vừa nói với vẻ khuyên răn:

- Tôi nghe nói cậu giao du tằng tịu với một góa phụ một con, tôi không bằng lòng. Nghe nói cô này cũng chưa hẳn là goá phụ, chỉ là vợ chưa cưới của người bạn cậu, đã chết vì chiến tranh. Giao du như vậy, nhỡ người ta có bầu, cuộc đời cậu sẽ lỡ dở, nhiều phiền phức lắm. Tôi cũng không công nhận nếu cậu lấy vợ đã có một con như vậy.

Nam biết là một bạn thân của anh, được mẹ anh coi như con nuôi trong nhà, đã cho mẹ biết quan hệ của anh với Quỳnh Dung. Trong lòng anh không trách gì người bạn này, chỉ quý mến mẹ anh và tiết lộ cho mẹ anh biết. Người bạn quen đã lâu năm, làm giáo sư trung học, gia đình nho giáo, có lẽ anh bạn cũng không tán thành khi thấy cuộc tình của anh với Quỳnh Dung đằm thắm, có hướng đi tới hôn nhân.

Nam cảm thấy thương mẹ. Người mẹ nào chẳng muốn mọi sự thật tốt đẹp cho con mình, cho hạnh phúc của con mình và có lẽ còn cho cả niềm hãnh diện của mình nữa. Nhưng tình cảm của Nam với Quỳnh Dung đã thật đậm đà. Anh muốn bất chấp dư luận và nghĩ rằng sẽ vượt qua sự buồn phiền sẽ có của mẹ anh.

Hai tuần sau đó, anh gặp Quỳnh Dung. Sau những phút thân ái bên nhau, anh nói với nàng:

- Anh muốn cưới em. Mình sẽ tổ chức lễ cưới gần dịp Tết này, em đồng ý không?

Quỳnh Dung cảm động. Nàng úp đầu vào ngực anh. Anh thấy nàng thực sự rung động, rồi nước mắt ướt áo anh. Nam thầm nghĩ nàng sung sướng tìm thấy lại hạnh phúc. Nhưng Nam ngạc nhiên khi nghe nàng nói:

- Anh cho Dung một thời gian rồi trả lời anh nhé.

Nam cho rằng nàng muốn hỏi ý kiến cha mẹ hay có một vài ý tưởng riêng tư.

Những tuần sau đó, mỗi lần gặp gỡ, Quỳnh Dung vẫn tỏ ra yêu anh nồng nàn. Nhưng khi hỏi về quyết định lập gia đình thì nàng trì hoãn, không cho anh một ý kiến rõ rệt. Nam thấy tự ái. Anh nghĩ hai người đã yêu nhau sâu đậm như vậy, Quỳnh Dung còn cần suy nghĩ gì thêm nữa. Lần đó anh có ý giận nàng và bẵng đi ba tuần lễ, không về Sài Gòn thăm nàng nữa.

Nhưng Quỳnh Dung tự đến thị xã Mỹ Tho tìm anh. Trong căn nhà nhỏ nơi anh ở, nàng biểu lộ tình yêu cho anh hơn mọi lần, ân cần và đầy thương mến, đam mê. Một đêm dài bên nhau. Trời gần sáng, anh nhắc lại ý định muốn cưới nàng. Quỳnh Dung ướt mắt, tâm tình:

- Em biết anh yêu em, em cũng yêu anh vô cùng. Em đã không tiếc gì với anh. Nhưng em không thể nhận lời lấy anh vì thế nào người ngoài và dư luận sẽ làm anh khó chịu. Hôn nhân này sẽ gây buồn phiền cho mẹ anh rất nhiều. Anh sẽ không hoàn toàn hạnh phúc với em đâu. Em biết mẹ anh không tán thành chuyện chúng mình. Nhận lời lấy anh là em tham lam. Em ghi nhận và cảm ơn tình yêu của anh dành cho em. Mình đã yêu nhau đầy đủ và đẹp. Em không quá lãng mạn đâu anh, nhưng em nghĩ kỹ rồi, cuộc tình của mình sẽ giữ mãi nét đẹp khi mình không lập gia đình cùng nhau. Em gặp anh, gần bên anh lần này có lẽ là lần cuối. Em cần chọn một lối thoát cho anh, cho em, cho hai chúng mình...

Quỳnh Dung nước mắt tràn trên đôi má. Nam ôm nàng trong lòng. Vòng tay anh muốn bao kín lấy người con gái, anh muốn giữ nàng mãi mải trong tay. Anh nói ân cần với đầy thương mến:

- Em nghĩ sai rồi. Anh không cần dư luận. Anh không cần quá khứ. Anh muốn sống cho hiện tại và tương lai. Anh muốn sống cho chúng mình. Tại sao phải nghĩ tới người khác, không nghĩ đến hạnh phúc của chính mình. Mình yêu nhau và có làm gì sai trái đâu. Chỉ khi làm gì sai trái mình mới ân hận.

Quỳnh Dung nói:

- Em tin lời anh nói. Nhưng trong thầm kín, con người khó tránh khỏi ám ảnh của quá khứ. Em nhớ một lần mình yêu nhau, anh có hỏi "Ngày xưa em có yêu anh Hưng như anh không ...", và lần anh thấy bài thơ anh Hưng làm tặng em vào dịp em và anh ấy đến Cồn Dừa, em thoáng thấy vẻ buồn nơi anh. Xã hội mình thiện cảm với những hôn nhân xứng đôi vừa lứa. Em không chồng, lại có một con. Anh chưa từng lập gia đình, có nghề nghiệp, có nhiều tương lai. Mẹ anh và bà con trong gia đình anh, bạn bè anh sẽ nghĩ sao. Yêu nhau, bây giờ anh cho là chuyện gì cũng nhỏ. Sau này sống chung lâu dài, có lúc anh sẽ thấy những khó chịu trong nội tâm và do ngoại cảnh đưa tới. Em nghĩ em chỉ xứng đáng và đem hạnh phúc với một người cũng hoàn cảnh dang dở như em. Quá khứ dù hạnh phúc hay đau khổ cũng khó xóa mờ. Hơn nữa, có một vài điều thầm kín em không thể nói với anh được ...

Nam nhớ mãi sáng ngày kế tiếp. Quỳnh Dung hôn anh từ biệt, rồi từ đó nàng tránh né tiếp xúc với anh.

Gần Tết năm ấy, Nam được tin nàng thành hôn với một sĩ quan không Quân. Ông này có một con với một cô vũ nữ, ông cũng định cưới người vũ nữ nhưng không được gia đình ông chấp nhận. Người vũ nữ sau đó làm "vợ bé" của một "ông lớn" trong chính phủ.

Nam lập gia đình. Từ đó anh không liên lạc với Quỳnh Dung. Anh chẳng hề muốn khuấy động cuộc sống của người tình cũ và cũng không muốn làm buồn phiền vợ mình. Tuy không liên lạc, nhưng anh vẫn thường theo dõi cuộc sống của người cũ qua bạn bè. Đầu năm 75, vài tháng trước khi Sàigòn đổi chủ, anh được biết chồng của Quỳnh Dung đã hy sinh trong một phi vụ. Nam có viết một thiệp chia buồn với nàng và đó là lần chót anh liên lạc với người con gái đẹp nhưng gặp nhiều nghịch cảnh, nhiều đau thương trong cuộc đời.

GẶP LẠI NGƯỜI XƯA

Nam lái xe tới nơi sớm hơn dự liệu. Anh lấy phòng ngay tại khách sạn, nơi tổ chức cuộc hội thảo ngày mai. Khách sạn Hyatt Regency tại

Quận Cam khá tiện nghi, đẹp, có những hàng cây palms cao phía trước và dọc theo một đoạn dài bên đường phố. Anh về phòng nghỉ ngơi sau khi lái xe một lộ trình dài. Anh có địa chỉ và số điện thoại một số bạn quen gần đây nhưng không gọi và cũng không tính đi thăm như những lần cùng đi với Hằng, vợ anh. Nhớ tới Hằng, anh điện thoại báo cho nàng anh đã tới nơi an toàn, thứ bảy sẽ kết thúc cuộc hội thảo chuyên nghiệp, sáng chủ nhật anh sẽ lái xe về và dự định tới nhà khoảng sau buổi trưa.

Tắm mát xong, Nam thấy khỏe và thoải mái. Anh định mặc đồ nhẹ đi tản bộ rồi vào phòng ăn tại khách sạn dùng cơm tối. Nhưng anh bỏ ý định. Đi dạo một mình không mục đích, dùng cơm đơn độc cũng chẳng thú vị gì. Anh ở lại phòng, gọi một phần ăn nhẹ do khách sạn đem tới tận nơi, rồi nằm coi trên màn ảnh nhỏ một phim tình cảm cho tới khuya. Truyện phim buồn. Người con gái đẹp, chồng đi chinh chiến và mất tích. Nàng cô đơn rồi lấy một người bạn thân của chồng. Chinh chiến hết, người chồng mất tích tưởng đã qua đời, bỗng trở về. Người bạn bèn trao trả vợ mình cho người chồng cũ, anh ra đi đến một thành phố nhỏ xa xăm, để tránh cảnh éo le mỗi khi gặp gỡ người cũ và mong an bình hoàn toàn cho bạn và cũng cho người mình đã một thời yêu thương. Truyện phim bình thường, cổ điển, không mới lạ gì, nhưng vai nữ diễn xuất linh động và đối thoại hay, đôi chỗ làm Nam liên tưởng tới chuyện mình.

Hai ngày họp chuyên nghiệp qua chậm. Có lẽ vì Nam nóng lòng chờ ngày ra mắt tập tiểu thuyết mới của Quỳnh Dung. Trong những giờ họp chuyên nghiệp, anh chỉ dành một chút chú ý đến bài thuyết trình của diễn giả quan trọng nhất, còn lại hình như anh lơ là với các bài khác ngay cả với phần hỏi đáp, bàn luận đôi khi sôi nổi. Anh bỏ luôn bữa cơm trưa bế mạc vào ngày thứ bảy. Dùng thức ăn Âu Mỹ cả hai ngày qua đã chán quen, anh lấy xe đến khu phố đông người Việt tại Quận Cam và dùng bữa trưa một mình với vài món ăn hương vị quê nhà.

Nam đến một thư viện, nơi tổ chức buổi ra mắt sách của Quỳnh Dung vài phút trước giờ ghi trong chương trình. Khách tham dự đã khá nhiều, khác với những cuộc hội họp hoặc tiệc cưới mà Nam thường đến, đa số khai mạc trễ. Anh chọn một chỗ ngồi nơi hàng ghế gần cuối phòng. Năm ba người đang sắp xếp những những tập tiểu thuyết trên một bàn dài, vài người đang chuẩn bị hệ thống âm thanh và ghế cho thính giả.

Quỳnh Dung đến cùng vài người bạn. Ở tuổi bốn mươi, nàng còn nét đẹp và thanh lịch, duyên dáng trong chiếc áo dài Việt Nam màu cánh sen tươi sáng, với những nét thêu mỹ thuật vài hoa và lá sen nho nhỏ bằng chỉ kim tuyến nơi phía trước. Một nữ xướng ngôn viên của một đài truyền hình địa phương làm điều hợp chương trình, chào mừng và cảm ơn thân hữu cùng quan khách. Một nhà văn nữ trẻ tuổi nói về tác giả Quỳnh Dung, rồi một nhà văn nam lão thành trình bày những nhận xét cá nhân về những tác phẩm của nàng và thêm những lời đặc biệt giới thiệu về tập truyện mới. Kế tiếp, Quỳnh Dung nói chuyện với quan khách và thân hữu tham dự. Giọng nói, dáng điệu của nàng cho Nam nhiều ấn tượng, nhiều gợi nhớ về ngày xưa. Không khác thời nào đã xa, nàng vẫn thật duyên dáng trong cách nói chuyện, có nét chững chạc tự tin hơn ngày nàng ở tuổi đôi mươi. Sau những phỏng vấn ngắn của vài nhà báo, nàng về bàn để ghi chữ và ký kỷ niệm cho khách tham dự muốn có tác phẩm của nàng. Nam vì ngồi ở những hàng ghế sau, anh đứng vào gần chót cùng vài người khách khác. Anh chủ tâm như vậy để có thêm thời giờ ngắm nhìn nàng và nghe những đối thoại ngắn nàng trao đổi cùng thân hữu và những người mến mộ.

Đến khi anh tiến tới trước bàn của người yêu xưa, phía sau anh chỉ còn ba bốn người khách cũng đang chờ nàng ký tên vào tập sách. Như một phản ứng đã quen thuộc, nàng chưa nhìn anh khi cầm cuốn sách từ tay anh, biên nhanh hai chữ "Bản của ..." rồi nàng mới ngước lên với nụ cười thân hữu. Nam đọc chậm để nàng viết tên mình trên một trang trong của đầu tập sách "tôi tên Lê Văn Nam". Quỳnh Dung mở sáng đôi mắt còn nét đẹp:

- Trời ơi anh Nam! Sao anh đến mà không cho em biết, bất ngờ quá!

Nàng im lặng ngẩn người nhìn anh, rồi như cố lấy lại tự nhiên, nàng nói:

- Để em đề tặng anh một ấn bản đặc biệt.

Nàng đặt cuốn truyện đã biên dở dang hai chữ, lấy một ấn bản quý bìa đẹp từ phía dưới bàn, chuẩn bị viết, xong lại thôi:

- Em muốn gặp anh nói chuyện lâu, lúc đó đưa sách tặng anh sau. Anh chờ em một chút nhé. Em cũng sắp xong rồi.

Nam thấy nếu chuyện trò lâu khi còn vài người phía sau anh chờ đợi không tiện, anh nói với nàng:

- Dung cứ tiện nhiên thong thả, tiếp bạn bè và độc giả ái mộ. Anh có nhiều thời giờ. Anh chờ Dung ở phía cuối phòng. Khi Dung xong mọi việc, mình sẽ hàn huyên.

Một vài đôi mắt tò mò nhìn anh. Khách tham dự còn lưu

luyến ở lại nói chuyện với Quỳnh Dung khi nàng đã ký tên kỷ niệm một ấn bản chót. Nam thấy rõ nàng nóng lòng chờ đợi để từ biệt những người bạn lưu lại sau cùng, rồi nàng đến bên anh rất ân cần:

- Gặp anh em mừng quá. Qua bạn bè nói anh chị ở San Jose. Mà chị Hằng đâu, em muốn gặp chị nữa.

Một ngạc nhiên đến với Nam. Anh không ngờ nàng biết anh ở thành phố ấy. Biết anh, biết cả tên vợ anh. Biết mà không hề liên lạc. Cũng như anh. "Vẫn hằng theo dõi bước nhau đi". Anh chỉ biết nàng còn độc thân. Nhìn nàng với ánh mắt thân tình, anh nói:

- Anh họp nghề nghiệp có hai ngày, nên Hằng không đi cùng với anh. Anh muốn đi kỳ này để xem Dung ra mắt sách, gặp lại Dung và mừng Dung đã mau chóng thành công. Anh và nhiều độc giả thích đọc truyện của em.

Quỳnh Dung lộ nét vui. Nam thấy nàng vẫn đẹp, vẫn nồng hậu, vẫn quyến rũ. Nhìn nàng, anh nói:

- Anh thích màu áo dài của em. Thấy áo dài là thấy nhớ Việt Nam, nhớ Sài Gòn của mình. Anh muốn hàn huyên lâu cùng Dung. Anh ở xa lại, không biết nhiều chỗ tại Orange County này. Anh đang ngụ tại Hyatt Regency cũng gần đây. Mời Dung chiều nay dùng cơm tối tại nhà hàng của khách sạn nơi anh đang ở, mình nói chuyện, có thuận tiện cho Dung không?

Quỳnh Dung nắm tay anh, nhìn anh nàng nói thân mật:

- Anh vẫn còn hay khen phụ nữ. Nhưng bây giờ em không để anh dụ ngọt như hồi mình đi Vũng Tàu hay Đà Lạt đâu.

Nàng cười nói tiếp:

- Từ thành phố xa tới, anh là khách. Em mời anh, chừng bảy giờ tối nay lại nhà em ở Irvine, mình dùng cơm tối, cho thân tình và nói chuyện lâu được.

Nam nhận lời. Quỳnh Dung cho anh địa chỉ và điện thoại nhà. Anh không biết là Quỳnh Dung vì thân anh hay vì Mỹ hóa, nàng ôm anh khi tạm biệt. Cái "hug" rất Tây phương. Mọi khi Nam vì không quen, anh hay ngại ngùng khi ôm người đồng hương khác phái tại đất Mỹ này. Nhưng với nàng thì rất khác. Hương tóc người xưa, thân thể của nàng, một thời vọng nhớ, một thời yêu đương cho anh dạt dào những tình cảm khó diễn tả trong lòng.

BIÊN GIỚI CUỘC TÌNH ĐÃ XA

Nam tìm nhà không khó. Căn nhà của Quỳnh Dung còn mới, mái ngói đỏ, một tầng, trong khu yên tĩnh. Đón anh nơi cửa, nàng tươi mát với y phục gọn và trang nhã. Chiếc áo lụa màu gạch tươi, tôn bộ ngực còn đầy nét kiêu hãnh dù nàng ở tuổi 40. Chiếc váy đen ngắn ngang gối. Đôi sandales kiểu đẹp, cao vừa phải cho nàng dáng gọn gàng, tự nhiên không kiểu cách. Trang trí trong nhà khéo, cho Nam biết nàng có cuộc sống đầy đủ.

Vào cuối thu, giờ này buổi tối Cali mới hơi lạnh, nhưng nàng đã để lò sưởi trong căn phòng gia đình. Ngọn lửa reo nhẹ, gây không khí ấm cúng. Nàng mời anh dùng cơm tối tại phòng ăn. Ánh đèn để dịu, hai ngọn nến trên bàn. Nàng nói:

- Hôm nay em làm mấy món ngày xưa anh vẫn ưa.

Nàng cho dùng món ốc đặt trong hai đĩa sứ đặc biệt, làm theo kiểu Escargot bỏ lò tại mấy nhà hàng Pháp. Rồi món soupe fromage. Món thịt bò nướng lò và rau salade cresson. Tráng miệng có trái dâu như dâu Đà Lạt, dùng với cà rem.

Vừa thưởng thức món tráng miệng, Quỳnh Dung vừa nói :

- Ít thời giờ, em không làm được món Omelette Norvégienne ngày trước anh và em hay dùng tại một nhà hàng ở Sài Gòn.

Anh khen nàng :

- Dung của anh vẫn giỏi như ngày xưa. Chỉ vài ba giờ đã làm xong một bữa ăn đặc sắc.

Nàng khiêm tốn :

- Cả ba món đều bỏ lò nên dễ làm anh ạ. Em chuẩn bị trước khi anh tới cho vừa đủ chín, khi dùng tới món nào em chỉ cho để thật nóng trong Oven ít phút là xong. Món salade thì em làm trước.

Khi chai rượu đỏ Cabernet đã vơi gần một nửa, Quỳnh Dung tâm sự chuyện mình :

- Lúc Sàigòn đổi chủ, chồng em lại mới qua đời, em cũng vất vả, đi dạy học cho qua ngày để sinh sống. Cháu Thịnh, con em và anh Hưng, vượt biên qua Mỹ cùng gia đình chú bác và ông bà Nội vài năm sau. Năm 86, gia đình bên nội cháu bảo lãnh em qua bên này. Em vừa làm việc, vừa học. Học xong, em nhận việc làm phụ tá quản thủ một thư viện tại đây. Em yêu thích công việc đang làm, có dịp đọc sách báo và nhiều tác phẩm mới cũ, khi rảnh thì viết lách, tài liệu thật là nhiều và tiện lợi tra cứu. Không như khi xưa, lúc học

Văn Khoa tìm một quyển sách quý để đọc đôi khi rất khó. Cháu Thịnh cũng sắp học xong Đại học tại Boston, cháu có ý muốn theo cùng nghề của anh. Lúc còn học trung học, cháu khi ở với Nội, khi thì đến em. Bây giờ học ở xa, mùa Hè nào cháu cũng về đây với em. Cháu mới về lại Boston, chuẩn bị cho niên học mới.

Dung rót thêm rượu vào ly của Nam. Anh hỏi nàng :

- Còn chuyện tình cảm em ra sao ?

- Em vẫn ở độc thân. Có vài người có cảm tình, cả Việt cả Mỹ, ngỏ ý muốn cùng em lập cuộc đời, nơi xa quê hương này. Nhưng em quen sống độc thân rồi anh Nam ạ. Lúc nhỏ một nhà tướng số nói em cao số. Anh thấy không, chỉ là người yêu chưa cưới của anh Hưng thôi, anh Hưng đã mất. Lấy chồng phi công, chồng tử nạn. Nếu anh ngày trước lập gia đình với em, chưa biết ra sao đó. Anh có tin tướng số không, em không muốn tin mà vẫn phải tin.

Nam đáp lời nàng :

- Anh không tin tướng số qua những ông thầy nói. Nhưng anh tin rằng mỗi người có một số mệnh, một định mệnh an bài.

Anh kể qua chuyện mình, chuyện gia đình, những may mắn khi có dịp di tản sớm cuối tháng tư năm 75.

Sau bữa ăn ngon miệng và vui, cùng ôn những kỷ niệm cũ, nàng mời anh ra ngồi trên chiếc ghế sofa nơi phòng gia đình, vừa chuyện trò, vừa uống tiếp chai rượu chát. Không khí thân mật bên chiếc lò sưởi, ánh lửa bập bùng. Nàng cho thêm củi đốt. Mùi gỗ thơm, thỉnh thoảng có những tiếng lách tách của những thớ gỗ mới khi bén lửa. Nam ngồi gần bên, choàng tay qua vai nàng, cử chỉ thân mật như những ngày đã xa. Ôn lại chuyện yêu thương ngày trước, anh nhìn nàng :

- Anh nghĩ hạnh phúc nhất ở đời là tình yêu. Có tình yêu, được sống bên người mình yêu thương là một diễm phúc. Chắc em có đọc, văn hào Leon Tolstoi lúc cuối cuộc đời, còn đi tìm ý nghĩa của cuộc sống, ông viết một truyện ngụ ý nói tình yêu là quan trọng hơn cả, ý nghĩa hơn cả (2). Anh không biết rõ ông muốn nói tình yêu nào, tình yêu đồng loại, tình yêu thiên nhiên, tình yêu gia đình, tình bạn ... Nhưng anh nghĩ hẳn là phải có tình yêu nam nữ.

Ngừng một chút, anh hỏi nàng :

- Ngày ấy sao em không nhận lời lập gia đình cùng anh, bất chấp mọi dư luận, để mình mãi bên nhau ?

Quỳnh Dung chớp mắt :

- Lúc xưa khi mình chia tay, em đã nói nhiều cùng anh rồi, anh nhớ không. Đời em dang dở, đã một con, không xứng đáng với anh và với gia đình anh. Có thể thời gian đó em còn mang nặng quan niệm của xã hội Việt Nam mình. Còn một điều nữa bây giờ em mới nói với anh. Ngày ấy, em không hiểu sao mẹ anh biết rất rõ quan hệ tình cảm của chúng mình. Mẹ anh viết cho em hai lá thư, thư chót có một câu em còn nhớ "*... tôi xin cô, cô hãy buông tha con tôi, tôi chỉ còn có Nam là con trai, anh nó đã sống như vợ chồng với một cô gái bán Bar không ra gì, có ba con rồi, coi như bỏ đi ...*". Em dấu anh, không cho anh biết chuyện này, sợ anh oán trách mẹ. Rồi một lần Cụ tìm gặp em, Cụ khóc. Em thấy nếu em về cùng anh, không chắc có đem hạnh phúc trọn vẹn cho anh. Em mong anh hiểu và không buồn nhiều.

Nam nhớ tới chuyện người anh, đã làm mẹ anh buồn

phiền không ít. Anh ôm nàng :

- Nhưng bây giờ, kiểm xét lại em nghĩ gì về quyết định ngày xưa của mình ?

- Em có chút tiếc nuối, đáng lẽ em có thể nghe theo lời anh, đáp ứng tình anh. Em nghĩ ngày ấy anh nói đúng, lẽ ra mình phải sống cho mình. Dư luận không đáng kể. Không nên sống vì người khác, không nên sống vì dư luận.

Nàng nép vào anh :

- Chỉ có một điều làm em thấy an ủi. Em cao số, lấy anh có thể bây giờ anh đã chết rồi.

Nam ôm nàng nhiều hơn, nói một cách trào phúng như phỏng theo lời ca một nhạc bản :

- "Anh không chết đâu em".

Rồi anh hôn nàng. Quỳnh Dung đáp ứng. Những nụ hôn say sưa, kéo dài và ngọt như của những ngày đã xa bừng sống lại. Anh luồn tay vào trong làn áo lụa của nàng. Anh không rõ Quỳnh Dung vì ở nhà muốn thoải mái, hay hôm nay do chủ tâm, nàng không mang dây nịt nơi ngực. Làn da người yêu cũ vẫn còn mời gọi, mịn màng, cho anh nhiều rung động. Anh nhận được những chuyển động nơi cơ thể nàng. Rồi Nam đổi hướng, đưa tay di chuyển trên đôi chân thon dài trước kia đã khiêu vũ nhiều lần cùng anh trong những phòng trà. Tự Do, Queen Bee, Maxim, Baccara, Mỹ Phụng... Khung trời Sài Gòn. Một thời hoa niên. Một trời kỷ niệm... Bàn tay anh thoa nhẹ trên da nàng, rồi từ tốn hướng về phía trên đầu gối, mặt trong một bên đùi Quỳnh Dung. Anh thì thầm :

- Mình vào phòng của em nhé.

Nhưng anh thật ngạc nhiên và hụt hẫng. Quỳnh Dung dùng tay nàng cản ngăn sự chinh phục của anh. Nàng chặn giữ bàn tay anh lại, ngưng hôn anh, vẫn thân ái nhìn anh vài giây rồi mới nói nhẹ nhàng :

- Anh Nam, hôm nay như vậy mình đủ trả nỗi nhớ cho nhau rồi. Yêu nhau, mình giữ cho nhau đừng đi quá xa, đừng làm điều đáng trách, anh và em sẽ phải ân hận về sau.

Ngưng một chút nàng mới tiếp :

- Em có lòng mến chị Hằng. Tuy không tiếp xúc với chị lần nào, nhưng lúc ở Sàigòn do bạn bè chỉ, em có thấy chị vài lần trên đường phố. Em thấy chị hiền và dễ thương. Em không muốn làm chị ấy đau khổ. Khi trước em đã không muốn làm mẹ anh buồn phiền. Bây giờ, nếu anh ngoại tình, nỗi đau của chị Hằng còn lớn hơn nhiều so với nỗi buồn của mẹ anh. Em nhớ mãi một câu anh nói khi mình chia tay "Chỉ khi mình làm gì sai trái mới ân hận". Luân lý nơi nào, hay tôn giáo nào thì ngoại tình cũng là một sai trái, cho anh và cho em, là làm khổ vợ anh và không biết chuyện gia đình anh sẽ ra thế nào sau này. Em không muốn làm tổn hại hạnh phúc gia đình anh. Mình nên ngưng ở đây anh Nam.

Nam không biết nói sao. Nàng đã biết kiềm giữ và nàng có lý. Giọng nàng thân mật mà lại như dẫn dụ, như khuyên răn, nhẹ nhàng nhưng không kém phần quyết định. Lời Quỳnh Dung nói bỗng nhiên làm những hứng khởi đang bồng bột của anh ngừng lại. Anh nghĩ, có thể biện bạch bằng lý lẽ thiên vị cho mình, cộng thêm những cảm tình yêu thương sẵn có giữa anh và nàng, con đường dẫn anh vào chuyện ngoại tình có thể vẫn còn lối mở, vẫn còn hướng đi. Nhưng chính Nam cũng không hiểu tại sao, anh ngồi ngay ngắn lại. Rồi anh chỉ đôi lúc cầm tay nàng, và thân mật nói chuyện thêm cho đến nửa khuya.

Khi từ biệt, Quỳnh Dung tiễn anh tới cửa, nàng chợt dừng lại, nắm lấy tay anh. Anh nghĩ nàng còn lưu luyến hay đổi ý. Nhưng nàng nói :

- Em quên chưa tặng anh cuốn truyện mới in.

Nàng vào lấy một ấn bản đặc biệt, ghi tặng Nam, đề ngày và ký tên bên dưới những dòng chữ : *Thân tặng anh Nam, "kỷ niệm" ngày ra mắt tập truyện này*. Anh thấy nàng ghi hai chữ kỷ niệm trong ngoặc kép.

Tới cửa, anh ôm Quỳnh Dung, hôn nàng một lần nữa. Nam không dám chắc với lòng mình, đây có phải là chiếc hôn cuối cùng giữa anh và nàng không. Lần từ giã nhau ở Mỹ Tho khi trước, đã tưởng là nụ hôn chót. Lần này cũng làm anh nôn nao, xao xuyến như năm xưa. Anh nói với nàng như một hứa hẹn thật lòng :

- Khi nào Dung phát hành tập truyện thứ năm, anh sẽ lại đến tham dự ngày ra mắt sách.

Nàng nói với anh :

- Và anh nhớ mời chị cùng đi.

Nam ra xe, mở động cơ, rồi hạ thấp một bên kính. Anh khoa nhẹ tay chào Quỳnh Dung. Đêm Cali lúc đó đã hơi lạnh. Nàng trong chiếc áo mỏng vẫn đứng trước cổng nhà nhìn theo. Anh tự hỏi, tưởng tượng, nếu mình tắt máy xe, rồi quay trở lại vào nhà nàng, câu chuyện có thể đổi khác hay không, như một cảnh cuối của một phim tình cảm trên màn ảnh mà một số khán giả thường hồi hộp vào đoạn kết. Nhưng anh không làm như vậy.

HẠNH PHÚC VẪN BÌNH YÊN

Xe lăn bánh. Nam về thẳng khách sạn dự định đọc ít trang cuốn tiểu thuyết nàng mới cho. Nhưng rồi không biết nghĩ sao, anh thu xếp nhanh hành trang của mình rồi xuống lầu dưới, trả phòng khách sạn. Anh lên xe lái đoạn đường xa, giữa đêm khuya về nhà. Đường trường, có lúc anh hướng giòng tư tưởng về người tình cũ. Dù đã một thời quen thân với Quỳnh Dung, giờ đây anh vẫn còn chưa rõ, chưa hoàn toàn hiểu nàng. Mỗi con người là một đơn vị rất đặc biệt, có ai hiểu ai trọn vẹn đâu. Ai có thể đi sâu vào cõi tâm linh của người khác, dù là người thân. Nhưng Nam vẫn suy nghĩ, vẫn phân tích. Quỳnh Dung là một cô gái mới, rất mới đối với thế hệ nàng. Tâm hồn lãng mạn phóng khoáng nhưng không sống quá buông thả. Anh gần như biết chắc chỉ có Hưng và anh là hai người tình thực sự của nàng trước khi nàng lấy chồng. Khi yêu thương, nàng thật là đằm thắm, hiến dâng trọn vẹn cho người mình yêu. Nam đoán nghĩ là nàng đã từng rất thân mật nơi bờ cát Cồn Dừa khi tắm sông cùng người yêu, bạn anh. Rồi nàng cũng đã yêu Nam rất đam mê. Nhưng sau nàng đã quyết định lập gia đình trước khi Nam lấy vợ để cho anh quên nàng đi, dễ tính chuyện đời mình, và để không làm buồn phiền cho mẹ anh. Chỉ mới vài giờ trước đây, nàng đã có đủ lý trí để tránh không đem buồn khổ cho vợ anh, ngăn giữ anh khi hai người đã đi sát tới biên giới của ngoại tình. Phân tích, Nam nghĩ rằng tuy nàng lãng mạn, phóng khoáng, đam mê, nhưng cũng nhiều lòng nhân ái và nhiều lý trí, nhiều nghị lực hơn anh, để tránh được cám dỗ. Anh thầm nghĩ về những hành động của con người. Nhiều khi giữa đúng và sai, tốt và xấu ... chỉ có một gạch nối rất nhỏ, rất mỏng manh. Trong cuộc sống với nhiều nhận định, nhiều xét đoán theo lý nhị nguyên của thế gian này, giữa thành thật và giả dối, trung hậu hay phản bội, ngay thẳng hay gian trá, thiện tâm hay ác độc... nhiều khi chỉ có những bước chuyển tiếp rất ngắn, chịu nhiều ảnh hưởng của thời gian, không gian, hoàn cảnh, những cám dỗ và tâm lý cá nhân khi hành xử ... Lắm khi hành động của con người ở một khoảng nào lưng chừng giữa hai đối cực của lưỡng nguyên (3).

Xe đã đổ đầy nhiên liệu từ ngày hôm qua. Ban đêm đường vắng, Nam lái với tốc độ khá nhanh. Hơn sáu giờ sáng Chủ nhật anh đã về tới nhà. Trời vào cuối mùa Thu nên còn chưa sáng rõ. Hằng mở cửa đón anh, giọng ngái ngủ nhưng vui mừng :

- Anh ! Anh về sớm vậy ?

- Tại anh muốn về ngay. Anh nhớ em.

Hằng ôm cổ anh, hôn nhẹ lên má :

- Xạo, anh nói xạo.

Nam nói với vợ :

- Em tiếp tục ngủ đi. Còn sớm, Chủ nhật mà. Anh thay đồ rồi cũng cần đi nghỉ, anh lái xe suốt cả nửa đêm.

Hằng ngoan ngoãn nghe lời chồng trở vào phòng tiếp tục giấc ngủ. Nam tắm xong, anh đến nằm bên vợ. Anh thấy một niềm vui, thoải mái được trở về với nơi chỗ quen thuộc của mình, ấm cúng hơn chiếc giường nơi khách sạn. Hằng đang khép mắt ngủ tiếp, mặt nàng hướng về phía anh. Chiếc áo ngủ bằng satin màu hồng của Hằng hơi lệch sang một bên, lộ chiếc vai trắng và một phần phía trên ngực bên phải. Anh vẫn yêu dáng nằm này của Hằng từ ngày mới cưới nàng vào đầu mùa Xuân năm ấy. Anh quen Hằng trong dịp họp mặt sinh nhật của cô em họ. Lúc ấy Hằng đang học năm chót tại một trường nữ trung học tại Thủ Đô. Tình yêu nhanh chóng đến với anh và Hằng rồi hai người thành hôn chỉ một thời gian ngắn sau lần đầu gặp gỡ. Nam ngắm nhìn nàng ngủ. Anh thấy Hằng hiền và vẫn đẹp. Nàng nhỏ hơn Quỳnh Dung hai tuổi. Anh muốn ôm vợ vào lòng nhưng rồi lại thôi, để cho nàng ngủ tiếp. Nhưng anh nghĩ sai, Hằng chỉ khép mi, chưa ngủ lại. Nàng nhẹ mở mắt hỏi Nam, giọng yêu thương :

- Anh đi họp kỳ này có vui không ?

- Không vui vì không có em. "Ba ngày... không có em".

Anh trả lời nàng như vậy bằng cách nói khẽ mà như hát theo câu "*Nhữngchiều ... không có em*" của một nhạc bản mà Hằng ngày xưa thích nghe anh hát lúc hai người mới thân nhau. Hằng đưa tay nhéo nhẹ vào một bên má anh:

- Anh lại xạo nữa. Đàn ông các anh hay xạo lắm.

Nói xong nàng rúc đầu vào ngực chồng.

Nam thân ái ôm vợ, anh thì thầm:

- Anh hơi xạo một chút thật. Gặp bạn bè phải có những chuyện vui, nhưng không có em cùng đi anh thấy không an toàn, lái xe dễ lạc đường.

Có lẽ Hằng còn ngái ngủ hay đang muốn đón nhận và tận hưởng cái hạnh phúc trong vòng tay chồng, nàng không để ý gì đến những chữ bạn bè, an toàn, lạc đường của anh. Nam ôm Hằng vào gần mình hơn...

Hai vợ chồng anh chỉ tỉnh giấc khi tiếng động cơ xe của mấy người thợ làm khu vườn nhà anh rồ máy để ra về vào lúc gần trưa. Cả anh và Hằng có lẽ vì mệt, đã ngủ quên nên không có dịp chỉ cho mấy người chuyên săn sóc vườn tược những chỗ muốn làm cho bớt rậm rạp như đã dự định. Nhưng Nam thấy một niềm vui. Hôm nay khu vườn nhà anh chưa quang đãng như ý muốn, nhưng tâm hồn anh không bị vướng bận nhiều, không ân hận nhiều. Tiếng cười đùa của đứa con trai anh, mười lăm tuổi, đang chơi cùng mấy đứa bạn tại cái sân bóng rổ trong khu vườn rộng phía sau nhà vang vọng về, nghe hồn nhiên, vui nhộn. Rồi tiếng xe hơi con gái lớn của anh đang học mới năm đầu đại học tại San Francisco vừa về tới, thăm nhà để ăn cơm cùng với cha mẹ ngày chủ nhật như thường lệ. Anh thầm cảm ơn ... một người đã giúp anh dừng lại bên bờ cám dỗ để còn giữ được cái hạnh phúc vẫn bình yên của gia đình mặc dù mới ngày hôm qua anh đã trải qua những rạo rực, những lôi cuốn, những cảm xúc đam mê như của một thời nào đã xa, hơn hai mươi năm về trước.

Trần Văn Khang

(1) *Thuyền ai đậu bến Cô Tô,*
Nửa đêm vẳng tiếng chuông chùa Hàn Sơn (Dịch Thơ Đường, Khuyết Danh)

Cô Tô thành ngoại Hàn Sơn tự

Dạ bán chung thanh đáo khách thuyền (Đường Thi, Trương Kế)

(2) "Đại văn hào Leon Tolstoi đã sống suốt cuộc đời với nội tâm khắc khoải, dằn vặt, ân hận, băn khoăn, chỉ vì không rõ ý nghĩa cuộc sống của con người. Dầu đã 82 tuổi, văn hào cảm thấy vẫn còn những ngày còn lại rất quý giá nên đã quyết định bỏ nhà ra đi để tìm cho được ý nghĩa đích thực của đời người. Văn hào đã "tìm được" nó trong những ngày cuối của cuộc đời trước khi chết thầm lặng tại một thị trấn nhỏ.

Điều văn hào tìm được ký thác trong một truyện ngắn với tựa đề: "Người Ta Sống Bằng Gì" Cốt truyện có ba nhân vật chính là bác thợ giày Simon với vợ là Matriona và một đứa trẻ tên là Michel. Theo câu chuyện, Michel là một thiên thần bị Trời đày xuống trần gian mà Simon đã nhặt được ở bên ngoài ngôi nhà nguyện. Trước khi Michel bị đày, Trời đã bảo chàng: Ngươi sẽ hiểu trong con người có gì, con người không được hưởng gì và cái gì làm sống con người.

Trong sáu năm sống trong nhà bác thợ giày, Michel chỉ cười có ba lần. Mỗi lần chàng cười, vì chàng đã tìm ra một ý nghĩa cho cuộc sống.

Nụ cười thứ nhất của Michel, khi chàng hiểu trong con người có tình yêu.

Nụ cười thứ hai của Michel, khi chàng thấy con người không tri thức được những nhu cầu thiết yếu của thân xác mình.

Nụ cười thứ ba của Michel, khi chàng nhận thức được người ta không sống vì những nhu cầu thể xác, mà sống vì tình yêu.

Những ngày cuối đời còn lại, Tolstoi tìm được ý nghĩa đời người là tình yêu, nhưng không biết Tolstoi có được "sống vì tình yêu" trong những ngày còn lại của đời mình?

(Trích tờ Ánh Sáng, the Light, số 483 ngày 6 tháng 1 năm 2002. Tác giả: Mục sư Phan Thanh Bình)

(**3**) Dualism

10. QUÁN KHUYA

Truyện ngắn dưới đây không có dữ kiện gì về cuộc chiến Việt Nam. Truyện được viết để ghi nhận những thế hệ sau của người tỵ nạn Cộng Sản gốc Việt có nhiều người được học hành tốt tại hải ngoại và cũng hòa nhập với đời sống và văn hóa nước ngoài.

NGÀY TẾT XA NHÀ

Thế là Chương lại có một cái Tết một mình, xa nhà, xa quê hương. Gần 30 tuổi, còn độc thân, Chương vẫn muốn có những ngày Tết được ở nơi mình đang cư ngụ, gần họ hàng, gần bạn bè. Đúng vào dịp Nguyên Đán, anh được cơ sở anh đang làm việc cử sang Luân Đôn tham dự một cuộc họp của các Viện Bào Chế và các Viện Nghiên Cứu về thuốc men. Chuyến đi này khá quan trọng, vì một vài Công Ty sản xuất y dược của Thụy Sĩ, Ý Đại Lợi và Đức Quốc hình như đang tiến hành, tìm tòi vài món thuốc có vẻ sẽ trùng hợp với hai sản phẩm đang trong vòng khảo sát của Viện Nghiên Cứu nơi anh đang làm việc. Anh thầm trách các ông Tây, ông Mỹ tư bản. Họ chẳng để ý gì đến ngày Tết âm lịch, cũng chẳng quan tâm đến phong tục Đông Phương. Có nhu cầu là họ tiến hành. Nhưng Lễ Giáng Sinh, Tết dương lịch họ lại rất trọng, luôn luôn tránh những họp hành về doanh nghiệp hay về chuyên nghiệp.

Ba ngày họp đã xong vào chiều mùng hai Tết. Qua những trao đổi trong chương trình cũng như bên lề các cuộc thảo luận, Chương nghĩ là đã lấy đủ tin tức cần thiết cho Phòng Nghiên Cứu, nơi anh làm việc.

Tại Luân Đôn cũng như bên Mỹ chỗ anh đang ở, quang cảnh ba ngày Tết Việt Nam cũng như ngày thường. Có lẽ chỉ có khu phố Tầu hay khu đông người Á Châu mới có chút không khí của Nguyên Đán.

Khách sạn anh hội họp và tạm lưu trú tọa lạc ngay trung tâm thủ đô Anh Quốc, gần khách sạn ngày trước của anh. Cũng gần quán rượu Golden Turtle, nơi anh đã ngồi nghe nhạc, dùng càfê hay uống rượu cùng Yoshiko mấy đêm liền, một năm rưỡi trước. Đã hơn một tháng nay, kể từ Giáng Sinh, vì bận rộn và di chuyển nhiều, anh ít liên lạc với nàng. Dùng cơm tối xong, anh mặc thật ấm, một mình bộ hành đến quán rượu cũ. Chương muốn trở lại nơi anh có nhiều kỷ niệm với Yoshiko. Anh dự định khi về Hoa Kỳ, sẽ điện thoại kể chuyện nàng nghe về việc thăm lại Night Club Con Rùa Vàng này. Anh nghĩ là nàng sẽ thích nghe chuyện và biết đâu sẽ cảm động, rồi có một hướng đi, một quyết định tình cảm với anh.

Mới chín giờ tối, quán đã khá đông. Tiếng nhạc Jazz nhẹ nhàng, dìu dặt. Không khí Night Club ấm cúng, khác hẳn cái giá lạnh của thời tiết giữa mùa đông bên ngoài. Chương tìm đến chiếc bàn, nơi góc nhỏ, còn trống, hơi tối cho có chút riêng tư. Đúng cái bàn anh cùng nàng hay ngồi vài đêm năm xưa. Anh gọi một ly rượu nho Pinot Noir. Nhấm nháp ly rượu khá ngon và thưởng thức nhiều nhạc bản đặc sắc do bốn năm người nhạc công trình tấu. Vẫn những người nhạc công ấy. Khung cảnh vẫn như xưa, làm anh càng nghĩ đến Yoshiko nhiều hơn. Câu chuyện quen nàng, mới gần hai năm trước trở lại với Chương trong nỗi nhớ bồi hồi...

MÙA HÈ 2006

Không hiểu tại sao Chương chú ý nhiều đến người con gái Á Đông ấy, ngay từ lần đầu thấy nàng trong Hí Viện, một buổi hòa nhạc tại Stockholm. Nàng ngồi phía trên, cách anh một hàng ghế, hơi về phía bên trái của anh, nên Chương thấy được bán diện phía bên phải rất thanh tú của nàng. Bên cạnh nàng là một phụ nữ đã khá đứng tuổi, tóc điểm vài sợi bạc. Xem cung cách nàng đối với bà, anh đoán họ là hai mẹ con, cùng đi nghe nhạc.

Nhiều sự việc có thể giải thích là do ngẫu nhiên, do tình cờ. Nhưng Chương lại hay nghĩ theo thuyết nhà Phật, anh cho là do "cơ duyên" nên có sự gặp gỡ. Ra khỏi Hí Viện, Chương đi sau nàng vài bước. Nghe nàng nói chuyện với người phụ nữ đứng tuổi đi cùng, anh tin rằng họ là người Nhật. Rồi họ cùng lên một xe buýt với anh, đi về chiếc du thuyền lớn. Vài giờ nữa con tàu sẽ nhổ neo, đưa gần một ngàn hành khách ghé nhiều bến cảng, du ngoạn thăm viếng nhiều nơi vùng Bắc Âu trong một hải trình tám ngày.

Vùng biển tại đây mùa này sóng nước êm. Con tàu to lớn, như một khách sạn nổi, đủ tiện nghi cho cả ngàn du khách. Chương đi chuyến này với Phong, người bạn quen, cùng trường Đại học nhưng khác ngành khảo cứu. Cả hai vừa tốt nghiệp Cao Học, rủ nhau tham dự chuyến du lịch xa, đến những nơi chưa từng đến. Chương và bạn tự tưởng thưởng cho mình sau một học trình nặng nề suốt mấy năm.

Du thuyền này vào giờ ẩm thực không phải chọn chỗ ngồi nhất định. Vào buổi tối thứ hai, anh và Phong đến phòng ăn hơi muộn, được người tiếp viên trên tàu sắp xếp ngồi một bàn, chung với hai người du khách Nhật Bản. Ban quản lý du thuyền cũng muốn cho hành khách trên tàu có dịp quen nhau. Chương và Phong chào bằng Anh ngữ, trước khi ngồi xuống ghế. Cô gái Nhật thật khả ái, Chương đã thấy trong hí viện hai ngày trước tại Thụy Điển. Cô khoảng 22 hay 23 tuổi, cũng lễ độ nhưng không kém duyên dáng giới thiệu mình và người mẹ. Cô nói bằng tiếng Anh, rất chuẩn, kèm theo một nụ cười tươi:

- Tôi là Yoshiko, và mẹ tôi, bà Tanaka. Hân hạnh được biết hai anh.

Hai người phụ nữ, hôm đó mang y phục Kimono thật đẹp. Chương ngỏ lời khen tặng. Họ cho biết mới dự buổi tiếp tân của Thuyền Trưởng. Chương và bạn không dự những buổi này, nhưng nhiều hành khách lại thích ăn uống, mặc đẹp để chụp hình với vị Chỉ Huy chiếc tàu, làm kỷ niệm. Chuyện trò trong bữa ăn, Yoshiko cho biết:

- Mẹ tôi là nhà giáo dạy sinh ngữ, mới về hưu. Còn tôi dạy âm nhạc tại một trường Cộng Đồng ở cố đô Kyoto, Nhật Bản.

Thấy cô gái Nhật cởi mở, nói chuyện dễ mến, Chương cũng nói về mình và bạn:

- Anh Phong, bạn tôi mới tốt nghiệp xong ngành chuyên môn về Hóa Học Hữu Cơ, tôi về Sinh Học. Bạn tôi sau chuyến đi này sẽ nhận việc làm cho một Công Ty Sản Xuất Dược Phẩm tại New Jersey. Còn tôi sẽ về làm việc cho một Viện Nghiên Cứu tìm những thuốc men mới, tại San Diego, ngay cạnh bờ biển phía Tây, miền nam Hoa Kỳ.

Thế là họ quen nhau. Chương còn độc thân, chưa có bạn gái nào coi là thân thiết. Anh không bạo dạn với phụ nữ khi chưa quen biết nhiều. Phong trái lại thường cởi mở, tự nhiên, có nhiều bạn gái tại Mỹ, thân có, sơ có, thuộc nhiều sắc dân. Mới hai ngày trên tàu, Phong đã quen được hai cô gái Mỹ tóc vàng, trẻ đẹp cùng đi trong chuyến du hành. Mỗi tối, sau khi xem những phần trình diễn giải trí trên du thuyền, Phong đi khắp những chỗ vui nhộn sinh hoạt của giới trẻ, các quán nhạc có khiêu vũ ồn ào. Chương tối nào cũng thường đến một phòng trà trên du thuyền, có lẽ dành cho người trung niên hay đứng tuổi, có nhạc êm dịu, với một sàn nhảy nho nhỏ, ấm cúng. Mỗi tối, anh cũng thường thấy Yoshiko và bà mẹ đến nghe nhạc tại chỗ này. Tối nay, nàng đem theo cây đàn vĩ cầm, và trình bày vài bản nhạc cổ điển, rồi nhạc thời trang, có sự phụ họa của ban nhạc nhỏ. Tiếng đàn điêu luyện của nàng đã «cảm» được anh. Lần nào nàng cũng được sự tán thưởng nồng nhiệt của những du khách hiện diện. Những du khách có khả năng văn nghệ thường được cổ võ, được khuyến khích, và được mời để trình diễn. Chương đàn dương cầm tạm được. Một lần anh trình bày một bài nhạc cổ điển khá quen thuộc. Yoshiko tự động kéo vĩ cầm phụ họa cùng anh. Anh cũng có dịp mời nàng khiêu vũ vài lần. Yoshiko có dáng đẹp khi khiêu vũ, nhẹ nhàng. Chương nghĩ nàng có qua những lớp học về vũ. Nàng đặc biệt thích điệu Luân vũ chậm và Night Club Two Steps.

Chương mau chóng có nhiều cảm tình với người phụ nữ đẹp, trẻ tuổi Nhật Bản. Anh và nàng cùng yêu mến âm nhạc, nhưng lại ở hai phương trời xa cách. Yoshiko biết khá nhiều về nước Việt. Nàng nói Việt Nam và Nhật Bản cùng có lịch sử thắng được quân Mông Cổ của Thành Cát Tư Hãn. Hai dân tộc được biết là kiên cường, thông minh, nhiều nhân tài. Anh biết một phần nàng nói có ý lấy lòng anh. Người Nhật thường rất tự hào. Nói chuyện cùng nàng, Chương biết được thêm về nước Nhật xưa và nay. Về những hiệp sĩ Samurai ngày trước. Những lãnh Chúa Shogun. Thơ Haiku. Tiến trình nuôi cấy ngọc trai dưới biển bây giờ. Cách thưởng thức món ăn Sushi... Về văn học, nàng đặc biệt thích những tác phẩm của nhiều nhà văn Nhật, Nga và Mỹ ...

Mỗi ngày, bốn người thường có dịp ngồi chung bàn trong một hay hai bữa ăn. Phong, bạn anh, cũng chuyện trò rất vui cùng mẹ con Yoshiko. Phong thích sinh hoạt thể thao, nên đôi khi cùng nàng bơi lội hay chơi bóng chuyền dưới nước, trong chiếc hồ tắm rất rộng, trên boong tàu.

Sau khi thăm thành phố Saint Petersburg với giòng sông đẹp, những lâu đài và Viện Bảo Tàng vĩ đại, Phong theo chương trình đã định trước, dời du thuyền để đi du lịch thêm nước Nga. Phong sẽ ghé Mạc Tư Khoa, tiện dịp thăm vài người bạn thân và người anh ruột đang làm việc tại Nga. Chương và Yoshiko cùng bà mẹ tiếp tục chuyến du lịch đường biển, ghé thăm thêm vài hải cảng, vài thành phố... Ngày chót của chuyến hải hành, tàu trở lại Stockholm. Họ cùng lên máy bay trở về Luân Đôn.

Chương đã lấy phòng tại khách sạn, để ở lại thăm Anh Quốc thêm 4 ngày. Yoshiko và bà mẹ, sẽ chỉ ở tại phi trường Luân Đôn vài giờ rồi sẽ chuyển máy bay, trở về Nhật Bản. Vừa tới Anh Quốc, có tin nhóm khủng bố âm mưu dùng bom chất lỏng cho nổ một phi cơ trên không, nhưng bị phát giác kịp thời. Tuy nhiên, phi trường Luân Đôn tạm ngưng hoạt động, không cho phi cơ cất cánh hay hạ cánh. Chưa biết ngày nào mới có không lưu trở lại. Không khí ngột ngạt. Nhiều ngàn người ứ đọng tại phi trường Luân Đôn vì không có chuyến bay. Các khách sạn không đủ chỗ cho du khách. Khách đi không rời khỏi được nước Anh. Khách đã đến, không có những chuyến bay chuyển tiếp. Chương vì đã dành chỗ trước tại khách sạn nên có phòng. Anh ân cần mời Yoshiko và mẹ nàng đến ở cùng trong thời gian bị kẹt tại Luân Đôn. Tất cả mọi khách sạn đều được chính quyền thành phố khuyến khích giúp chỗ tạm lưu trú cho hành khách các chuyến bay bị ứ đọng, dù phải dồn nhiều người vào một phòng nếu khách thích ứng được.

Trong ba ngày kế tiếp, Chương thường cùng Yoshiko và mẹ nàng đi dạo, mua sắm, thăm nhiều nơi, các bảo tàng viện và xem kịch nghệ tại thủ đô Anh quốc. Cảm tình của anh với nàng càng thêm nhiều. Mỗi buổi tối, sau cơm chiều, Chương và nàng bộ hành đến quán rượu Golden Turtle, một Night Club nhỏ, cách khách sạn chưa tới một cây số. Nhân viên khách sạn giới thiệu quán rượu này có dàn nhạc rất hay. Bà mẹ của Yoshiko vì đã hơi nhiều tuổi, muốn nghỉ ngơi tại khách sạn, tránh thức đêm, sau khi đi đây đó tại Luân Đôn. Đêm đầu, Chương và nàng nghe nhạc, tâm tình và uống càfê hay rượu chát đến quá khuya mới trở về khách sạn. Đã khá thân, sau đêm thứ hai, trên đường về, anh vừa đi vừa ôm vai nàng. Yoshiko không phản đối, nàng ôm ngang lưng anh. Anh bạo dạn hơn, cúi xuống muốn hôn nàng. Nàng khẽ nghiêng đầu, chỉ cho anh hôn trên má. Đêm đó, Chương thức thật khuya, một mình ngồi tại phòng uống rượu của khách sạn. Các tiếp viên đã về nghỉ ngơi hết. Anh soạn xong bản nháp bài nhạc London Night With Yoshiko lời Việt và Anh ngữ để tặng nàng. Đêm kế tiếp, sau khi từ quán rượu về, anh và nàng lên sân thượng, nơi cao nhất của khách sạn. Dưới ánh sáng nhẹ của những ngọn đèn và của đêm trăng mùa Hè, trong gió mát ở trên cao, nàng đã dạo nhiều lần bằng vĩ cầm bài nhạc anh tặng. Nàng vui, thích bài nhạc của anh và hứa:

- Khi có dịp em sẽ cho học trò của em thực tập bài nhạc này. Có thể em sẽ trình bày bài nhạc một ngày nào đó tại

Kyoto.

Anh và nàng trao nhau những nụ hôn đậm đà. Đêm đó nàng cho anh hôn môi, nhiều lần ...

Khi phi trường có những chuyến bay trở lại, Chương và Yoshiko lưu luyến chia tay. Họ cho nhau số điện thoại, địa chỉ điện thư và nơi cư trú. Nhưng cuộc tình của anh và Yoshiko chỉ tới mức những nụ hôn dài, nồng nàn. Không xa hơn trong bước đầu này.

Về tới Mỹ, Chương vẫn thường liên lạc điện thoại hay điện thư với nàng. Tình cảm của anh với Yoshiko càng gia tăng. Anh nghĩ là nàng cũng dành nhiều cảm tình cho anh. Vài tháng sau anh nói anh đã mến yêu nàng, muốn tìm hiểu nàng thêm. Yoshiko cười vui qua đầu dây điện thoại. Nàng dịu dàng nói có nhiều thiện cảm với anh, nhưng tỏ ý chuyện tình yêu xa vời quá. Nàng từ bên nước Nhật, gắn bó với quê hương, lại có một bà mẹ phải phụng dưỡng. Bây giờ, nàng chỉ muốn làm bạn thân, bạn âm nhạc với anh. Chuyện tương lai xa hơn sẽ... tính sau. Mùa Giáng Sinh năm ấy, sau khi quen nàng trên bốn tháng qua chuyến du lịch, anh ngỏ ý muốn sang Nhật thăm nàng. Nàng hẹn anh dịp khác vì đã có chương trình cùng bà mẹ đi về quê ngoại...

NỬA ĐÊM NGOÀI PHỐ

Chương một mình ngồi trong quán rượu cũ tại Luân Đôn, nghe nhạc tới quá khuya, đến khi người nhạc công da màu kết thúc bản nhạc cuối cùng của đêm với tiếng kèn Saxo, thiết tha, truyền cảm. Quán rượu chuẩn bị đóng cửa. Khách trong quán chỉ còn năm, sáu người. Chương đã cạn xong ly rượu thứ ba mà không thấy say. Anh chụp chiếc nón len lên đầu, mặc áo choàng, mang bao tay rồi rời quán rượu.

"Nửa đêm ngoài phố". Trời mùa đông Luân Đôn. Thời tiết giá buốt nhưng nhờ mấy ly rượu và mặc ấm, Chương không cảm thấy lạnh nhiều. Anh thư thả đi bộ về khách sạn. Anh thấy một chút thú vị, có cái cảm giác của người lữ khách "đêm Đông không nhà". Những hạt tuyết trắng bay nhẹ, lấp lánh dưới ánh đèn vàng hai bên đường. Một đoạn của quãng đường này, anh đã cùng Yoshiko khoác vai nhau đi mùa Hè năm trước. Anh đã hôn nàng trên má, gần bên cột đèn này. Xa nhau. Bây giờ tại Luân Đôn, anh càng thấy nhớ nàng. Từ ba bốn tháng gần đây, nàng ít liên lạc với anh. Nàng nói ngoài công việc chính là dạy âm nhạc, nàng thường bận rộn đi trình diễn, có khi ở xa cố đô Kyoto.

MÓN QUÀ và LÁ THƯ

Chương trở về nơi anh cư ngụ bình yên. Chuyến đi coi như tốt đẹp, vui cho anh, lại cho cơ sở anh làm việc có thêm nhiều dữ kiện. Anh dự định sắp xếp xong công việc ứ đọng, sẽ điện thoại sớm cho nàng, nói chuyện thật lâu, kể lại chuyến đi Anh quốc vừa qua.

Tạm yên sau khi về nhà, việc đầu tiên anh mau mắn làm là mở hộp thư của mình. Mới vắng nhà năm ngày, mà ngập thư từ, đầy giấy tờ và những quảng cáo. Anh vui mừng, thấy một bao thư, từ Nhật Bản do Yoshiko gửi tới, thư có kèm theo một DVD. Đọc xong thư nàng... Anh yên lặng, trầm ngâm cả năm, mười phút...

Rồi Chương dành cả giờ đồng hồ xem và nghe cái đĩa DVD về buổi trình diễn âm nhạc nàng mới gửi cho anh. Bài nhạc London Night With Yoshiko được nàng trình bày bằng vĩ cầm thật xuất sắc, hình ảnh rõ và đẹp, là một phần của đĩa nhạc anh vừa coi và nghe. Cầm phong bì và lá thơ của Yoshiko trên tay, lòng anh mênh mang nhẹ buồn. Anh tự an ủi, ít nhất nàng đã thực hiện lời nàng hứa với anh khi tạm biệt nhau tại phi trường thủ đô Anh Quốc. Lá thư nàng viết, bằng Anh ngữ, ý như sau: «... *Em hy vọng không làm anh buồn khi đọc thư này và mong anh hiểu cho. Anh đã biết qua vì em có nói sơ cho anh hay một lần, hơn tám tháng trước đây, anh Phong đã nhận công việc làm cho Viện Bào Chế Takadachi, tại Tokyo. Anh Phong liên lạc với em ngay tuần đầu tới Nhật. Rồi những ngày nghỉ, anh Phong thường đi Kyoto du ngoạn và đến thăm em cùng mẹ em bằng xe lửa tốc hành. Ở bên Phong, em thấy vui, học hỏi được nhiều thứ, ngoại trừ âm nhạc. Trượt tuyết, đánh Golf, hiking, câu cá... Rồi tự nhiên hai chúng em đã yêu nhau. Anh Phong được mời ký khế ước 5 năm, và có thể tái tục thêm 5 năm nếu muốn, với Viện Bào Chế. Chúng em dự định, đến Mùa anh đào sắp tới, chỉ vài tháng nữa thôi, sẽ làm lễ thành hôn. Gần lúc đó sẽ báo tin anh sau.*

Như đã hứa cùng anh, em đã trình bày bài nhạc anh tặng cho em, nhạc phẩm London Night, trong lần trình diễn tại nhạc viện Kyoto hơn hai tuần trước. Em chỉ xin phép anh bỏ hai chữ With Yoshiko trong tên bài nhạc cho bớt tính cách riêng tư. Em rất vui, bài nhạc được khá nhiều thính giả yêu mến. Đời em sắp sang một chương mới, nhưng em sẽ giữ mãi và quý bài nhạc của anh như một kỷ niệm chuyến đi Bắc Âu và ở Luân Đôn...»

Chương đâu có biết rằng Phong, bạn anh, sau khi đi Nga về cũng liên lạc với Yoshiko như anh!

Chương dự tính, nếu được mời dịp đám cưới, anh sẽ đi

Nhật dự Hôn Lễ của Yoshiko và Phong. Nhân tiện xem hoa anh đào xứ Phù Tang, anh chưa được xem ngắm bao giờ. Không biết khi gặp hai bạn, anh sẽ nói gì. Thôi thì cứ chúc mừng. Chuyện gì rồi cũng qua đi. Cũng dễ thôi ! Nhưng anh nghĩ lại, mình với Phong chưa phải là bạn thiết. Quen nhau trong khuôn viên Đại Học, nhưng khác ngành học nên cũng không gặp nhau thường. Lần đi du lịch Bắc Âu, rủ nhau cùng đi cho có bạn đồng hành, cùng mừng đã tốt nghiệp Cao Học. Bây giờ lại xa xôi diệu vợi, Phong chắc không muốn phiền anh, sẽ không mời anh tạm rời Mỹ để sang tới Nhật dự hôn lễ. Còn Yoshiko, có lẽ tế nhị, cũng chỉ sẽ thông báo, tránh cho anh cái cảnh bẽ bàng *«đưa nàng sang sông»*.

QUÁN KHUYA

Để lá thư và đĩa nhạc của Yoshiko tại nhà, đêm ấy Chương lái xe đến Night Club The Jazz Melodies dưới phố. Nghe nhạc, một mình. Anh chỉ gọi một ly rượu vì sẽ còn lái xe về. Lại Pinot Noir, loại rượu nho sẫm màu anh vẫn ưa dùng mỗi khi vào các quán rượu, vì hương vị đậm đà, không ngọt nhiều mà độ chát lại vừa đủ. Đủ chát nhẹ nhàng như cuộc tình của anh với Yoshiko. Nếu ở nhà, có lẽ anh sẽ uống nhiều hơn trong đêm này, hai ba ly. Hay nửa chai, một chai không chừng.

Cũng quá khuya anh mới về. Chương hạ kính xe xuống, để gió thổi vào mặt cho tỉnh táo, hát mấy câu của bài nhạc anh tặng nàng: *«Đêm đã khuya rồi... Anh vẫn bên nàng... Đêm Luân Đôn, vầng trăng sáng soi dòng sông êm... It's late at night... We're side by side... London night, the moon light is on the river..."* Tiếng hát anh loãng đi trong gió.

Chương tự nhủ, dù sao anh cũng thêm một kinh nghiệm.

Có lẽ anh không nên tha thiết hay yêu thương một người ở quá xa, ngoài tầm tay với. Anh không buồn nhiều, nhưng có chút tiếc nuối cho những kỷ niệm, những nụ hôn, một cuộc tình thoáng qua.

Trần Văn Khang

11. NHẤT DẠ ĐẾ VƯƠNG

Lời giới thiệu:

Một sáng Chủ Nhật lúc đã gần trưa, chúng tôi đến một nhà hàng Tàu khá lớn trong thành phố, dùng Dim Sum cùng gia đình. Tình cờ thấy bàn bên cạnh, có 4 ông thân chủ cũ lúc còn làm phòng mạch. Chúng tôi đến chào hỏi, hàn huyên thân mật một chút rồi về bàn của mình. Bốn ông này người Việt gốc Hoa, trung niên, rất dễ mến, ít khi đau yếu. Họ thường đem vợ con hay cha mẹ già đến khám bệnh những năm trước, khi chúng tôi chưa nghỉ hưu. Một trong những ông thân chủ cũ này là một "đại gia" kinh doanh thành đạt, có cơ sở sản xuất rất lớn bên Trung Quốc. Trước kia các ông cứ khoảng 4 hay 6 tháng thường đi về Á Châu lo việc doanh thương với các đối tác thương mại và có lẽ cả với giới quyền thế. Trước khi đi Á Châu, nhiều ông ghé đến phòng mạch, xin toa mua thuốc Viagra. Chúng tôi thường vui vẻ cho toa thuốc và hay tặng họ vài vỉ Viagra thuốc mẫu (medical samples), nếu có sẵn. Họ rất vui và khi trở về thường biếu "ông Thầy" những món quà nhỏ từ Trung Hoa như nấm Đông Cô, những hộp Bào Ngư, trà quý từ Hàng Châu... Còn nhớ một lần, trong phòng khám bệnh kín đáo, ông "đại gia" nói *"Bác sĩ đã du lịch Trung Quốc chưa, **Nhất Dạ Đế Vương** bên Trung Quốc đặc biệt lắm Bác Sĩ ơi"*. Lại làm người viết nhớ tới truyện Nhất Dạ Đế Vương tại Việt Nam ngày trước.

Trần Văn Khang

Truyện ngắn dưới đây, viết theo lời kể của Quân. Nếu tên họ và hoàn cảnh của các nhân vật có sự trùng hợp ngoài đời, chỉ là do ngẫu nhiên, ngoài ý muốn của người viết.

Thời gian là đầu thập niên 1960. Không gian là thành phố Sài Gòn-Chợ Lớn. Ngày ấy Quân đang là Sinh Viên Y Khoa năm chót, và là Nội Trú tại Khu Giải Phẫu A, Bệnh Viện Chợ Rẫy, đã gần 2 năm. Trong phiên trực vào một sáng Chủ Nhật, khoảng hơn 10 giờ, một xe Hồng Thập Tự chở khẩn cấp một bệnh nhân bị chấn thương đầu, đang hôn mê, khá nặng.

Sơ lược bệnh sử, Quân được biết bệnh nhân là một đại phú gia gốc Trung Hoa, 52 tuổi, có sự nghiệp lớn, nhiều kinh doanh to tát tại Chợ Lớn. Ngày thứ Bảy vừa qua, ông cùng nhiều phú gia khác người Hoa ăn nhậu trong một phòng riêng tại nhà hàng Đồng Khánh suốt từ 6 giờ chiều thứ Bảy đến gần 2 giờ sáng Chủ Nhật. Xe nhà với tài xế riêng chở ông về. Vì say rượu, ông chếnh choáng đi, rồi té ngược, đập ót vào nền nhà lát đá hoa tại biệt thự của ông. Sau đó ông vẫn tỉnh, còn nói được. Phía ót bị một vết trầy nhỏ và bầm tím, không chảy máu. Ông chỉ kêu nhức đầu và hơi chóng mặt. Có thể vì say rượu, cũng có thể do chấn thương. Bà vợ nhờ gia nhân dìu ông vào phòng ngủ. Hai giờ sau, bà cẩn thận khẽ lay ông, hỏi ông có sao không. Ông hình như còn tỉnh, ú ớ than nhức đầu, rồi ngủ tiếp. Hơn 8 giờ sáng Chủ Nhật, phu nhân đại gia lo lắng, muốn xem tình trạng ông ra sao và dự định mời ông dậy cùng dùng điểm tâm. Bà thấy ông đã bất tỉnh, không trả lời. Bà điện thoại mời một Bác Sĩ gốc Hoa, quen biết của gia đình, đến coi bệnh gấp cho ông. Bác sĩ này xem qua, nói phải đưa ông khẩn cấp vào Bệnh Viện.

Thế là Quân có việc làm, ngay đầu phiên trực. Cũng may, anh đã được Bệnh Viện cung cấp bữa sáng hôm đó, chỉ có bánh mì nóng với sữa Mont Blanc pha nước sôi. Chụp hình đầu bệnh nhân, không thấy vết nứt hay bể sọ. Hồi đó ở Việt Nam hay ngay cả ở các nước tân tiến chưa có CT Scan hay MRI. Anh nói toán Y Tá truyền nước biển, cạo sạch tóc bệnh nhân, chuẩn bị mổ não. Anh tạm chẩn đoán đây là trường hợp điển hình của chấn thương não. Xuất huyết ngoài màng cứng (hématome extradural). Bệnh nhân còn tỉnh sau chấn thương, không hôn mê một thời gian dài hay ngắn, gọi là Intervalle Libre, tùy theo xuất huyết ngoài lớp vỏ cứng của não, nhiều hay ít, nhanh hay chậm. Rửa sạch tay xong, mang áo mổ, đeo bao tay, tất cả đã khử trùng. Anh khởi đầu cuộc giải phẫu cùng một sinh viên ngoại trú phụ mổ, thêm một Y Tá chuyên về dụng cụ. Y Tá gây mê là Thầy Mười vừa cho bệnh nhân ngủ mê. Dùng dao Scalpel, Quân rạch một đường mổ khoảng gần 3cm trên da đầu, ngay chỗ da đầu bị trầy xước, dọc theo một kinh tuyến của hộp sọ. Vết mổ tới mặt ngoài của sọ. Cầm máu xong, căng chỗ vết mổ bằng một dụng cụ gọi là Écarteur. Anh dùng một khoan kim loại đầu tròn nhỏ, sau đó dùng một khoan đầu tròn lớn hơn, làm một lỗ nơi hộp sọ, đường kính chừng gần 10mm. Vừa tới màng cứng của não, anh thấy cả một lớp máu nằm ngoài màng cứng, vừa máu lỏng lẫn máu đông. Anh từ từ dùng máy hút với ống hút nhỏ, rút ra được gần 80ml máu, đọng ngoài màng cứng. Thật hên, anh thấy một tiểu động mạch bị đứt, đang rỉ máu, ngay gần nơi bìa lỗ khoan. Anh nhanh chóng làm ngưng chỗ máu chảy. Chờ khoảng một phút, không thấy còn máu chảy, anh rửa sạch vùng mổ với nước Saline ấm. Khối lượng máu anh vừa hút ra lúc trước đã đè lên một vùng não, làm bệnh nhân hôn mê. Bây giờ chỗ não bị đè ép được giải tỏa. Anh gỡ Écarteur, may lại lớp da đầu, không quên để một Penrose giúp nếu còn máu đọng sẽ thoát ra ngoài. Cho ngưng thuốc gây mê. Băng bó vết mổ. Kiểm soát tim mạch. Tất cả ổn định. Mạch đều nhưng hơi nhanh, 110 mỗi phút. Anh cho chuyển bệnh nhân xuống phòng Hậu Giải Phẫu, tiếp tục săn sóc và theo dõi. Anh thấy mình có một cuộc giải phẫu gặp may mắn, không khó khăn. Nhiều trường hợp khác phải khoan ba hay bốn lỗ. Có khi phải cưa với dây kim loại lấy cả một mảng xương sọ nhỏ mới tìm được tiểu động mạch bị đứt để cầm máu, xong rồi phải đắp lại mảnh sọ.

Hơn 2 giờ chiều Quân mới có thời giờ dùng bữa trưa, đã nguội, do Bệnh Viện cung cấp. Hôm đó nhà thầu cho cơm trắng, canh Bí nấu tôm khô, hai hột gà Oeuf Plat, và một khoanh Chả Lụa. Có anh Nội Trú gốc Bắc Kỳ gọi là "Khoanh Giò". Anh này đôi lần còn khôi hài: *"Khoanh giò mỏng quá gió có thể thổi bay!"*. Nhà thầu cho các Nội Trú dùng Chả Lụa là dễ dàng nhất, có chất đạm, mà khỏi nấu nướng.

Phước Chủ may Thầy. Một tuần sau bệnh nhân bình phục, đi đứng bình thường, nói năng rõ ràng. Ông đại phú rất lễ độ và tỏ ra kính mến "Ông Thày" mỗi khi Quân đến thăm bệnh. Ông nói được chút tiếng Việt, vì ông và họ hàng đã 2 đời cư trú tại Việt Nam. Anh cho ông xuất viện.

Quân bận rộn với công việc, chăm sóc nhiều bệnh nhân, trực gác liên miên tại bệnh viện. Hồi đó nhân viên xã ấp, Nhân Dân Tự Vệ vùng ngoại ô hay vùng quê quanh Đô Thành thường bị thương tích do Việt Cộng ban đêm khủng bố. Có cả nhiều dân quê cũng bị tên bay, đạn lạc. Quân và các bạn Sinh Viên nhiều phiên trực thức trắng đêm. Hai tháng sau, Quân tưởng như đã quên ca mổ ông đại gia người Hoa. Không hiểu làm sao ông biết nhà anh. Ông cho gia nhân đem đến biếu anh một mâm lớn trái cây đắt tiền gồm nho, táo, cam, lê... ngoại quốc. Kèm theo một bao thơ dày màu đỏ, có tấm thiệp với lời lẽ cám ơn rất chân thành, bằng tiếng Việt và tiếng Trung Hoa. Quân không biết đọc chữ Trung Hoa hay Hán tự. Trong bao thư lại thêm 5 ngàn đồng tiền VNCH để tạ ơn. Đây là một món tiền khá lớn. Hồi đó một tô Phở Tàu Bay khoảng 7 đồng. Lương Sinh viên Nội Trú là 1 ngàn 2, nhưng được cung cấp ăn ở tại Bệnh Viện. Quân chỉ suy nghĩ một chút về món quà và món tiền. Anh thấy mình không đòi hỏi, không tham nhũng, không yêu cầu được hối lộ. Được tặng thì anh cứ nhận quà, coi như cái "lộc" của người làm nghề thầy thuốc, dù lúc ấy anh mới gần xong năm thứ Sáu Y Khoa, chưa là Bác Sĩ. Người Hoa thường rất nể trọng những Thầy giáo, Thầy thuốc. Đa số biết ơn những ai giúp đỡ họ lúc nguy khốn, hiểm nghèo. Họ cũng có thói quen hay mua chuộc cảm tình bằng biếu xén tài vật.

Câu chuyện chưa dừng ở đây. Hơn hai tuần sau Quân được ông Đại Gia cho người đưa thư, rất trang trọng, mời anh đến dự một đại tiệc mừng "tai qua nạn khỏi", tại một nhà hàng danh tiếng, sang bậc nhất tại Chợ Lớn. Trong thư, ông căn dặn là mời anh sẽ nghỉ đêm tại một phòng nơi khách sạn nhà hàng, vì tiệc sẽ kéo dài, sợ anh phải về lúc đã khuya. Gia nhân ông cho Quân biết có thể sẽ là bữa tiệc kiểu *Nhất Dạ Đế Vương*. Quân nhận lời mời, anh nghĩ tội gì mà không đi. Chắc chắn có những món ăn ngon lạ, khám phá thêm văn hóa, phong tục người Hoa. Anh chưa được hưởng một đêm Nhất Dạ Đế Vương bao giờ.

Đến hẹn, Quân dùng Taxi tới một Nhà Hàng trong một khách sạn sang trọng, nhiều tầng lầu tại Chợ Lớn. Anh được một nhân viên khách sạn hướng dẫn, dùng thang máy lên lầu bốn. Ông đại gia đón anh nơi cửa một phòng khách rộng lớn trang trí rất đẹp, xứng đáng cho các phú gia. Tóc ông đã mọc lại khá dài. Ông tươi vui, niềm nở. Khách mời đã gần đông đủ, toàn là phái nam, người Hoa.

Không có khách phụ nữ. Quân được ông đại gia chủ nhân giới thiệu với từng vị khách. Anh đoán ông nói anh là Y Sư (Ý Sáng) đã cứu mạng ông. Các vị khách là các nhà Kinh Doanh lớn Hoa Kiều, bạn của chủ nhân, và các Bang Chủ Quảng Đông, Phước Kiến, Hẹ, Tiều Châu... Nhiều người đã ở Việt Nam lâu, nên nói được chút ít tiếng Việt, với cách phát âm của người Hoa. Quân chỉ biết nói vài tiếng cám ơn ngôn ngữ Trung Hoa như "Tố Chề", "Xế Xế", "Chồi Xìa" làm họ vui cười, rất rộn ràng. Mọi người được mời rượu khai vị.

Kể cả chủ nhân và Quân, tất cả khoảng 20 người, được mời vào một phòng ăn rất rộng lớn và đẹp, phải nói là "hoành tráng" theo cách diễn tả của người Hà Nội sau này. Một bàn dài, phủ khăn trắng, trên bàn có ba bình hoa hồng tươi, bông và búp lớn. Các ghế ngồi bọc nệm nhung đỏ sẫm. Chỗ tựa của ghế cũng bọc nhung. Bên tay phải của mỗi ghế dành cho khách quý, còn có một ghế tròn nhỏ nhắn, gỗ láng bóng sẫm màu, không có tựa lưng, dành cho mỗi một cô gái trẻ phục vụ từng vị khách. Trên bàn ăn, mỗi chỗ ngồi đều có tấm giấy nhỏ, ghi tên thực khách. Quân được một cô gái người Hoa khá đẹp hướng dẫn anh đến chỗ của mình. Cô gái khoảng chừng trên 20 tuổi một chút. Cô nói rất khá tiếng Việt và duyên dáng. Có lẽ chủ nhân đại tiệc này đã sắp sẵn như vậy. Cô cúi đầu giới thiệu tên. Cô nói tên cô là Wong. Quân thấy mấy nhân viên hầu bàn kêu cô là "Chế Wong". Cô mời anh cùng cô an tọa. Cô nhẹ nhàng lấy chiếc khăn ăn màu đỏ nơi góc có thêu một vài cánh hoa màu vàng, trải trên đùi của anh. Anh nhận thấy trước mặt anh là 3 cái đĩa sứ đẹp, lớn nhỏ, đặt trồng lên nhau, cũng như mọi chỗ ngồi khác. Riêng trước mặt mỗi cô gái tiếp viên chỉ có một đĩa sứ, cũng đẹp, cùng loại. Cô gái cũng trải khăn ăn lên cặp đùi dài của cô. Đến lúc này Quân mới quan sát kỹ hơn cô tiếp viên phục vụ anh. Cô khá cao. "Trường túc". Cô mang áo

Xường Xám, nhưng hai bên xẻ dọc, để hở gần đến khoảng giữa đùi, lộ ra làn da trắng ngà, khêu gợi. Bộ ngực cô không lớn, nhưng căng dưới lớp áo. Áo cô ngắn tay. Hai cánh tay dài, hai bàn tay thuôn nhỏ. Cổ tay trái mang một vòng cẩm thạch, xanh lá cây. Cổ tay phải một chiếc lắc vàng, xinh xắn. Nụ cười có duyên. Mũi cô thanh tú. Mắt đen to, mi dài, hàng lông mày kẻ đẹp. Khuôn mặt trái xoan, có chút phấn mỏng. Thấy Quân quan sát hơi kỹ, cô nhẹ cười, chỉ có vẻ e lệ một chút thôi.

Chủ nhân tuyên bố lý do bữa tiệc bằng tiếng phổ thông Trung Hoa, Quân không hiểu gì cả cho đến khi ông nói tên anh, cô tiếp viên ngồi bên nhắc anh đứng lên. Mọi khách mời vỗ tay rộn rã. Quân chỉ biết đáp lại bằng mấy tiếng "Cám ơn", "Xế Xế".

Rượu mạnh hay rượu vang sang đủ thứ, khách tùy nghi chọn lựa. Có cả Mai Quế Lộ. Quân chỉ dùng một ly vang đỏ Merlot. Khai vị với "Bát Bửu" được đem ra, nhiều thứ lạ miệng, cầu kỳ với anh. Đĩa ăn của tất cả các cô tiếp viên được để thêm một đĩa nhỏ, có năm sáu món ăn nhẹ. Quân nghĩ là có lẽ các cô tiếp viên đã dùng một bữa ăn trước rồi. Bây giờ dùng lấy lệ, dành thời giờ hầu tiếp các khách quý. Tiếp theo là món súp, đựng trong từng trái dừa tươi thật nhỏ, vỏ xanh non, đặt trên mỗi đĩa của thực khách. Thấy Quân hơi lúng túng khi dùng muỗng nhỏ đầu tròn lấy súp từ trái dừa, cô tiếp viên dịu dàng cầm bàn tay phải của anh đặt lên đùi cô. Rồi cô dùng muỗng đưa súp vào tận miệng của Quân để anh dùng. Quân hơi mắc cỡ, thấy mình được săn sóc như một em bé. Anh rời tay khỏi đùi cô gái, và dùng muỗng tự lo cho mình. Súp lạ, và rất ngon, rất thanh, tuy đựng trong trái dừa nhỏ, vỏ xanh, mà sao vẫn nóng. Tiếp đó là nhiều món, đa số cầu kỳ, sơn hào hải vị. Món nào cô tiếp viên cũng dùng muỗng, nĩa mới lấy cho anh. Những khách quý khác cũng vậy, không ai phải lấy món ăn cho mình vì đã có các cô phục vụ. Dùng nhiều ít tùy ý, chỉ cần nói với cô tiếp viên của mình. Nhiều nhân viên bồi bàn, mang đồng phục quần đen, áo trắng khuy vàng, nón vải trắng viền đỏ, liên tiếp thay đĩa mới. Cô tiếp viên của Quân dẫn giải chi tiết về từng món ăn, vậy mà anh vẫn không nhớ nổi. Nhiều món quá, anh thưởng thức từ tốn, mỗi món một chút, hưởng hương vị đặc biệt, phần nhiều khác lạ với những món đã từng dùng từ trước. Sau hết là nhiều món tráng miệng gồm bánh ngọt, trái cây gọt tỉa, trình bày lạ mắt. Suốt bữa tiệc, không có nhạc sống, chỉ có nhạc từ dàn âm thanh phát ra, toàn nhạc Trung Hoa êm dịu. Tiếng nhạc du dương, nhè nhẹ đủ để mọi vị khách có thể chuyện trò.

Kế tiếp là khoảng 15 phút "giải lao", mọi người đứng lên, đi lại, hàn huyên, nói cười. Quân nghĩ phải nói là "giải thực" thì đúng hơn vì ai cũng đã dùng thức ăn nhiều quá. Rượu Digestif được mời, thực khách tùy nghi chọn lựa tại một Mini Bar. Anh dùng một tách nước trà nóng. Hương vị trà ngon và cũng lạ với anh, không phải loại phổ thông như trà Thiết Quan Âm. Sau đó, mỗi khách quý, kể cả Quân, được chủ nhân tặng một bao thơ màu đỏ. Khách được mời đến một sòng bài kín đáo trên lầu 5. Quân mở bao thơ của anh, anh thấy 2 ngàn đồng. Mọi người chơi bài, nhiều thứ. Quân chỉ biết chơi Blackjack và Roulette. Đến khoảng 1 giờ sáng, anh thua gần năm trăm. Quân muốn nghỉ ngơi. Vẫn cô tiếp viên tên Wong ấy, từ đầu tiệc đến giờ, kín đáo theo phục vụ anh. Cô hướng dẫn anh cùng cô dùng thang máy, lên một lầu cao, tầng thứ mấy anh cũng không để ý. Cô mời anh cùng cô vào một phòng ngủ rộng, lộng lẫy, đầy đủ mọi tiện nghi. Rồi cô mời anh đi tắm, để sẵn một áo choàng dài màu xanh đậm, hơi dày trong phòng tắm. Áo đẹp dệt bằng sợi bông gòn, mịn màng. Thêm một bộ quần áo ngủ bằng lụa mềm, màu vàng nhạt, rất nhẹ. Cả hai phảng phất một mùi thơm dìu dịu. Tắm xong, vì phòng có máy lạnh, Quân chọn mang chiếc áo choàng, cột thắt chiếc dây lưng bằng vải cùng loại, ngang trên hông, rồi anh trở ra phòng ngủ, nằm xả hơi trên chiếc giường thật rộng, nệm trắng, có lớp vải phủ ngoài và có 2 chiếc gối lớn, thêu rồng phượng. Cô gái Trung Hoa, vào phòng tắm. Tắm xong cô bước ra, trông thật tươi mát. Cô mang một bộ áo ngủ bằng lụa màu hồng nhạt. Quân chắc chắn cô không mang nịt ngực. Ngực cô căng phồng, hai núm nhũ hoa nho nhỏ, khêu gợi, nổi dưới lớp lụa mỏng. Chắc là cô có mang một quần lót rất nhỏ, một loại Mini Slip, vì Quân thấy những nếp viền nổi lên dưới lụa phía sau đôi mông tròn trịa. Hồi đó, Quân biết vài cô vũ nữ Sài Gòn có cái Mode "Sans Sou, Sans Si" khi đi ngủ, không Soutiens, không Slip. Đôi khi ra đường cũng Sans Sou. Cô gái mời anh nằm sấp xuống đệm êm. Nói anh để chiếc áo choàng sang một bên. Cô làm massage cho anh, bắt đầu từ phía sau. Mới đầu cô thoa nắn hai cánh tay và hai bàn tay anh, kể cả từng ngón một, với một chút dầu rất loãng và thơm. Rồi cô làm massage phía sau của anh, trước hết từ cổ rồi đến lưng, xuống mông, đùi, hai chân, hai bàn chân. Hai bàn tay cô gái rất điệu nghệ, nhẹ nhàng. Thỉnh thoảng có vài tiếng rắc rắc rất nhẹ. Nhẹ hơn ông già mù người Hoa, một lần làm tẩm quất cho Quân sau khi anh chơi hai Sets quần vợt ngang ngửa với một người bạn.

Vừa làm massage, cô tiếp viên vừa kể chuyện. Cô nói cùng với cha mẹ cũng di cư vào Nam như anh hồi ấy, lúc cô 11 tuổi từ thành phố Hải Phòng miền Bắc. Một ngẫu nhiên, một trùng hợp, tình cờ. Hải Phòng cũng là thành phố nơi Quân sanh trưởng. Cô nói nhà cô lúc trước ở phố Ngõ Nghè, ngay gần trường Trung Học Ngô Quyền. Gặp người cùng ở thành phố xa xăm nhưng thân quen ngày trước, Quân thấy thân mật với cô hơn. Anh ngoan ngoãn để cô thoa bóp và chuyện trò về thành phố cũ. Nhắc đến nào là Chợ Sắt, nào là Phố Đông Kinh, Vườn hoa Con Cóc, Phố Tây, Bến Sáu Kho, sông Cửa Cấm...

Quân say sưa kể đoạn được *massage* này, có vẻ thích thú lan man mãi thêm cái chuyện gặp cô phục vụ là "đồng hương" Hải Phòng thì người viết thấy quá là dài dòng văn tự ! Người viết nóng lòng, nôn nao, muốn biết ngay cuối cùng câu chuyện Nhất Dạ Đế Vương của Quân ra sao, bèn hỏi anh : *Thế rồi kết thúc thế nào, bạn có "mần thịt"cô gái Trung Hoa này không ?* Quân chỉ cười nhẹ, khoảng 10 giây sau mới trả lời : *Moa không muốn kể về đoạn chót, vì "có nói cũng chẳng ai tin". Toa muốn tưởng tượng hay "nghĩ sao cũng được".* Người viết biết bạn mình kín đáo, đôi khi không muốn nói thêm chi tiết nhạy cảm, rất riêng tư. Hay là Quân có một lý do thầm kín nào đó. Như nhiều bạn đọc, người viết không chắc anh bạn tên Quân này lại *quân tử Tàu*, như ông Liễu Hạ Huệ, suốt đêm ôm một người con gái trẻ trong lòng, mà không động tâm, không ham muốn như trong một truyện cổ Trung Hoa ngày xưa. Nhưng tại sao Quân lại *bảo "Có nói cũng chẳng ai tin"*, làm người viết cũng thắc mắc.

Thôi vậy. Để quý độc giả *"muốn nghĩ sao thì nghĩ"* như Quân đề nghị. Xin ngưng truyện này tại đây. Có lẽ 99% độc giả tin rằng cô tiếp viên trẻ đẹp người Hoa trong truyện đã được Quân ngon lành *"hạ đo ván"*. Kết thúc truyện ngắn này xin để *đoạn kết "mở"* (open ending). Mời độc giả tự làm cái kết cho câu chuyện **Nhất Dạ Đế Vương.**

Trần Văn Khang

12. CHIỀU CALI

Mới vừa quá trưa, thành phố chan hòa ánh nắng. Khí hậu tại San Diego vào lúc này khá nóng nhưng ngoài trời vẫn có gió mát vì gần bên bờ biển.

Quang thư thả rời văn phòng, anh đến một siêu thị Á Đông gần nơi làm việc, mua vài món gia dụng. Cô gái trẻ đứng sau quầy trả tiền vui vẻ chào anh bằng nụ cười và một câu thăm hỏi:

- Chú không đi làm hôm nay sao?

Anh trả lời cô:

- Mỗi chiều thứ năm tôi nghỉ làm phòng mạch.

Cô gái nói với anh:

- Vậy chiều nay, Chú sẽ cùng Cô dạo trên bờ biển, *"nhìn hoàng hôn xuống, ngắm mặt trời lặn"*.

Quang cười vui:

- Chắc là cô Quỳnh hay *coi phim Đại Hàn* nên mới có ý nghĩ thơ mộng như thế. Tôi sẽ làm theo lời Cô. Nhưng trong số những phim Đại Hàn cô thích những phim nào?

Cô gái mở to đôi mắt:

- Chú đoán hay quá. Con hay coi phim Hàn Quốc cùng với mẹ con. Mẹ và con thích những phim *Cuộc Tình Paris, Hai Anh Em Nhà Bác Sĩ, Chiếc Giày Thủy Tinh, Bản Tình Ca Mùa Đông* ... và nhiều phim mới sau này. Ba con thì thích phim Ju Mông và những phim võ hiệp. Bác sĩ cũng có thời giờ coi phim Đại Hàn nữa sao?

Quang nhẹ gật đầu như thú nhận. Anh quen với gia đình cô gái từ nhiều năm nay, họ là những thân chủ của anh. Cô có cái tên đẹp, *Thục Quỳnh*. Cha cô là cựu sĩ quan, quen biết anh từ hồi còn ở miền đồng bằng Hậu Giang nhiều năm về trước, trước khi cuộc chiến Việt Nam chấm dứt. Ông cùng gia đình sang Hoa Kỳ theo diện HO vào giữa thập niên 90. Thục Quỳnh qua một thời gian đầu còn bỡ ngỡ, sau đó đã mau chóng hội nhập vào miền đất mới. Nay cô đã vào Đại Học, nhưng vẫn đi làm tại Siêu Thị này vài giờ mỗi tuần, như hồi cô còn ở những năm chót bậc trung học, giúp thêm cho gia đình và để có tiền chi tiêu cho mình. Thục Quỳnh có dáng đẹp và hiền, làn da mịn màng, đôi mắt to và đen. Cô nói chuyện dễ thương, duyên dáng, làm cho ai cũng có cảm tình. Vì Quang quen thân với gia đình, cô đôi khi gọi anh bằng *chú*, đôi khi gọi anh là *bác sĩ*.

Vài tuần sau Thục Quỳnh đến phòng khám bệnh của Quang. Dáng cô khỏe mạnh, đầy sức sống của tuổi mười tám, đôi mươi, nhưng vẻ mặt lần này có chút suy tư, không tươi vui như lần trước gặp anh. Trong phòng khám bệnh kín đáo, hôm nay cô đổi cách xưng hô, ngập ngừng nói với Quang:

- Cháu xin Bác sĩ ... cho toa ... mua thuốc ngừa thai.

Nói xong, cô rưng rưng nước mắt. Quang thật sự ngạc nhiên. Trong bao nhiêu năm làm nghề y sĩ, anh chưa gặp thân chủ nào xin thuốc ngừa thai mà phải khóc. Anh ân cần nói với cô:

- Ở tuổi của cháu, có bạn trai, dùng thuốc ngừa thai là chuyện thường bên Mỹ và có lẽ bây giờ cả ở bên Việt Nam nữa, sao cháu lại khóc?

Cô nghẹn ngào tâm sự:

- Cháu *date* với anh Jeff, bạn trai của cháu đã bốn lần. Bây giờ anh ấy nhất định đòi có *sex* với cháu. Nếu không *cho*, cháu nghĩ anh ấy sẽ *break up*. Bạn của cháu nói khi chưa quen với cháu, Jeff nổi tiếng *dating* với ai ba lần mà không có *sex* là anh ấy bỏ, đi tìm bạn gái khác. Jeff khá đẹp trai, giỏi thể thao, lại *galant* với phụ nữ. Cháu thương Jeff, cháu nghĩ Jeff cũng thương cháu lắm nên cứ *"đòi"* hoài. Cháu muốn là người bạn gái cuối cùng của anh ấy. Sau này, hai ba năm nữa, tốt nghiệp xong, cháu hy vọng sẽ lập gia đình với Jeff. Bác sĩ nghĩ cháu phải làm sao bây giờ? Mẹ cháu lại luôn khuyên nhủ: *là con gái Việt Nam phải giữ gìn, phải bảo trọng thân mình cho đến khi lấy chồng*.

Quang thông cảm, anh nhẹ nhàng nói với cô:

- Phong tục ở đây, không có gì là sai trái khi dùng thuốc ngừa thai ở tuổi của cháu. Nhưng ý kiến riêng của tôi thì một người bạn trai, nhất định *"đòi»* bạn gái mình chuyện chăn gối, chuyện xác thịt, mới tiếp tục *dating*, trong khi cháu không đồng ý, tôi nghĩ người đó không yêu thương cháu thật tình đâu. Tình yêu thật sự, *true love*, không phải chỉ có việc gần gũi thân xác, mà còn nhiều yếu tố khác. Tất nhiên, lúc đầu là sự hấp dẫn, sự ưa thích về ngoại hình, về diện mạo của nhau. Sau đó là sự cảm mến nhau về tính tình, về tài năng, về cách cư xử... Có người nói, *"yêu nhau là cùng nhìn về một hướng".* Cháu có hướng giữ gìn, muốn có tình yêu thanh cao trong sạch lúc ban đầu. Anh bạn Jeff của cháu lại nhìn về hướng tình dục cấp thời. Như vậy hai người đã có cái nhìn khác nhau về tình yêu. Ví dụ cháu lập gia đình với Jeff, khi sanh đẻ, hay vì bệnh hoạn không có chăn gối được, rất có thể Jeff cũng bỏ cháu đi tìm một người con gái khác. Một người như Jeff, theo ý tôi có lẽ không phải là một bạn trai tốt, không phải là một người chồng tương lai xứng đáng cho cô Quỳnh.

Thục Quỳnh có vẻ suy nghĩ, xong cô nói với anh:

- Xin bác sĩ cứ cho cháu toa thuốc đi, nhưng có thể cháu sẽ không dùng tới.

ooOoo

Thục Quỳnh trẻ tuổi, lại mạnh khỏe nên ít đến thăm bệnh tại phòng mạch Quang. Mãi mười tháng sau, một chiều thứ bảy, nắng ấm tại Cali, Quang dạo trên đường phố Bolsa, *Little Saigon* tại quận Cam. Anh thấy Thục Quỳnh tay trong tay với một thanh niên Việt Nam. Họ thật tươi vui, trẻ trung, hồn nhiên, yêu đời. Chỉ nhìn qua, ai cũng có thể biết đây là một đôi tình nhân đang yêu thương, đang hạnh phúc. Lâu lâu người con trai lại hôn nhẹ trên má cô gái. Họ vào tiệm sách Văn Khoa khu Phước Lộc Thọ. Quang cũng cần tìm mua vài cuốn tiểu thuyết mới tại đây. Thục Quỳnh giới thiệu người bạn của mình với anh:

- Đây là bác sĩ Quang, bác sĩ của gia đình em từ ngày qua

Mỹ. Còn đây là anh Tuấn, bạn trai của cháu.

Trong lúc Tuấn đang đi tìm mua sách và mua đĩa nhạc, Thục Quỳnh tâm sự với Quang:

- Năm trước, sau khi nghe bác sĩ phân tách, cháu không cho Jeff *sex,* Jeff đã bỏ cháu theo hai ba cô gái khác, mỗi người chỉ kéo dài vài tháng. Cháu sau đó quen và thân với anh Tuấn, anh ấy học trên cháu hai lớp.

Quang thân mật hỏi cô:

- Anh Tuấn có*"đòi"* gì không, cháu cần toa mua thuốc ngừa thai không?

Cô đỏ mặt:

- Anh Tuấn đôi khi thân mật, cũng có lần muốn gần gũi cháu. Nhưng cháu nói phải *để dành, phải "save it"* cho đêm Tân Hôn. Anh ấy bằng lòng, không buồn giận gì cháu cả. Mấy đứa bạn chê cháu *cổ lỗ sĩ quá,* có đứa còn nói cháu nên trở về *"sống thời ông Bành Tổ"*, nhưng cháu *không care*. Đến Hè này, anh Tuấn tốt nghiệp. Chưa ra trường anh ấy đã được một hãng lớn về *Bio-Engineering ở* San Diego nhận sẽ cho việc làm, đã ký *contract*. Chúng cháu dự định làm đám cưới vào mùa Thu này. Mời Bác sĩ và Cô dự tiệc cưới chúng cháu. Có bác sĩ và Cô tham dự, Ba Mẹ và chúng cháu sẽ vui lắm.

ooOoo

Quang về nhà, hai tuần sau anh làm bài nhạc vui *Chiều Cali*, gửi tặng cho Thục Quỳnh và Tuấn. Anh biết cả gia đình Thục Quỳnh yêu mến âm nhạc, và anh đã được nghe Thục Quỳnh đàn dương cầm một vài lần, cô đàn rất khá. Anh có tặng cha cô vài đĩa nhạc do anh thực hiện, và cũng đã cho

Thục Quỳnh một tập nhạc, có vài bài nhạc của anh.

Dạ Tiệc Tân Hôn của Tuấn và Thục Quỳnh, vợ chồng anh được mời tham dự. Một ngạc nhiên cho anh: trong phần giúp vui buổi tiệc, một ca-sĩ tài tử địa phương, bạn của Thục Quỳnh và Tuấn, trình bày nhạc bản *Chiều Cali* * anh đã làm tặng họ nhiều tháng trước. Sau đó Cô Dâu và Chú Rể lại dùng bài nhạc vui *Luân Vũ NgàyTân Hôn** để khai mạc dạ vũ.

ooOoo

Hơn hai năm sau, vào một buổi chiều, Quang cùng Phượng, vợ anh, đi dạo bên bờ biển. Thời tiết Cali mùa Hè, ngày dài nên tám giờ tối vẫn còn nhiều ánh sáng. Quang thích ngắm nhìn cảnh hoàng hôn trên biển cả. Tùy theo trời quang đãng hay có mây nhiều ít, và tùy độ ẩm của không khí trên mặt biển mỗi ngày, màu sắc hoàng hôn trên biển khác nhau. Khi nhiều mây, mặt trời lặn chỉ làm một vùng mây cuối trời nổi sáng như vàng pha cùng bạc. Khi trời quang, người ta có thể thấy được mặt trời như một vòng tròn lửa lớn, ửng đỏ màu cam tuyệt đẹp, với đường chu vi thật rõ nét, từ từ chìm dần xuống mặt nước biển nơi chân trời phía xa. Màu sắc chung quanh vùng mặt trời lặn cũng thay đổi từng ngày. Có khi đủ bảy màu của quang phổ: đỏ, cam, vàng, lục, xanh, chàm, tím. Có khi chỉ có ngũ sắc. Có hôm màu tím lại là màu chính của chân trời lúc hoàng hôn ...

- "Bác sĩ và Cô đang ngắm mặt trời lặn hay đang hướng về quê hương Việt Nam?"

Có tiếng cười và giọng nói phụ nữ quen thuộc phía sau. Quang và vợ anh quay lại. Thục Quỳnh và chồng là Tuấn đã ở trước mặt vợ chồng anh. Họ tươi cười, nét mặt đầy hạnh phúc. Bên cạnh là một xe đẩy, trong nôi xe là một em bé xinh xắn, với cặp mắt đen thơ ngây, mở to.

Phượng, vợ anh, ân cần hỏi han:

- Hai cô cậu có cháu bé rồi sao? Cháu được mấy tháng, trai hay gái? Cháu tên gì?

Thục Quỳnh hãnh diện:

-Cháu trai đó Cô. Cháu gần mười tháng rồi. Cháu tên Minh. Công ty của anh Tuấn làm họ cho bảo hiểm *Kaiser*, nên chúng cháu không có dịp lại gặp bác sĩ tại phòng mạch.

Vợ Quang nói:

- Cho cô bồng em bé một chút được không? Cô thích bồng em bé lắm. Bây giờ cô hết tuổi để sanh em bé được rồi!

Phượng bồng bé trai kháu khỉnh trên tay. Bé cười, không khóc dù gặp người lạ, để lộ ba bốn cái răng trắng, nho nhỏ, xinh xinh. Quang chợt nhớ tới bài học về khoa nhi đồng năm nào. Nhớ kỳ thi để lấy lại bằng hành nghề cả hơn hai chục năm về trước. Câu hỏi là em bé 12 tháng thường thường có mấy cái răng. Năm đó Quang nhớ anh đã trả lời chính xác câu hỏi này. Sách Nhi Khoa ghi rằng thông thường, em bé từ 7 tháng, cứ mỗi tháng cộng thêm một răng, đúng cho tới lúc em bé trên 20 tháng... Bé Minh 10 tháng, có ba hay bốn cái răng là đúng như *"sổ sách y khoa"* đã dạy.

Từ giã vợ chồng Thục Quỳnh, Quang có một niềm vui. Trong cuộc đời làm nghề thầy thuốc của anh từ nhiều năm nay, có nhiều vui buồn. Vui khi may mắn tìm bệnh chữa bệnh đúng, nhiều khi *"phước chủ may thầy"*, giúp được một số người bệnh nặng hay có thương tích ngặt nghèo hồi phục. Buồn vì y khoa cũng như nhiều ngành khác, rộng mênh mông, có khi do sự kém hiểu biết, do quyết định chưa đúng hay chậm trễ của mình đã gây một vài tổn hại cho bệnh nhân. Lại cũng buồn vì nhiều khi phải bó tay trước *cái vòng sanh, lão, bệnh, tử* của kiếp con người. Nhưng buổi ***chiều Cali*** hôm nay, niềm vui của anh không liên quan gì đến nghề nghiệp cả. Anh chủ quan tin rằng ***lời góp ý*** , không phải là việc khám bệnh kê toa của anh ba năm về trước, đã phần nào giúp cô gái Thục Quỳnh suy nghĩ sáng suốt, can đảm chia tay với *người bạn trai playboy* tên Jeff. Anh vui vì thấy Thục Quỳnh bây giờ có một gia đình êm ấm, hạnh phúc, bên chồng bên con.

Trần Văn Khang

13. TIẾNG MƯA

Những cơn mưa thường cho nhiều cảm giác vui buồn, gợi những kỷ niệm cho nhiều người chúng ta, cho cả những người làm thơ, viết nhạc. Có lẽ vì vậy, nhạc và thơ về mưa khá nhiều.

Tên họ và hoàn cảnh của những nhân vật trong câu chuyện dưới đây, cũng như danh hiệu của "quán trọ bên đường" đã được thay đổi. Nếu có sự trùng hợp ngoài đời, chỉ là do ngẫu nhiên, ngoài ý muốn của người viết.

Sau hai ngày họp chuyên nghiệp tại Toronto, anh mướn xe một mình lái đến Niagara City thuộc Canada, để lần đầu tiên ghé thăm thác nước danh tiếng thế giới, Niagara Fall. Với tính "giang hồ, đâu cũng là nhà", anh ỷ y không lấy phòng trước. Đến nơi, đã gần chiều tối. Mùa Hè, du khách khắp nơi đến thật đông. Hầu hết khách sạn đều không còn chỗ, họ bật đèn đỏ No Vacancy ngay dưới bảng hiệu.

Lái vòng quanh trên nửa giờ, anh thấy có lữ quán Niagara Fabulous Inn, khá khang trang, có cái nhìn hướng về thác nước. Anh cầu may vào hỏi mướn phòng. Người tiếp viên vui vẻ cho anh biết:

- Chúng tôi chỉ còn một phòng trống, số 234, ông lấy phòng này sẽ được giảm giá 20%.

Anh vui mừng, nhủ thầm "phòng 234, chín nút, có lẽ hên". Anh hơi ngạc nhiên hỏi:

- Như vậy tốt quá. Nhưng sao phòng này lại được giảm giá 20%?

- Thưa ông, phòng này cũng như vài phòng khác, ở ngay trên Câu Lạc Bộ và Quán Rượu của khách sạn, đêm nào cũng có dàn nhạc chơi tới 2 giờ khuya. Nếu ông có thể thức khuya, không sợ mất ngủ, thì hãy lấy phòng này. Chúng tôi rất tiếc không còn phòng nào trống nữa.

Anh nhận phòng. Gọi một phần cơm tối, dùng ngay tại phòng trọ, vì không muốn xuống nhà hàng của lữ quán. Phòng anh nhìn ra thác nước. Ban đêm thác được chiếu sáng với những đèn pha có màu sắc làm ánh sáng và cảnh trí rất đẹp và hùng vĩ. Chín giờ đêm, anh chuẩn bị nghỉ ngơi để ngày mai lấy một vài tours thăm cảnh thác nước Niagara.

Nhưng tiếng nhạc, nhất là tiếng trống từ dưới vọng lên, rung cả nền phòng ngủ. Không thể nào nghỉ ngơi được, anh bèn lại thay y phục nhẹ mùa Hè, xuống quán nhạc, gọi một ly rượu. Tình cờ anh được nghe một dàn nhạc trình bày rất khá, làm anh nhớ tới mấy câu thơ của một thi sĩ, thày dạy Việt Văn của anh ngày xưa:

Dương cầm âm u
Hồ cầm réo rắt
Phong cầm dồn dập
Lục huyền chơi vơi ...

(Thơ Song Nhất Nữ)

Họ trình bày nhiều loại nhạc. Cả nhạc chậm, nhạc nhanh, rồi nhạc vui, nhạc Jazz... Vài cặp du khách ra sàn nhảy, khiêu vũ đằm thắm... Nhạc công có 6 người. Anh nhận thấy hai nhạc công da màu, ba nhạc công da trắng và đặc biệt có một nhạc công Á Đông, làm Lead Guitar rất điêu luyện. Ngồi trầm ngâm một mình, bên ly rượu sẫm màu, trong một quán nhạc lạ nhưng ấm cúng, cho anh thú vị riêng của người lữ khách xa nhà. Anh thả hồn theo tiếng nhạc. Rồi thật bất ngờ, giữa phương trời xa quê hương này, người nhạc công da vàng dẫn dắt cả ban nhạc chơi bài nhạc Kiếp Nghèo, nhịp điệu Tango của Lam Phương. Bài nhạc thật quen thuộc với anh. Tiếp theo, cả ban nhạc lại đồng tấu nhạc phẩm Mưa Rừng của Huỳnh Anh, đệm cho một cô du khách, có lẽ từ Việt Nam đến Canada thăm thân nhân, trình bày. Cô du khách có phong cách trình diễn và giọng ca điêu luyện của một ca sĩ nhà nghề. Cô đi cùng vài người, có lẽ là bà con hay bạn bè.

Thưởng thức xong hai bài nhạc, anh hỏi cô tiếp viên phòng trà, được biết người nhạc công Á Châu có tên Joe, họ Nguyễn. Cô tiếp viên còn cho anh biết ông Joe Nguyễn chỉ thích uống Martini. Anh nhờ cô đem đến tận nơi mời ông Nguyễn một ly rượu ấy, nói là có một du khách Việt Nam đang nghe nhạc mời tặng. Ông Nguyễn, có đôi lúc ngưng chơi nhạc, nâng ly rượu, hướng về phía anh, như chào và cám ơn một đồng hương yêu nhạc. Anh ở lại thưởng thức nhạc đến gần 2 giờ khuya. Người nhạc công Việt Nam lại bàn rươu, nói chuyện cùng anh. Ông ta tên Việt Nam là Nguyễn Văn Giao, khoảng gần 50 tuổi, trước kia có chơi nhạc cho vài phòng trà tại Sàigòn .... Hàn huyên cùng anh vài phút, ông Joe đến bàn cô "ca sĩ" du khách người Việt ....

Ba năm sau

Lại tiếp theo một cuộc họp chuyên nghiêp tại Nữu Ước, anh điện thoại đến lữ quán xưa, Niagara Fabulous Inn, ghi danh xin lấy phòng 234. Anh đem theo hai bài nhạc để tặng ông Giao. Anh cũng hy vọng có dịp ông Giao sẽ trình bày một bài nhạc của mình, vì tiếng đàn của người nghệ sĩ này thật xuất sắc. Anh còn nhớ lần trước, ông ta có nói là tất cả các nhạc công của quán rượu này, khi được phỏng vấn để được thu nhận, phải có khả năng trình tấu ngay bất cứ bài nhạc nào dù chưa biết bao giờ, nếu bài nhạc cấu trúc không quá cầu kỳ.

Anh đến nơi, buổi tối. Hôm ấy trời mưa tầm tã. Hỏi thăm về ông Joe, ban nhạc cho biết ông đã rời ban nhạc, lập gia đình cùng cô ca sĩ từ hai năm trước, về quê hương lo cho mẹ già. "Joe left our Band two years ago, married the beautiful singer and went back to his country, taking care of his old mother".

Anh lặng lẽ về phòng, với một tâm sự mênh mang. Trời bên ngoài mưa gió, thêm tiếng thác nước đổ ì ầm, dạt dào.

Vọng từ phía bên dưới, giai điệu bài Kiếp Nghèo của Lam Phương, điệu Tango năm trước, ban nhạc còn trình tấu mặc dù Joe đã đi xa. Anh thức rất khuya trong đêm ấy, viết xong một bài nhạc. Không biết bao giờ mới gặp lại Joe, ông Nguyễn Văn Giao, nhờ ông đàn Tây Ban Cầm cho nghe... Anh tự nhủ chuyến đi này cho anh thêm chút kinh nghiệm mới: Không bao giờ về một nơi chốn cũ mà tìm lại được kỷ niệm xưa, cảm giác của những năm tháng trước. Cảnh trí cũng khác và người xưa có thể đã thay đổi nhiều, hay đã đi xa ...

Trần Văn Khang

***Lời nhạc ca khúc* Tiếng Mưa**

Mưa về giăng phố cũ
Lá vàng bay trước gió
Riêng tôi một mình gác trọ
Nghe điệu nhạc trầm chơi vơi
Nhớ về ngày nào xa xôi

Mây trời bay khắp chốn
Gió từng cơn lướt đến
Âm ba về cùng tiếng vọng
Cung đàn điệu nhạc xa xưa
Ru hồn người vào trong mơ

Hạt mưa rơi rơi như tơ vương đan khắp trời
Lòng ai bâng khuâng nhớ về bao năm tháng ngày
Điệu Tango năm trước
Chợt về trong tha thiết
Cho ai niềm nhớ nhung

Tôi ngồi đây viễn xứ
Nhớ về nơi chốn cũ
Tâm tư còn niềm ước vọng
Mơ một ngày về quê xưa
Êm đềm một thời yêu mơ...

(Nhạc và lời Trần Văn Khang)

14. CÀ PHÊ PHỐ NÚI

1

Chuyến bay đêm, chiếc máy bay quân sự hạ cánh xuống phi trường Pleiku vào lúc tinh sương. Anh là quân nhân và cũng là một nghệ sĩ, được nghỉ phép. Một chiếc xe Jeep đưa anh vào phố, lần đầu anh đặt chân tới. Trời mờ sáng. Thành phố còn ngái ngủ. Anh với ba lô trên vai, cây đàn nơi tay, bước chậm một mình trên phố lạ. Gió núi và sương mù. Anh thèm có một ly cà phê đậm. Trời sáng rõ hơn. Phố núi cũng chuyển mình thức dậy. Thoáng trong gió, có hương cà phê thơm. Anh ghé vào một quán nhỏ. Cô bán quán trẻ, khoảng mười tám đôi mươi, mời chào anh như người đã thân quen từ lâu. Cô hàng *"má đỏ môi hồng"* đẹp như lời thơ của một thi sĩ trong bài ca *"Còn Một Chút Gì Để Nhớ".* Rồi anh có dịp trở lại Pleiku nhiều lần, và anh đã yêu nàng. Nhưng cuộc tình "tay tư ": Cô hàng cà phê xinh đẹp, một anh sinh viên nghèo, một ông thầu khoán giầu có, bốn mươi tuổi, góa vợ, có hai con. Và anh là một, quân nhân thuộc ngành Chiến Tranh Chính Trị, một nghệ sĩ, cũng nghèo. Tất cả đều thương mến, yêu nàng. Chuyện tình cuối cùng sẽ về đâu? Ta chờ xem...

2

Bà mẹ của cô bán quán Cà Phê Phố Núi khuyên nàng: *Con à, Mẹ nghĩ con nên nhận lời ông thầu khoán đi. Con gái chỉ có một thời. Ông ấy tử tế với nhà mình, lại giàu có. Con có chỗ nương tựa sau này, suốt cuộc đời khỏi vất vả thức khuya dậy sớm lo hàng quán*. Cô chỉ im lặng, không nói gì. Cô 19 tuổi. Ông thầu khoán lại có một cậu con trai 18 và một cô con gái 16. Cậu con trai cũng hay ra quán uống cà phê. Tuy kém nàng một tuổi, không nói ra nhưng cậu cũng tỏ ra rất có cảm tình với nàng. Chưa đến mức độ để nói là đã yêu nàng. Mỗi lần dùng cà phê hay điểm tâm, cậu để "tiền bo" rất hậu. Còn cô con gái ông thầu khoán nhất định chống đối cha. Cô không muốn phải gọi nàng bằng Dì, vì nàng chỉ hơn cô 3 tuổi. Cô lại thương mẹ, không muốn ai chiếm chỗ mẹ của mình, dù bà đã mất đi. Vài cô bạn của nàng, cũng là bạn với anh sinh viên trẻ tuổi, khuyên nàng nên chọn anh sinh viên. Họ nói anh ấy chăm chỉ học hành, sau này có thể đậu Tiến Sĩ. Khi công thành danh toại, anh sẽ cùng nàng hát bài ca "Trăng Sáng Vườn Chè". Ý tưởng về tương lai thật thơ mộng. Nàng cũng biết tính tình anh sinh viên, hồi học trung học cấp 1 cùng anh, trước khi nàng phải bỏ học, lo quán cà phê vì sanh kế cho cả gia đình đông anh em. Nàng nhận thấy anh sinh viên này hiền và có nhân cách thật tốt. Anh nghệ sĩ thì đàn hay và hát cũng hay. Anh nghèo nhưng tỏ ra thương mến nàng hết sức. Nàng lại thích ca hát. Vài đêm khi mới chớm khuya, quán vắng khách, anh đã đệm đàn cho nàng hát những bài tình ca. Đôi khi anh còn song ca, ca bè với nàng. Mẹ nàng tỏ ra không đồng ý, bà khó chịu, e ngại chuyện tình cảm của cô con gái với anh quân nhân nghệ sĩ nghèo này sẽ tiến xa hơn. Mẹ nàng còn lo, anh là quân nhân, khi thi hành công tác gặp hiểm nguy, nàng có thể thành góa phụ.

3

Nàng phân vân, nhiều đêm không ngủ, không biết chọn hướng đi tình cảm về ai. Một hôm nàng đem tâm sự, hỏi ý kiến Ông Thầy, lúc trước dạy Việt Văn cho nàng. Nàng kính mến ông như một người cha. Ông Thầy nay đã về hưu. Nàng giãi bày: Con ước muốn có một người bạn đời chỉ khá giả bằng một phần của ông Phú thầu khoán. Nhưng lại trẻ tuổi, hiền lành và có tương lai như anh bạn sinh viên. Một người chỉ cần có một phần biết đàn, biết hát, yêu âm nhạc, biết đệm đàn như anh nghệ sĩ để đôi khi cùng con ca hát. Ông Thầy nghe nàng nói, suy nghĩ một lát, rồi chậm rãi khuyên nhủ: *Thầy biết con đang phân vân, khó quyết định. Nhưng muốn nhiều thì có thể sẽ đau khổ nhiều, con ơi. Đức Phật đã giảng dạy là muốn mà không có được là một nỗi khổ. Dù có được rồi mà không giữ được cũng lại khổ nữa... Con còn trẻ, thày chỉ khuyên con hãy thư thả, chờ một vài tháng, hay có thể một hai năm, xem con thực lòng yêu thương ai. Lắng nghe ý kiến mọi người thân của con, nhưng chính con phải quyết định tương lai đời mình. Sau này con sẽ không có gì phải hối tiếc...* Nàng đem chuyện Thày khuyên nói với một cô bạn cùng lớp ngày xưa. Cô bạn nói: Thầy mình khuyên triết lý nhưng "huề vốn".

4

Chuyện tình cảm của Cô bán quán Cà Phê Phố Núi càng phức tạp thêm khi một người nữa ái mộ nàng. Có thể vì nàng đẹp, dịu hiền, ăn nói dễ thương làm nhiều người yêu mến. Số là có thêm một thầy thuốc trẻ, 28 tuổi, mới ra trường 2 năm, đang có phòng mạch tại Sàigòn. Anh nhà giàu, cha có cổ phần lớn trong một đồn điền cà phê tại Cao nguyên. Người cha nay đã nhiều tuổi, nên từ từ giao trách nhiệm cho con. Anh thầy thuốc trẻ này, mỗi tháng dành một cuối tuần lên phố núi, kiểm soát việc quản lý đồn điền, trả lương cho nhân viên và công nhân. Buổi sáng, buổi chiều những ngày cuối tuần ở đây anh hay lại dùng cà phê tại quán của nàng. Rồi anh thật sự cảm mến nàng. Một vài nhân viên thân tín trong đồn điền cà phê báo cáo với mẹ anh. Bà mạnh mẽ phản đối, ngăn cản. Bà có vài người bạn thân, họ có con gái đẹp và học hành giỏi. Bà đang kén chọn người mà bà cho là xứng đáng với cậu con trai, về học lực, về gia thế môn đăng hộ đối. Tranh thủ thời gian và muốn dành chiến thắng đối với những người khác, anh thày thuốc trẻ đã cầu hôn cùng cô hàng. Một lần anh nói với nàng: Dù Mẹ anh chống đối, anh vẫn thật lòng yêu em, muốn cùng em chung sống trọn đời. Bây giờ khác với thời xa xưa. Không người bạn nào của anh lại chịu nghe lời cha mẹ, lấy một người mình không yêu. Hay là chúng mình cứ làm hôn thú, rồi sống chung, không cần lễ hỏi lễ cưới gì cả. Khi mình có con, Ba Mẹ anh sẽ chấp nhận vì có cháu nội để bế bồng. Nàng cảm động nhưng chưa nhận lời. Anh thày lang này có nhiều tiêu chuẩn cao. Anh nhà giàu, có địa vị, "chân chỉ hạt bột". Nhưng anh hơi thấp, không đẹp trai. Anh chăm chỉ lo làm giàu thêm, lo sao cho phòng mạch đông khách. Anh lại không biết đàn hát gì, điều mà nàng hằng mong có ở nơi một người tình, một người chồng. Một cô bạn thân của nàng khuyên: *Ta như mi, nhận lời anh chàng này đi. Về nhà mi cho đi học đàn, học hát mấy hồi*. Cô bạn chọc nàng thêm: *Mỗi ngày, mi bắt tập hát Karaoke với mi, rồi sẽ khá.*

5

Thưa quý bạn đọc, đến đây xin nói về một câu chuyện bên lề. Một người "bạn văn" của người viết có lần nói: Mỗi người viết văn, viết truyện là "một ông Trời con", "một Thượng Đế nhỏ". Muốn cho nhân vật trong truyện của mình hạnh phúc hay đau khổ, giàu sang hay nghèo hèn, xấu hay đẹp, sống lâu hay chết yểu, làm quan to chức trọng hay làm phó thường dân... đều được cả. Ông bạn còn bàn thêm: Nếu muốn bạn đọc nhớ lâu câu chuyện, đọc xong ban đêm khó ngủ thì hãy viết drama, bi thảm. Nếu muốn bạn đọc ngủ ngon nhưng dễ quên câu chuyện thì viết truyện có Happy Ending, có hậu. Ông bạn còn dọa: Có một nhà văn khi chết đi, xuống âm phủ, bị hồn ma những nhân vật của mình tố khổ. Người nói "*Sao ông* để cho đời tôi khổ thế". Người khác: "*Sao ông bắt tôi chết sớm khi đang thành công*". Một hồn ma khác: "*Sao ông nỡ nào chia lìa tôi với người tôi yêu...*". Thưa quý độc giả, đến giờ phút này Cô Bán Quán Cà Phê Cao Nguyên vẫn chưa quyết định kết duyên cùng ai trong "cuộc tình tay 5". Cậu con trai ông thầu khoán đã không được Cô chú ý ngay từ đầu vì kém tuổi, cô cho là còn "baby". Hình như các cô gái thường trưởng thành về suy tư và về thể chất hơn những cậu con trai cùng tuổi. Quán Cà Phê của Cô ngày càng đông khách. Cà Phê cô pha càng đậm đà, càng ngon. Người viết xin ngưng câu chuyện tại đây. Trang trọng mời mỗi độc giả tham gia, thử nghiệm làm "một ông Trời con", "một Thượng Đế nhỏ", cho cô bán quán này kết duyên cùng ai, trong 4 người đang ái mộ nàng. Mong quý độc giả cho cô bán quán này một cuộc tình duyên thơ mộng, hạnh phúc, bền lâu. Chúc quý độc giả ngủ ngon đêm nay.

Trần Văn Khang

15. CHÙA RỒNG

Truyện ngắn dưới đây được viết theo lời kể của Huân. Tên các nhân vật và một vài địa danh đã được thay đổi. Nếu có sự trùng hợp về danh tánh, chỉ là do ngẫu nhiên, ngoài ý muốn của người viết. Truyện được viết vào những năm cuối của thập niên 1990, lúc bang giao Việt Mỹ mới được thiết lập.

Dù thời giờ hạn hẹp, chuyến về Việt Nam kỳ này, tôi đã thăm được *Toàn*, người bạn cũ từ lúc còn học lớp nhì, lớp nhất tại làng Hòa Cam hồi tản cư. Trong cuộc chiến tại Việt Nam, biết bao nhiêu lần chạy loạn, tản cư, hồi cư, di cư, rồi di tản...ít có ai cỡ tuổi tôi mà còn giữ được liên lạc với bạn quen từ hồi tiểu học. Hai đứa quen nhau lâu và thân đến nỗi khi đã khôn lớn, vẫn còn *mày tao* khi nói chuyện. Toàn bây giờ an phận sống tại Sài Gòn, vẫn dạy học trò như hồi trước 75, chờ ngày về hưu. Với đồng lương nhà giáo, ít bổng lộc, lại vật giá đắt đỏ, vợ Toàn phải tần tảo buôn bán kiếm thêm bằng một sạp bán vải và quần áo tại Chợ Bến Thành.

Cũng nhờ gặp lại Toàn, tôi biết được tin tức của *Anh Chính và Chị Dung*. Vì thế sau khi ở Sàigòn ít ngày, tôi dùng AirBus bay ra miền Bắc. Dự định lo xong công việc được sở làm của tôi là một hãng thông tấn giao cho, tôi sẽ đi thăm thành phố Hải Phòng, nơi tôi đã sinh sống nhiều năm lúc còn nhỏ để gặp lại vợ chồng Anh Chính Chị Dung, hai người quen cũ ngày xưa. Nghe Toàn nói anh Chính mang bệnh gan, tôi càng muốn thăm anh hơn. Anh là thần tượng của tôi và Toàn hồi chúng tôi còn nhỏ.

ooOoo

Thời gian lúc đó là vào khoảng năm 1948. Từ khi có *Anh Chính* về công tác tại đây, làng Hòa Cam tỉnh Hà Đông như thêm sinh khí. Chiến tranh Việt Pháp bùng nổ cuối năm 1946 và lan tràn đã hai năm. Pháp chiếm hết thị thành miền Bắc. Hải Phòng, Hà Nội rồi Nam Định, Ninh Bình... Dân thành phố tản cư về Hòa Cam cũng nhiều, cán bộ tới lui cũng lắm. Bộ đội với các đơn vị lớn nhỏ thoáng đến rồi lại thoáng đi.

Riêng anh Chính thì khác. Anh ở lại công tác tại làng này khá lâu, đã trên sáu tháng. Có khi anh đi đâu năm bữa, nửa tháng rồi lại trở về. Mọi người biết anh là cán bộ, nhưng không rõ anh thuộc cấp nào, có lẽ cao cấp. Anh tạm ở trọ tại một gia đình trong làng. Thỉnh thoảng lại có các cán bộ từ đâu đâu lại, sinh hoạt với anh vài ngày. Đôi khi người ta thấy anh Chính đến thăm, nói chuyện riêng cả tiếng đồng hồ với ông *Chủ Tịch Ủy Ban Hành Chánh Kháng Chiến* địa phương. Dân làng chỉ biết vậy, không ai muốn tìm hiểu gì thêm. Đang thời buổi *toàn dân chống Pháp* giành ành độc lập, *"tích cực cầm cự chuẩn bị tổng phản công"*, ai không có phận sự đừng hỏi, đừng biết gì là hay hơn. Những chữ bí mật quân sự, bí mật quốc phòng, bí mật công tác đủ để cho mọi người tránh tìm hiểu, dây dưa, rắc rối. Có chuyện gì xảy ra, khỏi bị dính dáng, khỏi bị liên lụy kết án là *Việt gian, bán nước*.

Trước mắt mọi người, anh Chính hiền hòa và dễ mến.

Mà anh dễ mến thật, từ cách cư xử đến lối giao thiệp với dân làng. Anh trẻ tuổi, độ hăm bốn, hăm lăm. Dáng dấp cao, vừa mạnh dạn, vừa nghệ sĩ. Anh không mang y phục cán bộ, nhưng có tới ba bốn bộ quần áo bằng *vải phin từ nội thành*, nhuộm nâu, lúc nào cũng tươm tất, có vẻ *sang trọng* nhưng lại hòa đồng với mọi người trong làng vì màu nâu của trang phục. Nhìn sắc diện, ai cũng biết anh là gốc thị thành. Anh đẹp trai, tóc ngắn gọn, ăn nói lễ độ, duyên dáng. Anh Chính lại rất hào hoa. Các quán nước, các hàng quà bánh trong làng cũng như ở các làng bên, anh thường ghé thăm, trò chuyện, chi tiêu rộng rãi. Trong khi có vài anh bộ đội, tính nghệ sĩ, phải nhịn một bữa ăn để đủ tiền mua một điếu thuốc hạng sang, anh Chính thường có trong túi áo cả một bao Cotab, thứ thuốc lá sang gần như bậc nhất thời bấy giờ ở vùng kháng chiến. Anh sẵn sàng mời thày giáo làng, hay ông cán bộ thông tin điếu thuốc mỗi khi có dịp. Anh có một cây đàn ghi-ta, và đàn hay hát giỏi, thường giúp vui mọi người trong những dịp lễ, mít tinh. Với những ưu điểm ấy, cộng thêm với tinh thần yêu nước của dân chúng chống thực dân Pháp thời bấy giờ tại vùng kháng chiến Liên Khu Ba, hễ ai chống Pháp là được đề cao, anh Chính mau chóng có được cảm tình của mọi người. Nhiều bậc cha mẹ trong làng quý mến anh, muốn gả con gái cho anh. Các cô gái tản cư đến từ thị thành cũng như những thôn nữ chưa lập gia đình trong làng, nhiều người mong được anh lưu ý. Vì vậy, như đã nói ở phần trên, đối với tôi và nhiều đứa trẻ trong làng thời ấy, anh Chính là thần tượng.

Lúc đó tôi mới trên mười tuổi, cùng gia đình tản cư về làng Hòa Cam, sau khi cả nhà đã tản cư hết nơi này đến nơi khác, khi thì tạm trú tại làng mạc, khi thì mua thuyền ngược xuôi trên sông nước vùng Gia Viễn, Nho Quan, Bùi Chu, Phát Diệm, Bến Xanh..., vừa chạy giặc, vừa buôn bán đề kiếm sống. Về tới làng này, tôi quen với Toàn. Nó cùng tuổi, cùng học lớp nhì rồi lớp nhất trường làng với tôi. Đây là quê nội của Toàn. Gia đình Toàn cũng như gia đình tôi và mọi người trong làng, lo *tăng gia sản xuất*. Khi chiến tranh chưa lan tràn tới, ai có chút vốn, chút vàng dành dụm được từ khi mới tản cư đem ra tiêu dùng, và cần cù canh tác, ươm tơ, dệt vải, kéo cúi làm sợi cũng tạm sống đạm bạc. Cha Toàn trước khi chiến tranh là một tiểu công chức ngành quan thuế tại Hải Phòng, cũng là thành phố gia đình tôi đã sanh sống lúc chưa tản cư. Mẹ Toàn nội trợ như nhiều bà mẹ khác thời bấy giờ. Gia đình Toàn có bốn anh chị em. Người anh lớn nhất, đã gần hai mươi. Chị Dung mười tám. Một anh nữa mười sáu. Toàn là con út trong gia đình.

Thời kỳ tản cư tại đây cho tôi và Toàn nhiều kỷ niệm nhất khi còn trẻ dại. Chúng tôi đi học, câu cá, ra đồng bắt cua, đào hố trú ẩn để tránh bom giặc Pháp, đi cắt rạ sau mùa gặt đem về làm nhiên liệu nấu bếp, thả diều cùng với những mục đồng... Mỗi sáng sớm tinh sương, hai người anh của Toàn chuẩn bị sách vở, nón lá, áo tơi, cơm nắm độn khoai, độn bắp, kèm thêm muối vừng. Hai anh đi bộ bảy cây số từ làng Hòa Cam đến Xêu Đặng để học trung học, lớp đệ lục, đệ tứ gì đó. Chiều tối mới thấy hai anh đi bộ về. Cơm tối xong, trong ánh đèn dầu trổi tù mù, các anh Toàn vừa học bài, vừa *kéo cúi*, se những sợi chỉ từ những bông cúi trắng tinh. Khi đủ nhiều bó sợi, chị Dung lại đem đi các chợ bán cho người dệt vải hay cho những người buôn. Mẹ Toàn và chị Dung ngoài việc bếp núc, cũng lo kéo cúi, làm sợi, dệt vải để thêm lợi tức. Cha Toàn kèm các con học, lo thêm chút vườn tược để có thêm rau bắp cho những bữa ăn.

Con gái làng Hoà Cam nổi tiếng là đẹp trong vùng, có lẽ là trong tỉnh nữa. Tôi còn nhỏ nghe nói vậy, cũng lưu ý nhận xét và thấy là đúng. Các cô ở đây đa số ăn nói nhẹ nhàng, nước da tươi mát mặn mà, mắt to tình tứ, má thắm môi hồng. Thế mà có người nói là Chị Dung của Toàn đẹp nhất làng. Có lẽ chị được thừa hưởng *giòng máu đẹp* bên nội, lại thêm những nét mới mẻ của những cô gái đến từ thành thị, nên mọi người càng chú ý nhiều hơn. Đã có vài cán bộ trẻ tuổi, hai ba anh bộ đội có dịp công tác trong vùng có ý xin tính chuyện cưới hỏi, nhưng thời gian quen biết ngắn quá. Họ đến rồi lại đi. Chị Dung chưa có cảm tình với ai. Cha mẹ Toàn thì nói là đang lúc tản cư, đang thời chinh chiến, ngày mai chưa biết ra sao, nên không khuyến khích chuyện lập gia đình cho chị.

Trong một buổi học, một tờ báo Cứu Quốc được ban thông tin trong làng truyền tay tới lớp tôi. Toàn là trưởng lớp, được thày giáo giao cho hai việc. Điều động học sinh viết thư để gửi vào Hà Nội, ủng hộ khuyến khích, tán dương việc bãi khóa của sinh viên, học sinh trong vùng Pháp kiểm soát thời bấy giờ. Việc thứ hai là tập hát ngay một bài nhạc in trong tờ báo, để ca hát trong dịp 19 tháng 5 sắp tới. Viết thư thì dễ, thày giáo đã *gà* cho, học trò viết ca tụng, cổ võ việc bãi khóa trong thành, thư nào cũng như thư nào, để gửi tới các sinh viên, học sinh Hà Nội. Nhạc thì cả lớp không biết đọc ký âm pháp. Các anh của Toàn chỉ lo "*học gạo*" và *kéo cúi*, không ai đàn hát. Nhưng thật may, đã có anh Chính là bạn của đám nhi đồng cứu quốc chúng tôi từ lâu, Toàn bèn nhờ anh dạy hát. Thế là tối hôm ấy, cơm nước xong, ngoài thềm nhà, dưới ánh trăng, anh Chính đem cây đàn đến nhà Toàn dạy một đám bạn bè học trò chúng tôi hát bài Đoàn Quân Du Kích, bản nhạc có in trong tờ báo mới gửi đến lớp học. Anh Chính đệm đàn, nhanh chóng bắt được nhịp điệu, cất tiếng hát với giọng trầm ấm và hùng:

Đoàn quân du kích tiến, những đêm kinh hoàng
Ta xung phong, giết tham tàn, hợp cùng đoàn Vệ Quốc

Quân

Cướp súng giặc, giết giặc
Đánh úp thù, phá đồn
Đoàn ta không súng, chiến đấu thay bằng gươm giáo
Cướp súng giặc, giết giặc
Cắt đứt đường, phá cầu,
Đoàn ta không súng, khiến Tây mất hồn...

Nhóm học trò chúng tôi hát theo, vang cả một khu xóm. Mẹ Toàn bảo chị Dung đem mời anh Chính một bát nước chè tươi. Đây là lần đầu tiên anh gặp chị Dung. Anh Chính mau chóng trở thành bạn của gia đìnhToàn. Mỗi lần anh đến, kể chuyện trong vùngTề, chuyện chiến sự, chuyện thời cuộc tại Hà Nội, Hải Phòng... *Công dân Vĩnh Thụy*, mới ngày nào sau cách mạng tháng tám được Việt Minh phong là *Cố Vấn tối cao của Bác Hồ* nay bị gọi là *Việt Gian số một, đã* ký hiệp ước với Pháp, thành lập Quốc Gia Việt Nam trong vùng Pháp chiếm đóng. Cha của Toàn rất thích nghe những tin tức này. Anh Chính cũng hay đem đàn đến nhà dạy Toàn và đôi khi có cả tôi tập đàn, tập hát. Toàn và tôi tập tễnh biết đàn từ đó. Anh Chính kể cho chúng tôi và chị Dung chuyện nhửng ngày anh ở chiến khu gần biên giới Việt Hoa, những lần gặp gỡ các lãnh tụ, đời sống đường rừng sơn cước, có suối reo, hoa dại, thú rừng, cùng những cô sơn nữ mộc mạc, đơn sơ ... Chúng tôi say mê anh kể chuyện và thầm phục những từng trải của anh trong cuộc sống. Một lần, thấy chị Dung đan áo chuẩn bị cho mùa lạnh, anh dạy chúng tôi và chị Dung bài ca, bài *Tấm Áo Mùa Đông* hay *Mùa Đông Đan Áo*, lâu quá tôi không nhớ rõ tựa đề, và chỉ còn nhớ ít câu:

Gió bấc tới đây, xào xạc rung cây lá lá bay, một mùa đông, ơn người đan áo...

Tấm áo xông pha, mùa lạnh che thân chiến sĩ ta, đây là áo, nơi quê nhà ...

Suốt mấy ngày sau, khi đến chơi với Toàn, tôi thấy chị Dung vừa đan áo, vừa hát bài này, mắt chị mơ mộng, má chị hay ửng hồng khi nhắc tới anh Chính. Rồi Chị Dung tặng Anh Chính chiếc áo khi vừa đan xong. Mặc dù lúc bấy giờ, chỉ thịnh hành những bài ca kháng chiến, yêu nước, chẳng mấy ai còn hát những bài *có tính cách lãng mạn của tư sản*, anh Chính vẫn đôi lần thích thú hát những bài Suối mơ, Bến Xuân, Thiên Thai, Trương Chi... cho chị Dung nghe. Một buổi chiều, anh Chính nhận lời mẹ của Toàn, ở lại dùng cơm với gia đình. Mẹ Toàn mới làm được một hũ mắm tép đáo kỳ, muốn đem mời khách, và sai Toàn ra bờ ao hái mấy quả sung. Tôi cũng đi theo, định ở chơi thêm đến khi cả nhà Toàn dùng cơm tối, tôi sẽ về nhà mình. Chị Dung được bảo ra vườn sau nhà hái khế. Toàn và tôi hái sung xong, chạy ra vườn muốn giúp chị Dung trèo cây. Hai chúng tôi thấy dưới tàng cây khế ngọt, khuất nơi một góc vườn rất nên thơ, anh Chính ôm hôn chị Dung trên má và trên môi. Cơn gió thổi, những sợi tóc chấm vai của chị bay phớt trên mặt hai người. Chợt thấy Toàn và tôi, hai người ngưng hôn nhau. Anh Chính nhìn chúng tôi, ánh mắt thân mật, bình tĩnh. Chị Dung thì ngượng ngùng, má chị hồng thêm. Tôi thấy chị thật đẹp. Chị nhẹ nhàng nói với Toàn :

- Em đừng mách thày me nhé.

ooOoo

Tin chiến sự và chiến thắng về dồn dập. Mọi người biết vậy thôi. Không rõ thực sự *bên ta* thắng hay thua. Luôn luôn có tin là địch thua nhiều, ta đại thắng. Cùng lắm là *bên ta có hai chiến sĩ hy sinh* trong mỗi trận đánh. Người mõ làng của thời phong kiến ngày xưa, *"một mình một chiếu thảnh thơi ngồi"*, bây giờ được danh hiệu là ông ủy viên thông tin, mỗi chiều đứng đầu làng, cuối xóm, với chiếc loa cầm tay, đọc lời hiệu triệu của Bác, đọc tin chiến sự, hay kêu gọi dân làng đi họp mít-tinh. Mít tinh tối nay để mừng chiến thắng mới nhất, và học tập kế hoạch *người người thi đua, ngành ngành thi đua, chuẩn bị tổng phản công.* Anh Chính vừa tự đệm đàn, vừa hát những lời ca hùng tráng :

Trùng trùng, say trong câu hát
Lớp lớp, đoàn quân tiến về
Chúng ta đi nghe vui, lúc quân thù đầu hàng,
cờ ngày nào tung bay trước gió...
Trùng trùng, quân đi như sóng
Lấp lánh, lưỡi lê sáng ngời...

Khi anh Chính kết thúc bài hát:

Năm cửa ô đón mừng
Đoàn quân tiến về
Hà Nội bừng tiếng quân ca...

anh được những tiếng vỗ tay vang dậy của dân làng.

Thanh niên trong làng sau đó được kêu gọi ra đi tòng quân cứu nước, diệt giặc Pháp, hoặc lên đường đi công dân vụ, yểm trợ chiến trường Việt Bắc. Một số đi không thấy trở về. Một vài tin tức. Hai ba lễ truy điệu tổ chức trong làng. Vài người quả phụ thắt khăn sô. Hai ba bà mẹ sụt sùi. Chuyện buồn sao tránh khỏi trong mùa chinh chiến. Rồi một số người đi nghĩa vụ được trở về với da mặt xanh, vàng bủng vì sốt rét.

Một hôm, có một toán được gọi là *Việt gian* từ đâu không biết, bị tạm giải đến đình làng. Toàn rủ tôi cùng vài đứa bạn kéo nhau đi xem Việt gian mặt ngang mũi dọc, hung ác ra sao. Chúng tôi chỉ thấy trên ba chục người gầy ốm, mặt mày thiểu não đáng thương. Phía trên cánh tay phải của họ, được cột bằng dây thừng, người nọ nối tiếp người kia với một khoảng cách độ hai ba bước chân. Họ thẫn thờ, mệt mỏi ngồi xổm trên nền gạch đỏ của đình làng. Toàn chợt nhận thấy một người trong đám Việt gian giống như *Bác Huyện*. Toàn cho tôi biết là trước khi tản cư khỏi Hải Phòng, Bác Huyện có đến thăm gia đình Toàn một vài lần tại đất Cảng. Toàn không rõ bác tên gì, chỉ biết là bác có họ với mẹ, và cả nhà gọi là Bác Huyện. Bác là con cháu Cụ Bảng, làng Hòa Xá, quê ngoại của Toàn. Làng Hòa Xá cũng ở Hà Đông. Làng này sản xuất nhiều vị khoa bảng. Nghe nói Bác Huyện đậu cử nhân luật bên Tây. Trở về làm tri huyện chỉ ít tháng. Sau đó chán ngành quan lại, bác ra làm công chức cao cấp tại Hà Nội. Có lẽ nhờ vậy nên sau ngày Cách Mạng Tháng Tám, Bác Huyện không bị thanh toán, không bị xử tử như nhiều vị tri phủ, tri huyện hay quan lại khác. Đang tính đến bên bác, Toàn bị mấy người bộ đội dẫn giải tù nhân xua đi, không cho lại gần. Sau đó, thấy anh Chính đến bàn bạc gì với một người bộ đội, có lẽ là trưởng toán dẫn giải tù nhân. Toàn chạy về nhà, nói cho mẹ biết *"hình như có Bác Huyện trong đám Việt gian"*. Mẹ và cha Toàn lộ vẻ lo lắng, suy nghĩ. Anh Chính tới, mẹ Toàn cầu cứu anh xem hư thực, có đúng là bác Huyện làng Hòa Xá không. Anh Chính đi, khuya đó trở lại, nói gì riêng với cha mẹ Toàn, anh chị em của Toàn không được biết. Bác Huyện vẫn bị giữ trong đám tù nhân.

Mới mờ sáng hôm sau, máy bay khu trục của Pháp, từng đoàn oanh tạc dữ dội Vân Đình và các làng mạc chung quanh. Làng Hòa Cam nơi chúng tôi cư ngụ may mắn không là mục tiêu oanh tạc, nhưng dân làng rúng động, chuẩn bị tản cư. Ngay sáng đó, quân Pháp nhảy dù xuống Vân Đình. Nghe nói quân Pháp hành quân chớp nhoáng, mục đích tóm bắt trọn vẹn những cán bộ Việt Minh kháng chiến cao cấp đang có cuộc họp quan trọng tại đây. Mục tiêu của Pháp không thành công trong cuộc hành quân này. Nhưng quân Pháp tiếp tục mở những cuộc hành quân tảo thanh.

Bên con đường qua nhiều đồng ruộng, cách làng Hòa Cam độ bốn năm cây số, có một gò đất lớn giữa đồng, bên trên có một kiến trúc xây bằng gạch, dân trong vùng gọi là Chùa Rồng. Trước kia không biết ra sao, nhưng từ sau cách mạng tháng tám, chùa Rồng luôn luôn đóng kín cửa, không ai nhang khói, không sư sãi. Cúng kiến, lễ chùa với chế độ mới không được khuyến khích, đôi khi bị những thành viên cộng sản quá khích coi là còn đầu óc mê tín, dị đoan. Nhưng chùa có nhiều cây cao, bóng mát chung quanh, vẫn tiếp tục là nơi để mục đồng, nông phu, người buôn, kẻ đi chợ và các học trò như tôi và Toàn mỗi trưa nắng đi ngang qua nghỉ chân rất mát và thoải mái. Nhưng sau khi Pháp nhảy dù Vân Đình ít ngày, ai qua đường ngang Chùa Rồng đều thấy một mùi hôi tanh không chịu nổi. Người ta nói nhỏ với nhau, kín đáo đồn rằng khi thấy quân Pháp hành quân gần kề, đám Việt gian hôm trước đã được chôn sống tại đây. Thấy tin đồn bất lợi, chỉ ít ngày sau, các xác chết được thầm lặng ban đêm đào đem đi đâu không ai biết. Tôi và Toàn một lần cùng lũ bạn, nhân một chuyến thi đua viết luận văn với các học sinh làng xã khác, phải đi ngang qua Chùa Rồng. Chúng tôi nhận thấy còn dấu vết một hố rất lớn trên gò đất. Từ đó, mỗi khi phải đi trên đường bên chùa, nhiều người rảo chân bước nhanh, tránh tử khí còn phảng phất, không ai dừng lại nghỉ chân như xưa.

Tuy có nhiều tin chiến thắng, nhưng chỉ thấy quân đội Pháp và quân của Bảo Đại tảo thanh càng ngày càng thường hơn trong vùng. Dân quê không cầy cấy được như xưa. Đa số thanh niên trai tráng phải đi tòng quân, tham gia kháng chiến, hoặc đi phụ dịch. Hoa màu, khoai sắn được thu mua để yểm trợ chiến trường. Nhiều gia đình đã ăn cháo. Nhiều người đã "dinh tê" vào vùng tề, rồi trở về các thành phố lớn, do Pháp kiểm soát, với danh nghĩa là về vùng quốc gia Việt Nam do Quốc Trưởng Bảo Đại lãnh đạo. Cha của Toàn đôi lần được kêu gọi nhận công tác, được mời gia nhập đảng Cộng Sản. Mấy anh của Toàn cũng được nhắn nhủ nên bỏ học, tòng quân hay tham gia kháng chiến. Đúng lúc ấy anh Chính được chỉ thị công tác nội thành. Anh phải trở về Hà Nội và Hải Phòng. Anh còn có nhiệm vụ hướng dẩn một vài cán bộ giả dạng như thường dân về thành. Anh Chính đã ra vùng kháng chiến, rồi lại vào vùng tề nhiều lần. Chị Dung cho biết nếu gia đình Toàn muốn đi, anh sẽ hướng dẩn an toàn. Có lẽ anh và chị Dung đã yêu nhau sâu đậm nhưng vẫn trong vòng lễ giáo. Vì tình yêu, anh không muốn xa chị Dung. Anh muốn gia đình Toàn theo anh *"dinh tê"*vào thành.

Cha Toàn chỉ là một tiểu công chức cũ. Ông yêu nước, không ưa Pháp, nhưng cũng không thích chế độ Cộng Sản mà Việt Minh ngày càng lộ rõ. Lại nặng gánh gia đình, với bốn đứa con. Ở lại vùng kháng chiến đến giai đoạn này cũng không sống nổi nữa, vừa thiếu ăn vừa chiến sự đã gần bên, các trường học trong vùng đã đóng cửa. Ông đồng ý về thành. Gia đình tôi nhờ đó cũng tháp tùng cùng một chuyến đi. Sau hai ngày đi bộ, có anh Chính hướng dẫn, chúng tôi tới nhà tạm trú gần ga Văn Điển. Chỉ vài ngày, xong thủ tục làm giấy tờ, gia đình Toàn và gia đình tôi vào Hà Nội, rôi xuống định cư nơi cũ là thành phố Hải Phòng. Anh Chính cũng xuống Hải Phòng. Không rõ sao, anh mau chóng trở thành quản lý một nhà in nhỏ, có sáu nhân viên. Bảy tháng sau, anh làm đám cưới với Chị Dung. Cha mẹ của Toàn có vẻ e ngại, vì đã biết rõ tính cách cán bộ Việt Minh của anh Chính. Nhưng tình yêu của chị Dung với anh đã sâu đậm và tha thiết quá, không ai ngăn cản được nữa.

Tôi và Toàn vẫn tiếp tục chơi thân với nhau, cùng học một trường trung học, cùng nhau đá banh, dạo phố, đi Ciné

... cho tới tuổi mười sáu. Với thời gian và với cuộc sống tại nội thành, *"thần tượng Anh Chính"* hình như từ từ thiếu một chỗ đứng vững chắc trong tâm trí tôi. Tôi bắt đầu có thêm nhiều thần tượng mới, đủ loại. Nhìn xa là các nhà khoa học lừng danh, những lãnh tụ thế giới, những nghệ sĩ tài hoa, những tài tử màn bạc... Trông gần là mấy ông giáo sư trung học của tôi, nhiều vị giảng dạy hấp dẫn vô cùng, nhiều vị trẻ tuổi tài hoa, văn chương chữ nghĩa đầy mình.

Nhà Toàn ở trên một căn gác đường Trại Cau. Gia đình tôi mướn một căn trong dãy phố gần ngoại ô, đường Chợ Con. Hai chúng tôi có thêm một người bạn mới cùng lớp, khá thân tên Tuấn. Nhà Tuấn chỉ cách nhà tôi hơn mười căn phố, một Villa nhỏ có vườn chung quanh. Tuấn là con một công chức sở Liêm Phóng, mọi người trong khu phố gọi cha Tuấn là Ông Phán Thọ. Ông ít giao thiệp với ai và mọi người trong phố cũng tránh tiếp xúc với ông. Họ nói ông làm cho Sở Mật Thám, muốn bắt ai bỏ tù cũng được! Tuy thế, tôi và Toàn chẳng sợ gì, vẫn thân với Tuấn, vẫn đến chơi sau vườn nhà ông Phán Thọ nhiều lần.

Một hôm mới chừng hơn năm giờ sáng, cả khu phố của tôi thức giấc vì ba tiếng súng nổ. Mười lăm phút sau, xe hồng thập tự hú còi và xe cảnh sát, rồi xe hiến binh Việt Pháp đến đậu quanh nhà ông Phán Thọ. Ông đã bị ám sát bằng ba phát đạn, chết tại chỗ và được đặt trên mặt một tờ giấy viết chữ đỏ *Việt Gian Tử Hình*. Tôi và Toàn rất buồn cho bạn mình, nhưng tôi thấy Toàn từ đó hình như ít chuyện trò thân mật với Tuấn hơn.

Chiến tranh Việt Pháp ngày càng lan rộng, càng quyết liệt. Các anh của Toàn đã bị gọi động viên, nhập ngũ từ cả năm trước. Quân Pháp đột ngột rút khỏi thành phố lớn Nam Định. Rồi đánh lớn tại mặt trận Điện Biên. Hội nghị

Genève họp, và bên Việt Minh càng gia tăng mạnh mẽ áp lực chiến trường để có lợi thế trên bàn hội nghị. Anh Chính, bấy giờ đã là anh rể của Toàn, để tránh động viên, anh trở ra vùng kháng chiến, nghe nói để hoạt động. Chị Dung đã có một con, về nhà Toàn ở cùng cha mẹ. *Thế là Toàn có hai anh ruột đi quân đội quốc gia, một anh rể theo Việt Minh kháng chiến!*

Hiệp định Genève kết thúc. Nước Việt Nam được chia đôi ở vĩ tuyến mười bảy, bởi giòng sông Bến Hải. Ông Ngô Đình Diệm về nước làm Thủ Tướng và một cuộc di cư vĩ đại được Mỹ tích cực yểm trợ di chuyển cả triệu người vô Nam. Gia đình tôi nhanh chóng quyết định di cư. Gia đình Toàn cũng di cư mặc dù anh Chính cứ người nhắn về là nên ở lại, anh Chính sẽ bảo lãnh an toàn. Nhưng có lẽ vì gia đình Toàn đã có hai người anh được động viên, đang là sĩ quan quân đội quốc gia, cha mẹ toàn quyết định vào Nam. Chỉ có mình Chị Dung cùng vơí đứa con trai nhỏ, ở lại miền Bắc, chờ chồng là anh Chính trở về. Tôi nghĩ anh Chính sẽ có mặt trong đoàn quân Cộng Sản về tiếp thu Hà Nội. Có lẽ anh sẽ sung sướng hát lại bài hát có câu *"năm Cửa Ô đón mừng đoàn quân tiến về..."* mà mấy năm trước anh đã từng ca tại làng Hòa Cam...

ooOoo

Trở về Việt Nam kỳ này, tôi có nhiệm vụ viết một loạt bài về sinh hoạt của dân chúng, khả năng tiêu thụ cũng như tình hình kinh tế tại Việt nam cho một cơ quan truyền thông nước ngoài. Thương ước Việt Mỹ đã ký kết. Thêm một số nhà đầu tư muốn kinh doanh tại Việt Nam. Hãng truyền thông tôi làm việc, muốn có thêm tài liệu và dữ kiện cho các nhà đầu tư. Những bài viết của tôi lúc ở Sàigòn được gửi bằng điện thư về cơ quan không gặp một trở ngại nào và được đọc trên một hệ thống truyền thanh và truyền hình tôi làm tại hải ngoại, chương trình nói về Việt nam. Sau đó tôi làm việc tại Hà Nội đã ba ngày. Đi thăm nhiều khu phố, một số xí nghiệp và một vài nhân vật. Hơn mười giờ tối ngày thứ ba, tôi đang gõ máy điện toán xách tay bản thảo cho một bài tường thuật sắp tới, và cũng là bài chót, chuẩn bị gửi về thì có tiếng gõ cửa phòng khách sạn. Ba bốn người bước vào phòng để gặp tôi. Viên quản lý khách sạn giới thiệu hai người cán bộ, văn hóa và mậu dịch. Họ lịch sự mời tôi xuống *làm việc*, đả thông với họ tại văn phòng của viên quản lý. Họ mặc thường phục. Nếu họ có là công an hay nhân viên an ninh, hay điệp báo tôi cũng không thể nào biết được.

Một người cán bộ mở đầu:

- Chúng tôi muốn biết anh đã nói gì, gửi tin tức gì ra cơ quan truyền thông ngoại quốc trong ba ngày vừa qua.

Tôi trả lời, tự nhiên và trung thực:

- Những bài tường thuật của tôi đều được đọc trên đài ngoại quốc, cơ quan truyền thông tôi đang làm việc. Các anh muốn nghe, cứ mở đài. Nếu muốn nghe lại, tôi nghĩ các anh hẳn đã thu âm những bài của tôi cũng như của người khác nói về các cơ chế tại Việt Nam ngày nay, các anh cứ mở lại tapes ghi âm nghe là rõ.

Người cán bộ nói với giọng khá nghiêm nghị, hơi cứng rắn:

- Trong vài bài tường thuật của anh, có đôi điều bất lợi cho chế độ. Anh có biết rằng chúng tôi có thể rút chiếu khán, mời anh ra khỏi nước bất cứ lúc nào không?

Tôi cũng nghiêm trang trả lời:

- Chúng tôi chỉ làm phận sự của một người làm nghề

truyền thông, tường thuật trung thực, khen chê đứng đắn có căn cứ những gì quan sát hay thâu lượm được. Chúng tôi không có một lời mạt sát bất cứ chế độ nào. Còn nếu thấy cần trục xuất tôi ra khỏi xứ, xin các anh cứ việc làm. Các cơ quan truyền thông có cả trăm phái viên. Họ cử người khác đến thì làm việc cũng như tôi thôi.

Người cán bộ khác nhẹ giọng lại:

- Chúng tôi nói vậy để anh tự xử lý. Nhưng có một điều tôi muốn nói riêng với anh, nói chuyện giữa người Việt Nam với nhau. Anh biết là nước ta bây giờ rất cần cảm tình của thế giới để gia tăng mậu dịch, gia tăng kinh doanh và đầu tư từ các nước ngoài. *"Đối tác"* của *nhà nước* bây giờ là kinh doanh của tư bản ngoại quốc. Anh làm được điều gì để có tiếng tốt với dư luận thế giới, thuận lợi cho kinh tế Việt Nam được phồn thịnh cũng là đóng góp lợi ích cho tổ quốc.

Tôi không muốn kéo dài cái đối thoại *"dơ cao đánh khẽ, khi tiến khi lùi, khi đe dọa khi vỗ về"* nên chỉ đáp ngắn cho xong:

- Tôi sẽ suy nghĩ về điều anh vừa nói.

Tôi nói suy nghĩ, không phải là để sẽ viết theo đường hướng của những người cán bộ dẫn dụ. Tôi suy nghĩ về một chủ thuyết luôn luôn đề cao vô sản, từng đánh tư sản nặng nề, muốn tiêu diệt tư bản tận gốc, bây giờ lại có *"đối tác"* là tư bản. Từ ngữ đối tác còn xa lạ với tôi. Rất nôm na, tôi hiểu đối tác là đối tượng để tác dụng, để *hợp tác*. Đối tác trong hoàn cảnh này, không thể nào hiểu là đối phương để tác chiến được.

Họ rút lui và tôi trở về phòng, tiếp tục bài viết còn dang dở đến gần một giờ sáng. Ngày hôm sau tôi bao mướn một taxi xuống Hải Phòng, đi thăm một vòng những nơi có nhiều kỷ niệm ngày xưa. Năm giờ chiều tôi đến thăm Anh Chính và Chị Dung.

ooOoo

Vợ chồng anh Chính vẫn ở căn nhà cũ của cha mẹ Toàn, phường Trại Cau. Căn nhà, sau gần nửa thế kỷ xa cách, giờ đây tôi mới có dịp ghé lại. Ít được tu bổ, nó tiêu điều hơn ngày gia đình tôi rời miền Bắc để vô Nam năm 1954.

Có lẽ đã được Toàn thông báo trước, Anh Chính, Chị Dung tiếp tôi niềm nở và thân tình. Anh Chính bây giờ đã bảy mươi lăm. Nghĩ lại mình, tôi cũng không còn trẻ gì nữa. Anh Chính vẫn có vóc dáng gọn gàng, phong thái nghệ sĩ, nhưng tuổi đời và những từng trải trong cuộc sống của những năm dài chiến tranh, làm vẻ mặt anh có nhiều nét ưu tư. Chị Dung nay cũng phải gần bảy mươi. Tóc chị thưa, khá nhiều sợi bạc. và búi gọn phía sau. Tôi vẫn cố hình dung, nhớ lại mái tóc mây của chị ngày nào, dưới tàng cây khế, những sợi tóc mềm gặp gió bay nhẹ trên mặt chị và anh Chính lúc Toàn và tôi bắt gặp hai người hôn nhau. Một hình ảnh yêu thương quá đẹp mà tôi khó quên.

Tôi hỏi thăm:

- Em nghe Toàn nói là anh bị bệnh gan, tưởng là anh gầy yếu, vàng da. Nhưng thấy cả anh và chị còn mạnh giỏi, em mừng cho anh chị.

Anh Chính đáp:

- Anh bị mang siêu vi gan B, nhưng thử nghiệm thì hiện giờ chức phận gan còn khá.

Quan sát nơi ăn chốn ở, tôi nghĩ rằng gia đình anh Chính

chỉ tạm đủ sống. Lúc thăm Toàn tại Sàigòn, bạn tôi có cho hay là anh Chính đã về hưu, hai năm sau tháng tư 75. Toàn nói là anh Chính có vào Sàigòn công tác. Gia đình Toàn đã nhờ anh Chính can thiệp và bảo đảm cho hai người anh là *sĩ quan Ngụy* đi cải tạo được ra sớm. Hai người anh của Toàn sau đó học tập có 5 năm và 7 năm, đáng lẽ còn lâu hơn! Tôi cũng được Toàn cho biết là anh Chính phục vụ ngành tình báo và phản gián từ thời kháng chiến. Hồi ở làng Hòa Cam, anh là một trong những cán bộ ngành công an tình báo, phụ trách nhiều tỉnh thuộc Liên Khu Ba. *Vì lập gia đình với Chị Dung, có gốc tiểu tư sản và mẹ Chị Dung có gốc dòng dõi quan lại của làng Hòa Xá, nên anh Chính không được thăng tiến nhiều trong đảng bộ.* Cũng có thể là tại anh thẳng thắn quá không chừng. Toàn đã cho tôi hay như vậy. Nhớ lại mấy hôm trước, lúc hai đứa chúng tôi ngồi uống bia tại Saìgòn, Toàn đã nói xa gần cho biết *anh Chính có liên hệ đến vụ ông Phán Thọ và vụ Bác Huyện*. Vì thế, đã nửa thế kỷ trôi qua, tôi vẫn còn nhiều điều muốn biết về con người Anh Chính.

Anh chị Chính mời tôi ở lại hàn huyên, dùng cơm chiều. Tôi vui vẻ nhận lời. Năm mươi năm không gặp lại, nhưng tôi cảm thấy mối thân tình thuở xưa vẫn còn. Ngày trước, mỗi lần đi đá bóng với Toàn về, chị Dung hay lấy cơm cháy còn trong nồi, và muối vừng cho hai đứa tôi, đang đói ăn ngon vô cùng. Chưa bao giờ tôi biết khách sáo với chị Dung.

Đồ đạc trong nhà anh Chính bây giờ quý nhất có lẽ là cái sập gụ của cha mẹ Toàn để lại từ ngày vô Nam. Nước gỗ lâu năm sẫm hơn và rất bóng. Chị Dung cho dùng cơm gia đình, Anh Chính và tôi ngồi kiểu *xếp chân vòng tròn* trên chiếc gụ ngày xưa. Kể từ nhiều năm rồi, tôi không ngồi kiểu này nên khá mỏi đầu gối. Lần này Chị Dung cho dùng món mắm tôm chua chứ không phải là mắm tép làng Hòa Cam. Có thịt ba chỉ thái mỏng. Thiếu mất mấy *quả sung* bên bờ ao hồi trước. Tôi nhớ mấy quả sung ấy, nó chát chát nhưng nếu ăn với mắm rất hợp vị. Không có sung nhưng có đủ vị khế, gừng, hành, chuối xanh và rau thơm. Tôi không còn giữ cái dè dặt tránh dùng rau sống như khi ăn tại hàng quán Sàigòn và Hà Nội. Chị Dung còn làm món canh rau dền nấu với trứng cáy, từ rất lâu tôi chưa được dùng qua. Hải Phòng thì thiếu gì cua cáy. Lại thêm một món cá thu kho. So với những bữa ăn hồi tản cư, đây là một *bữa tiệc* thịnh soạn. Bữa ăn chỉ có ba chúng tôi. Anh Chị Chính con cái đã lớn, lập gia đình ở riêng, và anh chị có vài đứa cháu nội, cháu ngoại.

Dùng cơm xong, anh Chính kéo tôi lên căn gác lửng. Một cây đàn ghi-ta treo trên vách, nhưng chắc chắn không phải cây đàn hồi tản cư. Tôi nhớ cây đàn ngày xưa có khắc chữ Dung nho nhỏ trên mặt đàn. Chúng tôi uống trà mạn, dùng bánh đậu xanh Hải Dương và hàn huyên tiếp. Anh hỏi tôi:

- Sao, Huân về Việt Nam, em thấy thế nào?

Câu hỏi quá rộng rãi, quá tổng quát. Tôi cũng khó trả lời, nên đáp:

- Em về đây kỳ này là lần thứ hai. Nói chung em thấy có nhiều tiến bộ, so với hai năm trước. Miền Nam có vẻ sung túc, khá hơn. Miền Trung và Miền Bắc của mình còn nhiều người nghèo khó, mực sống còn thấp anh ạ.

Anh Chính nhẹ nhàng:

- Từ xưa vẫn vậy, miền Nam là vựa lúa của nước ta, lại ít thiên tai. Nhưng anh vẫn có tin tưởng là nước mình còn nhiều tài nguyên, dân mình chịu khó và thông minh, trong tương lai đất nước sẽ khá hơn nhiều lắm.

Tôi nhân cơ hội, muốn tìm hiểu tư tưởng một một

người cán bộ trên năm mươi tuổi đảng như anh Chính, nay đã hồi hưu, chắc anh cũng không cần phải dè dặt nhiều nữa, tôi hỏi:

- Anh có nghĩ rằng mình cần phải có đường lối tốt, lãnh đạo tốt thì mới mong có tiến bộ không?

Anh Chính nhìn tôi, miệng cười và không trả lời thẳng câu hỏi có tính cách chánh trị này. Anh nói:

- Huân đúng là phái viên truyền thông, muốn phỏng vấn anh hay sao?

Tôi trấn an và chuyển đề tài:

- Không, em chỉ muốn biết ý kiến của các vị hơn tuổi em, từng sống nhiều với chế độ miền Bắc như anh. Em cảm thấy buồn là sau gần nửa thế kỷ, em trở về đây thăm lại Hà Nội, rồi Hải Phòng. Em không thấy Hà Nội đẹp hơn xưa. Hàng Ngang, Hàng Đào, Hàng Gai sao bây giờ vẫn còn luộm thuộm, cống rãnh còn lộ thiên. Kiến trúc trong thành phố còn vá víu, không có một trật tự, một quy chế nào cả. Hồi nãy, trước khi đến thăm anh, em có đi quanh vài chốn cũ của Hải Phòng. Những nơi được coi là đẹp của ngày xưa em và Toàn vẫn thích, bây giờ khác xa, thua kém ngày trước. Phố Cầu Đất, Phố Ga, Phố Tây, Bến Tàu, Vườn Hoa Con Cóc, Chợ Sắt, Đường Cát Dài... thời xưa, bây giờ cho em những ấn tượng khác.

Anh Chính suy nghĩ một chút rồi trả lời tôi:

- Có hai yếu tố Huân ạ. Thứ nhất quá khứ bao giờ cũng đẹp. Em xa quê hương nhiều năm rồi, tuổi đời cũng lớn, không bao giờ em có lại được cảm giác của ngày xưa. Thứ hai là vì nước ta nhiều năm chiến tranh, không thể nhanh chóng tạo dựng những đô thị khang trang quy mô, có tổ chức như những nước ngoài. Rất khó khăn để biến cải những thành phố đã bị coi là cổ. Còn nói về Hà Nội, thì Huân biết không, vài ngàn năm trước là vùng đồng lầy, rất nhiều ao hồ. Bây giờ Hà Nội còn dư lại nhiều hồ ngay tại giữa thành phố. Khi mùa nước lớn, đất Hà Nội thấp hơn mức nước sông Hồng Hà, thấp hơn cả mặt biển khi thủy triều lên. Dân chúng tại thành ngày lại càng gia tăng vì dân quê đổ tới. Vì vậy giải quyết vấn đề thủy lợi, thoát nước, lập một hệ thống cống rãnh hữu hiệu cho Hà Nội có rất nhiều khó khăn. Riêng em nhận xét về Hải Phòng thì khá đúng. Anh nghĩ Hải Phòng sau này sẽ là thành phố lùi dần về kinh tế và giao thương. Lý do là sông của cửa khẩu cạn, cần phải đào vét hàng năm tàu lớn mới vào Cảng được. Vì vậy sẽ phải có một hải cảng khác thuận tiện cho tàu bè hơn là Hải Phòng. Nhà nước có trù liệu chương trình lập một cảng mới tại gần Bãi Cháy hay gần Cát Bà.

Tôi không hiểu những điều anh Chính vừa nói có chính xác hay không, nhưng tôi không ngờ con người một thời chuyên về công an, tình báo như anh Chính, cũng để ý và quan tâm về địa dư, về kinh tế như thế. Tôi nói tiếp chuyện với anh:

- Anh có nghĩ nước mình bất hạnh không? Cuộc chiến giữa hai miền Bắc Nam vừa qua, trên 20 năm, hao tổn hàng triệu sinh mạng, phí phạm bao nhiêu tài nguyên, hai miền cùng chịu nhiều tang tóc để có được một nước Việt Nam bây giờ, mức sống của dân được coi là một trong những nước nghèo nhất trên thế giới. Anh hãy coi, những nước nhược tiểu ngày trước như Maroc, Tunisie, Algerie, Madagascar ... xưa là những nước bị trị, là thuộc địa như nước mình, thế mà họ không bị chiến tranh tàn phá vẫn có được độc lập.

Anh Chính trả lời:

- Anh nghĩ nước mình bất hạnh một phần. Mặt khác, chỉ vì thời cuộc và cục diện thế giới đã đè nặng vào dân mình, do vị trí chiến lược của Việt Nam. Mình ở cái thế không chiến đấu không được Huân ạ. Em nhớ không, sau đệ nhị thế chiến, quân Nhật đầu hàng, thì Pháp lại tìm cách trở lại với dã tâm thiết lập lần nữa chính sách thực dân đô hộ. Điều này làm dân mình bắt buộc phải tranh đấu chống xâm lăng. Cô đơn chiến đấu lâm vào thế phải tìm đồng minh để chống xâm lược của Pháp.

Tôi nghĩ là anh Chính có ý bào chữa, biện hộ cho việc kháng chiến phải chọn con đường đi theo cộng sản. Thấy không nên đi sâu vào việc nói chuyện chính trị với anh Chính, tôi tìm câu trả lời cho những thắc mắc riêng tư đã ám ảnh tôi nhiều năm về anh Chính:

- Đa số chúng ta thời ấy đều được kích thích lòng yêu nước. Gia đình của Toàn cũng như gia đình em, đã một thời ra vùng kháng chiến, rồi về Hòa Cam, nơi anh gặp chị. Hồi ấy, anh là thần tượng của tụi em, em và Toàn ...

Tôi đang định nói tiếp thì Anh Chính ngắt lời, cười hỏi:

- Bây giờ thì chắc anh hết là thần tượng của mấy chú? Thần tượng long chân, sụp đổ rồi phải không?

Thấy anh vui, tôi cũng cười:

- Khi mỗi người ở mỗi bên chiến tuyến, chúng em phải xét lại. Thần tượng cũng thay đổi theo thời gian và không gian. Nhưng bây giờ anh có thể cho em biết tại sao hồi trước đang học tú tài, anh lại cương quyết theo kháng chiến tới cùng, khi trở về thành anh không học tiếp để thành giáo sư, kỹ sư, luật sư ... như nhiều thanh niên khác?

Anh Chính thổ lộ:

- Chuyện anh tích cực theo kháng chiến kể thì dài lắm, nhưng anh tóm tắt cho Huân. Cha anh ngày trước theo Nguyễn Thái Học, chống Pháp. Lúc nhà cách mạng này bị xử tử hình cùng nhiều đồng chí, ba anh vì còn liên quan ít, nên chỉ bị Pháp bắt giam vào hỏa lò Hà Nội. Mẹ anh trong một lần tìm cách thăm cha anh, thì bị tên đội mật thám Tây bắt giữ luôn để điều tra. Anh nghe nói nó xử rất tàn tệ với phụ nữ, nó có hãm hiếp bà, quyền sanh sát trong tay nó thời bấy giờ. Cha anh sau đó bị đày ra Côn Đảo và chết tại Côn Đảo, người có nhắn nhủ lại là anh nên tham gia cách mạng và anh đã nghe lời. Vào thời anh lúc đó, chỉ có Việt Nam Cách Mạng Đồng Minh Hội là có nhiều đoàn viên và nhiều thực lực nhất. Anh theo Việt Minh và tình nguyện vào ngành tình báo, an ninh, phản gián từ trước lúc Nhật đầu hàng đồng minh.

Tôi nhân dịp hỏi thêm để giải tỏa những thắc mắc khác còn vương lại từ hồi nhỏ:

- Em nghe Toàn nói là anh có vài liên hệ đến vụ ông Phán Thọ *ba thằng Tuấn*, bạn của tụi em hồi trước di cư, và *vụ Bác Huyện* của chị. Anh có thể cho em ít chi tiết về chuyện ngày xưa được không?

Tôi bỗng nhiên cảm thấy ngôn từ của mình như *trẻ* lại. Tôi vẫn gọi tên người bạn cũ của tôi là *thằng Tuấn*. Tôi nhớ lại khuôn mặt đau khổ của nó sau ngày ba nó chết, *"ba nó bị* ám *sát chết"*. Chuyện này cứ ám ảnh tôi. Không biết *"thằng Tuấn"* của tôi bây giờ ở đâu. Nó đang là một thầy giáo hiền hòa. Hay nó đang lo mánh lới buôn bán để kiếm sống. Có khi nó đã chết vì B52 khi theo bộ đội vượt Trường Sơn vào xâm nhập Miền Nam từ nhiều năm trước... Tôi đang suy nghĩ thì nghe giọng anh Chính thong thả:

- Anh lớn tuổi rồi, cũng chia sẻ phần nào những chuyện

trước kia cho mấy em. Anh nghĩ cũng chẳng hại gì, khi nói *những chuyện nhỏ* của năm chục năm về trước. Huân nên biết là trong ngành tình báo, phản gián, luôn luôn phải ra tay trước, hoặc là trốn chạy. Lúc đó đảng bộ nội thành Hải Phòng, cho anh làm quản lý một nhà in chỉ để làm bình phong, che dấu những hoạt động của anh. Nhà in cũng là chỗ để tụi anh in truyền đơn nữa. Khi Phán Thọ đã *gỡ mối, tìm giây* sắp lần ra tung tích, hoạt động của anh, anh phải gấp rút chỉ thị thuộc cấp, ban ám sát, xử tử hình ông ta. Nếu anh không thanh toán ông ta, anh sẽ phải ngưng hoạt động, trốn sớm ra vùng kháng chiến, hoặc là sẽ bị bắt, bị tra tấn, bị cầm tù, ra Côn Đảo như cha anh ngày trước.

Tôi nghe thì biết vậy, nhưng hơi rùng mình. Chúng tôi chỉ biết anh Chính hoạt động từ vùng kháng chiến rồi vào thành, nhưng thực sự ngày ấy không biết là anh ở trong ngành điệp báo. Hồi nhỏ, tôi cứ nghĩ là sau khi vào thành, làm quản lý nhà in, lập gia đình, với cuộc sống đầy đủ hẳn anh đã *"giã từ vũ khí"*. Nhưng tôi ngạc nhiên, và ấm ức trong lòng về việc xử tử *"ba thằng Tuấn"*, cha một bạn thân của tôi, đối với anh Chính chỉ là *chuyện nhỏ*. Tôi hỏi tiếp:

- Còn vụ Bác Huyện, người anh họ xa của mẹ chị Dung.

Anh Chính hơi trầm ngâm, suy nghĩ rồi trả lời với một giọng buồn:

- Ngay sau khi Pháp nhảy dù Vân Đình, Liên Khu Ba trù liệu là Pháp sẽ đánh lớn vì họ tung ra rất nhiều vụ tảo thanh, nhiều mặt trận. Lệnh từ trung ương là khi chạy giặc, nếu không áp tải được Việt gian trong lúc khẩn trương *thì có thể hy sinh họ*, tránh bị họ phản lại hay trốn chạy nhân khi ta bị tấn công, phải cố tránh *vướng bận vì họ* mà lực lượng mình bị tổn thất, không rút lui an toàn được. Lúc đó anh được báo cáo là Bác Huyện của Chị, được các bạn bè trí thức thân Pháp, móc nối để vào thành làm việc cho chánh quyền mới thành lập của Bảo Đại. Kháng chiến bên này biết bác Huyện là người giỏi, không muốn bác sẽ làm thêm vây cánh cho bên chính phủ theo Pháp. Bác Huyện trên đường tìm cách vào thành thì bị bắt. Thực ra *bác Huyện chưa phạm một tội gì*. Chỉ vì Pháp nhảy dù Vân Đình, *bác đã chết oan tại Chùa Rồng*.

Trong lòng tôi còn chút thắc mắc, muốn hỏi thêm có phải khi chiến sự gần kề anh Chính *ra lệnh* cho *hy sinh* nhóm người được gọi là *Việt gian* ngày trước không. Nhưng thôi, biết thế đủ rồi, tôi tự nhủ. Vấn đề khá tế nhị. Câu hỏi có thể làm bối rối cho anh Chính. Có hỏi, chưa chắc anh đã trả lời. Và nếu anh trả lời, chưa chắc đã trung thực. Tôi cường điệu nghĩ rằng *thần tượng của ai cũng có lúc không trung thực*. Thần tượng không thể nào là thần thánh. Nhất là thần tượng tuổi thơ của tôi bây giờ hình như đã mất chân, nếu nói về chủ thuyết mà anh hằng theo đuổi để mong tìm hạnh phúc cho con người và độc lập cho xứ sở.

Mười giờ tối, tôi từ biệt anh chị Chính, dùng chiếc xe Taxi đã bao thuê trở về Hà Nội. Công việc sở giao cho đã xong, sáng hôm sau tôi ra phi trường Nội Bài, trở về nước tôi đang cư ngụ. Rời Việt Nam, tôi vẫn nhớ câu nói của anh Chính lúc chia tay: *"Đất nước mình đã hếtchiến tranh, về thăm quê hương, Huân cứ vô tư thoải mái"*. *Thoải mái* là một trạng thái thư giãn của tâm hồn, không căng thẳng của cơ thân, và khoan thai của hành động. Tôi có thể tìm được bằng cách cố sống ung dung tự tại, tránh những phiền nhiễu, những va chạm hay những đối đầu mỗi khi không cần thiết. Nhưng *vô tư* thì khó quá. Làm sao tôi quên được những kỷ niệm buồn vui của tuổi thơ, những tang thương của một thời chinh chiến, những mất còn của bao người thân sơ. Chuyến bay dài. Cô gái Việt trẻ tuổi ngồi bên, có mái tóc mây đẹp như tóc Chị Dung thuở nào, đã khép đôi hàng mi dài muốn ngủ. Tôi cũng cố chợp mắt mà ngủ không được. Tâm trí tôi còn vướng bận tới hình ảnh *Chùa Rồng* ngày xưa, và bên tai còn như lảng vảng lời nói của anh Chính về một chuyện theo anh cũng nhỏ thôi: *“Bác Huyện chưa phạm một tội gì, bác đã chết oan tại Chùa Rồng”.*

Trần Văn Khang

16. MỘT LẦN THĂM HUẾ

(Tên họ và hoàn cảnh của những nhân vật trong câu chuyện dưới đây, nếu có sự trùng hợp ngoài đời, chỉ là do ngẫu nhiên, ngoài ý muốn của người viết).

Ngày ấy đang mùa chinh chiến, Khoa là sinh viên năm thứ hai trường Luật Sài Gòn. Theo lệnh Tổng Động Viên, anh nhập ngũ, được huấn luyện tại Trường Sĩ Quan Thủ Đức. Tốt nghiệp, anh tình nguyện vào binh chủng Nhảy Dù. Lại trải qua một thời gian huấn luyện.

Khoa chọn binh chủng này vì vài lý do. Thứ nhất, anh muốn có nhiều dịp đi đây đi đó. Binh chủng Nhảy Dù luôn di động, nơi nào có nhu cầu tấn công, yểm trợ hay tăng cường, tiếp cứu là được điều động tới. Thứ hai, cha anh ngày xưa kia là một phú nông ở tỉnh Thái Bình miền Bắc. Trước năm 1954 ông bị Cộng Sản sát hại trong phong trào Cải Cách Ruộng Đất, tố khổ các địa chủ. Khoa nhập ngũ,vào binh chủng nổi tiếng thiện chiến này như là một dịp trả hận cho cha. Thứ ba, anh có một người bạn rất thân tên Hùng. Hùng sau khi đậu Tú Tài, đã tình nguyện vào Quân Đội. Người bạn thân này những khi nghỉ phép về Sài Gòn, nhiều lần cùng Khoa và bạn bè gặp nhau, hàn huyên. Hùng kể những cuộc hành quân, những dịp được đặt chân đến nhiều nơi của vùng đất nước tự do Miền Nam. Anh đã là một Trung

Úy Đại Đội Trưởng.

Sau khi tốt nghiệp khóa học nhảy dù, Khoa xin được phục vụ cùng một Tiểu Đoàn với Hùng. Hai người bạn thân từ thuở học trò, nay lại là bạn đồng ngũ, sanh tử có nhau. Sau nhiều trận đánh và chiến thắng lớn, Khoa Thành một Đại Đội Phó và vẫn sát cánh bên người bạn cũ.

Cũng xin kể thêm là Hùng sinh quán tại Huế. Nhiều năm trước khi tình nguyện vào quân đội, anh đã từ miền Trung vào Sài Gòn học tại một trường Trung Học, chương trình Pháp. Còn Khoa theo gia đình từ Thái Bình di cư vào Sài Gòn năm 1954 từ lúc còn nhỏ. Khoa đã học cùng lớp với Hùng vài năm. Hai người bạn hợp tánh nhau lại cùng yêu âm nhạc. Hùng sử dụng Tây Ban Cầm. Khoa Vĩ Cầm. Họ thường cùng nhau đàn hát. Bây giờ trong Quân Đội, hai người bạn đôi khi lại có dịp sinh hoạt ca nhạc bên nhau, mỗi khi về Hậu Cứ của đơn vị.

Khoa nói với bạn là anh chưa một lần thăm Huế. Anh nghe nói Cố Đô đẹp, với kinh thành cổ kính, sông Hương thơ mộng và Lăng Tẩm trang nghiêm của các vị đế vương. Một dịp vào mùa Hè, Khoa nghỉ phép thường niên hai tuần. Hùng thu xếp cho bạn mình thăm Huế và giới thiệu bạn với gia đình, để có người hướng dẫn bạn lần đầu tiên thăm Cố Đô. Hùng mến người bạn. Anh muốn giới thiệu Khoa cho cô em gái mình là Mỹ Liên. Trong thâm tâm, Hùng nghĩ nếu Khoa và em gái có cơ duyên thì bạn anh sẽ thành người thân trong nhà.

Khoa đáp máy bay quân sự, đến Cố Đô anh hằng mong đợi. Anh tạm trú tại môt Khách Sạn và thường dùng cơm tại một Câu Lạc Bộ Sĩ Quan, bên sông Hương. Được hẹn trước, chín giờ sáng hôm sau anh đến thăm gia đình song thân Hùng, mang theo vài món quà nhỏ của mình và của bạn gồm một chai rượu Pháp, bánh và trái cây thổ sản miền sông nước Cửu Long.

Cậu em mười bốn tuổi của Hùng mở cổng một biệt thự nhỏ và đẹp, đón Khoa vào nhà. Cha mẹ Hùng niềm nở chào đón anh. Ông Mạnh, cha của Hùng là một công chức cao cấp của Tòa Hành Chánh Thừa Thiên. Hồi còn chế độ của Tổng Thống Diệm, ông làm trong Tòa Đại Biểu Miền Trung. Bà Mạnh là một Giáo Sư Trung Học. Mỹ Liên, em gái Hùng, năm đó 17 tuổi, vừa đậu Tú Tài I, hết Hè sẽ học năm Đệ Nhất Ban C trường Đồng Khánh, nơi mẹ cô phụ trách môn Pháp Văn. Mỹ Liên xuất hiện, duyên dáng với chiếc áo dài màu tím, mái tóc thề đen huyền của cô gái Huế. Cô đem khay nước có bình trà và đĩa tách quý để cha mẹ mời bạn của anh mình. Khoa kín đáo nhưng không khỏi sững sờ trước vẻ đẹp vừa ngây thơ, vừa duyên dáng của cô em người bạn. Mỹ Liên trước sự hiện diện của bạn anh mình, người trai cô chỉ nghe anh cô kể chuyện nhưng chưa một lần gặp, cũng có chút e thẹn, đôi má thêm hồng. "Phút đầu gặp nhau" Khoa đã thấy tim mình rung động trước vẻ đẹp hồn nhiên của người con gái Huế. Anh còn được biết Mỹ Liên cũng như anh nàng đều yêu mến âm nhạc. Anh nghe bạn nói Mỹ Liên đàn dương cầm và đàn tranh rất khá. Quà của anh tặng nàng là hai tập nhạc soạn cho dương cầm, anh mua tại Sài Gòn. Nàng cám ơn anh. Tuy đã quen giọng Huế của Hùng, tiếng nói của Mỹ Liên anh thấy như tiếng chim uyên, dễ mến.

Có sẵn xe nhà, ngày đầu ông Mạnh sắp xếp cho Mỹ Liên và cậu em trai đưa Khoa đi thăm nhiều đường phố Huế. Cậu em ngồi băng trên với người tài xế của gia đình. Khoa và Mỹ Liên ngồi hàng ghế sau. Mỹ Liên hướng dẫn cho Khoa tên những con đường, một vài tòa nhà, vài địa danh. Rồi bên sông Hương, họ dừng chân, thư thả đi trên cầu Bạch Hổ. Mấy ngày sau có lúc cùng thả bộ trên cầu Tràng Tiền, thăm chùa Thiên Mụ và nhiều Lăng Tẩm. Hai ngày đầu còn cậu em trai đi theo. Sau đó cậu đòi bác tài cho xuống xe để đi đá banh cùng bạn bè, đang trong mùa nghỉ Hè.

Buổi trưa, Khoa và nàng thường dùng bữa trưa giản dị tại những hàng quán nhỏ, đôi khi tại Câu Lạc Bộ. Những khi chiều đã muộn, sau khi tiễn nàng về nhà với gia đình, Khoa thường dùng cơm tại Câu Lạc Bộ hay vài nhà hàng cho tiện. Đôi lần anh được cha mẹ Mỹ Liên mời dùng cơm tối. Mẹ của Mỹ Liên nấu các món Huế rất khéo, giới thiệu cho Khoa nhiều món của Cố Đô. Anh đặc biệt thích dùng món Bún Bò Huế do bà chăm chút nấu, hương vị thơm ngon,khác xa cũng món này anh đã từng dùng tại nhiều nơi khác. Khoa có dịp được thưởng thức những món Huế như Bánh Bèo, Bánh Lá Chả Tôm, Cơm Hến...

Ngày thăm Thành Nội trời bỗng đổ mưa. Anh và nàng đang dạo trên những lối đi lót gạch cổ phải dừng chân, trú mưa dưới mái một dinh cơ cổ kính nơi Hoàng Cung. Mái tóc nàng lấm tấm những giọt mưa, long lanh như những hạt pha lê nhỏ. Khoa thấy nàng thật đẹp, anh nhẹ nhàng:

- Em đẹp như một Hoàng Hậu.

Nàng khẽ cúi đầu, tránh ánh mắt của anh:

- Anh phải nọi như Công Chụa mợi đụng hỉ.

Khoa thân mật, giọng đầy cảm tình:

- Anh nói em là Hoàng Hậu, vì anh ước mơ được làm vua.

Nàng e thẹn, đỏ hồng đôi má.

Một buổi trưa Khoa cùng Mỹ Liên dạo bên Hồ Tĩnh Tâm. Sen trổ những bông hoa, những búp đẹp rực rỡ. Anh ngắm sen, cất lời khen hoa đẹp. Mỹ Liên kể rằng cha nàng thích hoa sen, ưa dùng trà ướp sen nên chọn cho nàng tên là Mỹ Liên.

Một ngày khi mới xế chiều, hai người dạo bên bờ sông Hương. Chợt thấy một thiếu phụ, mang khăn tang trắng, đi đôi dép mỏng, mặt buồn xa vắng, một mình đi trên bờ sông. Nàng dẫn giải:

- Anh biệt không, nhiều người nọi bà là "Gọa Phụ Sông Hương".

Nàng kể cho anh, thiếu phụ này có người yêu là một Trung Úy, thân thiết yêu thương nhau khoảng hai năm. Sau khi thành hôn được trên bốn tháng thì người chồng Trung Úy tử trận. Khi xưa, hai người nhiều lần chiều chiều dạo bên sông. Bây giờ người góa phụ đau buồn, một mình đi bên sông Hương, tưởng nhớ người chồng.

Khoa nghe chuyện tình buồn. Anh thấy bùi ngùi. Lòng bâng khuâng. Một chút suy tư.

ooOoo

Sau kỳ nghỉ phép, Khoa trở về đơn vị. Hùng hỏi anh:

- Toa thăm Huế vui không? Thấy em moa thế nào, "chịu đèn" thì moa giúp tác thành cho.

Hai người bạn, từ hồi trung học, cùng theo chương trình Pháp, nên vẫn quen lối xưng hô toa, moa với nhau.

Khoa thành thật nói anh có rất nhiều cảm tình với em người bạn, dù mới được quen trong thời gian gần hai tuần. Rồi anh kể lại chuyện anh và Mỹ Liên thấy người "Góa phụ Sông Hương". Anh đắn đo vì có thể anh sẽ làm khổ nàng. Khoa nói rõ sự suy tư của mình với người bạn:

- Tụi mình trong đơn vị chiến đấu, nay đây mai đó, có

thể sống nay chết mai, chưa biết thế nào. Toa cũng còn chưa nghĩ đến chuyện lập gia đình. Moa sợ làm khổ Mỹ Liên, chưa dám nghĩ tới cảnh Liên sẽ là "Góa phụ Sông Hương" thứ hai!

ooOoo

Tết Mậu Thân, Việt Cộng bất kể thỏa ước tạm ngưng chiến ba ngày đầu năm, đã tổng tấn công khắp các tỉnh thành Miền Nam. Sài Gòn và Huế cũng trong cảnh chiến tranh, nhiều nơi hoang tàn. Thành phố Huế chịu nhiều đau thương nhất. Cố Đô bị tràn ngập bởi đối phương. Cảnh tàn sát khủng khiếp. Những mồ chôn tập thể do Việt Cộng sát hại quân dân cán chính bên phía Việt Nam Cộng Hòa được tìm thấy sau này. Huế như chít khăn tang vì cảnh chết chóc khắp nơi. Việt Cộng chiếm đóng nhiều ngày. Sư Đoàn Dù và nhiều đơn vị chiến đấu khác được điều động để giải tỏa. Tiểu Đoàn của Hùng và Khoa là một trong những thành phần Quân Lực được lệnh hành quân giải nguy Cố Đô. Sau vài ngày, quân đội Cộng Hòa đã làm chủ được tình hình. Nhưng tiếng súng chống trả đôi lúc vẫn còn rải rác khắp nơi vì một số quân của đối phương chưa rút ra khỏi thành phố.

Khi tình hình mới tạm yên, Hùng và Khoa tìm cách đến khu nhà ông bà Mạnh, gia đình của Hùng. Dãy phố này không bị bom đạn tàn phá nhiều như những khu vực khác. Người lân cận cho biết những ngày Việt Cộng chiếm đóng Huế, nhiều lần quân lính Cộng Sản và Cán bộ nằm vùng phía bên kia đã tìm đến nhà ông Mạnh. Rất là may mắn, mấy ngày trước Tết, cả nhà ông đã đi Đà Nẵng để ăn Tết với đại gia đình bên bà mẹ của Hùng. Đà Nẵng cũng chịu cảnh tấn công nặng nề, nhưng không bị chiếm đóng và tránh được cảnh tàn sát kinh hoàng như Huế.

Tiếng súng lớn nhỏ vẫn còn nghe rải rác đó đây. Hùng và Khoa đang thăm hỏi những người dân ở gần khu nhà, thình lình một trái Bích Kích Pháo 60 ly rơi nổ gần bên, làm sụp một căn nhà mái đỏ. Gạch ngói rơi tứ tung. Lửa bốc cháy. Nhiều người bị thương. Hai người dân thiệt mạng tại chỗ. Hùng vô sự. Khoa bị một mảnh đạn vào ống chân phải. Có lẽ gãy xương. Nhìn hai bàn tay, còn nguyên vẹn, Khoa mừng thầm không bị tử vong và còn hai bàn tay để sử dụng vĩ cầm. Người chiến sĩ, dù bị thương, vẫn giữ tâm hồn nghệ sĩ. Khoa mau chóng được toán Quân Y tiền tuyến săn sóc sơ khởi, rồi trực thăng Mỹ khẩn cấp chở tới Tổng Y Viện Duy Tân Đà Nẵng để điều trị. Anh được giải phẫu, lấy mảnh đạn nơi chân, bó bột có một "cửa sổ" để hàng ngày Y Tá săn sóc vết thương. Hùng, Mỹ Liên và gia đình ông bà Mạnh đến thăm anh nhiều lần.

ooOoo

Sau gần một tháng điều trị, Khoa được xuất viện. Hơn hai tháng sau, cắt bột. Anh phải dùng nạng cả ba tháng và được săn sóc tại một Trung Tâm Hồi Lực. Một năm sau ngày bị chiến thương, anh được Hội Đồng Miễn Dịch cho giải ngũ. Với một bên chân từng bị gãy xương, dù đã lành, anh không thể hành quân di chuyển với quân trang hay nhảy dù được nữa. Nếu xin tiếp tục phục vụ trong Quân Đội, anh sẽ được xếp "Loại Hai", làm việc văn phòng, điều mà anh không muốn. Khoa thường xuyên gặp Mỹ Liên. Nàng lúc đó đang theo học Văn Khoa, Đại Học Huế. Khoa và Mỹ Liên thành hôn khoảng gần hai năm sau ngày anh bị chiến thương. Hai người vui hưởng hôn nhân hạnh phúc. Không còn mối âu lo Mỹ Liên trở thành người Góa Phụ Sông Hương thứ hai.

Trần Văn Khang

Phụ Lục: Người viết đã tặng Khoa và Mỹ Liên mấy dòng thơ sau:

MỘT LẦN THĂM HUẾ

Một lần anh về thăm đất Thần Kinh
Huế xưa đẹp với dòng sông thanh bình
Anh quen cô gái học trường Đồng Khánh
Để bao kỷ niệm đẹp mãi không quên

Qua cầu Bạch Hổ nàng bước chân êm
Sóng nước sông Hương tiếng nàng thì thầm
Chùa Thiên Mụ tóc nàng đan sợi nắng
Cầu Tràng Tiền nón nàng thơ nghiêng nghiêng

Ngày thăm Thành Nội trời bỗng đổ mưa
Nàng cùng anh trú mái cung điện xưa
Tự dưng anh thấy nàng đẹp Hoàng Hậu
Và anh thứ dân ước mơ làm vua
Thế nhưng nàng còn học trò ngây thơ
Anh còn chinh chiến đây đó sông hồ
Có yêu đành yêu nàng trong tâm tưởng
Để nàng an bình với Cố Đô xưa
Nàng mãi an bình với Cố Đô xưa

(tvk)

17. ƯỚC MƠ VÀ HẠNH PHÚC

(Tên họ và hoàn cảnh của những nhân vật trong câu chuyện dưới đây, nếu có sự trùng hợp ngoài đời, chỉ là do ngẫu nhiên, ngoài ý muốn của người viết).

Trong số những sân Golf tại thành phố và vùng phụ cận, An ưa thích nhất một sân tại Coronado. Tuy từ nhà anh đến sân này hơi xa, nhưng Coronado là một khu vực thật đẹp, sân Golf lại ở ngay gần bờ biển. An đến đây nếu chỉ để thư giãn, tản bộ cũng đã thấy đáng công lái xe mấy dặm đàng. Đa số những người đến tập dượt hoặc chơi Golf ở sân này đều đã đứng tuổi. Một số ngày xưa là những sĩ quan cao cấp của quân lực Hoa Kỳ, nay đã hồi hưu, chọn Coronado làm nơi di dưỡng, điền viên. Họ đến đây chơi Golf, gặp và hàn huyên với bạn bè, ôn lại những chuyện lớn nhỏ của những ngày xa xưa. Đôi khi họ đến tập dượt một mình, luyện những đường banh tại sân tập mà dân chơi môn thể thao này gọi là Driving Range.

Từ San Diego, muốn đến Coronado, thuận tiện nhất là dùng xa lộ số 5, qua một cây cầu là tới. Ban đêm, từ xa nhìn cầu Coronado thì tuyệt đẹp. Cầu thật dài, với hàng trăm ngọn đèn điện sáng hai bên, đêm đến in những điểm sáng trên nền của cuối trời. Lúc đó cầu như một con rồng dài có gắn thật nhiều viên kim cương, uốn lượn từ bên này thành phố sang tới bên kia bán đảo, băng qua một vịnh biển có nhiều tàu bè lớn nhỏ và du thuyền qua lại.

An vài năm nay ưa chơi Golf vì không phải chạy mệt, duy có một trở ngại là anh thấy môn này khó quá. An nhớ là lúc mới bắt đầu học, câu đầu tiên người huấn luyện viên chỉ dẫn cho anh là cần kiên nhẫn. Nhiều môn thể thao khác, nếu có năng khiếu, chỉ sáu tháng, một năm tập dượt là đã đủ để tạm chơi giao hảo với bạn bè. Các bộ môn như quần vợt, bóng bàn, bóng rổ, bóng chuyền, túc cầu tuy trái banh thường là di động trong lúc đánh, thế mà lại dễ trúng. Riêng về Golf thì trái banh hiền lành nằm yên một chỗ, để cho người chơi banh tấn kích bằng một trong những cây gậy dài, thế mà người đã tập chơi vài tháng đánh hụt banh là chuyện thường. Nhiều khi trúng banh, nhưng sai kỹ thuật, banh nằm lăn ra một bên, hoặc rơi ở gần, sai mục tiêu.

Một buổi chiều thứ năm, An để dụng cụ chơi Golf của anh lên xe, rồi lái sang Coronado. San Diego, khí hậu ấm áp gần như bốn mùa, ít mưa và không ẩm thấp. Đây là nơi lý tưởng cho những ai thích sanh hoạt ngoài trời.

An tới sân, lấy một rổ banh ra chỗ Driving Range và bắt đầu tập dượt. An hụt luôn hai trái đầu, những trái sau bay lệch lạc, chéo theo những góc độ rất bất ngờ, hoặc là chỉ rơi cách chỗ đứng một vài chục yards. An bỏ cây Iron 5, dùng cây Club 3, anh tập nữa và có chút tiến bộ. Vài trái banh bay bổng cao, vẽ được những đường cung hình học trong khoảng không, nhưng độ chính xác và độ xa chưa được như ý.

An hơi chán nản, ngồi xuống một chiếc ghế nhựa để sẵn bên bãi tập, quan sát một người Mỹ cũng đang luyện những đường banh ở gần bên. Ông này độ trên dưới sáu mươi, tóc hói nhiều, bụng hơi lớn, nhưng dáng dấp rất nhanh nhẹn. Ông ta mặc một áo đánh Golf ngắn tay có nhãn hiệu trên ngực áo, rất hợp thời trang thể thao và một quần dài khác màu nhưng cùng một nhà sản xuất. An muốn nhìn cách đánh banh của ông ta để học hỏi từ thế đứng cho tới kỹ thuật tấn kích những trái banh nhựa mầu trắng có nhiều những chỗ lõm nhẹ đều đặn. Tất cả những động tác của ông rất nhẹ nhàng và dễ dàng, đúng như "lời thầy dạy" của các huấn luyện viên vẫn thường chỉ dẫn cho An. Gặp tia mắt quan sát của anh, ông ngước đầu lên. Thấy An gật nhẹ đầu có ý thán phục tài, ông ta nói "Hi" rồi tiếp tục đánh những đường banh thật là đẹp, thẳng và xa, lại chính xác rơi gần những mục tiêu.

An ra chỗ cũ của mình, tập dượt nữa. Đến lượt ông Mỹ láng giềng này ngồi nghỉ, nhìn An đánh. An lại càng lúng túng, thấy có một tay nhà nghề đánh giỏi xem cách đánh banh của mình, An đánh sai trật nhiều hơn. An nhìn ông người Mỹ, nhẹ lắc đầu như tự chê chính mình, và mỉm cười. Có lẽ tại nơi thể thao là chỗ mọi người cởi mở, dễ làm quen nhau nhất. Ông ta cười lại xã giao. Tự nhiên An chợt thấy một nét quen thuộc xa xăm nơi nụ cười của người Mỹ vừa mới gặp này. Ông ta đứng dậy khỏi ghế, tiến lại gần An, thân mật nói bằng tiếng Mỹ:

- Bạn cho phép tôi sửa sai cho bạn một chút được không?

An đáp lại, cũng bằng Anh ngữ:

- Tôi thấy bạn đánh banh dễ dàng và chính xác. Nếu được bạn chỉ cho vài mẹo về kỹ thuật thì quý lắm.

Ông ta chỉ cho An cách đứng lấy thế, hai bàn chân để cách nhau bao xa, góc độ giữa hai chân thế nào, khi vung tay phải làm sao. Ông chỉ thêm về thời điểm và cách chuyển trọng lượng thân thể từ chân trái sang chân phải, rồi lại từ phải sang trái. Ông phê bình An, khi đánh trái banh đã không giữ chân trái làm trụ cho vững chắc.

Sau ít phút tập dượt, hai người đứng nghỉ, nói chuyện. Ông Mỹ hỏi An:

- Bạn gốc từ Đại Hàn hay Nhật Bản?

Có lẽ ông ta ít gặp người Việt chơi môn thể thao này. An đáp:

- Tôi đến từ Việt Nam.

Ông ta vui vẻ đưa tay bắt:

- Tôi là Bill. Tôi có đến nước của bạn vào thời chiến tranh Việt Nam. Tôi ở Vùng Bốn Chiến Thuật rồi sau ở Lai Khê.

An cũng bắt tay xã giao:

- Hân hạnh được biết bạn. Tên tôi là An.

Chợt An nhìn thấy hai chữ WM được xăm bằng mực xanh đen nơi cánh tay phải của người Mỹ mới quen. An nói gần như reo lên:

- Captain William More !

An không thể nào nhầm lẫn được. Người Mỹ An mới gặp này là viên cố vấn Trung Đoàn An đã có dịp sanh hoạt chung một đơn vị trên ba mươi năm về trước. Hai chữ WM trên cánh tay kia, An đã nhìn bao nhiêu lần hồi ở Ngang Dừa, rồi ở Kiên Long, Chương Thiện. Hai chữ tắt nét nhỏ được xâm rất sắc sảo, nếu người ngồi phía bên phải hay bên trái của cánh tay, khi xưa lúc đánh bài, đều đọc là WM, tượng trưng cho William More. Ông ta còn hơi ngỡ ngàng, An nói tiếp ngay:

- Tôi là An, Y-sĩ cùng phục vụ tại Trung Đoàn 31 ngày xưa với bạn tại Vị Thanh, bạn nhớ không? Hơn ba mươi năm rồi! Tôi xin lỗi, lúc nãy kêu bạn là Captain. Bây giờ chắc bạn phải là tướng lãnh ba sao rồi.

More mừng rỡ, ôm lấy vai An:

- Tôi thật không thể tin được là gặp lại Bác sĩ An ở đây!

William More phát âm nguyên văn ba tiếng Bác sĩ An bằng tiếng Việt, y như hồi xưa ông ta bắt chước các sĩ quan trong đơn vị vẫn gọi anh. Những ngày chinh chiến hồi đó, ít người tại Trung Đoàn kêu An bằng Trung Úy, họ thường lịch sự gọi anh bằng danh xưng nghề nghiệp. More nói tiếp:

- Tôi bây giờ làm nghề kinh doanh, không còn ở trong quân ngũ nữa. Tôi đã xin giải ngũ nhiều năm. Cấp bậc chót của tôi là Đại Tá, không làm được tới cấp tướng lãnh như tôi hằng dự mong từ những ngày xưa. Bạn bây giờ ở đâu, làm gì?

An đáp:

- Tôi may mắn làm lại nghề thầy thuốc ngày trước. Tôi có phòng mạch ở San Diego, phía bên kia Vịnh Coronado.

More nói tiếp:

- Gặp lại bạn tôi mừng lắm. Mình dùng cơm chiều tại Ocean Terrace, Hotel Del ở đây được chứ. Tụi mình có nhiều chuyện để cùng ôn lại.

An cũng mừng vì gặp lại người quen ngày xưa. Anh nhận lời. More nói:

- Tôi phải về đón đứa cháu ngoại ở vườn trẻ gần đây, đưa về nhà con gái tôi.

Chừng một giờ nữa xin gặp lại bạn tại Ocean Terrace.

More chào An, rồi đem giỏ đánh Golf của ông ta ra xe

nơi bãi đậu phía xa, dáng dấp rất là thể thao, gọn gàng, có lẽ một phần nhờ những năm dài trong quân ngũ. An suy nghĩ về chuyện tái ngộ người quen cũ thật là bất ngờ. Nếu không nhờ hai chữ xăm trên tay của More, hai người khó có thể nhận ra nhau sau nhiều năm xa cách. More thì hói đầu, gần hết mái tóc nâu đẹp ngày xưa. An cũng khác ngày trước nhiều, tóc đã điểm bạc và rụng bớt, lại thêm cặp kính trắng, và đứng tuổi làm An lên cân, không nhỏ nhắn như hồi còn thư sinh mới ra trường.

An thu dọn mấy dụng cụ thể thao của mình, đem để sau thùng xe. Anh điện thoại về nhà, cho biết gặp bạn cũ, và không dùng cơm tại nhà tối nay. Rồi anh rửa tay, lau mặt, đến phòng ăn của Khách Sạn Del Coronado gọi nước uống, chuẩn bị cho bữa cơm chiều, mừng tái ngộ với người bạn Mỹ quen biết tự ngày xưa bên nước nhà. Cả một chuỗi kỷ niệm của những năm tháng xa xôi ngày trước hiện ra như một cuốn phim được chiếu lại trong ký ức của An.

ooOoo

Hồi năm 1963, mới ra trường làm y sĩ quân đội, An theo đơn vị tác chiến đến đóng quân tại Ngang Dừa, rồi tại Kiên Long thuộc đồng bằng Hậu Giang. Đây là hai quận lỵ được thành lập vào những năm thời Tổng Thống Diệm, qua chương trình Ấp Chiến Lược của ông Cố Vấn Nhu.

Tại đơn vị đầu tiên này, An có quen với hai cố vấn người Mỹ. Một người là Đại Úy William More, mọi người khi thân mật gọi là Bill, người kia là Trung Sĩ Richard Johnson, tên thân mật là Dick. Anh này chuyên lo về liên lạc truyền tin với các lực lượng Hoa Kỳ, xin máy bay tản thương, tiếp liệu hoặc yểm trợ hỏa lực. Những tháng đầu, An giữ ý, chỉ giao thiệp lịch sự xã giao với hai người ngoại quốc này, sợ bị người chung quanh hiểu lầm, mang tiếng thân Mỹ. Họ vài lần xin thuốc đau bụng của An khi đi hành quân, dùng phải thực phẩm kém tinh khiết. An lâu lâu cũng nói chuyện với họ, để có dịp thực tập chút vốn liếng Anh ngữ hồi bấy giờ còn rất hạn hẹp của anh.

Thế rồi một hôm có một biến cố xảy ra. Từ đó An thấy quý mến người bạn Mỹ tên William More này và trở nên bạn khá thân.

Hôm đó, Tiểu Đoàn Hai của Trung Đoàn đụng một trận nặng và thắng lợi, bắt sống được một Tiểu Đoàn Trưởng của đối phương, cấp bậc Thượng Úy. Hắn được dẫn bắt về bộ chỉ huy Trung Đoàn, chờ trực thăng sẽ đem về Phòng Nhì Sư Đoàn. Trung Úy Hậu, trưởng ban tình báo của đơn vị An, đã biết nhiều về lý lịch của người tù binh này. Hắn có mật danh là Anh Tư, hay là Tư Bụng. Hắn ta thấp lùn, chỉ cao độ một thước năm mươi lăm phân, mập và có cái bụng lớn. Theo tin tức tình báo thì dù khi hành quân hay lúc ẩn náu, chiều tối nào hắn cũng uống hai chai bia 33. Có lẽ vì vậy bụng hắn lớn và cho hắn cái hỗn danh như trên. Hắn ta tuổi độ ba mươi, tin tức cho biết hắn là một người chỉ huy giỏi, trốn tránh khéo léo, chỉ khi nào tính toán thấy chắc thắng mới chịu chơi đụng độ với bên này. Có lẽ xui xẻo, vì bị lộ tin tức, đơn vị hắn lần này bị vây hãm nên thất trận.

Một chiếc trực thăng từ Bạc Liêu tới, mục đích chính là để dẫn giải người tù binh này về Sư Đoàn để khai thác tin tức. Vị Trung Tá Chỉ Huy Trưởng của đơn vị mời An tháp tùng về Bạc Liêu. Ông ta cần gặp vị Tư Lệnh và cũng nhân dịp về thăm vợ con. An cũng đi vì muốn gặp lại vài người bạn đồng nghiệp, nhất là bác sĩ Cầu, vị y-sĩ tiền nhiệm của An.

Trực thăng khởi hành, rồi từ từ lên tới cao độ trên hai

ngàn bộ. Ở cao độ này, giảm thiểu nhiều được nguy hiểm có súng bên địch từ các làng mạc phía dưới bắn lên. Hai người xạ thủ Mỹ, giữ hai cây súng đại liên, ngồi ghế mỗi bên thân máy bay. An và vị Chỉ Huy Trưởng được nhường hai chỗ ngồi còn lại. Đại Úy More, Trung Úy Hậu, Trung Sĩ Johnson ngồi tạm trên sàn máy bay. Vì hay phải tản thương hoặc chuyển quân, các trực thăng đã được tháo gỡ nhiều ghế ngồi cho rộng chỗ. Tư Bụng cũng được cho ngồi trên sàn của thân trực thăng. Hai chân hắn bị cột bằng dây lòi tói, có để một khoảng dây ngắn giữa hai cổ chân, đủ để di chuyển với những bước nhỏ nhưng không thể trốn chạy được. Hai tay hắn bị còng bằng sắt, để ra phía trước. Hắn ngồi với vẻ mặt lạnh lùng.

Đã bay an toàn được trên hai mươi phút. Mọi người đang ngồi yên chờ đợi, mong chóng tới tỉnh lỵ nhỏ bé Bạc Liêu, gần kề Cà Mâu. Thình lình với một tiếng hét lớn, Tư Bụng nhỏm lên, dùng hai tay có còng sắt, choàng nhanh qua cổ Đại Úy More kẹp chặt rồi tung người ra khỏi khoảng trống gần bên, nơi sườn trực thăng, cửa lúc đó không đóng vì có đặt súng. Chuyện xảy ra quá bất ngờ. More do phản ứng, cổ bị đeo cứng nhưng hai tay vẫn tự do, nắm chặt vào hai cánh tay của Tư Bụng, thân hình ngắn lùn của hắn đong đưa lơ lửng cạnh thân máy bay. Johnson và Trung Úy Hậu cũng nhanh nhẹn, mỗi người một tay thì nắm víu vào những chân ghế chỗ An và vị chỉ huy ngồi, tay còn lại thì nắm giữ mỗi người mỗi bên chân của More cho anh ta khỏi bị lôi kéo ra ngoài không trung, nếu rơi xuống chắc chắn sẽ chết nát thây cùng với Tư Bụng. An thấy chân ghé mình rung chuyển vì sức nặng, trì kéo của cả mấy người đeo vào. Rất may là chân ghế làm bằng kim loại nhẹ nhưng vững chắc, được gắn chặt chẽ và kỹ lưỡng bằng nhiều đanh ốc xuống sàn trực thăng. More một nửa lưng bị ưỡn ngược nơi cạnh sàn máy bay, mông và hai chân còn ở trong thân tàu và được níu kéo nắm giữ. An và vị chỉ huy, nhờ có đeo dây an toàn, cũng phụ nắm lấy vai của Hậu và Johnson, tiếp sức chịu đựng. Người xạ thủ gần More hét lên bằng tiếng Mỹ với More:

- Buông thằng này ra, chúng tôi mới kéo anh vô được!

Nhưng More vẫn nắm chặt hai tay Tư Bụng. More không buông rơi người tù binh, và cổ anh đang bị choàng chặt bởi chiếc còng sắt giữa hai cổ tay của Tư Bụng. Cuối cùng nhờ sự tiếp sức rất mạnh mẽ của người xạ thủ phía bên đối diện, Trung Úy Hậu và Johnson kéo được More và luôn cả Tư Bụng vào trong thân máy bay.

Cổ của More phía trước bị trầy xước nặng, rướm máu vì cọ xát của chiếc còng sắt. Mặt More còn bị dồn máu, anh thở nhanh dồn dập. Nhưng anh ta là người chiến sĩ chuyên nghiệp, tỏ ra vẫn bình tĩnh sau khi thoát chết. Hậu như muốn bị sái cả một cánh tay, anh ta tát cho Tư Bụng một cái vào má khá mạnh, lấy thêm một chiếc còng nữa có sẵn ở ngang lưng, một khoen của còng mới này đem móc vào chiếc còng của Tư Bụng, bên khoen kia móc khóa vào một chân ghế chỗ An đang ngồi. An tự nhiên bây giờ giáp mặt với Tư Bụng, diện đối diện, và đây là lần đầu tiên anh phải tiếp cận với một người thuộc phía bên kia, gần gũi đến thế. An nhìn Tư Bụng hỏi:

- Tại sao anh làm vậy?

Tư Bụng đáp ngay:

- Tôi muốn phải giết được một tên Mỹ dù có chết.

More tay vừa xoa nắn cái cổ còn đau, vừa hỏi An người tù binh nói gì. An dịch lại câu Tư Bụng vừa nói. More không giận, nói với An bằng tiếng Mỹ:

- Hắn cũng là một chiến sĩ thật sự.

Sau biến cố trên, An không biết và cũng không cần tìm hiểu gì thêm về vận mạng của Tư Bụng. Hắn có là "một chiến sĩ thật sự" như lời nói của More hay chỉ là một người cuồng tín, An cũng không buồn suy nghĩ làm gì cho bận tâm.

Chuyện làm An thấy mến phục người chiến sĩ Hoa Kỳ tên William More là ngay đến lúc hiểm nguy gần kề cái chết, anh ta vẫn bình tĩnh, giữ lòng nhân đạo với người tù binh định sát hại anh, chỉ trong giây phút có thể kết liễu đời anh và luôn đời hắn. Với độ cao hai ngàn bộ, trước khi xuống tới đất chắc cũng có được vài phút ngắn ngủi trong không gian để suy nghĩ về cuộc đời, trước khi tan nát thịt xương cùng với nhau, cả hai người chiến binh Mỹ và Việt, quê hương cách nhau ngàn dặm, xa nhau cả một bán cầu. An từ đó có nhiều thiện cảm với More. An và ông ta không bàn chuyện gì thêm về Tư Bụng nữa, nhưng hai người trở nên thân nhau hơn, có lẽ vì có chung một lần sinh tử trên máy bay trực thăng. Một dịp cùng về Sài Gòn, An mời More đi nghe nhạc Việt tại một phòng trà. More khen ngợi phụ nữ Việt Nam đẹp và hiền dịu. Anh nói là sau này sẽ lập gia đình với một thiếu nữ Việt Nam. More còn độc thân, cũng chỉ hơn An vài tuổi.

Khi đã quen nhau nhiều, An được biết More sanh trưởng tại Santa Barbara, California. Cha anh là một Thiếu Tướng hồi hưu, trước đã từng tham dự chiến tranh tại Đại Hàn, cùng với tướng Mc Arthur. Từ nhỏ, More đã có quyết định theo binh nghiệp, muốn theo bước chân của cha. Tuy không nói ra, An biết More có hoài bão lớn, muốn trở thành một anh hùng. More tốt nghiệp West Point và tình nguyện sang Việt Nam tham chiến. Anh cũng được huấn luyện qua những khóa Biệt kích của Hoa Kỳ. Có lần More nói với An và

Hậu là anh có thể sống còn cả tháng một mình trong rừng với một con dao, săn thịt thú rừng, ăn cây rau quả dại, dùng trăng sao định hướng để tìm đường về hoặc trốn tránh kẻ thù. An chỉ được huấn luyện căn bản về quân sự, nên nghe nói thế anh rất phục. Trung Úy Hậu thì khác. Hậu cũng đã được huấn luyện gian khổ về tình báo, thám kích nhảy dù vào các vùng địch. Hậu nói với More là nếu tìm được một món ăn nào mà More không dùng được như mọi người ở đây, thì phải chịu khao một chai Whisky. More vui vẻ nhận lời thách đố với tính cách thân hữu. Thế là nhiều lần thử thách do Hậu lo tổ chức, và lần nào An cũng được mời tham dự, chứng kiến và phải làm nhiệm vụ của một trọng tài công minh. Lần thử thách đầu tiên, Hậu tìm đâu được một con rùa, anh cho hấp muối. Với đủ rượu bia để bên, con rùa hấp còn nóng hổi, thơm mùi tiêu và hành hương, được đặt trên đĩa, bốn chân hướng lên trời. Có năm người tham dự "buổi tiệc". An chỉ nhẹ nhàng nhâm nhi một chân rùa. More bình thản lấy đầu rùa, chấm nước mắm me, ăn ngon lành. Thế là qua một lần thử thách. Hậu chuẩn bị lo cho lần thứ hai. Nhân viên của An bắt được một con rắn sọc dưa, to và dài ở ngay vòng đai doanh trại. Hậu xin con rắn, một phần cho nấu cháo, một phần xào lăn. More ăn rắn ngon lành và lại dễ dàng qua lần thử thách này. Hậu với lòng quyết thắng, tìm keo khác. Mùa lúa chín, cánh đồng đầy lúa thơm và những chú chuột đồng béo mập thật là nhiều. Dân miền quê bẫy chuột, làm sạch sẽ, ướp muối tiêu và nước tương, đem nướng thơm vàng và bán đầy ngoài chợ. Hậu cho mua về, để nguyên một con cả đầu đuôi trên đĩa, chung quanh trình bày rất đẹp thịt chuột thái mỏng có rắc lá chanh cắt chỉ nhỏ sợi. More lại ăn thịt chuột một cách tự nhiên. Một hôm, có Cô giáo Hương, cháu Cụ Đồ Lãm đem cho An hai trái sầu riêng lớn. An và Hậu đem ra mời các sĩ quan trong bộ chỉ huy, và tất nhiên có cả vị cố vấn More tham dự. Mới thấy mùi sầu riêng, More đã hơi nhăn chiếc mũi dài của anh. Hậu rất trịnh trọng đặt một múi sầu riêng vào một đĩa nhỏ, mời More dùng thử. Mọi người khác thích thú thưởng thức những múi sầu riêng chín cây, thật thơm ngon. Riêng More chỉ dùng đũa, nhấm được một chút sầu riêng bằng cỡ hạt đậu xanh, rồi nhăn mặt lắc đầu. Mãi tới keo thứ tư này, More mới thua và Hậu rất đắc ý. Khi More đem một chai Whisky Johnnie Walker nhãn đen ra, Hậu mời tất cả mọi người uống rượu mừng chiến thắng, nhậu cùng với củ kiệu, tôm khô và khô cá thiều. Thêm hai két bia. An còn nhớ rõ hôm đó anh bị khá say.

Một hôm, sau bữa ăn chiều rảnh rỗi, More cùng Johnson và An ngồi nói chuyện đời. Nhờ thực tập, nghe và nói thường, Anh ngữ của An đã khá tiến bộ. More hỏi ước vọng của An là gì. An nói anh chỉ mong đất nước sớm thanh bình, anh sẽ trở về đời sống dân sự, xin vào ban giảng huấn của đại học với mộng ước sau này sẽ là một giáo sư y-khoa. An hỏi More về mục tiêu cuộc đời của anh ta. More nói anh muốn trở thành một vị chỉ huy giỏi của quân lực Hoa Kỳ, với hoài bão sẽ lên được cấp tướng như cha anh, hay tướng ba sao, bốn sao thì anh sẽ rất mãn nguyện. Nếu gặp cơ may, More mong làm được chuyện anh hùng như tướng McArthur. Vì vậy, khác với An chỉ mong cho chóng kết liễu chiến tranh, More lại thấy chiến tranh là cơ hội để anh ta mau chóng thăng tiến trong quân đội và đi gần tới mục tiêu, ước vọng thành tướng lãnh. An quay lại hỏi trung sĩ Johnson. Mộng ước của anh ta rất khiêm tốn. Johnson chỉ mong hết nhiệm kỳ quân dịch tại Việt Nam, rồi sẽ về Mỹ, nơi tiểu bang anh ở, tìm một việc làm tốt. Tiền dành dụm được khi lưu trú ở Việt Nam, anh sẽ mua một xe máy dầu lớn thật đẹp hiệu Harley Davidson, và một áo da màu đen. Mỗi cuối tuần hay khi có dịp nghỉ lâu hơn, anh sẽ cùng một đám bạn trung học ngày xưa, dùng mô-tô Harley phóng nhanh du hành trên các xa lộ rộng thênh thang của Mỹ quốc. Anh sẽ được gió mát thổi, được nhìn bụi đường bay, phóng khoáng hưởng mùi cỏ thơm của những đồng nội. Ba người trai trẻ, cùng ở một nơi tiền đồn trong cuộc chiến Việt Nam, nhưng ba ước vọng thật là khác nhau.

An còn nhớ ngày More hết nhiệm kỳ lần đầu ở Việt Nam. Bộ Chỉ Huy Trung Đoàn tổ chức một tiệc nhỏ tiễn hành. More nói một vài lời từ giã rất cảm động sau bữa ăn buổi tối. Rồi mọi người đi nghỉ ngơi. More mời An , Hậu và Johnson cùng một vị sĩ quan nữa chơi ca-tê là môn bài dễ dàng mà An đã chỉ cho More nhiều tháng trước. Đánh bài này chỉ để giải trí, mỗi người góp một đồng bạc Việt Nam mỗi ván bài, ai thắng thì được thu tiền. Hơn hai giờ khuya, mọi người muốn đi nghỉ. More năn nỉ An và Johnson là ngày mai More sẽ trên đường trở về nước, giờ đây anh có vô ghế bố nằm cũng không ngủ được đêm nay, vậy xin ngồi nói chuyện, đánh bài với anh ta cho đến sáng. An và Johnson nể lời người bạn cùng vào sinh ra tử trong những tháng qua, thức luôn đến lúc mặt trời mọc, uống cà phê cùng More. Trực thăng tới, An và mọi người tiễn More lên đường về tỉnh để rồi về quê hương Mỹ quốc của anh.

Thế rồi An được thuyên chuyển về Cần thơ. Khoảng hai năm sau, một hôm không biết làm sao More biết được nơi An đang làm việc tại đơn vị mới, và tìm đến thăm. More cho biết đã tình nguyện sang Việt Nam tham chiến lần thứ hai. Người chiến sĩ Hoa Kỳ này, với hoài bão trở thành cấp tướng, đã nhớ chiến tranh như hổ nhớ rừng. More đã được thăng Thiếu Tá. Sau lần đó, An chưa có dịp nào gặp lại More.

ooOoo

More đến phòng ăn của khách sạn gặp lại An sớm hơn dự liệu. Hai người bạn cũ, lâu ngày chưa gặp, uống rượu và dùng bữa ăn tối rất vui, ôn lại những kỷ niệm cũ của cả mấy chục năm xưa.

An hỏi thăm về đời binh nghiệp của More. More kể lại là vào nhiệm kỳ thứ hai của anh tại Việt Nam, anh đóng quân ở Lai Khê. More lập gia đình tại đây với một cô gái Việt, đúng như điều anh mong muốn, có được một người vợ Việt Nam. Được hơn một năm, trong một cuộc pháo kích vào căn cứ Mỹ, cô vợ trẻ của More tử nạn. More như người mất hồn, đau khổ vì cuộc tình dở dang mới có, buồn nản về sự tàn nhẫn của chiến tranh. More phải được cho nghỉ và điều trị hơn ba tuần lễ về chứng trầm cảm, chán đời. Không ngờ một chuyện nghỉ tĩnh dưỡng nhỏ nhoi này lại ảnh hưởng lớn lao tới binh nghiệp và tương lai của More. Nước Mỹ sau đó đã không thắng trận tại Việt Nam, dân chúng Mỹ chán ghét cuộc chiến tranh quá hao tổn tài lực và nhân mạng lại kéo dài quá dai dẳng này. More ít năm sau về nước, cấp bậc chót anh được vinh thăng là Đại Tá. Sau nhiều năm, trong những bản đề nghị lên cấp tướng, tên của More bị ủy ban cứu xét loại ra. Lý do là More có hồ sơ bệnh lý, hồi chiến tranh Việt Nam đã phải điều trị bệnh chán đời tại một Bệnh viện Dã Chiến Hoa Kỳ. Ủy Ban tin rằng một sĩ quan cấp tướng, cần phải có nghị lực, cương quyết để lãnh đạo và chỉ huy, không thể có quá khứ mắc chứng thần kinh Depression được! More chán nản, mộng ước lên tướng không thành. Sẵn cha của anh, cựu Thiếu tướng, đã lớn tuổi, có một cửa tiệm lớn chuyên cung cấp các trang bị thể thao về Golf tại Coronado. Ông cho More kế nghiệp bán đồ và kinh doanh, chứ không phải kế nghiệp làm tướng lãnh! More lúc rảnh rang thì đi chơi Golf. Anh đã có vợ khác người Mỹ từ lâu, có vài người con đã trưởng thành và có hai cháu ngoại.

An cũng kể qua về cuộc sống của anh, ngày Sài Gòn thất thủ, cuộc di tản năm 1975 và đời sống tại Hoa Kỳ với những khó khăn lúc đầu.

An hỏi thăm về Trung sĩ truyền tin Johnson. More cho biết anh này sau nhiệm kỳ ở Việt Nam về, anh ta làm cơ khí viên cho một tiệm sửa xe lớn. Johnson mua được mô-tô Harley Davidson và áo da đúng như điều anh ta ước muốn. Một hôm, lái mô-tô du hành, anh ta tử nạn xe máy dầu trên một xa lộ vùng Michigan, từ nhiều năm trước.

An hơi buồn khi nghe tin này. Anh thong thả hỏi More:

- Bạn có hoài bão trở thành tướng lãnh của một quân lực hùng mạnh nhất thế giới, nhưng mộng không thành. Tôi mong được làm giáo sư y-khoa của một nước Việt Nam nhỏ bé, cũng không xong. Sự nghiệp giảng huấn cao cấp nhất của đời tôi là khi ở Cần Thơ, làm tới chức giảng viên dạy học mấy cô tá viên điều dưỡng, họ chỉ cần có trình độ Trung học là được nhận làm học viên. Riêng Johnson, đạt được ý nguyện khoác áo da, phóng xe máy dầu Harley trên xa lộ, thì lại tử nạn. Theo bạn nghĩ, giữa ba người chúng ta, cùng ở một đơn vị ngày xưa, ai là người có hạnh phúc?

More đáp:

- Có một mục tiêu ở đời, dù lớn hay nhỏ, hoàn tất được là hạnh phúc. Tôi nghĩ Johnson là người hạnh phúc nhất trong ba người chúng mình. Chỉ tiếc là anh ta đã chết khi đang có điều anh ước mơ.

An hỏi More, ngoài việc lo kinh doanh và chơi Golf, anh còn làm gì thêm không. More trầm ngâm một chút rồi trả lời:

- Tôi viết văn gần mười năm nay, phần nhiều là các truyện ngắn, vài truyện dài về Việt Nam. Tôi có ước mơ mới là một truyện của tôi sẽ được thực hiện thành phim ảnh. Tôi đã gửi cả năm bảy bản thảo tới các hãng phim Warner Bros, Century... ở Hollywood, chưa truyện nào được thực hiện thành phim! Có lẽ chiến tranh Việt Nam là một vết thương cho dân tộc Mỹ, họ muốn quên đi hơn là nhắc tới. Và tôi sẽ lại có thêm một mộng ước không thành!

An tìm cách an ủi bằng những câu thơ của Xuân Diệu mà anh cố gắng dịch đại ý cho người bạn nghe:

- Một nhà thơ của nước tôi lại nghĩ khác. Nhiều khi những ước vọng không đạt được lại có một duyên vị gì hay hơn. Như một chuyện tình bị dang dở, một bức họa còn thiếu vài nét chấm phá, một bản hòa tấu chưa xong, một câu chuyện thiếu đoạn kết, đôi khi làm cho chính mình hay người nghe, người xem có thêm nhiều suy nghĩ, nhiều tưởng tượng phong phú hơn.

More nói:

- Để tôi kể một câu chuyện về hạnh phúc do một nhà văn Anh Quốc viết lâu rồi cho bạn nghe. Câu chuyện có nhan đề là Một Đêm Trăng. Không biết bạn đã nghe qua truyện này chưa?

An hình như có đọc ở đâu một truyện ngắn có đề tài tương tự. Nhưng anh lại đang vui, gặp bạn cũ, muốn nghe kể chuyện đời hay tiểu thuyết ngày xưa cũng được:

- Tôi không nhớ đã đọc chưa, xin bạn cứ vui lòng kể đi.

More nói:

- Câu chuyện đại khái như sau. Có một thiếu phụ trẻ đẹp, sống một mình, tự lập trong một căn nhà xinh xắn, ít xóm giềng, gần bên bờ biển. Nàng có bạn và cũng có vài người tình. Một hôm nàng gặp một thanh niên khốn cùng, dơ dáy, vô gia cư, áo quần và râu tóc hết sức lôi thôi. Anh ta đang đói rách và đang đứng gần nhà nàng. Sẵn có tâm hồn lãng mạn, người thiếu phụ muốn làm một chuyện gì đẹp cho cuộc đời. Nàng cho người homeless vào nhà, rồi cho anh ta có cơ hội tắm gội, cạo râu, chải tóc sạch sẽ. Nàng cho anh ta một áo choàng sau khi tắm, áo dày bằng bông gòn để mặc cho ấm áp. Xong nàng ngồi nói chuyện, đem rượu ngon và dọn một bữa ăn thật đầy đủ, có cả steak nướng lò, mùi vị thơm đặc sắc cho người vô gia cư. Anh chàng này, sau khi được sạch sẽ, có rượu ngon, món ăn tốt cảm thấy hạnh phúc, diện mạo đã thay đổi, và trông khá bảnh trai. Anh nói anh ta là một nghệ sĩ. Sẵn máu lãng mạn, thích những cuộc phiêu lưu tình cảm, nàng có một vài cử chỉ thân mật và khêu gợi. Nàng cũng nghĩ là đã thương người, thì nên hiến tặng cho anh chàng nghệ sĩ nghèo khổ nhưng bây giờ trông cũng đáng yêu này được hoàn toàn sung sướng trong một đêm trăng. Thế là hai người vô phòng ngủ của nàng và yêu nhau thật nồng nàn say đắm nhiều lần đến quá nửa đêm. Mặt trăng tròn đẹp, cao và trong sáng trên bầu trời ngoài biển cả, chênh chếch soi chiếu một cách thơ mộng cảnh hai người yêu nhau. Sau những màn yêu đương nóng bỏng, chàng ngồi dáng suy nghĩ, tìm thuốc lá của nàng để hút, chắc như muốn tận hưởng dư vị của những phút giây hoan lạc vừa được nàng ân sủng. Khi tìm hộp quẹt để châm điếu thuốc, chàng mở ngăn kéo đầu giường của nàng. Hộp quẹt không thấy, chỉ thấy một cây súng lục nhỏ nàng có sẵn để khi cần tự vệ hay khi gặp biến cố sẽ dùng tới phòng thân. Anh ta cầm khẩu súng lên ngắm nghía, còn nàng thì lại sợ hãi, tim đập nhanh, lo sợ anh chàng vô gia cư này sẽ giết nàng và cướp đồ. Nhưng người nghệ sĩ vô gia cư nói rất êm dịu: "Tôi đang ở cảnh khốn cùng, đói khổ và rách rưới, không nhà ở.

Cô đã cho tôi tiện nghi tắm gội, thức ăn ngon, áo ấm mặc, nệm nằm êm và luôn cả yêu đương đến tột cùng. Cuộc đời tôi chắc không bao giờ có thể sung sướng hơn lúc này nữa, không bao giờ có được một đêm trăng khác đẹp như đêm trăng hôm nay. Tôi muốn chết trong hạnh phúc". Nói xong anh từ tốn để nòng súng lên đầu, bên thái dương, bình thản bóp cò, tự kết liễu đời mình trước mặt người đàn bà trẻ đẹp đã làm ơn hiến tặng cho anh nhiều thứ, kể cả yêu đương, trong một đêm trăng sáng tuyệt vời.

More nói tiếp:

- Vì vậy lúc nãy tôi nói với bạn : Johnson là người hạnh phúc, đã thực hiện trọn vẹn ước mơ của đời anh. Chết trong ước mơ.

An nghĩ thầm các ông văn sĩ, thi sĩ thật là lẩm cẩm. Anh cười và nói với bạn:

- Riêng tôi không muốn chết trong hạnh phúc theo kiểu Johnson hay là như ông nghệ sĩ vô gia cư kia đâu.

Câu chuyện giữa An cùng More vui và kéo dài đến nửa khuya. An không ngờ hai người đã uống cạn hai chai rượu nho Chardonnay. An thấy rượu hôm nay sao ngon một cách lạ thường. Chắc phải là rượu Pháp. Anh cầm chai rượu đã cạn lên để xem nhãn hiệu, hy vọng nhớ tên rượu và xuất xứ, lần sau sẽ gọi uống nữa. An ngạc nhiên, chai rượu sản xuất từ Vineyard Bernado, ngay tại San Diego, thành phố đẹp nơi anh đang sống an bình với vợ con. Tôm hùm rất ngọt và chắc thịt cũng như cá Sea Bass thơm ngon hôm nay anh dùng, chủ nhà hàng cho biết, cũng từ Pacific Ocean, chài lưới được rất tươi, fresh catch of the day, tại vùng biển San Diego, ngay trước nhà anh. Anh thầm nghĩ cần gì phải có rượu xuất xứ từ Pháp, và đâu phải cầu kỳ đòi hỏi món

Australian Lobster nhập cảng. Những món ăn ngon nhiều khi có ngay tại nơi chốn mình đang ở, và hạnh phúc cũng vậy, nhiều khi đang ở trong tầm tay với, hay là mình đang có trong tay mà không biết.

Khi An từ giã người bạn cũ, anh ân cần hẹn sớm gặp lại. Anh nói thêm:

- Lần sau gặp bạn, vợ chồng tôi sẽ mời bạn và gia đình dùng cơm tối tại một tiệm ăn Việt Nam khá đặc sắc ở Del Mar. Có thật nhiều món ăn thuần túy của nước tôi bạn đã dùng thời xa xưa. Tôi bảo đảm sẽ không có món rùa, món rắn hay món chuột. Nhưng có thể có món Kem Sầu Riêng.

Trần Văn Khang

18. HOÀNG HÔN TÍM

(Tên họ và hoàn cảnh của những nhân vật trong câu chuyện dưới đây, nếu có sự trùng hợp ngoài đời, chỉ là do ngẫu nhiên, ngoài ý muốn của người viết).

Cuộc chiến Việt Nam do Cộng Sản Miền Bắc xâm lăng Miền Nam kéo dài cả gần hai thập niên, kết thúc vào 30 tháng 4 năm 1975. Cuộc chiến đã gây ra hàng triệu người tử vong, hàng triệu người bị thương tật, bao nhiêu cảnh điêu tàn và chia ly... Cuộc chiến đã chấm dứt từ nhiều năm, vẫn còn mang lại hệ lụy cho những thế hệ sau, những hậu duệ chưa từng một ngày sống trong cảnh chiến tranh. Truyện ngắn dưới đây là một trong những trạng huống này.

Mới vào Hè, chiều về khi nắng đã nhạt trên những hàng cây, người ta thường thấy cô gái Á Đông ấy dạo bước một mình trên bờ biển. Cô còn trẻ, khuôn mặt khả ái, thanh tú, vóc dáng đẹp và hiền. Cô đi chân không. Những bước nhẹ trên cát ướt, âm thầm và cô đơn.

Cô lơ đãng nhìn những con hải âu, in dấu chân trên cát nâu. Những vết chân chim mau chóng bị xóa đi mỗi khi sóng tới. Cô nhìn những áng mây trời, nhìn ra biển khơi, rồi lại đưa tầm mắt vào những đợt sóng lớp lớp xô bờ. Những ngọn sóng bạc khi tới bờ cát, tới ghềnh đá, chỉ còn là bọt nước tan mau... Tan mau như cuộc tình mình...

CUỘC TÌNH SINH VIÊN

Khi cha cô đi tù cải tạo, Bích Vân còn trong bụng mẹ. Mẹ mới mang thai cô được vài ba tháng. Cô là con út của gia đình gồm 5 anh chị em. Cô nghe kể lại cả nhà ai cũng tưởng khi cha cô đi trình diện tại trường Gia Long Sài Gòn, sẽ học tập một tháng rồi trở về. Không ngờ cha cô tù Cải Tạo cả trên mười năm, bị chuyển tới vùng Hoàng Liên Sơn miền Bắc, mùa đông giá lạnh. Nhiều tù nhân đã bỏ mình vì đói rét, tai nạn, lao động kiệt sức, đau ốm không có thuốc men.

Nhưng rồi dịp may đến. Có lẽ người Mỹ còn chút lương tâm hay một nỗi hối hận, đã bỏ rơi đồng minh Việt Nam Cộng Hòa. Qua Chương Trình HO, cha của Bích Vân và cả gia đình 5 anh chị em được sang Mỹ, định cư tại San Diego khoảng đầu thập niên 90. Bích Vân học khá. Cô tiếp tục đi học. Sau hai năm học tại Mesa Community College, cô được chuyển trường, học tiếp chương trình đại học tại UCSD (University of California San Diego).

Bích Vân không để ý, nhưng một hôm nghe mấy cô bạn sầm sì. Họ nói trong lớp cô học có một "thằng Việt Cộng". Cô tò mò để ý xem anh chàng ấy mày ngang mũi dọc ra sao. Cô thấy anh ta có dáng thể thao, cao và diện mạo cũng khá. Cô nghe cha kể lại sự ác độc của Việt Cộng, nhất là những ngày ông trong lao tù, cô cứ nghĩ những người thuộc phe này có lẽ phải dữ dằn lắm. Nhưng cô thấy anh sinh viên này cũng không khác gì những bạn sinh viên gốc Việt khác. Anh ta còn "sang trọng" nữa. Ngày ấy là sinh viên, ai có xe hiệu Lexus là khá cao cấp. Anh ta có một xe hiệu này, màu trắng ngà. Ngay cả tiền chi phí cho một chỗ đậu xe trong khuôn viên Đại học cũng không nhỏ.

Thế rồi một buổi trưa, tan giờ học tại giảng đường, Bích Vân đang trên đường đi xuống một dãy bậc thềm để sang Price Center, gần đó có những quán ăn cho sinh viên. Khi gần tới bậc thềm chót, cô hụt bước té ngồi, chồng sách mang trên tay rơi rải rác. Tình cờ "thằng Việt Cộng" đang đi phía sau. Anh ta giúp Bích Vân đứng dậy và giúp thu lượm những sách vở, cùng tập giấy ghi chép bài giảng của cô. Cô bị đau nơi cổ chân trái. Anh tự giới thiệu tên là Thành. Vì mới té ngã, cô đi tập tễnh. Anh cho cô vịn nơi tay và mời cô cùng dùng bữa ăn trưa giản dị tại một quán ăn. Hai người thân quen và dần dà yêu thương nhau từ đó.

HƯỚNG VỀ TƯƠNG LAI

Bích Vân và Thành cùng tốt nghiệp và có lẽ vì học xuất sắc nên được một Công Ty về Bio Engineering tại San Diego nhận làm việc. Trong một chiều đầy nắng đẹp trên bờ biển La Jolla Shore, dịp Lễ Độc Lập nước Mỹ, ngày 4 tháng 7, Thành ngỏ lời cầu hôn. Bên biển rộng, hai người dừng chân, anh nhẹ nhàng quỳ một gối, tặng nàng chiếc nhẫn đính hôn. Bích Vân cảm động, mi ướt. Nàng hân hoan nhận lời và trao anh một nụ hôn, với tiếng vỗ tay chúc mừng của nhiều người đang trên bờ cát gần đó.

Một hôm anh hỏi nàng sao cha mẹ cô là ông bà Hoàng đặt tên cho cô là Bích Vân. Cô nói khi đó cha đang trong tù cải tạo. Hàng ngày ông nhìn mây bay và mong ước được như mây sớm đưa về với gia đình thân yêu. Không biết bằng cách nào ông nhắn tin khi mẹ sanh con, nếu là con gái thì chọn tên Bích Vân. Nếu sanh con trai, đặt tên Cao Vân. Còn anh sanh tháng 6 năm 75. Cha anh là cán bộ lâu năm, trung kiên phục vụ Đảng và Nhà Nước miền Bắc. Cha anh đã tích cực tham gia cuộc chiến gian lao, nhiều cam khổ. Khi thành công trong cái gọi là giải phóng miền Nam, như để kỷ niệm mừng chiến thắng, cha đã chọn cho anh tên Công Thành, Nguyễn Công Thành.

Từ đó anh nhiều lần đã được Bích Vân giới thiệu với gia đình. Cha mẹ cô mới đầu còn e ngại. Họ nghĩ Thành có lẽ là con một đại gia bên Việt Nam, hay thuộc gia đình có quyền lực của chế độ Cộng Sản. Sau thấy Thành có phong cách tốt, lễ độ trong những dịp gặp gỡ. Lại biết Thành có ý muốn sống tại Hoa Kỳ và cô con gái út đã có cảm tình sâu đậm với cậu trai. Các anh chị em của Bích Vân đều đã có gia đình. Ông bà cũng muốn Bích Vân thành gia thất cho an tâm. Ông bà không can ngăn, không muốn cản trở cuộc tình của cô con gái.

Thành mau chóng lo sắp xếp, ba tháng sau ngày tỏ tình cùng nàng, anh đón cha mẹ từ Hà Nội sang Hoa Kỳ, đến San Diego để ngỏ lời cầu hôn Bích Vân cho anh.

GẶP GỠ: HAI NGƯỜI, HAI BÊN CHIẾN TUYẾN

Vài ngày trước cuộc hẹn, cha mẹ Bích Vân được sự phụ giúp của các con đã chuẩn bị căn nhà nhỏ nhưng khá khang trang, chờ đón tiếp cha mẹ của Thành đến thăm.

Đúng ngày giờ hẹn, nghe tiếng chuông, Bích Vân ra mở cổng mời Thành cùng cha mẹ anh vào nhà. Ông Hoàng, cha của Bích Vân, đứng ngay gần cửa chính căn nhà để tiếp đón. Ông bàng hoàng, sửng người, không nói được một lời nào trong vài giây. Người đàn ông, cha của Thành, đứng trước mặt ông là người cán bộ công an, tên quản giáo ngày xưa nơi trại cải tạo Cổng Trời miền Bắc. Bạn tù của ông, lúc vắng mặt hắn, cho hắn cái biệt danh là "Hưng khểnh" hay là "Tư khểnh". Hồi đó hắn là Thiếu Tá công an, cai quản cả một khu trong trại tù. Hắn vẫn còn nguyên chiếc răng nanh khểnh phía bên phải của hàm trên, hình ảnh khó quên được. Ngày ấy hắn trực tiếp trách nhiệm cái lán của ông và nhiều lán khác nữa. Dù thật bất ngờ và lòng không vui, ông Hoàng vì xã giao, cũng phải mời khách vào nhà. Mặc cho "đối phương" tươi cười, ông chưa có được nụ cười thân thiện trên môi.

Mời khách nước trà, bánh ngọt. Cuộc giao tiếp trang nhã, nhưng không có được sự thân mật như dự đoán. Chắc chắn "Tư khểnh" không nhớ được ông. Ngày ấy hắn trách nhiệm cai quản nhiều tù nhân cải tạo quá. Bây giờ cha Bích Vân không đen đủi, không áo quần rách rưới, không gầy ốm như ngày xưa. Sau tuần trà, hắn mở lời xin kết thân. Bà Hoàng, mẹ Bích Vân, vui vẻ chuyện trò với "bà sui" tương lai. Bà không thể biết nổi cái bất ngờ, cái tâm tư lúc này của người chồng đã từng chịu đựng nhiều gian khổ những ngày tù cải tạo.

Bà Hoàng trong lòng hết sức ngạc nhiên, khi thấy ông chồng tiếp khách phương xa mà không niềm nở, không nồng hậu. Bà còn lấy làm lạ khi ông Hoàng đáp lời xin kết thân từ cha mẹ của Thành là "để hỏi kỹ" cháu Vân và sẽ phúc đáp sau. Thành cùng cha mẹ anh chào ra về, không có được cái hẹn ngày hai gia đình gặp lại.

HỒI NHỚ NHỮNG NGÀY LAO TÙ

Khách về. Bà Hoàng có ý trách chồng sao từ trước tới giờ, ông là người lịch thiệp, biết xã giao, nói năng với ai cũng thân thiện. Sao dịp quan trọng hôm nay lại lạnh nhạt đến thế. Bích Vân cũng ngạc nhiên và buồn. Cô cũng chưa biết tại sao.

Ông Hoàng từ tốn kể lại cho vợ và các con nghe những ngày ông gian lao khi trong trại tù ở Hoàng Liên Sơn. Ông cho vợ con ông biết là cha của Thành chính là tên Thiếu Tá Hưng công an cộng sản, quản giáo của ông. Cha của Thành ngày ấy đã đối xử rất độc ác với các tù nhân cải tạo. Theo chỉ tiêu, ông và nhiều bạn tù mỗi ngày phải vào rừng, chặt cây vác gỗ đem về. Có lần trên đường, mang một cây gỗ xuống dốc, ông té ngã ở ven đường, may mắn không rơi xuống một sườn núi ngay bên. Lần ấy ông bị sái khớp một cổ tay. Hưng khểnh không tin, lúc ông nói cổ tay đau không chặt cây được nữa. Nhưng khi thấy một cổ tay ông sưng đỏ, hắn xếp ông vào toán chăn nuôi và trồng rau. Hàng ngày ông phải xúc phân, gánh phân đem bón những luống rau do bạn tù trồng để có đủ rau, củ cho trại tù. Hắn biết ông trước là Thiếu Tá Tiểu Đoàn Trưởng một đơn vị Bộ Binh, mấy lần hắn cho gọi ông lên văn phòng cán bộ, khai đi khai lại. Phải kể cả "tội ác" trong những chiến dịch, trong những trận đánh. Khai lý lịch tam đại. Nhiều lần, hắn xem các khai báo của ông, hạch sách đủ điều, khiển trách ông thiếu thành khẩn. Không hiểu sao, hắn biết ông có người anh ruột là Đại Tá Thẩm Phán Tòa Án Quân Sự Ngụy, đã kết án nặng nề những chiến sĩ cách mạng của hắn trong Mặt Trận Giải Phóng Miền Nam. Hắn mai mỉa tên Đại Tá anh của ông đã tẩu thoát hai hôm trước ngày Giải Phóng, và đã ra nước ngoài hưởng "bơ thừa sữa cặn" của giặc Mỹ.

Ông không thể chịu đựng thấy hắn bây giờ có con trai là du sinh, sang Mỹ học Đại Học, lại đã nhiều lần chở con gái ông đi đây đó với chiếc xe sang trọng! Vết thương tâm lý của ông khó lành. Kỷ niệm buồn đau những ngày gian khổ khó quên!

CUỘC TÌNH KHÔNG THÀNH

Sau hai đêm suy nghĩ ông Hoàng nói với Bích Vân: *Ba rất thương con. Ba cũng không ghét gì cậu Thành. Nó không có tội tình gì cả. Nhưng Ba không thể ngồi chung chiếu với cha cậu ta, nói gì làm thông gia. Ông ta là quản giáo trại tù của Ba ngày trước. Ông ấy ác độc, đã hành hạ Ba và các bạn tù rất vô nhân đạo. Ba không thể nào quên được những ngày khổ nhục dưới bàn tay cha của cậu Thành. Ba suy nghĩ, một người cha có tâm địa vô nhân như vậy, không biết cậu Thành có bị ảnh hưởng xấu của cha cậu ta hay không. Con nghĩ xem, bạn đồng ngũ của Ba, bạn tù của Ba, rồi sĩ quan binh sĩ cũ của Ba nữa, nhiều người đang cư ngụ tại San Diego, ở Cali và ở Mỹ này, họ sẽ nghĩ sao khi thấy Ba làm sui gia với tên Quản Giáo nổi tiếng hắc ám ngày xưa. Ở đây, nhiều người cũng quen biết Ba trong Hội Tù nhân Cải Tạo. Ba biết ăn nói làm sao với họ. Các bạn đồng ngũ, bạn cùng trại tù với Ba họ nghĩ sao?*

Bích Vân nghe cha nói vậy, cô chỉ biết khóc. Cô biết cha mình không thể nào quên những năm tháng dài khổ ải trong trại tù ngày trước. Cô gặp lại Thành, tâm tình, kể hết chuyện trắc trở với người cô yêu.

Thành cũng tường thuật tình huống éo le với cha mẹ anh. Ông Hưng, cha Thành, tìm cách giải thích với con. Ông nói ở thế hệ của ông thấy đánh Pháp, rồi đánh Mỹ, giành độc lập thống nhất cho Việt Nam là yêu nước. Ông ở trong một môi trường đã được huấn luyện, giảng dạy như vậy từ lúc còn trẻ tuổi. Ông phải theo như "cuốn theo chiều gió". Nhưng bây giờ ông cũng nói với con đáng lẽ ông nên hành sử nhân đạo hơn khi đã ở bên thắng cuộc.

Thành biết chuyện hôn nhân với Bích Vân khó thành. Sự ngăn cách giũa cha mình và cha người yêu quá lớn. Khó mà "hòa hợp, hòa giải" được. Anh xin đổi đi, làm việc cho một viện Bào Chế tại New Jersey. Đi xa, tìm quên lãng cho một mối tình dang dở.

Bích Vân, như đã kể ở đầu truyện ngắn này, những buổi chiều khi có thời giờ rảnh rang, cô thường một mình đi trên bờ cát bên biển cả, lòng buồn nhớ về những kỷ niệm xưa, nhớ về cuộc tình ngang trái của mình.

Trần Văn Khang

TIỂU SỬ TÁC GIẢ

Quê quán:

Tác giả Trần Văn Khang sinh năm 1937 tại thành phố Hải Phòng. Nguyên quán: Làng Ý Yên, huyện Vũ Xuyên, tỉnh Nam Định – Bắc Việt Nam.

Học trình:

Thuở nhỏ học trường Tiểu Học An Dương Hải Phòng. Năm 1946 khi cuộc chiến Việt-Pháp bùng nổ, phải gián đoạn việc học, cùng gia đình tản cư đến huyện Ứng Hòa tỉnh Hà Đông. Sau đó, hồi cư, theo học tại trường Trung Học Bạch

Đằng và Phùng Hưng, Hải Phòng, và trường Chu Văn An Sài Gòn sau khi di cư. Tốt nghiệp Y Khoa Bác Sĩ năm 1963, tại Đại Học Y Khoa Sài Gòn. Tái huấn luyện tại University of Nebraska Medical Center, Hoa Kỳ và tốt nghiệp American Board of Family Practice năm 1976.

Y nghiệp:

Sau khi ra trường Y Khoa năm 1963, được bổ nhiệm làm Y Sĩ Trưởng Trung Đoàn 31 Bộ Binh. Sau đó giữ chức vụ Y Trưởng Khu Giải Phẫu Quân Y Viện Phan Thanh Giản, rồi Liên Đoàn Phó Liên Đoàn 74 Quân Y, tại Cần Thơ. Cấp bậc sau chót trong Quân Lực Việt Nam Cộng Hòa là Y Sĩ Trung Tá. Di tản sang Hoa Kỳ cuối tháng 4 năm 1975, được huấn luyện và thực tập tại University of Nebraska Medical Center. Mở phòng khám bệnh Sutherland Medical Center tại Nebraska năm 1976. Di chuyển về California, và là Bác Sĩ Việt Nam đầu tiên tại San Diego năm 1979. Sáng lập và là Chủ Tịch Hội Y Sĩ Việt Nam tại San Diego trong nhiều năm. Thành lập và là Chủ Tịch Union Pacific Medical Group gồm các Bác sĩ người Việt tại thành phố này. Hợp tác với các Bác sĩ Hoa Kỳ, đã giữ chức vụ Giám Đốc Y Tế cho San Diego Physicians Medical Group nhiều năm. Nghỉ hưu năm 2014.

Gia đình:

Lập gia đình năm 1968. Hiện cư ngụ tại thành phố La Jolla, San Diego thuộc tiểu bang California, Hoa Kỳ. Có một con trai, một con gái và hai cháu nội.

Tác phẩm văn nghệ:

Bắt đầu viết từ những năm học Trung Học do ảnh hưởng từ những vị Giáo sư. Tác phẩm văn nghệ gồm nhiều truyện ngắn và ca khúc, đăng tải tại Hoa Kỳ qua sách báo và trên mạng lưới. Đã thực hiện CD ***"Để Mình Mãi Yêu Nhau"*** và

DVD *"Trở Về Phố Xưa".*

Tại Hoa Kỳ, tác giả có những truyện ngắn, thơ văn và ca khúc đã được đăng tải trên báo *Thời Luận, Tập San Y Sĩ Canada, một số Đặc San Y Khoa và Quân Đội.* Có nhiều bài viết, truyện ngắn, thơ và nhạc đăng trên mạng lưới.

Đã thực hiện CD ***Để Mình Mãi Yêu Nhau*** gồm 10 ca khúc và một DVD ***Trở Về Phố Xưa*** gồm 18 ca khúc.

https://www.youtube.com/playlist?list=PLXRqSoCAhHBtiSvxhGzRSOkJeYbRr0uDn

Một số ca khúc như **Chợ Tình Sapa**, **Cà Phê Phố Núi**, **Hoàng Hôn Tím**, **Chiều Cali**, **Đà Lạt Mộng Mơ**, **Quán Khuya**, **Dấu Chân Trên Cát**, **Trở Về Phố Xưa**, **Tiếng Đàn Xưa**, **Tiếng Mưa** được lấy cảm hứng từ những truyện cùng tên.

TWO OPPOSING SIDES OF THE VIETNAM WAR

Short Stories

Author: **Tran Van Khang**

English translation by:

Thomas Luong & Tran Van Duong

INTRODUCTION

Reading *HAI BÊN CHIẾN TUYẾN* (**Two Opposing Sides of The Vietnam War**) by Tran Van Khang is like living in the past. The time and space of historical upheavals. In 1945 with the resistance against the French and the founding of the Viet Minh, the forerunner of the Communist Party of Vietnam. In 1954 the Geneva Accords divided the country and the great migration from North to South. In 1963 with the collapse of the First Republic of Vietnam in the South. April 30, 1975, the day of national humiliation for the losing side in the South, and the day of reunification for the winning side in the North. The boat people fleeing for freedom began in the late 1970s, shocking the conscience of the world with the emergence of the term "Boat People". And finally, the search for some people who had left the country in the mid-1980s.

As someone who has lived through two phases of the war, the author, through his characters, showed no desire for hatred, and no fondness for war, seeing it as a misfortune for the country. He tried to alleviate the pain of the victims, giving the cruel and bloody face of war and the regime a few touches of humanity, such as a land reform struggle that ended with a relatively humane sentence, unlike the struggles in other villages, where there were always one or two coffins lying around waiting for the victims being publicly accused.

The female characters in Tran Van Khang's stories were all young women in their prime, beautiful, gentle, and good at playing music. Before such women, what young man wouldn't be moved from the first meeting? The author's male characters, some of whom came from the medical profession, and if not from the medical profession, then also loved music. The medical profession and music are the author's career and passion. Therefore, reading Tran Van Khang's stories, sometimes we find it difficult to distinguish between autobiography and fiction.

In general, the stories in **Two Opposing Sides of The Vietnam War** were love stories. There were not many smooth, happy endings, but many twists and turns. They were broken off because of the war because the country was divided, with some staying and others leaving. Those who left were for freedom and personal security, while those who stayed *"were not because they were passionate about the Communist regime, but only because of circumstances or did not want to leave their beloved villages".* But there were also cases where, even with the opportunity to live abroad with their loved ones, they only wanted to "go back and forth to meet each other because they *"have taken root in their familiar land of Vietnam."*

But besides the two large battle lines caused by the times, there were also a few small battle lines caused by the dictatorial desire for "arranged marriage" of a few mothers who imposed it on their children, making the young couple's relationship difficult, sometimes leading to a breakup. The author has spoken on behalf of love, asserting: *"Love is not about wealth or poverty. We love each other because of our feelings, and our love for each other. The happiness of our lives must be decided by each of us."*

The characters in **Two Opposing Sides of The Vietnam War** by Tran Van Khang have lived through a long and turbulent history. They had experienced many adversities of society and the regimes of the time. But we do not see the author's bitterness or frown in his voice. Tran Van Khang is a patient storyteller. Only rarely did the author add a few words of reflection to highlight the state of mind of his characters: He advised someone to choose this direction, but his heart was leaning towards another direction, and then: *"he felt like he has lost something precious in his life."*

The writing style of Tran Van Khang is clear and flowing. It is not surprising that the author also writes poetry, in addition to writing and music. Therefore, sometimes his sentences, although not rhyming, are rhythmic and complementary to each other like poetry: *"You have a whole future, I have a disrupted life." I don't need public opinion, I don't need the past, I want to live for the present, for the future, I want to live for us..."*

In the 18 short stories "**Two Opposing Sides of The Vietnam War**", the author does not end two stories but asks the reader to choose the endings. In the first story, at the "Emperor For A Night" party in Cholon, a young doctor was the guest of honor of a wealthy Chinese businessman. A young and beautiful Chinese girl was assigned to sit next to the young doctor to serve him. After the party, the girl took the doctor to a private room. Someone asked the doctor if he had sex with the beautiful girl that night. The doctor only replied: *"No one would believe it."*

In the second story, a young and beautiful girl is proposed to by four men: a poor student, a wealthy widower businessman, a musician, and a doctor who does not know how to sing. The girl wanted a husband who is well-off, young, kind, has a future, and loves music to sing with her. And the author hoped that the girl would have a romantic and happy love life.

As a reader of Tran Van Khang's works, I will not do what the author asks, but, on the contrary, I will ask the question of how the author himself would end these two stories. To do that, I need to learn more about the author. Knowing Tran Van Khang's personality, I can guess without fear of being wrong how he would end the two stories. In my eyes, Tran Van Khang is a romantic person. He does not distinguish between social class and wealth in love. With Tran Van Khang, the voice of the heart is important, it is the top priority.

TRANG CHÂU

PREFACE AND ACKNOWLEDGEMENTS

Dear Readers and Friends,

Like many others, we have lived through and witnessed many wars: World War II (1939-1945), the Korean War (1950), and the French-Vietnam War (1945-1954). However, the war between North and South Vietnam from 1954 to 1975, which lasted for 20 years and ended on April 30, 1975, caused much suffering and grief for the country of Vietnam and its people.

*The purpose of this collection of short stories, "**Two Opposing Sides of the Vietnam War**", is to record a few of the circumstances, facts, and conditions of the people in a few localities during a period of internecine warfare between the Communists in the North and the Nationalists in the South. We hope that future generations if they could have the opportunity to read these stories, will have some understanding of this war.*

The war was largely due to the machinations and support of international forces, and its outcome was also largely determined by them. The Vietnamese people were the only victims on the chessboard of the world.

The author has his concerns and sorrows for the fate of his nation. Looking at other countries such as Madagascar, Tunisia, Algeria, and Morocco, gained independence after the colonial period without having to shed as much blood as Vietnam. North and South Korea did not experience war after being divided at the 38th parallel. East and West Germany were unified peacefully, without bloodshed. As Vietnamese people, whether we were born or live in either region, North or South, we can feel the immense misfortune of our country's fate when we reflect on it.

In the short stories in this collection, the names, and circumstances of the characters, as well as a few place names, if there is a coincidence in real life, are purely coincidental and not intended by the author.

*To prepare the bilingual collection of short stories "**Two Opposing Sides of the Vietnam War**" for readers, the author would like to express his sincere gratitude to a friend, Mr. Thomas Luong. He collected the author's stories, translated most of them into English, designed the cover, allowed the use of some of his drawings, and helped to review the manuscript.*

The author would also like to thank his brother, Mr. Tran Van Duong for his valuable advice, and for working with Mr. Thomas Luong on the English translations.

The author is especially grateful to his medical colleague, writer, and poet Trang Chau, for writing the Introduction. The author also cannot forget to thank his dear friends such as Mr. Nguyen Dac Dieu, writer Do Tien Duc, musician Vo Ta Han, Mrs. Kim Chau, and many other friends for their encouragement whenever they read the stories. The author is requesting permission and expressing gratitude to the authors of some of the pictures in this collection. The author saw the pictures on the internet without a way to contact and ask permission from the authors of the pictures. The author also would like to express his sincere gratitude to Mr. Le Han, a fellow student at Chu Van An High School, and to Nhan Anh Publisher for their wholehearted assistance in publishing this book. Finally, the author must express his immense gratitude to his spouse, Truong Thi Phuoc, as well as our children, Tran Phuoc Khanh and Tran Khanh Phuong, for their encouragement and active contributions to the completion of this bilingual collection.

Tran Van Khang

CONTENTS

1. RETURN TO THE OLD HOMETOWN

(The names and circumstances of the characters in the short story below, if any coincidences occur in real life, are purely accidental and unintended by the author).

REPATRIATION FLIGHT and a TIME TO REMEMBER

In 1975, Minh and a group of Airforce Service members flew their fighter jets to Utapao Airport in Thailand for evacuation and then resettled in the United States. In the late 80s, he was one of the early ones to return to Vietnam. He returned not to revisit his old house, his old hometown, or to visit relatives like many others. He returned to relieve the anxiety in his heart. The anxiety he had carried since leaving Hanoi, seemed so distant now.

The civilian 747 aircraft took off and reached the desired altitude in over ten minutes. Through the overhead speakers, the captain greeted the passengers in both Mandarin and English. The flight attendant also provided information about the flight duration, over 16 hours, from San Francisco to Hong Kong, and the current time and weather at the destination. Minh reached for the button to recline his seat slightly for more comfort. The Economy class seats were cramped, and he didn't want to recline back and disturb the passenger behind him. Lost in his thoughts,

Minh realized that, like many other Vietnamese people in their hometowns, he seldom paid attention to daily weather details. When he lived in the North with its distinct four seasons and then spent years in the South with two seasons of rain and sunshine, he rarely cared about the weather. He considered it the business of the heavens. If it was cold he dressed warmly, if it was hot he wore lighter clothes. In the rainy season, he prepared a raincoat. Life was carefree like that until he joined the military and became a pilot when he started to pay attention to the weather.

Thinking about this trip back to Hanoi, after more than 30 years of separation, Minh felt a nervous flutter in his heart. He wanted to know about the news of old acquaintances. He didn't know where Bich Hanh, the young girl he had loved for a brief but intense period when he was young, was now and how she was doing. He still silently regretted that so much pain had come to her because she loved him.

"Are you also going back to Vietnam on this trip?" The girl sitting next to him asked Minh, interrupting his train of thought. Her voice was lovely, her face youthful, probably around eighteen or twenty. She looked beautiful without any makeup, with her long black hair almost touching her shoulders and the ends tucked into her white collar, reminding him of Hạnh's hairstyle. Without immediately answering her question, he gently asked, *"Do you know that I am Vietnamese?". "Uncle, I saw you holding a Vietnamese newspaper earlier"*, she replied. The way she addressed him was both intimate and respectful, clearly acknowledging the age difference between Minh and her. He then answered her initial question, *"I am going back to Hanoi for work and to visit former acquaintances. What about you?". "I am going back to Saigon to visit my parents."* The conversation

between the two passengers in the same language and from the same homeland felt natural and effortless.

After dinner, the lights in the cabin were dimmed. The girl said she wanted to sleep for a few hours because she had stayed up late last night to unpack some items in her luggage. She took a small crimson blanket from her seat, covered herself, and wrapped her feet. Softly, she said, *"I feel cold."* This unintentional statement struck a chord in Minh's heart. He remembered Hạnh saying, *"I'm scared,"* before the moment of their first lovemaking. Despite the tremor in her voice, she didn't object. After making love, amidst the passionate and intense moments of their bodies, Minh still yearned to prolong the lingering affectionate feelings. He lay embracing Hạnh, his right arm allowing her to release her hair on his shoulder. His left hand caressed her back as if comforting a younger sibling as if seeking redemption for taking away her innocence as a young woman. Her refined face leaned against his, her eyes closed. She had an innocent angelic look. The fragrance of her tender feminine skin intoxicated him even though he had just savored the pleasures of love. The old scene replayed in slow motion in his mind. In the rented room, he heard her say, *"I'm cold"*. The sound from that time still resonated in his ears. Minh vividly remembered turning himself to grab a blanket and covering Hạnh, then gently kissing her lips. He felt her wet eyes. She was barely 18 at that time, and he was not yet 21 years old. Both were overwhelmed, intoxicated, and passionate about their first love. Young love reached its peak quickly and became forbidden, enticing, and inviting, causing him and her to be drawn into the passion without rational thinking. Minh had loved Hạnh from the very first time they met as if struck by the lightning of romantic novels. Perhaps Hạnh felt the same way, her heart filled with joy and she stood still during their first encounter, to the point where her father had to remind her, *"Have you greeted your teacher yet?"*

At that time, it was the end of autumn, the beginning of a new academic year. He was in his second year of studying at the Faculty of Science at Hanoi University. She just started studying in the second grade (11th grade in US High School), class C (focusing on Literature), preparing for the Tú Tài Exam Part I next year (*). Her family lived in prosperity, her father was a high-ranking civil servant and an engineer in construction and public works. Her parents cared about her education and exams, so they posted an advertisement in a newspaper to find a tutor for her studies and exam preparation. Minh's family was considered in the middle class, his father was a junior civil servant in Thai Binh. The previous year, Minh had to tutor several students at home to earn enough money, reducing some burden on his parents to support his younger siblings. One Saturday afternoon, riding his old bicycle, he went to the address in the newspaper to apply for the job. The beautiful villa was elegant, light yellow, with a green-painted door, facing the Red River. The water of the Red River in Hanoi never seemed calm, it was always not clear, with a pale brick color, and that season it was flowing vigorously, perhaps due to the floods from the upper regions. Minh carefully locked his bike and leaned against the wall near the gate, hesitantly pressing the doorbell. Two big dogs barked from behind the iron gate before the maid came out to open the door and invite him inside. Her parents chatted with him for about half an hour, quickly agreeing to hire him with a generous salary, and scheduled two sessions per week for private tutoring for Hạnh and her two siblings. Then they called Hạnh and her siblings to greet the new teacher. She was at the youthful age of a girl, appearing in front of him, naturally beautiful like a blossoming flower. *"You all should call your teacher Minh Thày* (Teacher), her father said kindly. Minh asked to be addressed by her and her siblings as *'anh'* (older brother), using the excuse that he wasn't much older than her.

Just a few months later, the affection between the "young teacher" and the "teenage girl student" quickly blossomed. Her parents perhaps had an inkling of it, but since Minh was a student and had a respectful demeanor, they also developed a fondness for him, treating him like a family member. On a couple of occasions, he was allowed to take Hạnh and her siblings to the cinema or for a walk. Minh vividly remembers the first time he expressed his love to her without words. In the darkness of the cinema, he reached for her hand. Hạnh didn't object. He gently caressed her fingers and squeezed them lightly. Her hands were beautiful, soft, and gentle. She held his hand back. He gently kissed her, on her hair and then on her cheek. There were no further advances at that moment. The two of them sat next to each other. It was the screening of the movie *'Gone with the Wind'*. The cinema also displayed the French title *'Autant En Emporte Le Vent'*. On the Cinemascope screen, actors Clark Gable and Vivien Leigh were performing excellently, and he and she held hands for a long time. Then, on another day, he kissed her on the lips for the first time, only once, while watching the movie *'Tóc Em Chưa Úa Nắng Hè' 'Your Hair Hasn't Faded in the Summer'* or *'One Summer of Happiness'* with the French title *'Elle n'a dansé qu'un seul été›* when the nude actor Ulla Jacobsson walked alongside a beautiful lakeside in front of her lover. In the following time, he deliberately invited her and her siblings to watch the movie *'Angry Tarzan'* sitting in the back row of the theater. While the two children were engrossed in watching Tarzan's 'anger' on the screen, she was very 'well-behaved,' giving him more opportunities to find her lips. And so, the two of them fell in love, initially innocent, but quickly becoming passionate and intense.

The passion and intensity of youth. Every time he went to Hạnh's house, his heart was filled with joy and excitement, like the flowing waters of the Red River in front of the house. Chị Hiền, the maid, usually opened the door for him. Sometimes it was Mr. Phúc, Hạnh's father's driver. Chị Hiền was always friendly, pouring water and cutting oranges to offer him when he entered the house. Mr. Phúc, on the other hand, seemed reserved and distant. Minh didn't pay much attention to getting to know him.

At that time, Hanoi was in turmoil and agitation due to the news of the war and the government's mobilization of young people to enlist in the Military by Prime Minister Trần Văn Hữu and later Nguyễn Văn Tâm. Just before Minh was due to enlist, the Điện Biên Phủ front became a hot spot with intense fighting. The future meant being separated from Hạnh and interrupting his studies, which made him and her even more attached. On May 7, 1954, the French surrendered at Điện Biên Phủ. Hạnh passed the first part of the Tú Tài exam* that year. The Geneva Conference concluded on July 20. In Hanoi and the entire North, many people were uncertain about whether to stay or migrate to the South. One early autumn afternoon, Hạnh visited him, also the first time she gave herself to him, her virginity. Love, passion, and youth drew Minh and her into intense moments of affection, before he returned to Thai Binh with his family, led by Catholic priests, to migrate to the South by ship from Hai Phong. Due to various reasons, Hạnh's family stayed in

Hanoi. Minh didn't know how he would survive and settle down, where he would live in the unfamiliar Saigon. Before parting ways, he gave her the address of a friend who had moved to Saigon before him for correspondence.

At that time, for several months during the transitional period, people from the North and South below the 17th parallel might communicate through postcards. After being apart for a month, Minh was staying in temporary student housing in Saigon when he received the first postcard from his lover sent by a friend. After all these years, he still remembered every word and phrase she wrote to him: "*... I miss you so much, I love you and wait for you. I only hope these two years will pass quickly until the general election, the reunification of the country, and I will meet you again, and be able to live by your side...*". The second postcard from her arrived, leaving him shocked and stunned: "*... I have been pregnant for over two months. I have lost a lot of weight because I couldn't eat. I am very miserable because my parents know... I feel ashamed and don't know what to do... My parents are arranging for me to leave Hanoi and go to the countryside to avoid embarrassment with relatives and acquaintances... But I never blame you, I know we are separated because of the situation in our country, I know your heart never wanted to abandon me...*" In the following months, he didn't receive any news about her until nearly a year later when an acquaintance of her family from France sent him a brief message letting him know that she had given birth to a baby boy. Once again, he was overwhelmed with remorse for causing sorrow to his lover. He felt guilty for leaving behind his bloodline in the North. Minh was disheartened and needed to support his parents in caring for his siblings during the initial phase of their migration, so he abandoned his university studies. He taught at private schools and later, was mobilized to enlist in the Air Force branch of the South Vietnamese military. He still remembered that in the final years of the war, he flew destroyer aircraft, often providing support to fierce battlefields. Every time he dropped bombs or fired bullets from the aircraft onto the battlefield, he pondered whether his child, who would now be 18 or 19 years old, had to obey the North VN government's order to go to the South VN for military service, perhaps hiding or already sacrificed in the attacks led by his father...

RETURN TO THE OLD HOMETOWN

The plane landed in Hong Kong on time. Minh bid farewell to the cute little companion, the one who reminded him of Hạnh and the deep memories of the past. It took him a few hours to transfer to the flight back to Hanoi.

There were not many refugees returning from the US to Vietnam at that time, and the procedures at the airport were slower compared to the countries he had visited multiple times. There were also no US-Vietnam diplomatic relations yet. The customs officers conducted a thorough search. But Minh was slightly surprised. Compared to other passengers on the same flight, he was asked more detailed and longer questions. The man with a brimmed hat on his head, sitting behind the small screen of a computer, was he an official, an officer, or a customs officer? Minh didn't know, and Minh didn't want to find out. The man coldly held Minh's travel document and entry paper, looked at Minh, looked at the photos on the documents, and then quickly typed on the keyboard. Minh saw the officer nod slightly to himself. He flipped through a stack of papers, stopped at one page, and then looked up at Minh with less indifference.

"Is this your first time returning home, brother?" the officer asked.

Minh had the opportunity to observe the customs officer more carefully. He must be younger than Minh's child if his child was still alive after two decades of war. The child Minh had never seen, didn't even know the name. The customs officer sitting here must have had good connections to serve in this position. Minh silently thought. Here, "equality" was practiced, addressing each other with the usual words "anh" (brother), "chị" (sister), or "cán bộ" (officer)...

"Yes, it's my first time returning". Minh replied.

"How long do you plan to stay?" the officer asked.

"I have reserved my flight, returning after two weeks. If I need to stay longer, I will request an extension and contact the airline to change the return ticket."

"Where will you be staying in Hanoi? Did you book a room at Thăng Long Hotel, on... Street? Are you planning to stay at this hotel?" the customs officer asked Minh.

Minh was a little surprised at how they knew the details. Perhaps when he applied for a visa to enter Vietnam, the service office had to list his temporary residence. He replied, *"Yes, that's correct."*

The customs officer stamped the entry seal on Minh's passport, indicating that the immigration process was complete, and said to him, *"You have plenty of time, no rush. You will have the opportunity to visit many places, and meet many familiar people."*

No one was there to pick Minh up at the airport, so he hired a car and went straight to the hotel. Many streets had changed, but many still had the ancient houses of the old days. Minh arrived at the hotel around noon, checked into his room, and then went down to the restaurant in the hotel. He was hungry. He told the waiter, *"Give me a bowl of rare beef and tendon Pho."* He intentionally used the phrase "bát phở" to fit the place and the situation. After many years in the South, then in the US, he had become accustomed to using the term "tô phở" for a long time.

Minh leisurely enjoyed the hot and steaming bowl of phở, trying to regain the taste of Hanoi's phở from the past. He was slightly disappointed that he couldn't find many familiar flavors. Perhaps the restaurant at the hotel wasn't specialized in cooking phở, and partly he had become accustomed to the rich flavor of phở in San Jose or on Bolsa Street. But he found here the type of flat, soft, and large-sized phở noodles from the old days.

After finishing lunch, Minh went up to his room, took a shower, changed into lighter clothes, and lay on the bed for a short rest. After the flights and changing time zones, he felt tired. But he couldn't find sleep, his mind restless, remembering the old scenes and people. Minh thought of Hạnh, the biological child he never met. He wondered how Hạnh was doing, what her life was like. If they were to meet, would it disturb her current family life? Since settling in the US, Minh had inquired multiple times, but most of his relatives and friends had no information about Hạnh, her parents. During their time studying in Hanoi, they had known each other for less than a year and had only passionately loved each other for over six months. Hạnh's relatives also didn't know anyone. After a brief rest, Minh decided to get up, change clothes, and leave the hotel to stroll alone on the streets. "Hanoi in autumn." Only now did he feel the special "essence of autumn" of this city. Perhaps in his youth, he only focused on studying, playing around, and paying little attention to the surroundings like the poets and musicians who had written many pieces about Hanoi. The theme of autumn here had become a "poetic and musical fashion," endearing even to those who had never been to Hanoi. Today, walking on the streets, he had his own personal feelings about the autumn in Thang Long land. After so many years, many roads had changed names. But the old path still lingered in his subconsciousness, in his memories, leading him to the street to Hạnh's old house.

And then a fading afternoon,
The sound of water waves playing.
Who brought the autumn?

Hanoi's sky is covered with clouds,
When leaves lingered in flight.
You went back to the old street.

A heart filled with hesitation and nostalgia,
Following the old path by the river,
You searched for the past.

To find the young lover of the past,
Years have passed by,
But the soul still dreams.

Give me a beautiful love, at the break of dawn,

Loving you for our own sake, for sorrow at sunset.
Let my lips find sweetness, a memory that lasts forever,
Your beautiful smile of the past, causing tears to well up later... (**)

Emotionally, Minh stood and gazed at the old house for a while. Perhaps it hadn't been renovated, as the gate and iron bars had rusted over time. The roof tiles and one side of the wall are covered in moss. Leaves scattered on the roof, on the pathway, on the red brick yard. The old electric bell was no longer at the entrance gate. He called out at the door, but no two large dogs were barking as they used to whenever he visited. A woman, of humble appearance and around thirty years old, came out. Minh inquired about Engineer Thọ, Hạnh, and her two siblings. The woman replied that her family had bought this house nearly fifteen years ago. She didn't know where the previous owners were now. Minh felt disheartened. He then contacted people in the two neighboring houses. They were also unfamiliar to him. No one knew the people he was looking for. He went to another house to inquire. An old woman informed him that when the North was bombed by the US, Hạnh's family sold the house and returned to the countryside to live.

SURPRISES

Minh was disappointed. The long journey didn't bring him what he had hoped for, nor did it alleviate his concerns. He absentmindedly walked back to his temporary residence.

Today in Hanoi,
With the sound of the gentle wind,

He entered the realm of memories.

Searching for his young lover,
In the old streets of the past,
But she was nowhere to be found...

(Roughly translated from the Vietnamese lyrics of a song)

Minh consoled himself that he still had nearly two weeks here, and that perhaps he would receive news of her. As it was almost dinner time, he prepared himself to go to the hotel's restaurant once again. He planned to take a short walk after the meal and then return to his room to rest, and tomorrow he would decide. Suddenly, the phone in his room rang. He picked it up. The hotel staff informed him that someone wanted to meet him. He asked who it was.

"Sir, they didn't specify, they only mentioned that they wanted to meet Mr. Nguyễn Trọng Minh. We checked and found that you are staying in this room."

Minh replied that he would come down in a few minutes. He was curious and somewhat concerned. Had he not notified anyone in Hanoi about this trip? Or did the police want to find him because he had "crimes against the people" or "against the revolution," never attending any re-education sessions? Nevertheless, since he was already here, he thought there was no other choice. Whoever wanted to meet him, he would meet them. Could it be that the ongoing negotiations between the US and Vietnam, which the Vietnamese authorities were secretly and actively promoting, were causing complications for someone returning to the country with a tourist visa like him?

Minh took the elevator down to the main floor of the

hotel. A young man, around 25 or 26 years old, dressed in a khaki uniform, approached him.

"Are you Mr. Nguyễn Trọng Minh?"

Minh felt a little nervous. The young man didn't address him as "brother" like the airport official. The young man wasn't wearing any military insignia either. Minh, who was visiting Vietnam for the first time, didn't know if this person was an official, a military officer, or a local police officer. Minh maintained his calm demeanor as he answered:

"Yes, that's me."

The young man was not as cold as his "comrade" at the airport earlier in the day. He even seemed delighted:

"Please follow me. Someone wants to meet you at the hotel's dining hall."

Minh followed him to a table at the far end of the restaurant. A woman dressed in a blue *áo dài* (Vietnamese long dress for ladies) was sitting alone, reading a magazine. The newspaper covered half of her face. As Minh approached, the woman gently placed the newspaper on the table and stood up, looking at him with a welcoming gaze. Minh was stunned. Hạnh was standing in front of him. She still had fair skin, a radiant smile, and a small mole near the left corner of her lips, 20 millimeters away, just as he had silently measured with his eyes many times in the past after kissing her. She extended both hands forward. Minh could only utter a word as he reached out to hold his former lover's hands:

"Hạnh!"

"Anh!" (My Dear)

Hạnh also uttered just one word, but it seemed like they had said a lot, conveyed everything... all the longings and separations. Minh stared at Hạnh for a long time. More than 30 years had passed since they last met, he calculated silently. She still had that youthful grace despite the hardships the country had gone through and the life changes. He couldn't hide his surprise and moved his gaze as he looked at her:

"Hạnh! This is so unexpected. How did you know I was here?"

Hạnh spoke in her gentle voice from the past:

"It's a long story, I will tell you. But now, let me invite you to have dinner with me tonight."

She signaled the waiter to come to their table, skillfully choosing and ordering a few dishes that Minh used to enjoy in the distant past. She also ordered a bottle of red wine. Hạnh truly surprised him. The former schoolgirl, his "little sweetheart," now carried herself with elegance and sophistication. Minh silently observed her and then glanced at the dress she was wearing. It wasn't the sky-blue color that she knew he liked. She had chosen the moss-green color, which complemented her fair skin, with delicately embroidered golden leaves on the chest area. It was elegant, perfect for the autumn season. The food and wine were served on the table, and they raised their glasses.

Hạnh raised her glass and said:

"I'm glad you came back to visit Hanoi."

"I'm happy to see you again. I came back to find you and meet our child."

Minh continued enthusiastically:

"You tell me what has happened to you since we parted."

She smiled lightly and said,

"I want you to tell your story first."

He fell silent, unsure of where to begin now. His life had seen so many changes, so many events, how could he summarize it in just a few sentences? But Hạnh spoke up before Minh could say anything, revealing things he didn't expect:

"You don't have to say it, but I know a little about you, Minh. You were an Air Force Major in the former South Vietnam military. You went to the United States in April 1975. Now you're an engineer, with a company in computing and many employees in San Jose, California. I know you got married when you were still in Saigon. Your wife's name is Hằng, Bích Hằng. You have two children with her."

Minh was greatly surprised, staring at her with wide eyes. He also noticed that she tactfully didn't mention that he belonged to the opposing army. He didn't understand how she knew so much about him. Before he could say anything, she looked at him intently and asked:

"But I don't know how you met and married Hằng in Saigon. She must have been beautiful, right?"

Minh smiled and silently acknowledged that Hạnh, like many women, often paid attention to details about her former lover's spouse. She continued before he could answer, *"I've heard that the South VN Air Force officers were very charming, skilled dancers, and they always chose beautiful wives. Is that true?"*

Minh spoke softly as if confessing,

"I was destined to be close, fall in love, then marry a student. I met Bích Hằng, my wife, when I was teaching at Văn Lang private school in Saigon, back when she was in eleventh grade. After joining the military, we had our wedding when I was still a lieutenant. Hằng is ten years younger than me." Minh thought about fate. Was it true that he had the destiny of falling in love with his student and then marrying her? Any woman he got close to and loved also had a part of her name "Bích". There was Bích Hạnh right in front of him. Then there were Bích Ngọc, Bích Ngà, and finally his wife, Bích Hằng."

Minh leisurely took a sip of wine. It tasted really good. He didn't know if it was because Hạnh had chosen it skillfully, or if it was a "high-quality" wine, or if it was his heart rejoicing at this reunion. Perhaps it was all of them. He looked at her and said,

"You already know my story. How do you know all these details? I suppose you have a friend in the U.S., right? Now I'm eager to hear about you."

Hạnh smiled softly:

"Let me tell you, my dear. When the country was divided, my family was also hesitant and confused. But some uncles and my older brother joined the resistance from the beginning. Many of them held high positions and sent messages, saying that my family and relatives should stay behind as everything would be taken care of. My paternal grandmother and my maternal grandparents were already old and couldn't leave Hanoi or their hometown to go South. So, the whole family stayed. When I became pregnant, my parents scolded me severely. I was devastated and wanted to die. At one point, I even thought of leaving, taking the risk of going alone to Hai

Phong to find a way to the South and meet you, to live with you."

She paused and then continued with a touch of regret in her voice:

"But back then, I was too weak and didn't dare to take the risk to find you. Later, when Hanoi was transferred to the new regime, my family finally discovered that Phúc also was an educated person, had a high school diploma, and had joined the revolution. Phúc was a resistance fighter and was assigned to work in the internal enemy affairs division. He was responsible for propaganda to encourage young people to evade conscription. If they wished, Phúc would arrange for his organization to find a way to get them to the resistance areas. Phúc agreed to be my father's driver, just a cover for him to secretly carry out his mission. After Hanoi was transferred to the new regime, he held important positions in the security and intelligence agencies and provided a lot of help to my family. In the past, Phúc often used my father's car to drive me to school. He was 12 years older than me but secretly loved me. To avoid gossip among acquaintances in Hanoi, Phúc asked my parents to bring me to his hometown, Nguyễn village, near Vân Đình in Hà Đông. Phúc then asked me to marry him and later accepted our child as his own! Neither of us has any other children!"

Minh listened to her story, astonished. With the typical male mentality, he felt a slight annoyance towards "driver Phúc" from the past. But then he reproached himself for being petty, for his class discrimination feelings, and for being jealous of someone who had helped Hạnh, had a tolerant heart, accepted himself as a latecomer, and had even raised Minh's child. He anxiously asked:

"What is the name of our child? I want to meet him. How is your life with Phúc?"

Hạnh gently replied:

"You will meet our son. Thầy (Father) and Mẹ (Mother) named him Lộc. Thầy's name is Thọ, and my husband's name is Phúc. So, our family has Phước Lộc Thọ, which means Fortune, Prosperity, and Longevity."

Minh's heart might have skipped a beat upon hearing her say "My husband". But he humorously said what came naturally to him:

"If you have two more children with Phúc (Lucky), let's name them Khang (Healthy) and Ninh (Secure) to complete the set."

She laughed, and her voice trembled slightly:

"It's not that we named our children and then we will get what we wanted as their names indicated, my dear. My father and mother have passed away. My two younger siblings have been married for a long time. Phúc retired and later had a stroke, and he used a wheelchair for a while. It has been over two years since Phúc passed away. Before that, he held many positions in the police and intelligence agencies. When Lộc grew up, he also entered this field. Lộc didn't have to fulfill his military service in the South like many young men of his age. I let him know about his father a few months after Phúc passed away. Because he works in the security field, he automatically searched for news about you through the Vietnamese Overseas Affairs and Intelligence Agency. In my heart, I wanted to let the past go. Both you and I have our destinies now. But during the security procedures, Lộc saw your name on the tourist list and immediately informed me.

So, when you come back, Lộc monitored all your movements and contacts and let me know. He also wants to meet his father. Lộc told me earlier that you went back to the old street to find me. I'm happy that you haven't forgotten me. So, I've been looking forward to meeting you. The young man you had met earlier was Lộc's driver."

Minh couldn't believe that his every move and action had been known and monitored. But he felt relieved. His doubts and concerns were resolved.

When it was time for dessert, Minh noticed the waiter bringing a large, beautiful cake to their table, but it was certainly too much for just the two of them. He was still surprised when the waiter returned with a pot of hot tea, with the fragrant scent of lotus tea, and four cups for tea. Hạnh looked at him affectionately, with a radiant smile:

- *Now you will meet our son, daughter-in-law, and grandchild.*

She gestured towards another table at the far end of the room. A young couple, also fashionable and young, along with a girl of about three years old, walked to their table. Minh hadn't expected Hạnh to be so considerate, arranging for him and Hạnh to have an intimate conversation for a long time before introducing him to her son and his own family. Hạnh introduced them:

- *Children, come and greet your father. Thảo, put your hands together and greet Grandfather.*

Minh fell silent, unable to say anything for a moment. It had been just over ten hours since he set foot in beloved Hanoi, and his emotions were overwhelming. So many unexpected twists and turns happen one surprise after another, like in a dream, a novel, or a movie. Despite the time difference and the expected sleepiness, he felt unusually alert. He chatted with his son, and daughter-in-law, and cradled his grandchild in your arms. Everything felt familiar to him, no awkwardness, no strangeness. Hanh spoke up:

- Did you come to Vietnam alone? Didn't Hằng come with you? Does she know about our past? Do you have any work here?

Multiple questions at once, but Minh answered calmly:

- I had business to attend to in various places, and many transactions to make. My wife is accustomed to it. Before marrying Hằng, I let her know about my past, about having a child with someone else during my time in Hanoi. Hằng understood and loved me, but she was concerned about the shadow of a previous relationship when she married me. Few would have expected that a northerner and a southerner would meet again under these circumstances. Hằng just wondered if I married "Bích" Hằng to replace "Bích" Hạnh in my heart. As for work, it's very likely that in a few years, the US and Vietnam will establish diplomatic relations. American capitalists and businesses, as well as many other countries, are interested in exploiting the Vietnamese market and investing here because of the large population and cheap labor. The media and computing industries will flourish in the coming years, especially in Silicon Valley, where I currently reside. The main purpose of my visit to Vietnam this time is to meet you. Some people in the electronics industry have also asked me to explore the market and business opportunities in the coming years. But that's a secondary task for me on this trip.

The conversation continued until midnight, and the

restaurant was preparing to close. Minh had to say goodbye to Hạnh and his son's family, making plans to meet again in the following days...

RETURN FLIGHT

Minh shortened the trip and only stayed in Vietnam for a week. He achieved his goal, meeting and having deep conversations with his ex-lover, meeting his son, and resolving the doubts and questions that had been lingering in his mind for many years. The company also called him to come back to sign two important contracts. On the flight from Hong Kong to the US, he treated himself by upgrading his seat. He changed his plane ticket to first class, paying extra for a higher price. He felt the need to relax after a week of going here and there. The seat was spacious and comfortable. The legroom was also comfortable. With a long flight ahead, he leisurely enjoyed a delicious glass of champagne and food with beautiful utensils served by the young and graceful flight attendant.

On the return flight, he felt that the airplane was smoother than the outbound flight. Perhaps the aircraft encountered fewer air gaps or unusual changes in atmospheric pressure. Or maybe his worries had subsided. Or maybe the seat was too comfortable. He reclined the seat back, pressed the button to raise the footrest to a comfortable lying position, closed his eyes, and whispered to himself that he would find sleep. This seat was comfortable, and he turned it into a temporary bed to sleep.

But just like on the outbound flight, his mind wandered. He thought most about Hạnh. Throughout his time in

Hanoi, she and he met every day, affectionately like two close friends. Yet, he only kissed her once when they said goodbye, without any sexual or physical acts. If he confided in his "dashing" close friends from his military days, some would not believe it. They would say he was "timid," a "Confucian gentleman," or "as moral as Confucius himself." Probably his "lifelong best friend" from his student days, a well-known playboy, who also joined the Air Force with him, would say Minh "refused to have fun." This friend knew the truth about his relationship with Hạnh since their time in Hanoi. Only Minh knew the reality. He saw that Hạnh cherished their relationship even more than he did. Perhaps she wanted to respect his current family's happiness. He was the same way, already past the prime of his life, weighing and considering things, no longer as impulsive as in the past. He didn't want to betray his wife. Hằng had always been kind and complete as a devoted wife to him... And who knows, when he was in Hanoi, there could have been someone watching. The first officer to review the reports and briefings was undoubtedly... his son.

He thought about Hanoi, where he still had many memories of his youthful years. The melodic tune of Anh Bang's song *"Nỗi Lòng Người Đi"* (The émigré's sorrow) resonated in his ears. "I left Hanoi at eighteen when I first fell in love..." He left Hanoi at twenty-one, but how accurately the lyrics expressed his feelings when he arrived in Saigon that late autumn. The song was old, but whenever he heard it, it still left a strong impression, a deep emotion in him. Without the war, perhaps he would have been living in Hanoi, working as a professional or a civil servant. Maybe he would have been a teacher, having a warm and peaceful family life with Hạnh... There would have been no "that aloof guy named Phúc" entering her life! Now he understood why Phúc had seemed distant from him in the past... With the war, if he hadn't emigrated and stayed in the North, he might have been forced to serve in the "Liberation of the South" campaign, whether he wanted to or not. Maybe he would have lost his life on the battlefield in Trường Sơn, Khe Sanh, Ban Mê Thuột, Hạ Lào... If he had survived, who knows, he might have become a "high-ranking officer carrying a "short gun" like some of his old classmates, whom he didn't want to meet.

He continued to contemplate and silently laughed to himself. In the past, Hạnh's father often used the government car and driver to take her to school. As for him, back when he was still in Vietnam, sometimes he used his driver and military Jeep to take Hằng, his wife, to her cosmetic store. How could the military salary be enough? Hằng had to do business to supplement the family budget. And now, Lộc, his son, who knows what level of power he held in the intelligence security sector, also used employees and even government vehicles to pick up his mother and bring her to the restaurant to meet him on the first day, then took both of them here and there during the week he visited Hanoi. It turned out it was the same everywhere. Despite improvements, revolutions, democracy, dictatorship, freedom, capitalism, or socialism... they couldn't change the human psyche, thoughts, and actions dominated by human instincts.

He thought about his own business, weighing and contemplating. His computer company was developing, giving him an early opportunity to become the owner of a solid foundation and a considerable enterprise. Some American capitalists collaborated with him, as well as the company's development and planning advisors, who especially advised him to expand business operations in many places around the world, including China and Vietnam. On the other hand, his comrades, former reformed prisoners, were sending him messages, advising him not to do any "business" in his homeland. Even a close friend said he would cut off contact with Minh if he expanded his business in Saigon.

Minh drifted into thoughts about the war, which lasted for two decades in his homeland. The war ended quickly, beyond his expectations and many others. The war, which he and many others got caught up in, was like tiny pawns on the chessboard. The war forced so many passionate lovers like Hạnh and Minh to be separated. So many families were torn apart. So much mourning... And even after the bloodshed ceased, there were still many differences, many disputes, for both his people and the Americans...

Minh then fell sleep on the plane without realizing it. In his dream, he saw California, he saw Hanoi...

Tran Van Khang

(*) Before 1975 according to the South Vietnamese education system, HS students must have two exams for the HS Diploma: one called "Tú Tài Phần 1" at the end of 11th grade and another one at the end of 12th grade called "Tú Tài Toàn Phần".

(**) Song: Trở Về Phố Xưa / Khanh Phương (Return to the old hometown. Lyrics roughly translated into English).

2. A FAREWELL

Công viên Tao Đàn nhìn ra quảng trường Tự Do (Đại lộ Hòa Bình, Cần Thơ trước 1975 (hiepcantho chụp lại từ ảnh cũ)

(Time: in the years of the Vietnam War. Space: in the Hậu Giang Region. The identities and circumstances of the characters in the following short story, if there are any coincidences in real life, are purely accidental and unintended by the writer.)

It was nearly half past seven in the morning when Huân arrived at his private clinic. Hòa Bình Avenue in Cần Thơ was bustling. Children were going to schools, workers were heading to their jobs. Military personnel, officials, and civil servants were on their way to their offices. Street vendors were busy with their carts. Coffee shops and small noodle stalls were filled with customers, and the air was filled with the sounds of laughter and conversation.

The clinic was quite crowded with patients when Huân entered. He put on his white coat and got to work, hoping to finish in time to return to the Military Medical Institute to resume his duties at nine o'clock. He had been on duty last night. Huân had stayed awake most of the night, performing surgeries and caring for the numerous wounded soldiers after the attack on a fortified post in Ô Môn and a mortar attack in Phụng Hiệp.

After examining the fourth patient, a nurse approached him and said, *Miss Hương wants to see the doctor."*

Since Huân's station there, Hương had visited him several times at the clinic. She often brought him fresh chicken eggs and fruits from her village in Ngang Dừa District, where Huân had served with his old unit two years ago. He invited her in, and Hương appeared at the entrance of the examination room, simple, youthful, and beautiful. She carried a small handbag. Huân greeted her, saying, *"When did Miss Hương arrive in Cần Thơ? Please have a seat here."*

He pointed to the chair, which the patients usually sit while waiting examinations. She sat down gracefully, feeling quite at ease as she had become familiar with Huân over time.

"I just arrived yesterday afternoon. I'm staying at my aunt's house. Doctor, are you available? I have something to discuss with you", Hương said.

Huân glanced towards the door, where over ten adult patients and children were waiting. It had been a long time since he last saw Hương. He had never seen her look so sincere and serious in the past. He said, *"Miss Hương, I'm afraid there are still many patients waiting. How about joining me for lunch? We can talk more then. Is that convenient for you?*

Without hesitation, Hương replied, *"Yes. I was planning to return home this morning, but it's no problem. I can stay in this city one more day."*

Huân quickly thought it over. This afternoon, after his shift from last night, he had the afternoon off. Inviting Hương to have lunch at the hospital club, Phong Dinh restaurant, or Ngọc Lợi restaurant wouldn't be convenient. Many people in the city knew him, and they would notice and gossip. He suggested to Hương, *"This afternoon, I have the day off. So, I invite Miss Hương to meet me at one o'clock at the Hậu Giang restaurant, near the New Bus Station. I also live nearby."*

Hương accepted the invitation, saying, *"I will meet you at lunchtime today, Doctor. Now, please continue your work. I need to go shopping for a few things to take back home".*

Huân bid farewell to this acquaintance at the door; a few female patients starred at Hương and then at him, observing for any signs of intimacy.

ooOoo

At midday, Huân returned to the clinic earlier than usual. After examining a few patients and not expecting patients anymore, he left early for his appointment. He didn't want Hương to arrive at the restaurant before him. It would be pitiful and improper for a young lady to wait there alone.

The city was scorching outside, but the restaurant was quite cool inside. Huân chose a small, cozy, and discreet table in a corner and ordered a glass of sweet lemonade. He reminisced about the days spent in Ngang Dừa nearly two years ago. He had accumulated many memories and gained some experiences, sometimes facing the war directly. He first met Hương when he had just graduated from medical school three months prior. Huân was assigned to the light Military Command of the Regiment and stationed at Ngang Dừa, an area consisting of many prosperous villages and hamlets along the Hậu Giang River of the Mekong Delta. One morning, while he was providing medical care to soldiers and civilians at the field clinic by the riverside, outside the perimeter of the military camp, Hương arrived with Tân, her elder brother. Tân was a platoon leader in the local militia (*). Both Hương and Tân earnestly asked Huân to visit and treat their grandfather, Mr. Lãm, an old teacher, who suddenly fell seriously ill after a heavy rainfall a few days earlier. Huân noticed that Hương was beautiful. He didn't expect to find such a charming and lovely girl in this remote place. Her natural beauty, devoid of cosmetics, was very endearing, characteristic of the girls in the Hậu Giang region. Hương was around eighteen years old, in the prime of her youth. Her skin was rosy and healthy. Perhaps her family was relatively well-off, and she didn't have to work in the fields like most girls here. As for Tân, Hương's brother, Huân had known him before. Tân had occasionally helped with security during Huân's civilian medical missions in the nearby villages. Huân inquired with Lieutenant Hậu, the security officer, and was assured that it was safe. He brought along two medical personnel under his command, and together with Hương and Tân, they crossed the river by boat. They then walked along the rice field banks to reach Mr. Lãm's village.

The house was made of red bricks, old but charming. It was surrounded by lush gardens, with many fresh fruit trees. There were numerous coconut trees, casting their shadows alongside the surrounding small canals. Inside the house, Mr. Lãm lay on a small bed, covered with a dark blue blanket. He had gray hair and a beard. Despite his illness, he still displayed the dignified aura of an elder, robust and gracefully aged. He was seventy-six years old. Huân greeted him with great respect for the elderly. He attempted to sit up, but Huân quickly intervened, preventing him from doing so. Huân checked Mr. Lãm's temperature and realized it was, very feverish, nearly 40 degrees Celsius. The family informed him that Mr. Lãm had been coughing for three days, with red phlegm. When the illness started, he shivered as if he had been soaked in cold water and then continued to feel hot. Huân used his stethoscope to listen to the patient's chest, and he could clearly hear crackling sounds in the middle of the right lung of the patient. It was likely acute pneumonia, a condition that often occurred in older individuals when the weather was cold. Huân asked about Mr. Lãm's medical history and learned that Mr. Lãm hadn't been allergic to any medication. He explained the diagnosis to the family, with Hương standing nearby listening. Huân administered a Penicillin injection to Mr. Lãm and prescribed several medications for daily consumption. He instructed Hương on how to take care of her grandfather and then returned to his station with the two medical personnel.

For the next two days, Huân had his nursing staff visit daily to administer medications and monitor Mr. Lãm's condition. He was pleased to be reported that Mr. Lãm had quickly recovered.

Gradually, Huân learned that Hương was the most famous and charming girl in the area and her family owned prosperous farmland. After finishing elementary school in the village, she was sent to live with her aunt's family in Cần Thơ and completed high school. When her aunt's family moved away, she returned and started teaching third grade at Ngang Dừa Elementary School in the previous academic year. Many people admired Hương. There was a captain from the local militia, a district secretary named Tâm, Lieutenant Hòa, who was the Officer of Transmission of the Regiment, and Teacher Ngạn, who taught in the village school alongside Hương. Teacher Ngạn was the only child of his elderly parents and was exempted from military service due to his family circumstances. Hương lived with her mother, her grandfather, and her sister-in-law, the wife of her older brother Hai. Tân, her second older brother, was a member of the district militia and lived nearby, occasionally helping the family. They also had several loyal farm laborers who tended to their fields and gardens for many years. Hương's father and brother Hai were said to be working far away and hadn't returned for a long time.

Since her grandfather's recovery, Hương often visited Huân's medical station. She usually brought him delicious fruits and, at times, prepared special dishes from the Southern region for him. Huân particularly liked her coconut-based braised pork dish. The pork belly was left in a long strip and simmered until it became incredibly tender and had a delightful sweetness. The braising liquid was rich and amber-colored. Then there was the pepper-braised fish, which was excellent when paired with "Nàng-Hương rice", a special variety that happened to include the same name Hương, which was very delicious. And there was the duck cooked with fermented tofu, which had a strong and flavorful taste. Through her eye contact, conversations, and caring inquiries, Huân knew that this girl from the

Hậu Giang countryside had developed feelings for him. Inadvertently, he became a barrier for those admirers who were seeking a romantic connection with her. Encountering a beautiful and gentle girl, Huân also felt a lot of affection. However, he planned to stay in this frontline unit until the end of his forward deployment, which was typically one or two years, before returning to a peaceful location to pursue further studies or work in the field of surgery, where he had some potential. Therefore, he maintained a polite, friendly, and caring relationship with Hương, but he didn't reveal any signs of love for her.

Mr. Lãm was fully recovered from illness. As an expression of gratitude, he invited Huân for a Sunday evening meal. Lieutenant Hậu from the security department and Lieutenant Phước from the reconnaissance team organized a night raid that evening. They established advance observation posts on the other side of the river, near Mr. Lãm's village. Hence, Huân felt at ease and accepted the invitation.

With an ancient Confucian manner, Mr. Lãm, dressed in a solemn robe, welcomed Huân. He was a respected figure in the region. He was born in the late nineteenth century and followed Confucianism. He once opened a school to teach Confucian literature. Later, he also learned the Romanized script and seemed to have participated in the anti-French revolution for some time. After that, with an aging mother, he returned to his village, taking care of his mother and living in the rural area, teaching a few students at home.

Huân was warmly treated with traditional local appetizers that were delicious. There was banana blossom salad with peanuts and shrimp, dried *Thiều* fish, roasted chicken with fermented tofu, fried soft-shell crab, and coconut rice. Mr. Lãm offered a special type of white rice wine, very smooth, fragrant, and quite strong. Huân sipped it gently, very slowly. His alcohol tolerance was moderate, and he knew that he would engage in a long conversation tonight, so he controlled himself to avoid getting intoxicated and losing composure in front of a respectable elder. The wine was stored in a porcelain jug, very beautiful. The white glaze had a hint of bluish haze. The artistic depiction and Chinese characters on the jug were in dark blue, intricate, and artistic. Huân only knew a few Chinese characters, and he could read the characters for "person" and "moon." The painting on the wine jug depicted an old sage admiring the moon while holding a wine cup, his face looking up. Huân praised the delicious wine and admired the beautiful jug.

Mr. Lãm recounted, "*My ancestor used to be an official under the reign of Emperor Gia Long. When the country was pacified, he accompanied the envoy to pay tribute to the Qing Emperor in China. Upon returning, he brought back some porcelain wares and books. This wine jug has been in our family for over 160 years, passed down to me for five generations.*"

Huân asked about the meaning of the painting and the two lines of Chinese characters written vertically on the right side of the reader. Mr. Lãm elaborated, "*The painting portrays Master Lý Bạch (Li Bai) gazing at the moon, and the two lines of poetry read:*

The current people have never seen the ancient moon

The current moon has shone upon the ancient people

These lines were excerpted from the poem 'Inviting the Moon While Lifting a Cup,' written by the poet Lý Bạch.

Then Mr. Lãm explained the meaning, "'People today do not see the moon of the past, but the moon has shone upon people of the past many times.'"

Mr. Lãm asked Huân if he read Tang poetry and knew Chinese characters. Huân sincerely expressed his fondness for Tang poetry but admitted that he only knew a few famous and widely spread poems by renowned Tang poets such as Lý Bạch, Đỗ Phủ, Vương Duy, Thôi Hiệu, and Hàn Dũ, among others. As for Chinese characters, he only knew a few, but he intended to study further when he had free time. Mr. Lãm seemed pleased. He brought out two thick volumes of Chinese books from a compartment in a nearby ancestral altar, yellowed paper with wooden block print. He mentioned that these were the two volumes of Tang poetry left by his ancestors from ancient times. He turned to a page and read the original text of Lý Bạch's poem, "Inviting the Moon While Lifting a Cup", explaining each line to Huân. It was an engaging conversation between an old man and a young man. With the Tang poetry book in hand, Mr. Lãm read a few more poems in Chinese and even recited some translated into Vietnamese by Tản Đà, Trần Trọng Kim, Trần Trọng San, and others. Each translation had its style. Mr. Lãm's verses were not inferior, and they were very profound.

The river was high that day, and the moon was full, shining from the clear sky, adorned with numerous stars. The night scenery was tranquil and peaceful. Hương occasionally came in and out, bringing more food, tea, and wine. The delightful conversation between the host and guest continued well past midnight. Huân's staff had already set up individual tents and bedding nearby, close to their reconnaissance post location. Huân stood up, expressing his gratitude to Mr. Lãm and requesting permission to take his leave. Mr. Lãm also stood up, showing sincere and caring gestures. "I appreciate your medical treatment, so I would like to present this wine jug to you as a memento", he said.

Mr. Lãm extended his hand, offering the valuable jug, by then, the wine had run out. Huân was completely taken aback by his deep sincerity and politely refused, "I am truly grateful, but this is a precious family heirloom. I dare not accept it. I am currently stationed in a combat unit, and tomorrow, I may march out for military operations. If something were to happen and this antique were to break, it would be such a waste."

ooOoo

And then, a week later, Hương and her companion Tân came to the Military Medical Station while Huân was working. Mr. Lãm instructed them to bring him fermented sticky rice wine in the antique wine jug that he had seen during the previous meal. Mr. Lãm carefully placed the precious jug in a wooden box, tightly packed with straw. Huân hesitated, as if reluctant to accept. Hương spoke up:

- I know my grandpa intended to thank you, his doctor with this gift since the day he invited you to have dinner. Doctor, please accept it for my grandpa's sake.

Huân suddenly realized the depth and modesty of old teacher Lãm. He waited for a full moon day to invite Huân for dinner with a wine jug with a picture of Lý Bạch and his verses of Chinese poem style "Đường" (Tang Dynasty) to entertain the guest. Huân accepted the gift and took out paper to write a letter along with an envelope. He wrote a few words of gratitude to Mr. Lãm, accompanied by four verses dedicated to Mr. Lãm as a gesture of gratitude. The short poem was composed by Huân when he had been lying in the tent, looking at the bright and beautiful full moon in the sky, just after bidding farewell to Mr. Lãm in the middle of the previous week:

This moon, reminiscent of the past with Lý Bạch (Li Pai)
Yet the source of poetic inspiration remains here
Could it be that in the drunken moments
The ancient and the contemporary intertwine in a shared drunken day.

Huân contemplated the ancient and the contemporary, like the distance between Lý Bạch and Mr. Lãm spanning twelve centuries. Or the distance between Mr. Lãm and himself, merely fifty years. Compared to the history of the Earth, which spanned billions of years, what significance did these distances hold?

Later on, Huân brought Mr. Lãm's wine jug back home to Saigon and carefully stored it, considering it a precious item and a cherished memory in his newly initiated collection.

In the following months, whenever he was not on military duty, Huân would accompany his staff on walks or take a boat to the village to visit Mr. Lãm and could see Hương, her mother, and sister-in-law. Huân and Mr. Lãm held a deep mutual respect and over time became as close as old friends. Whenever they had time, Mr. Lãm would bring books and poems of the Chinese poem style "Đường" (Tang) to read and discuss with Huân. Mr. Lãm would say:

- In my old age, I find joy only with my children and grandchildren, my garden, "Nho" (ancient Chinese) characters books, and these two volumes of poetry. Knowing that you appreciate ancient literature, Doctor, when the time comes

for me to join my ancestors, I will leave these two books in your care.

Huân expressed his gratitude and reassured him:

- I am grateful for your affection, Mr. Lãm. I can see that you are still strong and capable, and I believe you will live a long life.

One day, during an intimate conversation, Mr. Lãm spoke to him:

- Hương is gentle and virtuous. She has grown up and has had several marriage proposals. If you, a doctor, don't mind her humble background and rustic life, please consider her as a potential life partner in the future.

Huân was slightly surprised by the affection for Hương, the admiration for him, and the sincerity of Mr. Lãm. He hadn't considered Hương as a romantic interest. She was beautiful, and he felt affection and fondness for her. He cherished her like a younger sister and tried to find a way to convey his feelings:

- I appreciate your kindness, Mr. Lãm. I have just graduated from Medical School and it's currently the time of war. I don't want to commit or establish any love relationships at this moment. I plan to pursue further studies, which may take many years before I consider long-term commitments. I'm afraid I might waste Hương's youthful and beautiful years.

Mr. Lãm showed understanding and never mentioned this matter again.

ooOoo

Huân was reminiscing. Suddenly, he had been back in Can Tho for over a year. Hương entered the restaurant. It was busy with patients in the morning, and he didn't observe her closely. Hương looked as usual, beautiful and gentle. Her hair was straight, reaching the back, with the ends cut evenly. She appeared innocent, with light makeup. Hương wore a light brown silk shirt, paired with cream-colored trousers. She had on a pair of slightly high-heeled sandals. Her shirt revealed a beautiful slender neck and a necklace with a small Buddha pendant.

Huân warmly invited Hương to sit. This was a purely Southern restaurant, and the lunch crowd consisted of strangers waiting for transportation to various places. He asked Hương what she wanted to order Hương. She simply asked for a glass of fresh orange juice, a plate of grilled pork ribs with a few lettuce leaves and thinly sliced cucumbers. Huân also ordered a simple dish, rice with braised pork and pickled bean sprouts. He said to Hương:

- Since I moved back to Cần Thơ, I haven't had a delicious coconut braised pork like the one Hương used to cook for me.

He suddenly realized that he no longer addressed her as "Miss Hương" as usual. Hương replied with a beautiful smile:

- Next time I visit, I will cook it for you, doctor.

The two of them chatted intimately. When they were still in Ngang Dua, Huân never sat down to have a meal with only the two of them. He asked Hương about the current situation and activities in the hometown, as well as the well-being of familiar acquaintances. Hương replied sadly:

- Grandpa has passed away. It's been nearly a year now. Grandpa passed away peacefully in his sleep. In the morning, when I didn't see him wake up to have tea, I went to check on him and found out that he had stopped breathing. The funeral was crowded, even Mr. District Chief came to express his condolences.

Huân apologized for not knowing about this news earlier. He was also saddened by the loss of someone he cherished. Hương took a carefully wrapped gift from her bag:

- Since you moved back to Can Tho, every time Grandpa read these books, he would often mention you. In the past, whenever I came here to see you and returned home, Grandpa always asked if the doctor was safe and doing well.

He instructed me that when he became blind or passed away, I should find a way to give these two books to you.

Huân unwrapped the paper. Two volumes of poetry written in Chinese characters, which he used to see a long time ago, were now in his hands. He was deeply moved by the sincerity of this old acquaintance.

After finishing their meal, Hương looked at him and said:

- *You mentioned earlier that your house is nearby. I would like to visit and see your home.*

Huân couldn't bear to refuse, and he didn't have any valid reason to do so. He had the entire afternoon free.

- *Please, but don't expect too much. I live alone and it's not tidy.*

Huân invited her into his car. In just a few minutes, they arrived at the small house he had been renting for almost a year. Hương praised the lovely house. It was a one-story brick house, with a living room on the outside and a bedroom with a writing desk, and a wardrobe inside. He invited her to sit on the long couch in the living room and opened the fridge to get some soft drinks for both of them. Huân brought out a photo album from the years he lived in Ngang Dua for Hương to look at. Huân apologized for his sweaty clothes, then quickly took a shower in the bathroom, and changed into casual clothes for comfort. He returned to the living room, where Hương was engrossed in looking at the photos. He sat down next to her, looking at the captured moments. There were many pictures taken in Mr. Lãm's hamlet. There was a picture of Huân with Hương's family. She mentioned that she still had a picture by her brother, taken unexpectedly when Huân stood with his hands holding some mangoes, and she stood next to him. He remembered giving her a copy of that photo. The conversation became more intimate with each passing moment. Then Hương said to him:

- Today, I came to visit and deliver the books as Grandpa instructed, and I want to ask the Doctor something.

Her voice trembled slightly as if holding back some emotions. Huân spoke reassuringly because he thought she might be facing difficulties in the countryside:

- I consider your family as my own. If you need anything, let me know. I still have contacts and acquaintances with the Regiment and the District Chief.

Hương gently replied:

- I don't dare to ask you for anything. Regarding health and medicines, Dr. Nghĩa is also taking care of the people as you did when you were in Ngang Dua. My family is also acquainted with him, and we met Mrs. Nghĩa a few months ago when she visited him. I just wanted to let you know about this. Grandpa liked you, and he advised me to visit and inquire about you regularly. According to Grandpa, our ages' horoscopes are very compatible.

Huân was surprised by the boldness of this countryside girl like Hương. But then he reconsidered. Hương had completed four years of high school in Can Tho. Her behavior had always been sincere, affectionate, and appropriate. She wasn't someone entirely raised in the rural area as he had initially thought when he first met her. Perhaps the years of education in the town had helped her become more confident. Hương continued:

- My mom, my grandfather, and I, we all like you. But the opinion I just expressed was Grandpa's. I think you only consider me as a younger sister.

As she said that, tears began to well up in Hương's eyes. Huân didn't have a chance to say anything, he felt a mixture of shock and surprise. Hương added:

- I think someone like you, who has graduated from Medical School, must have had a girlfriend in Saigon for a long time. I also understand that you and I are in different situations, it's difficult for us to have a future together. Now that Grandpa is gone, and our home is empty, there are a few people who want to marry me. Whoever I accept, I have to wait for a year, until the mourning period is over, then I will have a wedding. My mom and Grandpa also have said that a girl only has a certain period, so I must make a decision. Because I've gotten to know you a lot, I wanted to ask for your opinion.

Huân was touched. Hương's eyes were still moist. He felt affection and a deep sense of respect for her feelings and sincerity. He placed his hand on her shoulder. Hương instinctively moved closer to him, resting her head on his shoulder. He gently embraced her in his arms, as if to reassure, as if to sympathize. He could hear the beating of her heart and the faint sound from her slender neck. After a brief moment, Hương asked:

- Secretary Tâm in the district, Lieutenant Hòa in the regiment, and Teacher Ngạn. Who do you advise me to accept?

- And the local second lieutenant in the district army, I heard that he also likes you.

- My second brother advised against getting involved with him. He is often seen drinking and hanging out with the girls at the stalls at the market.

Huân advised her as an elder brother:

- Love is a lifelong commitment, Hương. You need to think carefully. Consider who is a good person and who loves you more.

She looked at Huân with sincerity and with a touched heart:

- If I were to be honest, I love you!

After speaking, she raised her face, wrapped her arms around Huân's neck, and waited. He was moved, seeing the beautiful and charming young woman in her twenties with her cloud-like hair, mysterious eyes, and rosy lips. He felt drawn to her, he lowered his head and planted a long kiss on her lips. Both her heart and his pounded harder. He felt her chest, her firm breasts, even through the layers of clothes, his and hers.

Her voice trembled as if holding back some emotions. Huân spoke thoughtfully to make her understand:

- I have a lot of affection for you, Hương. Currently, I am applying for overseas training, which may take several years, so I haven't considered starting a family yet. Right now, your mother needs someone close by to help and take care of her. As for your brother, he is busy with his responsibilities in the district. The lieutenants and captains are being transferred here and there, and the lives of military personnel during wartime are unpredictable. I met Teacher Ngạn a few times when I visited the elementary school, giving vaccinations

to the students. I felt he had a noble character. He is also from the same hometown and teaches at the same school as you. You two will live happily together. You and teacher Ngạn have the circumstances to take care of your families, his parents, and your mother. So, in my opinion, you should accept Teacher Ngạn's marriage proposal...

Perhaps due to the physical contact and the kiss, Huân had unconsciously started calling Hương "Em" (my little sister) and referred to himself as "Anh" (your brother). Although his advice to her was sincere, there seemed to be a contradiction in his emotions, as if he had lost something precious.

Still, in Huân's embrace, Hương looked up at him, her eyes wet:

- *I came to visit you today just to let you know how much I love you. I want to have your image in my heart forever. But I have to try, I will think about your advice.*

He leaned down and gave her another deep, passionate kiss, but both felt as if it wasn't complete for a love that couldn't be realized, without results, without a future between the two of them.

A moment later, Hương regained her composure. She smoothed her hair and sat up straight. It was the first time Hương honestly told Huân about her family situation:

- *Do you know, that my father used to participate in the Resistance Front? When the country was divided, he went to the North to join the "revolution". We thought that after two years, there would be general elections, and our country would reunite, and he would come back to my mother. I was only eight years old when my father left, but I still remember it vividly. Now I'm twenty. About six years ago, my first brother and I were at home when someone from the Liberation Front handed us a letter from my father. It said my brother had to get out and join the Liberation Front. I don't know where he is now. And then my second brother reached the age to join the military service. If he didn't join over here, the other side would take him there. So, my second brother had to ask to join the district's militia, to be close to home, to take care of Grandpa, Mother, and me. It's just unfortunate for my sister-in-law, waiting anxiously for her husband. Mother is sad, she doesn't know who to talk to. My mother thought my first brother knew the terrain in our region, our area, and maybe he would return with the Liberation Front's army, attacking the post, attacking the district. Two blood brothers could end up shooting at each other!*

Huân also felt sorry and pity for the situation of Hương's family and his country. The war in the South, as well as the war in Vietnam, was so cruel and sad. The boundary of the two sides of the battle line was sometimes as clear and transparent as the north and south banks of the Bến Hải River. Sometimes it was as transparent as the outside and inside of a fort during combat. As inside and outside of a military target. Like this side and the other side of a strategic hamlet's fences (**). Sometimes it was fierce, brutal, confusing, and indivisible like in a melee battle. Sometimes it divided right in the family, between father and son, between siblings like the family of the innocent girl sitting next to him. He felt the unfortunate situation of his country.

Huân brought more drinking water for the two of them. He handed her a new towel to wipe her wet cheeks. When he was still standing to hand over towels, Hương stood up, her hands on his shoulders, looking at him affectionately.

She said something he didn't expect:

- I love you, I want to stay tonight, I want to give you my girl's life, my virginity. In a few months, I will get married, I will not see you again, and there will be nothing left for me. I don't ask for any strings attached.

Then she hugged him, and kissed him passionately, as if she didn't want him to say anything more. Huân hugged her tightly in his arms, and kissed her back, passionately responding to the young girl's love. He also felt the urges, the desire of his body when arms in arms, body close to body, and lips to lips interacting passionately. But then Huân was able to control himself. He remembered teacher Lãm's affection, teacher Ngạn's kindness, Hương's tolerant and suffering mother, and her deep and sincere love for him. Huân said with a moving voice:

- I will cherish forever the memory of today and the words you just said. Hương, you gave me kisses and made me understand, I understand a lot, of your love for me. I will always remember this meeting. I am so grateful for your love. But I want to respect you so that later when living with teacher Ngan, you will have no regrets, and you will also keep the beauty of our memories forever.

Hương blinked, slightly bowing her head as if in agreement.

It was late afternoon. Outside, the street was as busy as it was in the morning. Working people on their way home.

Huân knew that if Hương stayed longer, he might not be able to control himself anymore and would act differently from what reason had just advised him. Through the window, the sunlight was fading. The small room, just the two of them inside, seemed to have grown much darker and he was afraid that he and she would become more intimate. He used the car to take Hương to her aunt's house.

The next morning, Huân took a break from working at the clinic, went to pick up Hương, and took her to the riverbank. She boarded the ferry, her eyes wet again, back to Vi Thanh and then back to Ngang Dừa. The boat slowly left the wharf, getting smaller on the blue Hau Giang river, reflecting the beautiful sky. Hương's figure was also getting smaller. Huân waved his hand lightly in front of him. He saw Hương also waving her hand.

Farewell once again! Goodbye once again! Once again waving goodbye! Sad as the lyrics of a song he used to listen to. Huân was heartbroken many times. Farewell many times. But never had he felt so emotional as this parting time.

Tran Van Khang

(*) People's Self-Defense Force (Nhân Dân Tự Vệ) was a South Vietnamese part-time village-level militia during the Vietnam War. The People's Self-Defense Force mainly protected homes and villages from attacks by the People's Army of Vietnam (North Vietnam communist army) and the National Liberation Front (Mặt Trận Dân Tộc Giải Phóng

Miền Nam).

(**) The Strategic Hamlet Program (Ấp Chiến Lược) was a 1962 plan by the government of South Vietnam in conjunction with the US government and the Advanced Research Projects Agency (ARPA) during the Vietnam War to combat the communist insurgency by pacifying the countryside and reducing the influence of the communists among the rural population.

3. THE FISHERMAN

(The names of some places have been changed. If the identities and circumstances of the characters in the story coincide with real life, it is merely a coincidence, unintentional by the author)

The left bank area of Ngang Dừa River was a large and prosperous village. It also had a bustling market where people traded from early morning until noon. There were two "Coffee & Chinese noodle shops" and several Chinese grocery stores, which attracted many people to the market.

The right bank area had many fields, scattered villages, and a sparse population. A little further, about three or four kilometers by waterway, near the Sông Lớn (Great River), there was a fishing village called Xóm Chài. The population of Xóm Chài was around 1,500 people, with about 300 families. Many houses were built along the riverbank, with some brick houses topped with red tiles. Fishing families caught and sold shrimp and fish to the Ngang Dừa market every day. During the fishing season, they dried and sold their seafood. Boats carried dried shrimp and fish to other provinces for sale. On their way back, they brought essential supplies such as sugar, canned milk, kerosene, the boat's engine, fuel, and oils for the rice mill machine to the local shops.

However, this story is not about the geography and daily life of residents in a small area of the Hậu Giang Delta (*). The following story tells the unexpected relationship between a newly graduated doctor with a scholarly style and a local fisherman who specializes in catching crabs. People in the area usually referred to him as Hai Cua (Two Crabs).

At that time, in the mid-sixties, An was stationed in Ngang Dừa (a District) for a few months with his military unit. When not on military duty, An had a relatively light workload. Every morning, he went to the medical station located by the river to provide medical care and medicine to the soldiers in his unit. Occasionally, he provided medical assistance to the administrative staff of the district. Almost every day, some residents from the area would come by boat to seek medical treatment and medication. This civilian program not only aimed to win the hearts of the people but also provided an opportunity to gather intelligence news from the other side. An provided free medical services to the local population. He already participated in civilian medical programs twice in Xóm Chài. Each time, he was accompanied by military nurses, Lieutenant Hậu from the intelligence department, several other staff members, and a local representative. Whenever they conducted medical services, An and his colleagues dressed in dark-colored, loose-fitting clothes (called áo bà Ba) to blend in with the local people.

During many lunch breaks, An would rest on a hammock in a tent set up by the riverbank. He often observed Hai Cua sitting alone on a small boat patiently setting crab traps along the river. The river here, close to the sea, had brackish water for half a year, and there were plenty of crabs and fish. The crab traps looked like small baskets with a thin net and a large rock about the size of a fist attached underneath. The fisherman baited the traps with small fish or a small lizard. The crabs, attracted by the bait, crawled into the net to feed. Some crabs got entangled in the sparse net and couldn't escape. After a while, Hai Cua rowed his boat back, used a long pole with a hook to lift the traps, and successfully caught one or two crabs. An observed that Hai Cua's fishing technique was gentle and smooth. However, what impressed An the most was that Hai Cua had dozens of traps without any markers, yet he could remember the exact location and coordinates of each trap. He would use the hook to lift the traps, and he would catch crabs every time.

Hai Cua, about twenty-five years old, had a strong and sturdy physique, with a tanned complexion from the western sun and the fishing profession on the river. On several occasions, An went to the riverbank and waved Hai Cua to come ashore to make purchases. An had never tasted crabs that were as large, delicious, and firm as those found here.

Even the sea crabs he had eaten when he was young in Hai Phong, a northern port city, or the crabs in Vung Tau, or the crabs served at Diamond Restaurant in Cho Lon, weren't as tasty. There were times when An bought more than twenty crabs and enjoyed dishes such as steamed crabs and stir-fried crabs with tamarind, together with his fellow medical personnel.

One morning, while An was working at the medical station, Hai Cua and his fifteen-year-old sister brought their mother to seek medical treatment. Their mother, around sixty years old, was lying weakly on a stretcher. She was conscious but seemed to be in severe pain, suffering from illness for three days, vomiting, having a high fever, and complaining of abdominal pain. An examined her. Her tongue was pale and dry. She had a rapid pulse, and her heart and lungs were normal. Her abdomen was soft, but she felt pain when pressed. There were a few red spots on her chest and abdomen. Since they were far from medical facilities, An couldn't perform blood tests to confirm the diagnosis. He tentatively diagnosed the patient with "Ban Cua" (Typhoid) fever. The chief nurse sergeant agreed immediately, saying that the mother of a crab vendor being sick with "crab fever" was most likely correct. The patient seemed to be dehydrated due to the fever and vomiting and had not eaten or drunk anything for two days. An instructed the nurse to administer two bottles of IV fluid mixed with medicine intravenously to the patient. After that, the patient was given additional tonic and fever-reducing medication to be taken orally for a week. Hai Cua listened attentively to the instructions, thanked An, and used his boat to take his mother back home.

Over a week later, An saw Hai Cua out fishing again. He came to find An at the first aid station and presented him with a bunch of bananas and several large crabs. He said his mother had improved significantly and was recovering. An happily accepted the gifts and felt pleased.

ooOoo

Among the officers in the regiment, An was most acquainted with Lieutenant Hậu. An often played dominoes or Chinese chess with this young officer. Lieutenant Hậu used to be a second-year law student in Saigon. Unfortunately, Hậu failed his exams and was called up for military training at Thủ Đức Military Academy a few years ago. Upon graduation, with his legal education background, he was selected to attend an intelligence training course and then assigned to serve in the "Ban Hai" (Intelligence Unit) of the infantry combat regiment where An was currently serving. Being of the same age and having a shared past of being Saigon University students, An and Hậu easily empathized with each other, so they got along well.

One afternoon, Lieutenant Hậu and several staff members brought Hai Cua into the unit's interrogation tent. By chance, An was also present. An learned that a military intelligence officer had seen Hai Cua both fishing and making notes and drawings on a piece of paper, so they temporarily detained him and brought him to Lieutenant Hậu. During initial questioning, Hai Cua revealed that he lived in Xóm Chài with his mother and a younger sibling. He had a paper of deferred military duty for family reasons. Everyone knew that in the countryside, many people had such papers if they knew how to arrange it. An was shown the "evidence" that Hai Cua had drawn. An saw a crude drawing of a river, a row of houses on the opposite bank, a location of a medical aid station, and a row of small dots on the water. He didn't see any drawing of a command headquarters or the positions of two artillery guns. Under interrogation, Hai Cua claimed that he drew the dots on the river to remember the places where he set crab traps.

Lieutenant Hậu asked An "What do you think, doctor?"

An didn't want to take responsibility for whether to release or detain this crab guy. An also had no experience in interrogating suspects or intelligence work. Arresting and interrogating people from the other side was not An's duty. He replied, "Lieutenant, you should decide what's right. I don't see any evidence to verify his guilt. But if you have suspicions, what should we do next?"

Lieutenant Hậu hesitated slightly and said, "If we suspect or have more evidence, I will send him to the division for further interrogation. If there is nothing from the interrogation, we'll release him, usually after a few months. It's not fair to arrest and then further interrogate a person just because of this crude piece of paper. Or maybe we can just let him go."

An also thought about Hai Cua's mother and younger sister. A simple, rural woman, elderly and alone, recently recovered from an illness. If this guy was arrested and taken away, his two relatives would probably have no one to help them. Therefore, An also followed the Lieutenant's lead and said, "I think so too. Let's release him."

Hai Cua was allowed to leave, he looked at An and didn't say anything, but seemed to silently express his gratitude.

ooOoo

News came from Vị Thanh via radio frequency, stating

that An's father was seriously ill and was admitted to Đồn Đất Saigon Hospital. It was unlikely that he would recover, and the whole family needed An to return urgently. An received permission to leave immediately from the commanding officer. He then waited for helicopters for two days, but none available. The previous afternoon, there was a helicopter flight, but it returned to Cà Mau, which was further from Saigon. There were no roads for vehicles to travel on because the area surrounding the base was composed of villages, fields, and canals. If he couldn't use a helicopter, the only option left was to use a boat. An never dared to take a boat from here to Cần Thơ because in the past, some officers and soldiers who went on leave by boat were soon captured by guerrillas and then taken to secret locations, never to be seen again. But An couldn't wait any longer. In the past few months, An was informed about his father's serious illness, and it seemed unlikely that his father would survive this time. Therefore, An took a risk and decided to travel from Ngang Dừa to Cần Thơ by waterway. An was a close friend of Mr. Hưng, the Deputy District Chief. He promptly arranged for An to have a civilian identity card, a certificate stating that An was a teacher at Ngang Dừa Elementary School, and an official order instructing An to attend a meeting in Cần Thơ with the Phong Dinh Provincial Education Department (Cần Thơ was the main City of Phong Dinh at that time. An asked Teacher Hương to lend him her leather briefcase and some elementary school textbooks. An dressed in civilian clothes, resembling a village teacher, and early in the morning, he boarded a boat to Cần Thơ. He planned to catch the last trip of the public bus Đức Hiệp from Cần Thơ to Saigon the same day.

The boat left the dock near Ngang Dừa market. The

smoke from the diesel engine spread a pungent odor. An wanted to be discreet, so he sat inside the boat cabin. But the smoke made the air stuffy, so he had to move to the front of the boat to catch the cool breeze and find fresh air. There were only six women passengers on the boat, noisily engaged in trading activities and conversations. They were approximately in their twenties to forties. Two of them looked quite beautiful and youthful, with radiant skin. An thought to himself, in a poetic and humorous manner, as if wanting to forget the worries in his heart for a journey that could be considered dangerous for him: he never expected that he would have the opportunity to travel on the same boat with these businesswomen like the historical figure "Tư Mã Áo Xanh" had done in Tầm Dương dock. The difference was huge, as An was an anonymous village schoolteacher when it came to literary talent, while in ancient times, "Tư Mã Áo Xanh" was a renowned poet. The poet Bạch Cư Dị (the real name of Tư Mã Áo Xanh) arrived at the dock late at night. An departed from the dock early the next morning. "Tư Mã Áo Xanh" in Giang Châu in the past encountered a talented female musician while An encountered six noisy businesswomen. Every one of them took care of her own business, no one playing musical instruments well or singing talentedly!

The owner, also the helmsman of the boat, was in his fifties, and still strong. Someone had confided in him about An's trip, so he welcomed An warmly and openly. An saw some passengers on the boat amicably calling him Chú Tư (Uncle Tư) **. With him was his son, about fourteen or fifteen years old. He helped his father by using a pole to prop up the sides as the ship left the dock. As the boat moved, An saw the boy occasionally taking a water bottle and watering the engine, perhaps to cool the engine down. Thus, including An, there were only three men on the boat, and the other six passengers were women. An thought that the boat had nine people, this number was lucky.

The boat passed through Cồn Dừa and then Xóm Chài and was about to enter the Sông Lớn River. It was called the Sông Lớn (Big) River, but it was just a branch of the Hậu Giang River. This was the first time An moved away from his unit's location by waterway.

The female passengers started talking about their profits and losses, discussing business matters. These "businesswomen" were preoccupied with their affairs and paid no attention to An. Perhaps they were used to seeing someone crossing the river like this. Uncle Tư, the boat owner, offered An a cup of hot tea. The morning breeze on the river was cool and slightly cold, and having a cup of warm tea made An feel comfortable. An asked a few questions to Uncle Tư and the boy, but he limited his conversation, afraid of revealing too much about himself. Perhaps on this small boat, only Uncle Tư knew who An was. But Uncle Tư also called him "chú," meaning younger brother (**). An silently thanked Uncle Tư for wanting to keep his identity a secret.

The boat reached the large river, increased its speed, and the wind felt cooler. On both sides of the banks were clusters of fresh green trees, mostly bamboo and coconut trees. Occasionally, the boat passed through small villages, shaded by coconut trees. Many coconut trees stood with abundant fruit under their green leafy canopies. The scenery of the Hau Giang River region was truly beautiful and tranquil. Scattered boats were moving up and down the river. He opened the satchel that he borrowed from teacher Hương, took out a few primary school textbooks, and read them to pass the time. The reading books and math books covered basic addition, subtraction, multiplication, and division, with handwritten notes by Hương. The handwriting was beautiful and gentle, reflecting the nature of its owner, a kind-hearted young woman. An had only recently become acquainted with teacher Hương, about a month or two ago.

The boat had traveled more than twenty kilometers along the river when suddenly, there were three sounds of horns from the riverbank. A female passenger said:

- They want to check and collect taxes again!

An looked ahead. On the right bank, there was a red and blue flag tied to a long pole, swaying back and forth by the river. It was the flag of the National Liberation Front of South Vietnam! An immediately knew that their boat was being intercepted by the other side. He was truly afraid, fearing that this time he would be caught and lose hope of seeing his father again, who was severely ill. Perhaps he would be permanently separated from his mother and loved ones, facing hardship and humiliation. An thought that if he was imprisoned in a regime where there was no freedom even for those who were not arrested, it would be a great disaster for him, and he might even lose his life. An's heart pounded, but he tried to maintain a calm demeanor. Uncle Tư and the merchants on the boat remained unperturbed. They had grown accustomed to this "checking" situation.

The boat docked next to a small bridge that extended over the river. The bridge was made of two coconut tree trunks, without railings. Four guerilla fighters stood on the shore, waiting. Their expressions were casual, not as hostile as An had silently imagined before. Some were around sixteen or seventeen years old, while others were nearing thirty. Among them, only two were armed with carbine rifles, while the rest carried homemade grenades, all dressed in peasant clothes. An speculated that there must be their support teams positioned around here, hiding among the clusters of trees, with their guns loaded and ready to respond to any situation.

Two guerrillas boarded to check the boat, and one of them asked the boat owner:

- Anything unusual, Uncle Tư?

- Just the usual. The ship is carrying some merchants with goods to Can Tho.

- Do you and the merchants have something to support the Front?

This is a way to demand taxes. A woman said:

- I'm taking dried shrimp to sell in the province. Let me give a few kilograms to you guys.

She took a large bag of dried shrimp, carefully wrapped it in oil paper, and handed it to the young guerrilla. He said briefly, "Thank you, Aunty."

No one noticed anything about An, and he was quietly relieved.

Another woman gave the guerrillas dried fish. One woman gave them a box full of vegetables... The guerrillas accepted everything without refusing anything. "Tax collection" was probably the main task, and checking was just a secondary task. Seeing that the "taxes" were paid in full, they didn't ask anything else from those people. One of the guerrillas finally looked back at An:

- Uncle Tư, who is this man?

Uncle Tư calmly replied:

- He's a teacher who went to Cần Thơ, taking care of the school matters for the children.

The guerrilla looked at An, observed him, and said seriously:

- Show me your documents, and identification card.

An had hidden numerous documents, military ID cards, between the two layers of his wallet, carefully sealed with glue. An handed over the identification card made by Deputy District Chief Hưng and the order sheet for the meeting with Phong Dinh School District.

The guerrilla looked at the documents, then whispered something to the other person, which An couldn't hear. Then he said:

- We must ask Brother Hai about this case.

They detained the ship and ordered An to go ashore, standing next to a coconut tree. One person searched through An's bags and wallet. Another person checked if he had any weapons. Since there was nothing suspicious, one guerrilla said to another:

- You go inside to fetch Brother Hai.

An became even more nervous but tried to appear calm. It was only three minutes, but An felt like it was a long time. "Brother Hai" stepped forward from a distance among the trees. An was shocked to recognize that Brother Hai, the leader of the guerrilla group, was Hai Cua. An had treated his mother and had bought crabs from him several times. Hai Cua was slightly taken aback for a few seconds, but then acted as if nothing important happened, as if he didn't know An at all. He said to his subordinates:

- What's the matter, guys?

One guerrilla said:

- Brother Hai, this guy claims to be a teacher. We see that he's still young, with short hair. He might be an officer from the enemy. And a teacher is also a government official, so we have to ask you what we should do.

An was worried but tried to remain calm. He couldn't have imagined that his life and future now rested in the hands of this fisherman, Hai Cua.

Hai Cua turned to An:

- Show me your documents again.

An nervously looked at Hai Cua, who was examining his "fake teacher" identification card. Although Hai Cua's face was cold at the moment, An had to be very observant to notice a subtle smile on his lips.

At the same time, the businesswomen on the boat were becoming impatient. One of them, who had previously wrapped dried shrimps for the "Frontline Support," stood at the bow of the boat and spoke out:

- Brother Hai, you're skillful. Whenever you catch big crabs, save a few for me to buy.

Hai Cua turned back:

- Aunt Năm, I'm busy here this time, so I don't go fishing much. But if there are good crabs, I'll have Lài bring some to you.

A young woman on the boat spoke to the people on the shore:

- Let him go, brothers. We might miss our afternoon market session. This man is a teacher. Let him pass. Without him, who will teach our children?

Hai Cua glanced at An, briefly contemplated, returned the documents to him, and then said to his comrades:

- As a teacher, he just does teaching jobs. Let him go.

Hai Cua looked at An without bidding farewell, without saying anything more. Although they had met before, An certainly didn't expect a handshake of gratitude, a farewell greeting, or a future rendezvous. It wasn't the right time, and An never wanted to encounter this dangerous guerrilla fighter Hai Cua again.

Feeling liberated, An descended from the boat, breathing a sigh of relief. When he looked up, he saw Hai Cua leisurely walking deeper into the shore, disappearing behind the clusters of green trees. The small boat left the pier, and a guerrilla fighter shouted down:

- Uncle Tư, when you go back, remember to tell our folks to bring sugar and canned milk for us.

Another guerrilla fighter added:

- It will be better to have some bottles of Tiger branded beer "La-dze Con Cọp".

An realized that it had turned out they all knew each

other, and they shared the same mentality. Regardless of which front line they were on, ordinary people probably all yearned for peace and had the same material needs and ordinary desires.

On the way back to Can Tho by the river, An silently prayed. He prayed for a miracle to prolong his father's life. But the most urgent prayer that An wished for at that moment was not to encounter any more guerrillas blocking the road.

An arrived safely to Cần Thơ by boat and managed to return to Saigon on the same day by the last public bus. His father was still alive when An arrived, but his illness had reached its final stage. Two days later, An's father passed away.

ooOoo

After taking care of his father's funeral with his family, An stayed in Saigon for a few days with his mother and siblings. Two weeks later, he returned to Ngang Dừa to continue his duties as a military physician. He promised himself that he would never use the waterway to travel to or return from Cần Thơ again.

In the first three days upon returning to his post, An did a lot of thinking. Seeing him quiet and less active than before, the people in his unit showed understanding, as if they knew the great loss he had experienced in his life. In reality, An was thinking a lot because he missed his beloved father, but what troubled An was the fisherman named Hai Cua.

Hai Cua knew that An was a South Vietnam Army

Lieutenant. On the day An was intercepted by the river, if Hai Cua had captured him and handed him over, who knows what would have happened to An now? It was clear that An and Hai Cua were on opposite sides of the front lines. Hai Cua knew the terrain and the position of An's unit. He could provide directions or assist the opposing forces in accurately attacking or assaulting An's camp when the opportunity arose. If An and his comrades were injured, their unit would suffer heavy losses. But if An reported Hai Cua to the intelligence department, they would go to Xóm Chài to try to capture him. They would exploit and torture him to uncover more "Communist sympathizers" in the area. By doing so, Hai Cua would surely be led to a miserable fate, and his mother and young sister would have no one to care for, help, or protect them. Could An bring harm to someone who had shown kindness to him?

In An's life, he had often had to consider and make choices, but he had never had to calculate and think as much as this time. When he was a naive child, An often had to choose between two toys that his parents agreed to buy for him, such as choosing between a toy gun or a toy car. When he entered high school, he had to think for several days to choose between a literature or math major. After finishing high school, he had to choose between studying engineering at Phú Thọ University or studying medicine at Medical School on Trần Quý Cáp Street. After passing the exam of Interns (French Med. Education system) in Saigon, he had to choose between the internal medicine department or surgery. Now An needed to decide whether to report Hai Cua's activities or conceal everything as if nothing had happened.

In the end, An had a choice. He informed Lieutenant

Hậu, the intelligence officer, that during his trip to Cần Thơ a few weeks ago, he was intercepted and searched by guerrillas, and the leader of the guerrilla group was Hai Cua; Hai Cua knew that An was a Lieutenant physician but did not capture him. Lieutenant Hậu quickly decided:

"I will not talk about this to anyone. I'm afraid the higher intelligence unit will interrogate you, Doc, and you might have to appear before the Brigade's Intelligence Bureau, which would be very inconvenient and complicated. But you, Doc, have provided accurate intelligence information, and it is my duty to capture him. I will ask for permission from the Commanding Officer to conduct a surveillance mission in Xóm Chài tomorrow, and we will bring you along to provide medical treatment to the civilians. We must capture Hai Cua for interrogation. They, the Viet Cong, have a spy network around here!"

An had a close relationship with Lieutenant Hậu. He said, "For the overall security of the unit, I think your decision is correct. However, I will assign my assistant officer and military nurses to take care of the civilian medical cases and dispense medication this time. The intelligence officer and you, Lieutenant, will handle the other task. I want to avoid being present and officially participating in the operation to apprehend Hai Cua because it will be very uncomfortable for me".

Lieutenant Hậu agreed.

The next morning, a large force arrived at Xóm Chài. They conducted both civil affairs work and the search for the communist guerrilla Hai Cua. However, they couldn't find him. It was heard that Hai Cua had moved with his mother and sister to a distant village or hamlet, and no one knew exactly where they were. Or perhaps some people knew but were afraid to speak up. He had left Xóm Chài over two weeks ago, just a few days after he and the guerrilla team met An for the last time on the banks of the Great River.

ooOoo

In a gathering with friends in Saigon, An shared the story of Hai Cua. One of his friends asked:

- *Hai Cua didn't arrest you, even though he knew you were an officer on our side. Instead, you accused him and tried to capture him. Have you ever thought that your actions lacked compassion and loyalty, inferior to a communist guerrilla?*

An already had his answer:

"No! My friends, the initial contact, trade, and medical assistance between me and Hai Cua were based on personal feelings, and daily interactions that are very normal and natural for humans. Reporting Hai Cua as an enemy guerrilla after knowing his true identity is simply my duty to my unit, a responsibility of a soldier for the safety of my comrades and myself. Even though we should not count favors and debts when doing favors or repaying them, in this special case, it was even easier for me to decide. I helped to heal Hai Cua's mother once; I also contributed to releasing him once when we were still doubtful about his identity. In return, he gave me a bunch of bananas and a dozen crabs once and then he "pardoned" me once. If we calculate the debt of gratitude, consider it as an equal trade. Reporting the identity of Hai Cua was my duty. The decision to capture Hai Cua was the responsibility of the security lieutenant and the commanding officer. Furthermore, if Hai Cua let me go, it wouldn't harm his guerrilla group. On the contrary, if I didn't report his actions, I would've felt guilty towards the Regiment that I served and I would not be able to... sleep peacefully."

Within the unit, as well as with friends, no one ever mentioned Hai Cua again. But An encountered a small inconvenience. Until now, whenever he had dishes with crab, steamed crab, stir-fried crab with tamarind, salt and pepper crab, ginger and scallion crab, crab farci..., no matter how delicious they were, An could never enjoy this flavorful seafood naturally and "wholeheartedly" as before. Every time he had crab, he always remembered the communist guerrilla Hai Cua, many times he met, sometimes cheerfully, sometimes sadly, a long time ago...

Tran Van Khang

(*) "Hậu Giang" is a region of the Mekong Delta in the southern part of South Vietnam. Vị Thanh was the capital town of Chương-Thiện province in South Vietnam before 1975. "Hậu Giang" is also the name of the second branch of the Mekong River in South Vietnam. The other branch is called "Tiền Giang". After the Communist take-over of South Vietnam, they renamed «Chương-Thiện province" as "Hậu Giang province" and Vị Thanh is now the capital city of Hậu Giang province in Vietnam.

(**) In the Vietnamese language and culture, "Chú" means dad's younger brother, paternal uncle. You use "Chú" to address your dad's younger brother, and also to address a man older than you to show your respect (implying you consider him as your father's younger brother). However, if you address a man younger than you as "Chú", then Chú means younger brother (implying you address him on behalf of your child).

4. THE NOSTALGIC PIANO SOUND

In November 2002, for the first time, Miss Vietnam, Mai Phương, participated in the Miss World pageant held in Nigeria. The news was published in many domestic and international newspapers, as well as on small screens. Due to the opposition and violent protests in Nigeria, the Miss World pageant had to be relocated to the United Kingdom. I also didn't have a chance to follow it. For many Vietnamese people, the news of Miss Vietnam participating in the Miss World pageant was a joy, a hope for the beauty of Vietnamese women to be known worldwide. But for Tâm, my friend, this news made him more excited and prouder than many others. The reason was that Miss Mai Phương and Tâm were both

from Hải Phòng City, Northern Vietnam, where Tâm was born and grew up. Tâm often mentioned this port city. He said that Hải Phòng, the second largest city in the North, was a place where famous figures in literature, music, or intellectuals lived... Tâm loved music, especially Vietnamese music. He often talked about the composers he admired such as Phạm Duy, Đoàn Chuẩn, Từ Linh, Ngô Thụy Miên... all lived sometime in Hải Phòng. That day, when he had a chance to talk about Hải Phòng again, Tâm told us about the silent, first love of his life. Tâm has been practicing Law in the United States. The following short story was written based on Tâm's narration.

The sky has entered the character of late autumn, and the summer vacation is over. Some of my friends went to Hanoi to study because the only public high school in Hải Phòng at that time, Ngô Quyền School, only offered up to the fourth grade (10th grade in the US). My family was large, my father was a low-ranking civil servant, and our life was just enough to get by. To save expenses, I stayed in Hải Phòng and studied in the third grade (11th grade in the US) at Phùng Hưng High School, Teacher Chu Văn Bình, later known as novelist Chu Tử, was also the principal. Hải Phòng was the city where I was born and had many memories of my adolescence. That year, I was only 16 years old, and together with my friends, we enthusiastically attended classes because in the third grade (11th grade in US), we didn't have to worry about exams, and we had well-known writers as our teachers such as Trần Tiêu (the author of the "Con Trâu" Buffalo novel, also the brother of writer Khái Hưng), Sao Mai, Chu Văn Bình and Nguyễn Mạnh Côn. Our teachers taught us Vietnamese literature, and French literature, and often talked about literary activities in real life. We, the students, listened to them with great interest and admiration.

Approaching Tết (Lunar New Year), my parents allowed me to go to Hanoi to prepare Tết gifts for some uncles, aunts, and close acquaintances of our family. During my stay in Hanoi, I stayed at my cousin's house, Mỹ Linh, the daughter of my aunt, on Gambetta Street. Mỹ Linh at that time was at the same age as me and was also studying in the third grade, but she majored in literature in Hà Nội, while I majored in mathematics in Hải Phòng. Mỹ Linh was pretty, cheerful, and innocent, and she was dear to me like a sibling.

As soon as we met, My Linh said excitedly, *"Hey Tâm, I have to introduce a friend of mine to you. My friend will be coming to Hải Phòng to study."*

I was curious and asked my cousin, *"Is your friend as*

pretty as you, Mỹ Linh?"

Girls, and even boys, probably like to be praised. Mỹ Linh laughed and said, *"Tâm, you are still young but already attracted to beautiful girls. You may not finish studying. Phượng, my friend, is the most beautiful girl in our class, kind and gentle. I'm afraid you guys in Hải Phòng will bully her."*

The next day, after finishing dinner, I was helping Mỹ Linh comprehend a math lesson about algebra when Phượng arrived. I thought my cousin Mỹ Linh had arranged it but didn't let me and Phượng know. Mỹ Linh introduced me to her friend naturally, saying, "Tâm, my cousin from Hải Phòng is here to visit. He's teaching me math lessons from Teacher Bích. This is Phượng, my classmate."

Phượng slightly bowed her head, her long dark hair flowing down her slender shoulders, gently swaying. Phượng spoke with a Hanoi accent, *"Chào anh"* (Hello, my older brother).

I replied, *"Chào chị Phượng"* (Hello, Miss Phượng).

Mỹ Linh added, *"Tâm, you can call my friend by her first name Phượng. Phượng is my friend, so she's considered also as your cousin".*

I silently thanked my cousin for creating a friendly atmosphere during our first meeting. My teenage heart was filled with excitement. Phượng was truly a beautiful and charming young girl, and I found this newly met girl exceptionally lovely. When I looked at her with attention, Phượng became slightly unnatural, and I also realized my own "awkwardness" and quickly avoided looking at her with a "naive" gaze. Mỹ Linh invited us into the living room. With the Tết approaching, the house was filled with fruits. Linh offered us soft Persimmon fruits to eat with Vòng rice flakes. The ripe red fruits were juicy, sweet, and fragrant. I had never loved any young girl before, but sitting in front of Phượng and my cousin, eating the Persimmon fruits, I imagined that the cheeks of this beautiful young girl were probably as fresh and sweet-smelling as these fruits. The rice flakes from the Vòng village were a famous specialty of the North that many people knew. I thought they had a better reputation than Mr. Lang Vòng's medicine in those days.

We had a lively conversation, probably because we were the same age and in the first year of the Tú Tài program, only in different major subject areas. Through our conversation, I learned that Phượng's father worked in the public construction sector. Due to the war at that time, he was about to be transferred to Hải Phòng for a few years to oversee the renovation and expansion program of the Cát Bi Hải Phòng Airport to meet the needs of French fighter aircraft.

Phượng spoke to me with a slightly worried voice, "I am in Group C (focusing on literature). Anh Tâm said Hải Phòng only has one school that teaches up to the third grade (11th grade in the US), focusing only on Math. I don't know how I can keep up."

I reassured Phượng, "Don't worry, the math in the third grade is not that difficult. You will enjoy studying because the school Tâm is attending now has many teachers who teach Vietnamese literature very well. I'm sure you will like it."

I automatically used my name to address myself in a friendly manner. Mỹ Linh praised Phượng, saying, *"Phượng is very good in Vietnamese literature, she wrote the best essay in our class. Phượng also likes poetry and knows how to write poems."*

Phượng slightly bowed her head, and her cheeks blushed from the compliment. I mentioned the names of the writers who were teaching at Phùng Hưng School. Upon hearing this, Phuong's eyes sparkled with excitement. She said, "I visited Hải Phòng once or twice when I was little. And last year, I just passed by Hải Phòng on my way to Đồ Sơn beach. I'm not familiar with your city yet, brother Tâm. What do you think is special about Hải Phòng?"

I told her, *"My Linh can tell you more. She has visited Hải Phòng Harbor many times. Hải Phòng is a city with many laborers, ports, and workers, not as romantic and 'cultured' as Hanoi. Hải Phòng has a unique atmosphere as a port city. A young professor is teaching at Trí Tri School in Hải Phòng, with the pen name Song Nhất Nữ. He recently got married to a girl in this city and wrote a poem about Hải Phòng, which I can read for Phượng and Linh to hear."* I casually recited the poem "Hải Phòng," which had been broadcast on French Asia Radio for many months:

Oh far away Hải Phòng
There are thousands of nice people working hard
In the middle of urban streets
Living in poverty in dark alleys

Oh dusty Hải Phòng
Oh crowded Hải Phòng
Busy Piers
And the Hạ Ly Bridge is still there
This side is the Sáu Kho (Six Warehouses)

The other side is Cửa Cấm (a district)
Tam Bạc wind this afternoon is starry
Spring water follows the waves to the sea
A woman is selling vegetables in the crowded Iron Market (Chợ Sắt)
A rice porter outside Ba Ty Street is overwhelmed with dust
People from many chaotic regions have returned here
Hoping to exchange their poor sweat for some dried rice

Dear Hải Phòng,
Here is the car station
There is the Train station
The salty sea water has washed up on the ports
The scents of thousands of winds of the five continents
Dear Hải Phòng,
This is the land to get rich
The land to live, to earn money, to earn a living
To struggle to find food and clothes
The proud land, the famous port of the nation

Dear Hải Phòng,
I miss you forever

(Liberal translation of a Poem of Song Nhất Nữ)

In the following days, Mỹ Linh, Phượng, and I rode bicycles around the streets and visited attractions in Hanoi. Linh introduced me to the shrimp cake from Cổ Ngư, we rented a boat on West Lake, strolled, and ate ice cream several times by Hoàn Kiếm Lake. Before I returned to Hải Phòng, Phượng's eldest sister, Huyền, treated us to Hanoi-style grilled pork and noodles at her silk shop on Hàng Gai Street. Her shop was called Đan Phượng, named after a district in Hà Đông province. Chi Huyền told me that her family was originally from Hà Đông, specializing in silk production. Phượng was born in her hometown, so her parents chose that name for her.

ooOoo

After that Lunar New Year, Phượng's family moved to Hải Phòng, residing in a luxurious house on Ga Street, about ten houses away from Hoài's house. Hoài was a close friend of mine, and also my classmate. My house was on Cát Dài Street, just over a kilometer away from her house. Phượng quickly integrated into the new class, and the new school, and because she had become acquainted with me and then with Hoài, she did not feel isolated or strange. Phượng had the charming beauty of a young girl, with long flowing hair that reached her waist. She often wore silk *áo dài* (Vietnamese long dress), perhaps made by her sister Huyền's store, which was elegant and graceful, attracting the attention and admiration of many male students in my school. However, like other girls of that time, with a careful and serious upbringing, Phượng had little interaction with other boys in the class, except for Hoài and me. The two of us occasionally guided Phượng, and sometimes also her two younger brothers to visit the streets of Hải Phòng. Only a few months later, the "three-way friendship" between us became intimate, and I had additional longings and dreams of a blossoming "secret love" in my youth.

Phượng played the piano very well, while my friend Hoài knew how to play the guitar and had a good singing voice. In the artistic activities in class or the whole school, Hoài was always a shining star. I could not play any instruments or sing well. On a few occasions at Phượng's house, I sat and listened while Hoài played the guitar and sang, with Phượng accompanying on the piano. I found the sound of the guitar and the singing interesting, but I also felt a bit insecure about my artistic abilities!

Hoài and I often went to Phượng's house to help her solve geometry problems. Hoài was smart and handsome. He spontaneously gave Phượng a new name, Phoenix. One weekend, we decided to visit Phượng's house. We said it was to study together, but in reality, both of us missed her, even though we saw each other every day at school. One day, only Phượng was at home, while the rest of her family used the family's Peugeot car to visit Hanoi for some business matters for sister Huyền, we asked Phượng to play the piano for us. Phượng wore a silk ivory-colored outfit at home, with her hair flowing down her back, her beautiful figure standing out gracefully in front of the black piano, her slender white hands gliding over the keys. Hoài was good with music, so he paid more attention to the sound, the melodies, and the chords through the piano. Meanwhile, I paid more attention to the beauty of the girl whom I might have secretly loved. Phượng played Vietnamese songs like "Suối Mơ" (Dream Stream), "Bến Xuân" (Wharf of Spring), and "Thiên Thai" (Heavenly Palace) composed by the famous songwriter Văn Cao. Then she played "Con Thuyền Không Bến" (Boat without a Harbor) and a few other pieces by composer Đặng Thế Phong. After that, she played classical compositions by Mozart, Chopin, Schubert, and Liszt... Her skillful and melodious piano playing, along with her elegant and noble appearance, carried me into a world of emotions and dreamy sounds. She paused after the familiar piece "Lettre à Elise," which everyone who learns the piano knows, and then told stories and anecdotes about the composer when he wrote this piece...

Two months after Phượng's family moved to Hải Phòng, Hoài confided in me that he secretly loved Phượng. My close friend loved her but hadn't expressed his feelings to her. Perhaps he had some hesitation and shyness typical of students of that time, or he was afraid that if he confessed his love, it would dissipate like smoke. Hearing about the confession of my close friend made me feel conflicted because, as mentioned earlier, I also secretly cherished Phượng, perhaps from the first days of meeting" in Hanoi. But I thought we were still high school students, and although I had dreams, I did not dare to think about love affairs. I kept my feelings to myself. So, whenever Hoài talked about Phoenix, there were indescribable fluctuations in my heart. I just went along with it, sometimes even contradicting my feelings, reluctantly praising Hoài's thoughts. Friendship and secret love in this case made it difficult for me to express my thoughts.

It was often said that during adolescence, girls were generally wiser, more mature, and more "knowledgeable" than boys of the same age. I believed that with a woman's keen intuition, combined with the warmth and care from both of us, Phượng could sense and understand our feelings for her, even though we kept them discreet. Phượng also maintained a "silent affection" in her interactions, treating both Hoài and me with equal affection and kindness.

ooOoo

The war in the North between the Việt Minh resistance forces and the French colonial army, along with the national army, became increasingly intense and widespread. Many strongholds were lost. Then the French troops withdrew from the city of Nam Đinh. There were intense reports about the battle at Điện Biên Phủ. The Geneva Conference on Vietnam held numerous meetings for months. Then Điện Biên Phủ fell, and the Peace Agreement was signed on July 20, 1954. Vietnam was divided at the 17th parallel by the Bến Hải River. The North belonged to the Communist Việt Minh and was supported by Russia and China. The South belonged to the Free World, and the United States actively supported the consolidation of the South as a stronghold against the expansion of the Communist bloc in Southeast Asia. The French colonial army gradually withdrew from Vietnam, making way for the United States civilian and military advisory missions. A mass migration of millions of people from the North to the South was organized with assistance from the United States. The people of the city of Hải Phòng, where I resided, were also in turmoil. Everyone must decide whether to migrate to the South or stay in the North.

My father quickly decided that our whole family would go to the South. Hoài's family had an older brother and sister still in the resistance area. Hoài said that since "the Resistance had won" and "the country had gained independence," they should stay in the North. We also went to visit Phượng. She had an older brother who had joined the Việt Minh in the days of secret activities in the war zone. This brother sent a message to his family in Hải Phòng, assuring them of their safety and advising them to stay. Also, Phuong's grandparents were deeply attached to their homeland in the North and had a silk production facility in Hà Đông, so they refused to go anywhere. Therefore, Phượng's family decided not to migrate to the South.

I prepared to leave the familiar North region and the city of Hải Phòng with profound sadness. A week before the migration, I spent a long time having private conversations with Phượng. She confided:

- *I have Uncle Hải, my father's brother, working in the Security Department in Hanoi. He can't stay in the North. Uncle Hải's family will go to Hải Phòng and then go to the South because Hanoi will be absorbed first. Uncle Hải told my father that if my father agrees, Phượng and one or two siblings could go with Uncle Hải to the South. Hopefully in two years, during the general election, the North and the South will be reunited, and everyone will meet again, and all families will be reunited.*

I asked her with a glimmer of hope:

- *What do your father and you think?*

She said sadly:

- *My parents don't want me to be far from them, far from*

my siblings. The family must be in the same place.

I fell silent, my soul empty, thinking about a tomorrow, a very close tomorrow when I would be far, very far from my dear friends. Throughout that week, I tried to find ways to meet Hoài and Phượng.

My family boarded the 'Ville de Saigon' Ship at Hải Phòng port on a rainy morning that was not cold, even though it was in late autumn. My siblings and I, with our clothes, wet from the rain, carried our suitcases, boxes of belongings, and schoolbooks onto the ship. I saw my parents lost in thoughts, perhaps because they had to leave the familiar city after so many years of hard work, now departing with just a small amount of property in a few boxes, heading to an unfamiliar place with an uncertain future. I did not have much time for contemplation. I spent the remaining moments in Hải Phòng trying to be with my two close friends, Phượng and Hoài. I stood on the platform until the ship's last whistle before it departed. I tightly held Hoài's hand, and for some reason, perhaps after hearing many people's predictions, I said to Hoài:

- *Farewell, Hoài and Phượng. I will always remember today. We may find it difficult to meet again, people predict there may not be a general election.*

For the first time, I held Phượng's hand, and perhaps it was the first time in my life, that I held hands so intimately, so affectionately with a girl who was not a relative. The girl's hand was so tender. I wished I could hold her hand forever. In my heart, I wanted to embrace Phượng's gentle adorable figure in my arms, just once, but I did not dare to kiss her hand. I looked into Phượng's eyes, and my voice trembled:

- I hope Phượng and Hoài stay in the North, be together, help each other, and... be together forever.

I continued, maybe just enough for Phượng to hear:

- Hoài cares deeply for Phượng, do you know that?

Phượng said gently, and her affectionate gaze met mine:

- Phượng know, maybe I know many other things too, Tâm.

I managed to get on the ship just five minutes before it left the port, and I parted ways with my closest classmate and the girl I had developed strong feelings for since that day.

ooOoo

For many years, after the end of the war in Vietnam, I had the opportunity to visit Vietnam in the early 1990s and revisit Hải Phòng. My beloved Cát Dài Street had changed its name. The Ga Street of Hoài and Phượng, from the old days, seemed unfamiliar and different. I read a line of poetry from the Tale of Kiều to myself, *"Enduring so many harrowing events"* (trải qua một cuộc bể dâu). I did not want to read the following lines of Kiều, even though I have known them by heart since high school. I searched for the old houses. My old house, and the old houses of my friends. The people now living in the houses of my friends from the past were strangers, their voices also unfamiliar. They looked at me as a stranger, but not coldly. When I mentioned the names of my friends, no one knew who my Hoài and Phượng were. It had been over 30 years since I left Hải Phòng. The feeling I had was not the feeling of Từ Thức returning to his old place, because I had not found any place on this earth that could be considered a Heavenly Abode. But indeed, I had an indescribable sense of emptiness in my heart.

Then I visited Hanoi and wandered the streets alone. Although I was not familiar with the Hanoi of the past like many of my friends, I could see that Thăng Long (the old name of Hanoi) had also changed, very very much. Finally, my feet brought me back to the old street, Hàng Gai Street. One thing that surprised and delighted me, and my heart raced, was that the signboard of a shop selling sweaters, áo dài (Vietnamese long dress for ladies), and silk called Đan Phượng was still there. The trading streets in the capital Hanoi were usually short, especially compared to foreign streets. I nostalgically recalled that Đan Phượng's store used to be around this area on the street. The signboard was now bigger than before, with more artistic and decorative lettering. I stood in front of the shop for a while, not going in, allowing my heart to calm down. Or perhaps to avoid facing a reality that might disappoint me when the people in the shop would not recognize me, and I would not know anyone either! Through the large glass of the display case, I saw sweaters made of wool, thread, and beautifully designed *áo dài*, as well as rolls of silk that had not been sewn, hanging down from above, elegant and artistic. After a while, I turned my gaze inside the shop... A young and beautiful girl, in her twenties, was serving a few customers, probably overseas Vietnamese who came to buy or order silk clothes. I had never met the salesperson before, but her figure seemed familiar. This was my first time returning to Hanoi after nearly four decades apart. The salesgirl greeted me warmly in the old Hanoi accent, not the accent of many people in Hanoi today that I had the chance to interact with:

- *Sir, would you like to buy ready-made clothes or silk?*

- *Please continue attending to the customers trying on clothes, I'll browse the displays, and if I need to buy something, I'll ask for your assistance.*

Observing the items leisurely, I simultaneously tried to recall the image of a certain scenery from the past, but I couldn't find it. How could I see it after so many years have passed? I stopped at a counter inside. Behind the counter, a woman in her fifties sat knitting. Her hair had a few strands of silver, softly curled and slightly long at the back of her neck. She had a graceful and elegant figure. The woman looked up at me, her gaze gentle and familiar. I greeted her with a sentence to make sure, although now I think it was a bit silly because of the half-formal, half-familiar tone:

- *"Excuse me, are you Miss Phượng who used to be in Ga Street of Hải Phòng?"*

The woman dropped her needle and the knitting on the counter stood up and looked at me intently. A familiar voice from many years ago rang out:

- *"Is it you, Tâm?"*

I forgot all about basic politeness. Normally, I should have let the woman extend her hand first, but because I was so happy to meet my old friend, I forgot all about etiquette and grabbed her hand, a hand I had held once the first time, and thought it would be the last time, many years ago at the Hải Phòng port when I left the North:

"Did you, Phượng, recognize me?"

- *"Em" recognized you right away. You still have the same smile as before, unforgettable."*

In her first-person narration, Phượng had never used the word "em" (your younger sister) during our school days. Now, perhaps due to professional habits and interaction with Vietnamese customers from Saigon or abroad here, she used this form of address. But I was subjective and felt that the familiar form of address conveyed a touch of warmth from a long-lost feeling, from our youthful days. I eagerly asked:

- *"Where is Hoài now? Does Phượng have any news about Hoài? Tâm want to meet Hoài again."*

I still used the familiar form of address from our school days. Phượng blinked. There were faint wrinkles, traces of time under the corners of her eyes. Her voice lowered slightly:

- *"It's a long and sad story, Tâm. Hoài passed away many years ago. I'll tell you. But I am guessing you're visiting from abroad? Will you stay in Hanoi for long? Will your wife and children come with you?"*

Many questions came all at once, and I did not know which one to answer first, but I told her using the familiar form of address from the past:

- *"My story is also long and sad. I came here to visit Vietnam and for work related to my profession. I will stay here for another week. Currently, I am residing in the United States."*

Phượng quickly called the salesgirl back and introduced her with a joyful tone:

- *"This is Đan Tâm, the daughter of me and Hoài."*

She spoke to Đan Tâm:

- *"Uncle Tâm was your parents' schoolmate many decades ago. Uncle was very close to your father."*

Đan Tâm greeted me, she was beautiful and gentle like her mother:

- *"Mom mentioned you many times. She said she borrowed your name to name me when I was born."*

Phuong looked at me and spoke sincerely:

- *"I'm really happy to meet you again. It's almost six in the evening now. I'll close the shop early today. You can stroll around Hanoi now, and I invite you to have dinner with me and my daughter here at eight o'clock."*

- *"May I invite Phượng and Đan Tâm to have dinner at a nearby restaurant near Hoàn Kiếm Lake?"*

- *"There won't be a family atmosphere and it will be noisy over there, we won't be able to talk naturally and enjoy ourselves. Please accept the invitation to have dinner at our home, it would make me happy."*

I could not decline, and I did not want to decline. I bid farewell to Phượng and *Đan Tâm*, then continued strolling around the old streets of Hàng Đào, Hàng Ngang, Hàng Trống, Hàng Mành... in Hanoi. However, different from one hour ago, I now paid less attention to the surroundings. I was thinking a lot about the old days, about Hoài, about Phượng, about the time we had lived in the same city of Hải Phòng, about the first time I met Phượng at my cousin Mỹ Linh's house...

At the appointed time, I returned. Đan Phượng's shop was closed, Phượng opened the door and invited me up to the attic. The attic in which Chị Huyền invited me, Mỹ Linh, and her to have 'bún chả', the dish we had when I first came to Hanoi near Tết many years ago. The attic, which I wanted to call a "floor" after I had been influenced by the language in South Vietnam for many years, was now decorated neatly and cozy, making me believe that Phượng was living a relatively prosperous life compared to many people in the country. She served me Thanh Tri rolled rice cake, then white rice with northern-style braised pork, which had a slightly sweet taste and no coconut milk like southern-style braised pork, water spinach, with small and young shoots with green jade color, boiled just enough to be tender, served with Bần Yên Nhân soybean sauce. But my favorite dish that day was the sour soup with carp. The pieces of fish were fried golden, tender, and fragrant, cooked with tomatoes and star fruits, flavored with a little tamarind. It had been a long time since I had tasted northern carp, which was more delicious than the same type of carp in the US, and not many people in America eat it.

Phượng told me her story:

- "*After absorbing Hanoi, my older brother returned from the resistance zone, and our family returned to the rented house in Hải Phòng and came back to Hanoi to live together for a while. But life became increasingly difficult in the following years due to the weak economy, strict state control, not as 'open' as it is now. Hoài, at that time, was still in Hải Phòng but maintained regular contact with our family. My parents had a strong affection for Hoài. Meanwhile, my older brother, after returning from the resistance zone, introduced a high-ranking officer who was his friend, but I didn't feel any affection for the new person introduced by my brother. As you know, my father used to work in public construction, he advised Hoài to study civil engineering. Hoài was good at math, working and studying at the same time. He graduated as a civil engineer specializing in roads and bridges in 1962, and then we got married. Three years later, I gave birth to a grandson, Hùng, who is currently an engineer for the government at Hòn Gay coal mine. During the war to liberate the South, the government advised people to limit childbirth. It was not until 1972 that we gave birth to Đan Tâm, seven years younger than our first son. Just two months after the birth of Đan Tâm, Hoài was called to duty and went south to work on road construction for transportation on the Ho Chi Minh Trail. Six months after Hoài's departure, I received the sad news that he had died, hastily buried on the slopes of the Trường Sơn Central Highlands. Hoài didn't die from bullets or wounds caused by B-52 bombs. His transport vehicle overturned on a mountain pass, and I heard that he suffered severe head injuries and died instantly. Because our family had someone involved in the resistance early on, and also because Hoài died while on duty in the South, I the children belong to the family of a fallen soldier and have certain benefits and leniency. After the government allowed freedom of business, our family's trading activities and profits improved. My parents retired and now they are helping Huyền's family in silk production in Hà Đông, which is now part of Hà Nam Ninh. This shop is entrusted to me and my children."*

I felt sad in my heart, thinking of Hoài, my close friend from the past. Just as I wished my two friends when leaving Hải Phòng, they started a family together and lived with each other. One thing that was not fulfilled in my wish was that they could not be together forever! One person was gone. One person is still here.

When asked about my life, I also sincerely told Phượng:

- *"After leaving the North for the South, my family lived in Saigon, and my father continued to work as a minor civil servant as before. I studied law and then joined the national army, becoming a judge in the military court in a province in the Mekong Delta. I got married to a pharmacist and had two daughters. After April 30, while I had to undergo reeducation for seven years, I encouraged my wife and children to escape by boat, and they then successfully went to the US. After I completed my reeducation in Communist Camp, I managed to go to the United States. But my wife had a new family by then. I did not blame her because she was still young and escaped as a refugee with two young and naive children. It was difficult for her to have enough strength to raise the children alone in a strange place. It's something I had to understand."*

A standing upright piano, mahogany brown and beautifully positioned next to the wall. The piano from Hải Phòng was probably somewhere else by now. Phượng sat at the piano and played for me the melody of the "Dreamy

Stream" song (Suối Mơ). I sat there and enjoyed, feeling my life rejuvenated. The sound of the piano and its melodies evoked emotions and memories of the past, the years of youth, and student days. Đan Tâm graduated from the Hanoi Music Conservatory, and she played for me the songs that her mother used to perform in the past. Đan Tâm's fingers were skillful, and what surprised me was that she played both classical music and the later compositions of well-known musicians from the South before the year 1975.

While Phượng tidied up, I was sitting and chatting with Đan Tâm. The beautiful daughter resembled her mother in the past, 22 years old, and spoke with an endearing manner. Đan Tâm showed me the family's album. I was surprised that Phượng still kept a photo of the three of us taken during a cultural event at school in the past. In the picture, Phượng stood in the middle, her hair covering half of her face, Hoài stood on one side, and I on the other. I thought to myself about the superstition of many people who believed that when taking a picture with three persons together they would eventually drift apart. One person, Hoài, already departed forever. Đan Tâm leaned close to me and softly said, interrupting my thoughts:

- "*Mom once said that if the country hadn't been divided back then, we would've been your children.*"

Đan Tâm's words surprised me. After Phượng's husband passed away, did she confide in her daughter like that? At that moment, Phượng brought out lotus tea and green bean cakes from Hải Dương to treat us. Đan Tâm continued the conversation for a while and then asked to leave early, perhaps because she wanted her mother and me to reminisce naturally about the memories of the past.

Phượng spoke sincerely:

- "*Meeting you again is a pleasant surprise for me. After the war, I tried to inquire about you, but none of our mutual friends knew.*"

I fell into contemplation, thinking about Hoài. Thinking about Phượng now, a lonely widow. Thinking about myself, far away from the homeland, with a wife who had remarried. My material life was fulfilling, but emotionally, it was truly lonely. Since I opened my law firm, I have met quite a few women, but I have not found anyone who resonated with me to take the next step. Because of Đan Tâm's earlier remark, perhaps unheard by Phượng, I said and also asked myself:

- "*I wonder what the situation would have been now if my family hadn't migrated to the South from Hải Phòng back then.*"

Phượng seemed eager to confide:

- "*Phượng read in a novel by Lâm Ngữ Đường, something that Phượng finds very true: "Sometimes a small event, a momentary decision can have a significant impact on a person's entire life..." Phượng knows that back then when studying in Hải Phòng, both Hoài and you had feelings for me. If Phượng had followed you to Saigon, my life might have been different now."*

I suddenly recalled Phượng's words on our farewell day in Hải Phòng, "*Phượng know, perhaps even more than you, Tâm.*" And the two words "*my life*" she just used to describe her life, I presumptuously interpreted as "*our lives.*"

ooOoo

Upon meeting Phượng again, I stayed in Vietnam for over a week. Every day, I visited her. I revisited places with old memories. We dined at various restaurants, sometimes accompanied by Đan Tâm. The girl was happy to see her mother with her old friend. Đan Tâm showed a lot of affection towards me.

One evening, after listening to music at the hotel's tea room where I was staying, Phượng and I went out to have drinks and listen to music at a small club in the hotel. It was past midnight, and many guests had left. The musician played classical pieces on the piano. I asked Phuong to play some old songs for me. She hesitated for a moment because there were still some foreign guests in the room. I asked for their permission for my old friend to play some musical pieces. I trusted her piano skills, which had once moved me with their melodies. None of the guests objected; instead, they were delighted and wanted to hear the sounds of music from a virtuoso. Phượng gracefully played the opening notes and performed classical compositions, followed by some familiar Vietnamese tunes, from wartime songs to recent ones. Her playing was passionate, and her technique had become even more exquisite than before. I and the small audience members sat, enjoyed, and applauded until past two in the morning when the music room closed. Along with the glasses of wine, the nostalgic melodies brought back the feelings of our youthful days for both me and perhaps her as well. That night, Phượng stayed in my hotel room, and we felt like we were reliving a dream of the past. She whispered, "Actually, I started liking you from the very first time we met at Mỹ Linh's home..."

Since that night, my relationship with Phượng became more passionate. I "discovered" many things I did not know about her. For example, she had a mole that I found adorable on the upper part of her left chest. She did not like jewelry like many other women did. When walking or lying in bed, she preferred to be on my right side. After being intimate, she liked to lie in each other's arms and talk, not letting me go to sleep... And now, she likes to play some Taiwanese songs on the piano...

I convinced Phượng to start a family with me and to live in the United States. We were both in our middle age, had mutual understanding as longtime friends, and had known each other for many years. Our lives would gain more flavor.

I believed we would live happily, and I would get to hear the warm sounds of her piano every day. Phương agreed to my proposal.

I returned to the United States and quickly made arrangements for her to visit America for two months as my fiancée. After that, I visited her for a week or two every few months. Nearly a year later, I prepared to return to Hanoi for our wedding. Everything was being arranged by my friends and her family. With only two days left until I flew back to Vietnam, she called me:

- "Tâm, I hope you're not angry with me. I could not express my opinion calmly over the phone, I was afraid of hearing your voice when you're upset. Please turn on your computer and read the email I just sent you."

- "Is there something holding us back?"

Phượng's voice was still cheerful on the other end:

- "Nothing is holding us back. I will always love you. You still have me. Please read the email, and when it's convenient, then you call me back. I love you."

Phượng hung up. I abandoned the work I was doing, turned on my computer, and read her email.

"Dear Tâm,

I am afraid that speaking over the phone won't fully convey my thoughts. Please postpone this flight and come to see me and my children two months later. That's what I want so that when we meet next time, I hope you won't be upset with me.

I've thought it through carefully. You and I should live

together as close lovers, like a "modern" couple of this era. Starting a family together sounds ideal and very convenient. You're divorced, my husband has passed away, and we have "known each other since the old days." Our love and affection have been there for a long time. However, no matter at what age we start a family, there will always be commitments, duties, and expectations for each other. I came to the United States to visit you and lived with you for many weeks. There were cheerful and exciting experiences, and conveniences that I could not find here. But maybe because I have deep roots in this familiar land of Vietnam, being away from it feels like a tree without its roots. Living with you in a foreign country for only two months, I often felt disappointed, confused, and alienated, words can't express it. Even with you by my side, I have not felt complete happiness, and I'm afraid it won't bring you joy and complete happiness either. Living with you in the U.S., I would be far away from my elderly parents and my two children. I also don't want to ask you to return to Vietnam to live with me. And even if I wanted to, I could not because I understand your thoughts and ideas about life and society over here.

I ask you to please my wish, and we will be "lovers who love each other forever," will "always be lovers" like the title of a song, thinking of each other when we are apart and being truly happy when we are together... Sometimes I will come to the U.S. to visit you, and every few months, you will come back to visit me for a week or two. I will still be yours. Always yours.

Love and miss you,

Phượng"

I was surprised and bewildered at first by Phượng's

unexpected decision. I had prepared everything, including plane tickets, new outfits, and even a wedding ring for her. But people said what women wanted was what heaven wanted. Personally, I thought most of the time women were right, they had their good reasons. At times, they were not as indecisive as some men, including myself. This was my genuine thought, not something I said to please or flatter women. I was also careful with my words "at times" to appease some men who might not agree with me. Besides, Phượng was still mine, and I was still hers. Therefore, just the next day, I called to let her know that I agreed to her proposal, without any anger or reproach towards her.

During my recent visit to Phượng in Hanoi, at a restaurant near West Lake, she was still afraid that I might be upset. Sitting beside me, Phượng whispered:

- "Are you bothered by my decision?"

I looked at Phượng, held her hand, and put the wedding ring on her finger. We considered it as getting married, without a ceremony, without a feast, without formalities. After I gave her the wedding ring, Phượng was still afraid that I might be sad. I spoke sincerely and praised:

- "I only regret not being able to hear your piano playing every day."

Phượng seemed happy with my words, and she gently replied:

- "You should not regret that. There is a musician, a friend of Đan Tâm, who gave me a music album composed and performed by him. I like this album, the harmony and melodies are quite impressive. I listened to it every day, but after two weeks, I started to get bored and stopped listening.

However, occasionally when I listen to it again, I find it enjoyable. It's the same with my piano playing. I will play for you occasionally."

Phượng did exactly as she said. I knew Phuong practiced playing the piano regularly, perhaps every day. She once mentioned that when playing the piano, she felt her soul following the music, and it was the most relaxed time for her. During the days we spent together as an intimate couple, she only played for me occasionally, sharing music pieces filled with old memories.

Tran Van Khang

5. SPRING AT NHÂN ÁI VILLAGE

(Spring at the VILLAGE OF COMPASSION)

(The names of some places in the short story below have been changed. If the identities and circumstances of the characters in the story are coincidental in real life, it is just a coincidence, not the writer's will).

In the northern province of Ninh Bình, Vietnam, there was a beautiful and peaceful village, filled with charm and serenity. In the past, before the war, the residents lived in harmony and tranquility. Both men and women in this place were blessed with abundant and comfortable love lives. The people here had a tradition of loving peace. As if protected by divine spirits, even during the war between North Vietnam and France, this village was fortunate enough to be spared from the bombings. The village had a name like any other, but for respect of the legends and private customs of this particular village, let's give it a fictitious name the Village of Compassion to refer to this unique locality.

The village was situated near a major branch of the Đáy River, very densely populated. If all the hamlets were included, the population reached nearly three thousand people. The villagers' primary occupation was farming. Women engaged in weaving, silk production, and mulberry picking. Some men made a living by fishing with nets in the rivers. The fertile land produced abundant crops. If there was no war, any family with a few plots of land left by their ancestors and with diligent farming would surely have enough food, not to mention the wealthy landowners with vast fields stretching as far as the eye can see. However, like many other villages in the region, there were also some impoverished farming families with few agricultural plots. They mainly worked as laborers for the landlords. The river next to the village was teeming with fish, including large and small varieties. The most abundant were the "Mương" fish, numbering in the thousands, swimming in groups. When the villagers prepared chickens or ducks to cook by the river, simply tossing pieces of poultry skin on the water's surface would easily attract dozens of fish wriggling and jumping to devour the food. Another type of fish was called "Dầm" similar to "Rô" fish but with fewer thorns, and it could only be found in the river, not in ponds. During the fishing season, the wealthy people in the village bought these fish, salted them, and dried them for later use. During the harvest and planting seasons, they brought the dried fish to the rice fields to make grilled dried fish, which the laborers ate with their meals after working in the fields. For the farmers, as long as they had enough red rice and salty grilled fish, a few pickled round eggplant fruits (cà muối), and a pot of "mồng tơi vegetable" soup or water spinach soup cooked with wild crabs, their lives were considered happy.

Speaking specifically about love between men and women, the Village of Compassion was like a paradise. The people here were very open-minded and romantic, and they easily forgave mistakes in love. This tradition existed for hundreds of years, passed down through many generations, possibly since the village was founded centuries ago. The village had many distinctive features that caught the attention of visitors from afar. These included the Giếng Hoan Lạc (Pleasure Well), Núi Chim Cao (Tall Bird Mountain), and the Miếu Bà (Lady Temple).

The Hoan Lạc Well (Well of Pleasure), located near the communal house, provided cool and sweet water for the entire village. According to the local legend, one day, Thành Hoàng (the village genie) gave an omen to the first village chief about the location to dig the well and told him that whoever drank the well water would be healthy, live long, and give birth to many children. Many believed that the water from this well had the special property of nourishing health and enhancing fertility. Particularly every time someone accidentally or mischievously threw a stone into the well, there would be tumultuous love stories happening within the village. It could be two cousins falling in love and living together, or a married woman having an affair with a married man. The villagers attributed it to the "disturbed well" and brought offerings to the divine Thành Hoàng shrine, which settled it. Sometimes, when many young men and women, for whatever reason, were prevented from marrying each other, they intentionally threw a small stone into the well to fulfill their desire for a forbidden love. After that, they offered an apology to the spiritual realm, legitimizing and becoming husband and wife. The villagers easily forgave such matters.

The second characteristic of the village was a mountain called Núi Chim Cao (Tall Bird Mountain), majestic and solitary, situated by the riverside outside of the village. The elegant Confucian scholars described it as a mountain shaped like a wine gourd. Perhaps they usually thought about good wine, poetry, and good friends. Diligent farmers saw the mountain as a giant hand with a finger reaching up to the sky, showing the local people birds and flying clouds, sunny or rainy weather, allowing celestial observation to organize agricultural activities accordingly. Mischievous youngsters and village girls offered different interpretations. Regardless of individual imagination, every year on the lunar fourth day of the fourth month, thousands of swallows fly from the south to seek their old nests on the peak of Núi Chim Cao (the Tall Bird Mountain). It was said that in late autumn, to avoid the cold weather, the birds migrated to the South a thousand miles away to find warmth in the South. In Spring, the swallows returned and began a season of courtship and reproduction for the new generation of birds. They flew around the tall mountain peak, chirping happily, reminding everyone that spring had arrived and urging people to enjoy the beauty of the sky, clouds, sunshine, and love. They didn't return here before the fourth day of the fourth month; they only arrived on or after that day, sometimes one or two weeks later. During this time, the villagers had already finished planting their crops, and it was the season of weddings, the Spring Festival, and love. Unmarried young men and women in the village had a better chance to get closer to each other. Married men and women seemed to intensify their love in harmony with each wave of returning birds, aligning their marital happiness with the spring atmosphere of the earth, the swallows, the green grass, and the flowers. People noticed that when the birds returned, people in the village tended to go to bed early, and at night the lights in the village were extinguished sooner. Therefore, every year, about nine months and ten days after the swallows returned to their old nests, many women in the village became pregnant, bringing a new generation of children to this legendary village, and increasing its population.

The third characteristic of the village was Miếu Bà (the Lady Temple). It was a brick temple built on a wide mound amidst the fields near the village, under an ancient tree. The mound was surrounded by lush green banana bushes. According to legend, the temple existed for over 140 years. The temple's wooden door was thick and sturdy, always locked securely with two locks. When worshiping, people put offerings and incense on an altar just outside the temple door. The villagers said that inside the temple, there was a statue of Bà, and this statue was a secret. According to the village tradition, only one woman, called the "Cô Hầu" (Maid), was allowed to unlock the temple's door when there was no one worshiping, and then enter the temple discretely to clean the altar and the statue of Bà inside. The Maid had no permission to allow anyone to accompany her and was not allowed to disclose what she saw. If the Maid dishonored or violated this rule, it was believed that Bà would bring death and harm to her family, and the entire village would be punished by the deities. Therefore, no one in the village, except for this one woman, knew the appearance of the statue of Bà and the items of worship inside the temple. According to the village elders, the tradition was that in the early years of establishing the temple, Bà appeared in a dream to a woman in the village, designating her as the caretaker of the worship. If the woman became old, she then had the right to nominate someone else to replace her through Bà's guidance in a dream. The Bà's Temple was highly revered. Anyone who was infertile or whose family members were sick often came to pray for their wishes to be fulfilled. When the prayers were not answered, it was explained that the praying person lacked sincerity. According to another legend, long ago in the village, there was an old wealthy polygamist who had a young wife, of unknown status, who was still very young and originally a laborer. This wealthy man was old while his young wife was full of youthful passion. She had a secret affair with one of the wealthy man's farm workers. One day, the wealthy man caught them in an intimate act in the sweet potato field near the house. Enraged, the old man tied them together, their feet and bodies, to a pole on the mound, under the ancient tree, for everyone in the village to see. The farm worker and the young woman, unable to bear the humiliation, bit their tongues and died together in the middle of the night, still entwined in the cruel ropes that bound them. In a spiritual encounter, the young woman turned into a Bà Thần (Divine Lady) and sought revenge, cursing the old wealthy man's family, which soon fell into ruin. His household's population also gradually dwindled due to illness or accidents. At that time, the old man's wealth was almost exhausted, but he made an effort to build a temple on the mound. He also hired a craftsman to create a special statue for the temple, and one of his daughters, as the first Maid, took care of the worshiping in the temple. Perhaps because of this tragic love story, the people of Nhân Ái Village (Village of Compassion) became very open-minded and lenient in matters of love. Those who made mistakes in love affairs were often forgiven and treated kindly, as mentioned in the above paragraph. However, this lenient tradition also resulted in a disadvantage: other villages and communities were hesitant to let their men or women marry people of Nhân Ái Village because they feared the loose morals mentioned above. If they married someone from this village and there were extramarital affairs, the spouses from Nhân Ái Village would easily blame "the Pleasure Well had been disturbed" and not accept their own mistakes or lack of loyalty. As a result, over generations, the people of the village had a tradition of only marrying within the village, forming close relationships among the people of the East Hamlet, West Hamlet, Up Hamlet, Down Hamlet, Pagoda Hamlet, Temple Hamlet... After over a hundred years, almost everyone in the village knew each other, and they were either close relatives or closely connected, making it easier to develop intimate relationships.

ooOoo

The details above were about the geography and culture of Nhân Ái village. The real story of the modern era revolved around three main characters: Đạt (a young boy), Cô Thắm (a seventeen years old girl), and Thằng Còm (meaning a skinny boy). The story happened in the so-called modern time, but the events began decades ago, before and during the Vietnam-France war broke out.

Đat was the son of a wealthy farmer, known as Mr. Cửu Thịnh, in the village. During the colonial period, Cửu Thịnh had money and bought the position of Cửu Phẩm Văn Giai (a rank of social status) to gain some reputation within the community. Whenever there was a feast, a celebration, or a gathering in the village, he would be reserved to sit in a prominent place. He had Đạt as his only son, along with two daughters and three wives, old and young in his household.

When Mr. Cửu Thịnh's son reached the age of nine, they needed someone to take care of the vast fields and gardens. He arranged for Cô Thắm, who was seventeen at the time and from a poor family in the neighboring East Hamlet, to marry Đạt. In those days, arranged marriages in rural areas were common, especially among the wealthy people. Before this, a long time ago, about five years earlier, Mr. Cửu Thịnh had also taken in Thằng Còm, a nine-year-old boy from another poor farming family in Pagoda Hamlet, to raise. Thằng Còm's parents had passed away early. It's worth mentioning here that the name "Thằng Còm" was quite common in the northern villages of the past, and many writers have turned their own Thằng Còm into heroic and courageous characters in their works. However, in this story, Thằng Còm only took care of Mr. Cửu Thịnh's herd of buffalo, which consisted of around ten animals, big and small.

ooOoo

Then time passed, and Miếu Bà (Lady Temple) still had someone taking care of it. The Hoan Lạc well was occasionally disturbed, and every year the swallows returned to the top of Núi Chim Cao according to the spring weather. Miss Thắm was twenty-two years old, Đạt was fourteen, and Thằng Còm was over eighteen. Thanks to the rice from the wealthy family, Còm grew up quickly, robust with dark and tough skin from working outside with the buffaloes. At that time, the elderly housekeeper of Miếu Bà, before passing away, told the villagers that she had a dream that Thắm would succeed her in serving the worship at the temple. Thắm had a new task, taking care of Miếu Bà (Lady Temple) every full moon and first day of the lunar month. While performing the ritual, Thắm would open the sturdy wooden door concealing the secrets inside and then enter the temple to clean the statue of the Lady and light the incense. When the villagers offered their banana leaf-wrapped sticky rice, Thắm would bring it back to Còm, sometimes feeding him while he was still tending the buffaloes in the field.

Although Master Đạt was already fourteen years old,

being from a wealthy family, he was busy flying kites, playing marbles, and fishing with his peers and his physical intimacy with Thắm had not occurred yet. Meanwhile, Thắm and Thằng Còm, now both young adults, were in their prime and spent time together every day. Initially, there was only a fondness between the master Thắm and the servant Còm when Còm was young, but it later developed into a passionate and secretive love between the young man and the young woman. Just like the proverb "Proximity breeds fondness."

Thắm and Còm's love story began during the intense Vietnam-French war in urban areas like Hanoi, Nam Định, Hải Phòng, and even Ninh Bình... One day, a Resistance Performing Arts troupe came to perform in Nhân Ái village. Cửu Thịnh's house was spacious enough to accommodate the troupe temporarily. In the evening, they performed propaganda plays, with actors impersonating French officers like Admiral d'Argenlieu, General Bollaert, and later General De Lattre... The French colonialists were ambushed and wounded by the guerrillas on stage. The play was performed at the village temple in the evening because, during the day, everyone had to tend to their farming and fishing duties and were afraid of French planes bombing or shooting.

On that evening, Thắm took her husband, Master Đạt, to watch the play. Còm also went along. The villagers crowded in front of the stage set up in the temple. Thắm stood in front, embracing the shorter Master Đạt. Suddenly, Thắm felt an intense pressure on her back. She turned around and saw Còm right behind her. The warm breath from the young man created a pleasant sensation, a delightful feeling in Thắm's neck. Overwhelmed by the bodily pressure from Còm, she asked, "*What are you doing, Còm?*" Còm replied as if nothing had happened, *"They're squeezing me from behind, pushing me too much, Miss Thắm."*

Meanwhile, Master Đạt was engrossed in watching the play. The male actor impersonating French General Bollaert was being stabbed and bleeding from the abdomen with red ink, lying dead on the stage. The villagers applauded enthusiastically. Thắm pretended to be focused on watching the play, allowing Còm to freely touch her. From then on, they became close.

One morning on a full moon day, in the early haze of dawn, Thắm went to the neighboring village's market to sell silk. On her way, she turned onto a small path from the main road to Miếu Bà (the Lady Temple), planning to take care of the temple for a few minutes. Còm, who was tending the buffaloes nearby, quietly followed her without her knowledge. Còm sneaked into the temple, a place considered sacred and revered for over a hundred years, which startled Thắm. Seeing Còm, she felt a mix of fear and joy, worried about being caught by the sacred Lady, but also feeling happy and excited. Còm curiously looked at the altar. He saw a red bowl for incents with two shining copper lamps on each side, and in the middle of the altar, there was a wooden statue painted in gold, depicting a young man and a young woman bound together at the lower body but with four free arms tightly embracing each other as if intoxicated in love. Perhaps Còm was the only man from several generations who had seen the statue of the Lady, or rather, the statue of the "Ông and Bà" (Gentleman and Lady) would be more accurate.

The buffalo herd was released, peacefully grazing in the distance. Seeing the image of the Ông and Bà embracing, Còm also felt a surge of sexual excitement. Còm embraced

Thắm and kissed her all over her face. Thắm could only blush and did not resist. She didn't see any punishment or sign of disapproval from the well worshipped Bà. Perhaps in their past lives, the Ông and Bà had suffered from love, so they sympathized with the young couple. Then Thắm hardly breathed and said, *"Còm, we're committing a grave sin."*

It was still early in the morning, and the countryside was still hazy with mist. But Còm was afraid that someone might come to worship and see the commotion inside, so he told Thắm: *"Let's go down to the banana grove under the hill. I'll go first, and you can come down after me, Miss Thắm!"*

Còm still called Thắm "Miss" out of habit. He looked around and didn't see anyone, so he slowly walked down to a spot at the foot of the hill on the other side. A few minutes later, Thắm found the banana grove where Còm was waiting impatiently.

The sky in the early morning was clear, the countryside landscape was blurred with a hint of mist, and the sunlight was still dim and elusive. Transparent dewdrops adorned the young grass. A few birds from Núi Chim Cao just started leaving their nests and circling in the sky. The spring breeze gently swayed the banana leaves, masking the soft moans of Thắm's pleasure. The young couple indulged in the joy of their first love, witnessed by the young grass on the ground and the lush green foliage of the banana bushes.

ooOoo

After a young man and a young woman had physical intimacy, all subsequent romantic connections became easy and habitual desires. From the intimate encounter under the banana bushes by Miếu Bà Hill, Còm and Thắm continued their love affair. Sometimes at night under the bamboo canopy by the deserted veranda, sometimes during the day in the closed rice warehouse, and other times by the sweet potato fields in the vast farm garden. In front of others, when formalities were necessary, Thắm still called Còm by his name or "Thằng Còm," and Còm still referred to her as "Miss Thắm." But when there were only the two of them, in those fleeting moments of clandestine love, the way they addressed each other began to change. As Còm grew older and stronger, and as Thắm experienced deep love with someone of different sex, her complexion and figure became even more radiant.

Then the inevitable happened. One day at the rice mill, Thắm told her lover:

"Còm, I've missed my menstrual period, feel nauseous, and I might be pregnant." Còm worriedly asked:

"How long have you missed your period?"

"It's been a little over half a lunar month." Còm contemplated for a moment, then discussed with Thắm:

"Maybe you can try to "do it" with Master Đạt." Thắm shook her head:

"Master Đạt is just a playful kid, only fourteen years old. What does he know about that?" Còm persisted:

"He must know about it. When I was thirteen or fourteen years old, every time the well went dry, when driving the buffalo home, seeing the girls bathing in the village pond, just looking at them was enough to arouse desire. Master Đạt must be the same. He is almost fifteen, after all."

Within just two weeks, Đạt received some guidance

and instruction from Thắm and became somewhat familiar with love affairs. Then came the news of Thắm's pregnancy, which Mr. Cửu Thịnh's family knew and celebrated. The villagers heard the news but had little doubt or found it strange because arranged marriages had been a tradition for hundreds of years, and it was not uncommon for a couple of young boys from prosperous farming families to become fathers at the age of fifteen or sixteen. The happiest ones were still Thắm and Còm. Their secret love affair remained undisclosed. The two of them tried to maintain discretion, meeting and getting intimate with each other only occasionally.

ooOoo

Time continued passing by, the son of Thắm and Đạt, or rather of Thắm and Còm, was almost two years old. He was very lively, taking firm steps, and spoke in an adorable, babbling manner. He was named *Baby Vượng (Prosperity)*, a name chosen by Cửu Thịnh with the hope that his future would be prosperous and successful for many generations. Đạt was now over seventeen years old and was becoming a strong young man. He no longer had the same interest in playing with kites or fishing as he had done a few years ago. Now, he was more interested in taking on the role of a husband to Thắm.

Starting from the end of 1953, the resistance war between Việt Minh and the French expeditionary forces became increasingly intense. Nhân Ái village, like most other villages in the region, experienced Land Reform Movements and Denunciation of suffering from Hardships. Poor peasants were encouraged to denounce against wealthy farmers and landlords, the ruling class of previous decades.

These denunciation sessions lasted for several days each month, and of course, Cửu Thịnh's family was one of the targets of this nationwide movement. One day in spring, the villagers were gathered in large numbers in front of the communal yard as the sun was setting, with a few kites still visible in the sky towards the West hamlet. The People's Court was established, with a district land reform official serving as the presiding judge. Two other officials and six poor peasants representing the various hamlets of the village acted as jurors. They sat on wooden benches behind a long table. Above them, on a raised platform, was the altar of the Fatherland. A large flag hung vertically. On the altar, there were candles, incense, and a bronze censer emitting a gentle fragrance of aloe wood. Cửu Thịnh, along with the wives, daughters, and of course, Đạt, were accused and forced to sit on the red brick ground of the communal yard. Cửu Thịnh, perhaps considered the guiltiest, was tied to a flagpole next to the other accused. People noticed that Thắm and Còm stood among the ranks of the people because they came from the peasant class and were seen as belonging to the heavily exploited class. After the familiar ritual of flag salutation, memorial session for sacrificed soldiers and heroes, and paying respects to "Uncle Hồ" the chief judge solemnly declared the opening of the trial. An official, as if he had memorized a shared formal accusation, recounted the heinous crimes of the powerful and cruel landlords, and then stated that today, the target of denunciation was Cửu Thịnh and his family. From somewhere, the official had gathered many accurate and inaccurate details about Cửu Thịnh's past. This official passionately called on the villagers, asking those who had grievances from years of oppression to come forward and accuse and punish the criminals.

The trial of the people court began with the questioning and cross-examination of Cửu Thịnh's wife and children. As mentioned earlier, the people of Nhân Ái village often had familial connections with each other spanning many centuries, and the village's tradition was one of love, affection, peace, and forgiveness. Like previous sessions, the district officials appeared disappointed because the denunciation sessions in this village lacked fervor and never turned violent.

A female rice farming laborer stood up and accused CửuThịnh's second wife of forcing her to do exhausting housework, cleaning several large houses until past midnight, after already working in the fields all day, making her extremely tired every day. This crime was not considered as serious. Another tenant, who had probably completed primary education, held a piece of paper and slowly read out the crimes committed by Cửu Thịnh's entire family, exploiting his labor tirelessly. Another female poor peasant, still young and unmarried, with a seemingly frivolous appearance, accused Cửu Thịnh of pressuring her into having a sexual relationship with him when the village well was out of order. She also revealed that Cửu Thịnh only paid her ten Indochinese "đồng" (local money unit, called Piaster) each time and lured her to sex to make her stronger to work. Many people in the courtroom burst into laughter, causing the presiding judge to rap the table and demand order.

Then it was Thắm's turn to come forward and accuse Cửu Thịnh's family. She carried her two-year-old son, Cu Vượng, in her arms. As she had been taught to say before, Thắm accused Cửu Thịnh of being forced to marry his son when she was at the age of seventeen because of poverty. She denounced that she had to marry Master Đạt, the young child of the landlord, just to repay his parents' debts; and that she was wasting her youthful years; and was exploited like an unpaid servant by Cửu Thịnh's family. She did not mention any other details of oppression or cruel persecution. Thắm looked at the group of accused individuals and at her husband, Đạt who later joined Còm to give her moments of joy in this familiar village. Suddenly, she felt more pity for Đạt than resentment towards the son of a landlord. She had been encouraged and incited to make accusations, so she did. And perhaps Thắm also felt a little guilty and remorseful for her extramarital affair but did not dare to speak it out.

Then it was Còm's turn to be asked to testify. Còm was awkward and slow because he had never spoken in public before. He felt he had been happy taking care of the owner's buffalo herd. He had given each buffalo a name, and each of those strong black animals had become familiar to him like a dear friend. He knew the position of each buffalo's tether, just as he remembered a few discreet moles on Thắm's body. Còm had never felt exploited or faced difficult challenges in his life. It was true what they said, "Who said buffaloes tending is miserable? On the contrary, buffaloes tending is very enjoyable". The sky and the fields were Còm's companions. The fragrant rice, wildflowers, and green grass were places where he could rest and gaze at the clouds. And Thắm was the woman who had given herself to him completely many happy times and vice versa. There was nothing for him to complain about or testify against. A fellow officer standing beside him encouraged him:

"Comrade Còm, please report any oppression you have experienced."

Còm tried to remember and could only speak a small

part of the prepared lines:

"Dear compatriots, dear comrades. I am Còm..."

Before he could continue, a few unmarried village girls, who might have been paying attention to and liking him, said:

"You've grown up now."

"You are not skinny anymore"

Another order request from the presiding judge to the crowd to be silent. Còm continued:

"I was forced by Mr. Cửu Thịnh to tend to the buffaloes since I was ten years old, without being allowed to go to school..."

Còm was used to speaking from habit, instead of simply naming the criminal as Cửu Thịnh as he had been instructed to say but because he had respected the owner for so many years, he still called Cửu Thịnh "Mr." He continued:

"I had to tend to fourteen buffaloes by only myself. When the buffaloes did not plow the fields, I had to feed them grass and bathe them, which was exhausting. I was exploited and was not paid. Each year, I only received two coarse outfits and ten small boxes of rice. If I sold them, I could only buy tobacco, just enough to smoke with a bamboo pipe while outside in the chilly wind. The daily food I had was only red rice, salted eggplant, crab soup, and salty dried fish".

Perhaps the dishes Còm just mentioned seemed more delicious than the food available for the people at that time, when some households had to start eating cassava due to the difficult conditions of the resistance against the French, and farming was limited due to the war, with a portion of the rice and crops being used for the resistance army. A woman said to those standing beside her:

"Having those things to eat is plenty enough."

Then it was Đạt's turn to be accused. However, not a single farmer or worker had any grudge against Đạt. Only his wife, Thắm, had to testify against him, compelled to endure hardships because of him, marrying him when she was still young, nearly ten years ago. The court and the villagers all understood that it was not Đạt's fault, but a result of his parents' arrangement.

When it was time for the defendants to defend themselves, Cửu Thịnh's two wives did not know what to say and silence was considered as an admission of guilt for their disrespectful and exploitative treatment of the poor peasants. Cửu Thịnh did not deny any accusations, including his sexual involvement with the female worker, and he considered the exchange was fair, by paying her ten Indochinese piasters each time. Cửu Thịnh weakly defended himself, claiming to be guilty of being a rich *landowner* because his parents had left him land and property, a fault not caused by him, and he hoped for the forgiveness of the people. As for Đạt, being young, he didn't show any fear. The jury members, who had spoiled him in the past when they worked in his family farm, were still fond of him. Some had made clay toys or woven banana leaves into grasshopper toys for him. Đạt appeared calm and spoke on behalf of his family:

"Honorable court, honorable comrades and people..."

Before he could continue, Đạt was interrupted by the district officer, who shouted:

"You are the son of a landlord, the son of a counter-revolutionary rich person of the rural area, you are not allowed to call anyone comrade."

Đạt had to clarify:

"Honorable court and people, even though my family is land owner, we have provided food for many people. I, in particular, have treated Còm well and helped the poor peasants..."

People were eager to hear how Đạt had helped the peasants besides providing them with red rice (low-quality rice) and exploiting their labor. The district officer also wanted to appear fair and just, saying provocatively:

"What contributions have you made? Tell us."

Đạt continued:

"I know that Còm was intimate with my wife."

Many villagers were surprised by this unexpected testimony. There were murmurs here and there. One or two reformist officials immediately said, *"False accusation, false accusation."* The chief of the people's court spoke loudly:

"You are lying, false accusations will be severely punished. Do you have any evidence?"

Đạt said:

"One evening after the harvest, when the rice had been brought to the warehouse, I returned home after I flew a kite and heard a sound in the rice store. I was afraid that there were mice or someone stealing rice, so I went inside to see and found Còm lying on top of my wife, and they were having sexual relations..."

Another round of surprised exclamations and sighs followed, including from Cửu Thịnh and his wives. The villagers looked at Thắm. She blushed and bowed her head to the small son she was carrying. People also looked at Còm. He stood twenty steps away from Thắm, with an embarrassed expression.

Đạt continued:

"I sacrificed myself by not accusing Còm at that time. I was still young, and I was afraid that if I spoke out, Còm wouldn't make kites for me anymore."

The presiding officer ordered:

"Còm and Thắm, please come forward."

Còm and Thắm reluctantly stepped forward.

"Please confirm whether the accusation made by this counter-revolutionary landlord's son is a slander or not."

Còm hesitated and then answered softly:

"It's true..."

Thắm, holding her son, tears streaming down both sides of her face, said:

"I had to marry Đat because my family was poor. But I loved and had a relationship with Còm. This child, Cu Vượng, is Còm's son..."

Another round of exclamations from the crowd. The land reform trial turned into a trial and judgment on extramarital affairs. By then, it was getting dark, and some young people of the revolutionary group were preparing large torches made of woven bamboo. The wind rustled in the air. People looked up and saw thousands of swallows covering the sky, flying from the south towards the peak of Mount Chim Cao, signaling the arrival of spring, a season of love and intimacy that nature reminded the villagers of the flight of birds. Many people, including both young and old, cheered, saying, *"The swallows have returned, the swallows have returned..."*

It took more than ten minutes until the flock of swallows was reduced to a few small groups, flying late across the sky above the courtyard. The district officer and the chairman of the people's court finally regained some attention from the crowd. They knew that Còm had now become a platoon leader in the guerrilla army of Nhân Ái village. They wanted to do something to support and show gratitude to their patriotic comrade. The chairman said:

"Comrade Còm, Comrade Thắm, do you truly love each other?"

Both Thắm and Còm replied softly, with embarrassment:

"Yes."

The presiding officer of the trial then spoke again:

"Đạt, you are the son of a landlord and have committed crimes against the people. You cannot stand among the ranks of the peasants and save the country. Cu Vượng is not your son. You need to sacrifice for Thắm to be with Còm."

Đạt had once secretly observed some actresses from the resistance theater troupe when they were touring and staying in his area. He saw that those actresses were younger and more beautiful than Thắm. Đạt only wished for one day to join a play-performing troupe, even if it meant being a stagehand. Đat was younger than Thắm by eight or nine years. Although Thắm had taught him the pleasures of the flesh since he was young, he did not want to spend his life with a wife much older than him and arranged by his parents. Perhaps this was a good opportunity for him to "sacrifice" once again. He said:

"I agree."

Applause erupted, praising Đat's generosity. Knowing the customs of Nhân Ái village and seeing the people's jubilant mood, not because of the trial but because the swallows had just returned today, signifying the arrival of spring and the wedding season, the chairman of the people's court, after consulting briefly with the people's jurors, read the verdict:

"The people's court today proclaims: All the land of the counter-revolutionary landlord Cửu Thịnh is confiscated. A committee will distribute the property of this landlord to the patriotic peasants. Cửu Thịnh is only allowed to stay with one wife and must engage in honorable labor, being self-sufficient. Đạt, the son of Cửu Thịnh, if he shows remorse and achieves good performance, will be reconsidered and admitted to the Nhân Ái village guerrilla army, contributing to the resistance against the French. Thắm is allowed to immediately divorce her former husband Đạt due to marital coercion and have a new-style wedding with Còm."

The people of Nhân *Ái* village felt at ease and satisfied with the relatively humane verdict. Unlike trials in other villages, which often ended brutally and bloodily, the trials in this village only involved accusations, confessions, and confiscation of property, without cruel beatings and the landlords collapsed before the eyes of the villagers.

The village truly lived up to its fictitious name, Village of Compassion. Especially today, seeing the swallows return home, the people were even more inclined to forgive each other. Many people went home, their eyes looking up at the peak of Mount Chim Cao (Tall Bird Mount). The swallows seemed happy to return to their old nests after months of escaping the cold in a faraway land in the south. They were joyfully flying around the mountain, as if urging everyone to forget hatred, to love each other, and to perform acts of kindness to demonstrate their love in the spring season when the swallows returned.

Tran Van Khang

6. THE COW AND THE BUFFALO

(The names and circumstances of the characters in the short story below, if there are any coincidences in real life, are purely random and unintentional on the part of the writer).

It was the end of the rainy season, in the middle of the 1960s, in South Vietnam. An had just graduated and was appointed as a Lieutenant Medical Doctor for a Regiment of the Army. He followed the light command unit, stationed at Ngang Dừa, in the Western region of the Hậu

Giang delta.

On that day, the water of the Ngang Dừa River was clear, perhaps because it hadn't rained for the past week. The coconut trees along the river cast their shadows under the water, creating a peaceful atmosphere. There were fishing boats with nets nearby. The sky was blue, with scattered white clouds.

After finishing lunch, some officers of An's unit had a few moments of free time and leaned back on hammocks in their fabric tents. However, An and Second Lieutenant Phước from the reconnaissance team went to the river to bathe. An sat on a floating bridge, dipping his feet in the water, looking at the sky and the clouds. He was thinking of Saigon, his loved ones, friends, a few girlfriends back home, and the days of being a student at the medical school. He wanted to forget about the war when Sơn Khum, a Corporal of Khmer origin and also An's aid, ran over.

"Doctor, in ten minutes, there will be a unit meeting. Please prepare yourself," Sơn Khum said.

He quickly returned to his tent, put on his combat uniform, and then went to the large tent of the commanding officer. Everyone already gathered for the meeting. There was a relatively large military map covered with plastic and placed on a wooden stand in the center of the tent. Captain Hùng, the head of the Operations Team, began to present the enemy situation and our situation. The information indicated that the enemy was deploying multiple battalions in the area under An's unit's responsibility. The marked arrows and colored dots on the map indicated the advance routes and the locations of both sides. The strategic objectives were marked on the map. The ranges of the cannons were circled with red color.

The Lieutenant Colonel, Commander of the Regiment pointed to the positions on the map using a small stick and said, "*Our 2nd battalion is currently close to us, providing enough support to the command headquarters. The 1st battalion is about 30 kilometers away, beyond the ranges of our artillery support. There is intelligence info that the enemy intends to attack this time because they have mobilized sufficient forces, and the 1-31 battalion is getting closest to the enemy. To support the morale of the 1st battalion, and to understand the situation and local needs, I would like some officers of the Command Headquarters to go and work with them for a week.*"

The Commanding Officer then summarized his statement in English. Second Lieutenant Phước, Lieutenant Hậu, volunteered first. Lieutenant Hay from the Supply Department also wanted to go. Several other officers, including Captain More, the American advisor at the command headquarters, and Sergeant Johnson, a communications specialist responsible for liaison with US forces, agreed as well. An had never been present on the front line during combat, but seeing the American advisor and some familiar officers volunteering, he also volunteered to go. He thought to himself that if he were wounded and needed medical evacuation, Johnson would request a helicopter to immediately transport him back to the Phan Thanh Gian Military Hospital. But if he died, that would be the end of his life, and he didn't want to think about it.

An returned to his tent, quickly preparing everything he needed. He had been ordered to always be ready. He put on his steel helmet, body armor, and a medical kit with a map and a few personal items. He carried two grenades and a Colt 45 pistol on his belt. Private Sơn Khum, who always accompanied him, carried a backpack with some clothes and other necessary items. Sơn Khum was dedicated and thoughtful. The backpack always had a book or a half-finished novel that An was reading.

Two helicopters arrived, carrying everyone to the front line. The battalion commander welcomed the delegation at the landing zone. There was a brief briefing on the military operation, given under the shadow of a tree, for everyone to understand the situation. It was around four o'clock in the afternoon. After the briefing, the battalion commander spoke concisely:

"*We have thirty minutes to cook and eat our evening meal. Then we will advance.*"

An admired the quickness of cooking and eating of the soldiers. In just half an hour, they managed to cook and eat. Under the green canopy of trees, An ate his dinner together with the officers. He saw Sơn Khum sitting on a mound of earth, eating field rations with a group of medics, his old friends.

Lieutenant Hậu told An, "*This battalion commander is a brave combat officer with a lot of battlefield experience. We have been stationed here for over two hours, and helicopters have arrived. The enemy knows our position. If we stay here tonight, we will be either attacked or shelled or harassed. That's why he wants us to move.*"

After finishing dinner, the troops prepared for deployment. The sun had tilted more towards the horizon. The platoon dispersed into small units, such as squads and fire teams, moving in a coordinated manner, supporting each other's flanks. They waded through rice fields for almost two hours. The entire platoon safely established its position on the outskirts of Rạch Đường Mây canal. All units avoided using the beaten paths through the fields and instead waded through water and marshes to avoid individual traps and mines. An remembered a few weeks ago when he had cared for many soldiers, some of whom lost their feet due to stepping on landmines or suffered painful injuries from encountering booby traps.

The battalion commander ordered the division of positions for small units, using one bank of the canal as a natural defense line. The pre-sensing posts were spread far, even on the other side of the canal. Then everyone started digging personal foxholes. An saw that the battalion commander dug his shelter. An admired that the commander could have asked a soldier to do it for him but did it himself. He told An:

- At the front line to have more chances of survival, I must set an example for my subordinates. What I want them to do, I do it first and do it all the way.

Indeed, this was a talented officer, he later held high command posts in the army.

An must also imitate and follow. But his scholarly arms were not used to digging, tired quickly, and took a long time. Sơn Khum helped him. He also had a personal pit nearby.

The battalion took up positions along one side of the Rạch Đường Mây canal, under the clusters of trees, near the surrounding villages. Many Claymore mines were placed at surrounding vulnerable points. The small units communicated with each other through wired and wireless communication devices with short frequencies. No one made contact with the nearby villages or entered any civilian homes. No one lit fires, smoked or used lights.

An and several other officers, using ponchos, lay next to the newly dug foxholes, looking at the stars and occasionally speaking softly. The sounds of cicadas and other insects echoed around. Occasionally, there were sounds of frogs. Now and then, a slight splashing sound of a fish in the canal could be heard. All of it created the ambiance of a tuneless night melody. Wading through the muddy fields for many kilometers in the evening had made An tired, he fell asleep without realizing it.

In the middle of the night, An suddenly woke up because Sơn Khum shook him and there were faint noises around. Everyone immediately went down into their foxholes. The reconnaissance outposts reported that there was a group of over ten boats moving on the canal, heading towards their position. The people on the boats were singing the enemy's military songs. It was clear that this was the enemy force attempting to concentrate their troops at a certain location during the night. They probably thought that the night belonged to them or that this was their territory. In the middle of the night, they never expected to stumble upon an ambush, incidentally set up here. The Battalion Commander ordered the units to wait for the enemy boats to move into the center of the defensive line and then open fire. Heavy machine guns, rocket launchers, and individual weapons roared. An witnessed many people falling and boats sinking. The enemy was caught off guard, unable to react in time, only firing a few small shots in return. Some of them were wounded and fell, while others swam across to the opposite bank. Some swam and hid in the canal water, becoming targets for the expert shooters on the shore.

This was the first time in his life that An was truly present at the front line and engaged in combat. Ironically, An was only... fighting by wearing a steel helmet, sitting relatively safely in his foxhole, as if watching a war movie with both visuals and stereo sounds. He did not have to throw his two grenades. He did not even have the opportunity to draw his Colt pistol from its holster. He witnessed the scenes of death, bloodshed, and people falling right before his eyes. Suddenly, with the spirit of a doctor, An did not feel joy from the victory but rather a sense of compassion. He remembered the times when he worked as an intern in the surgical ward, standing next to dedicated mentors and seniors who sometimes had to tirelessly perform surgeries for three to four hours to save a life. Now, in front of him, lives were wasted. But upon reflection, if his unit did not make every effort to eliminate the enemy, those people on the other side, those who were falling, would find an opportunity to attack them, perhaps even more ruthlessly. An himself could also be seriously injured like some of his medical colleagues who had sacrificed themselves on the battlefield. If not on this side, then on the other side, someone would be lying down. In a battle, both sides inevitably suffered casualties. Only Vietnam itself suffered, bringing in Americans or involving the whole United States in a war with wasted lives and resources.

The ambush ended, and the sound of gunfire gradually subsided and ceased. The enemy had suffered heavy losses. Many were killed or wounded, some managed to escape, and a few were captured alive. Captured weapons included both Chinese Communist machine guns and mortar guns. An's side suffered no casualties thanks to careful arrangements and the element of surprise.

An's battalion achieved a great victory in this battle, thanks to the unexpected ambush, without relying on any intelligence information. The next morning, with the presence of the Mặt Trời (Sun), Đại Bàng (Eagle), and Bạch hổ (White Tiger) transported by helicopters, they arrived directly at the combat zone in the village of Rạch Đường Mây. The above-mentioned code names referred to the Commanding Officers of the 4th Army Corps, Division, and Regiment. An also had a code name, Thanh Xà (Green Snake). Bạch Hổ gave him this name one day. He said, "*The sign of the Medical Corps is the snake, you are wearing a green combat uniform. I'll give you the name 'Thanh Xà'.*" An did not like this name very much, but it had been given to him, he had to accept it. An was young and single. He jokingly thought that his name was Thanh Xà, a kind of venomous snake, and who else among the girls back home would like to be his friend.

After that battle, An was also awarded a medal for the first time! "Anh Dũng Bội Tinh" (Hero's Medal) with a silver star. He accepted the medal without a hint of pride. He had done nothing! He had not demonstrated any courageous action!! He only had been safely sitting in a foxhole, helped by Sơn Khum to dig it for him, and watching other people... shooting each other.

ooOoo

Due to the recent victory, An's volunteer mission was ordered to return to Ngang Dừa by helicopter the next day, without spending a week with the 1st Battalion previously planned. Lieutenant Hậu from the Intelligence Department said to An:

"We have captured a Viet Cong Captain Doctor in the recent clash, and he seems to come from North Vietnam. We will interrogate him for a few days to gather information and then send him back to the Division. This is his bag, Doctor, do you need to find out anything about the enemy? We have checked it and only found medical documents."

An felt a shiver upon hearing the word "*interrogate.*" He had never witnessed an interrogation before. But he knew that both sides, his own and the enemy, did such things. He took the damp brown bag. An assumed that his "colleague on the other side" must have been attacked, the boat sunk, the paddles discarded on the shore, and then captured alive. An brought the bag to his tent and examined its contents. There were some personal belongings, a few medical supplies from the Chinese and the Japanese, and even medication from... the Americans! There was also a notebook with "Specialized Study Materials" handwritten on it. An curiously read and paid attention to the section on Placenta Grafting:

"Harvest placenta grafts from recently delivered parturient women. Choose young and healthy parturient women. Use an aseptic technique, and spread the grafts on a piece of cloth. Cut the grafts into small block-shaped pieces, each measuring 2 or 3 square centimeters. Then place them in an isotonic saline solution. Store them in a refrigerator or an icebox. The grafts must be used within 36 hours. Sterilize the recipient site for grafting on the patient. The skin on the abdomen, outer thigh, or upper arm. Under aseptic conditions, make incisions at various sites, each measuring 3 centimeters in length and reaching the subcutaneous tissue.

Use forceps to insert a graft into each incision. Apply a light dressing with clean gauze. Each grafting session consists of 10 to 20 sites. Monitor for signs of infection, such as redness, swelling, or fever. If infection is present, the grafts must be removed immediately in the following days. If no infection occurs, the grafting site will heal spontaneously, and the dry grafts will be automatically extruded. Targets: grafting is highly beneficial for patients with pulmonary tuberculosis, malnutrition, or general debilitation."

An felt somewhat disgusted by this outdated and dangerous medical practice. He continued flipping through the notebook. Near the last pages, there was a black and white photo of a middle-aged couple with four children, the youngest was just over three years old. A few lines were written at the bottom:

Nguyễn Văn Đệ

August Revolution Group

Vũ Xuyên Village, Ý Yên District, Nam Định Province

Father's name: Nguyễn Văn Định

Mother's name: Vũ Thị Thục

If I do not return, please inform my wife, Lê Thị Kim Thư, at the same address.

An was shocked, chilled to the bone. Suddenly, he felt a slight sweat on his forehead. The doctor on the other side was from his village, his cousin, uncle Thừa Định's son, and An had many childhood memories with this prisoner of war...

ooOoo

An remembered clearly when An was six years old, studying at An Dương Elementary School in the outskirts of Hải Phòng City, in the North of Vietnam. His father and his third uncle disliked the bustling city scenes, so each of them bought a large piece of land in An Dương Village, located in a suburban area. There was a small rocky road that could be used to reach the place by cars, carts, and horses. His father and his uncle each built a spacious and elegant house with roofs made of palm leaves. His family had fruit trees, vegetable plots, fishponds, and water spinach. And this was where An had the most beautiful memories of his childhood. Both his father and his uncle were mid-level civil servants of the City under French rule.

At that time, An was in fourth grade. In the evenings, the house was crowded. After finishing dinner, An and his siblings would gather around a large square dining table to study together. There was no electricity, so his family used either kerosene lamps or oil lamps. An would read aloud the lesson on "Lục Súc"(the six animals) that An had been taught by his teacher in the morning. The lesson was about six useful domestic animals such as buffalo, cow, pig, chicken, dog, and cat. Cousin Đệ, who sat beside him, gently corrected his pronunciation. An pronounced it wrong, without emphasizing the consonant "S" in the word "súc." An pronounced it lightly as "xúc". Cousin Đệ couldn't stand such a wrong pronunciation. Đệ was his second uncle's son. This uncle held the position of Thừa Phái, which was a secretary position in a small province near Hải Phòng. Everyone in An's family called him Uncle Thừa Định. At that time, cousin Đệ was teaching the fifth grade at an elementary school in Hải Phòng City. An heard everyone in the family saying that cousin Đệ had been very good at studying. He was the first among the grandchildren of his grandfather to pass the HS Diploma Part I exam. Because Đệ's family was poor, he had to temporarily drop out of school and become a teacher to earn money to help his family and support his parents in raising younger siblings. The second uncle was old and had many children.

An really admired cousin Đệ. Đệ often bought candy for him at Mrs. Tài's shop at the end of the street. Cousin Đệ would often take him and his siblings for walks and ice cream on summer evenings. He would also tell An stories about the heroes of Vietnam in the past, such as Phù Đổng Thiên Vương, Hai Bà Trưng, Ngô Quyền, Lý Thường Kiệt, Hưng Đạo, Lê Lợi, Quang Trung... Cousin Đệ rented a room near An family's farm. Every few weeks, he would come to visit and have dinner with An's parents and siblings.

During the French colonial period, although An was young, An understood the situation well: One day, cousin Đệ got into an argument and almost had a fight with François Gavier, the Director of the City primary school system. This French colonial official originated from a village in France and only had a "Brevet Élémentaire" degree. Coming to Vietnam, he was in charge of the entire primary school system in Hải Phòng City, the second largest city in the northern region, and he was cousin Đệ's superior. Perhaps cousin Đệ thought he was more knowledgeable than this French village teacher, who appeared incompetent but had been appointed as a Director nonetheless. This French colonial was being disrespectful and questioning cousin Đệ improperly just because cousin Đệ refused to show deference or flatter him. After this argument, cousin Đệ was quickly transferred to Bắc Kạn Province, a remote area with mosquitoes and malaria fever. Cousin Đệ refused to go, was fired, and became unemployed. An's third uncle, who had many connections, managed to secure a nursing apprentice position for cousin Đệ at a hospital in Hải Phòng City. Cousin Đệ started his medical career from there. He also volunteered to teach classes for the National Language Propagation Society at that time. An heard that through this organization, cousin Đệ became involved in a revolutionary party opposing the French. An's entire family worried that he would be arrested and his relatives would be implicated.

In the year of Ất Dậu (1945), Northern Vietnam suffered from a severe famine. One of An's aunts got married in Gia Viễn District, Ninh Binh Province, and sent her niece, Chị Huệ, to help with household chores for An's family. It was also a way for Chị Huệ to avoid the famine in the countryside at that time. Chị Huệ was eighteen years old, beautiful, and gentle. She doted on An. She would often sing folk songs and tell An folk stories like Tấm Cám and Thạch Sanh Lý Thông. An also cherished her. One day, An followed cousin Đệ to the pond to watch Chị Huệ harvest water spinach. Chị Huệ rolled up her black pants above her knees and carried a bunch of fresh green vegetables to the shore. Her legs were slender and beautiful. A green leech clung to her right leg, and she couldn't remove it. Cousin Đệ stooped down to help her remove the leech. A faint trickle of blood flowed from the wound. Cousin Đệ used his handkerchief to gently stop the bleeding. An saw Chị Huệ's cheeks turn pink. More than two weeks later, one afternoon, because a U.S. plane bombed Japanese positions in Hải Phòng, An was unexpectedly allowed to leave school early. When An didn't see anyone at home, An anxiously called out Chị Huệ's name. After about five minutes, An saw Chị Huệ coming out from the storage house with cousin Đệ. Her hair was slightly messy, and a few shining spider webs clung to it. Cousin Đệ said he helped Chị Huệ look for a big rat that had run into the storage house, they were afraid it would damage the things inside. Then the intimate relationship between cousin Đệ and Chị Huệ was reported to Uncle Thừa, cousin Đệ's father. Chị Huệ was sent back to her hometown in Gia Viễn. An felt sad for the whole month as if An had lost a loved one.

As time passed, cousin Đệ studied and became a skilled professional nurse. Then, the Vietnam-France War broke out in 1946, and An's family had to flee to the resistance zone. After a few years, An's family returned to the city. An heard that cousin Đệ continued to join the Resistance. And since then, there has been no news about cousin Đệ, not even when An's family migrated to the South in 1954, when the country was divided.

ooOoo

An thought that Đệ had been allowed to study further or had been promoted and now became a physician. An did not tell Lieutenant Hậu, the intelligence officer, that the prisoner-of-war physician was An's cousin. An requested a private interrogation regarding the professional knowledge of the fellow POW, claiming it was to understand the medical situation, treatment methods, and medical supply system of the enemy. An brought along his cousin's study notebook, but kept it in his pocket.

An entered the interrogation tent. In the middle of the tent, there was a small table and two stools. Đệ was sitting on the ground with his hands handcuffed in front and one leg tied to a large iron stake embedded deeply in the ground. An was now twenty-six years old, while Đệ must have been over forty. His skin was dark due to the hardships of the battlefield and the sun in the western region. An called for the release of Đệ's handcuffs and invited him to sit on the opposite stool. Đệ's figure was as tall as before, but he appeared much thinner, prematurely aged. He seemed contemplative, and worried, perhaps thinking about his uncertain future or his family. Đệ looked at An with a cold gaze, showing no friendly emotions, nor any anger or hatred. Surely Đệ didn't recognize An. They had been separated since An was a child.

An spoke first:

"I am a physician in this unit. I know you are a physician on the other side. I came to see you just to have a conversation, like two colleagues talking to each other, even though you and I are on opposing sides of the war. I won't exploit anything from you or ask for any military information because you probably know that's not the duty of a physician like me."

An took out a pack of "555" brand cigarettes and offered Đệ, the POW physician in front of him, a cigarette. An slowly lit the cigarette for Đệ and lit one for himself. Seeing that he wasn't being interrogated, Đệ's attitude changed slightly, and his cold expression softened. As for An, he didn't like smoking, but since he joined this unit, he always had a pack of "555" brand cigarettes in his pocket. He would take it out and offer it to other officers during conversations, which was very effective in creating goodwill during initial exchanges. Especially it was a good brand of cigarettes, anyone who was fond of smoking would want to hold one. And Đệ must have liked these cigarettes more than anyone else, surely they smelled better than Vĩnh Bảo or Đoàn Kết cigarettes in the North.

An spoke up:

"I was present at the front line when your troupes were unexpectedly attacked in the recent battle. As a physician, witnessing the scenes of bloodshed and death, even if it's the enemy's, I have indescribable emotions about human lives! I have taken care of some people on your side who are now wounded prisoners."

Đệ remained silent for a moment, then calmly replied:

"In many battles, we have won, and the wounded prisoners on your side, I have also provided medical care for them."

An thought to himself that on their side, it was still difficult to provide medical supplies to their own comrades, so how could they take care of the enemy? If it were any other POW from the other side saying such things, An would have been very suspicious. But with Đệ, his cousin whom An had known since childhood, knowing a lot about his personality, An could partially believe what he had just heard.

An asked:

"Have you been interrogated a lot by our side?"

Đệ answered calmly:

"I have been interrogated about the troops, movement routes, and targets of the Frontline. I belong to a specialized field, so there is nothing to disclose."

An lowered his voice:

"As I said when I first came here, I just want to talk to you. I have no task to gather intelligence or exploit information. But I have known a lot about you already."

Đệ looked up, showing a hint of confusion, as he hadn't

disclosed anything. An continued:

"You come from Vũ Xuyên village, Ý Yên district, Nam Định province. You don't belong to the three generations of peasants or proletarians like the regime on your side praised. Your grandfather used to hold a position under the Nguyễn Dynasty. Your great-grandfather was a scholar. You have an older uncle who used to teach in the village. Your father had a job as a ThừaPhái official in Quảng Yên province. You have two uncles who used to live in Hải Phòng. You used to go to teach there and argued with a French. Then you worked as a nurse in Hải Phòng before the outbreak of the Vietnam War."

Đệ wiped the sweat on his forehead with his hand and looked at An. He doubted it, and surely could not believe that the intelligence agency of South Vietnam could quickly obtain such detailed information about him. He had been captured as a POW only two days ago! An sensed a clear worry on Đệ's face, and suddenly Đệ became emotionless again. An felt a bit sorry and felt the need to clarify for his cousin. With a friendly tone, An continued:

"Đệ, I'm sure you remember when you used to come to the house of your two uncles in An Dương, Hải Phòng."

Đệ did not say anything, just nodded slightly.

An added:

"You have a cousin named An, the child of one of your uncles. You corrected the pronunciation of 'lục súc.' "

An emphasized the letter "S" and pointed to the name tag on his own shirt.

Đệ looked slightly puzzled. He certainly couldn't

remember the seemingly ordinary and unimportant "lục súc" matter. There were tiny details, not worth remembering, from a distant past that were etched in one person's memory but only passed lightly through the memory storage system of the other person's brain. But the name An and the uncles in Hải Phòng, Đệ must be clear. Đệ couldn't possibly recognize An's appearance. The last time they met was in 1946 when An was only nine years old. As for An, he recognized a few familiar features from the past on Đệ's worn face today.

An addressed Đệ intimately and called himself "em" (younger cousin) as they used to when they were young and innocent:

"Đệ, I still remember and recognize you. I'm An, your cousin, son of your fourth uncle. You used to come to our house in An Dương, Hải Phòng, for dinner before the Vietnam War."

Đệ took a deep breath and exhaled slowly, his eyes brightened and widened. For the first time since they met, An saw a gentle smile on Đệ's face.

"Ah, you're An, I remember now! When you were young, your Dad used to say you were the laziest schoolboy and most playful one in the family. When did you become a doctor?"

Now it was An's turn to laugh. An did not expect "to be interrogated":

"I just graduated a few months ago. Like you, I'm in the military now. The only difference is that due to the country's circumstances, each of us is on a different front line."

Đệ also fell into thought after An's words. The two of them chatted without mentioning the war, the military, politics, or national ideology. An inquired about the news of Đệ's remaining relatives in the North, while Đệ asked about those who had migrated to the South. Đệ informed An that when the Resistance against the French began, he returned to Huệ's hometown and convinced her to join the fight in Việt Bắc as a medical volunteer. Later, he married her with the Party's approval because Huệ belonged to the patriotic peasant class. Not long after, Huệ gave birth to their first child and returned to work in the battle rear. She changed her name to Kim Thư, probably so that the family of Bác Hai did not know about her previous work as a laborer.

An took out Đệ's study notebook, looked at the picture again, and saw the enduring beauty on Huệ's face in the photo. An told Đệ:

"Thanks to this notebook, I know your background. I will have to return the notebook to the Intelligence Department for security and intelligence purposes. Is there anything else you need?"

Đệ was determined and did not ask An for anything other than a message:

"Please find a way to inform my wife and the children who are still in our village. Tell them I have been captured by this side, but I'm safe and unharmed, so they can be reassured."

An promised to do so, to send a message to his sister-in-law, Huệ, of the past:

"I have friends in France and Hong Kong. I will briefly relay the news of you to your family through those channels. Your wife's name now is Lê Thị Kim Thư, as stated in your study notebook, I remember. And as for the village name, I have memorized it since I was a child, so don't worry."

Đệ's clothes were tattered and had been worn for several days in harsh conditions. An asked his subordinates to give Đệ a set of clothes that An usually wore for civilian affairs and gave them to Đệ. An also included the remaining half-pack of cigarettes and his Zippo lighter. Đệ didn't refuse. An bid farewell to his cousin. Đệ spoke sincerely and warmly:

"We may not have a chance meeting again. Farewell, and thank you."

The next day, a helicopter arrived to transport Đệ and several other POWs back to the Intelligence Department of the Division Headquarters.

Lieutenant Hậu asked An:

"Why are you so good to that communist POW? Giving him cigarettes and other things. If we were captured, they would torture us to death. We would not survive, Doctor."

An did not want to reveal anything about his family connection with the POW, especially as relatives, so coincidental and unexpected to meet again in a difficult circumstance. It would only complicate matters. An casually replied to Lieutenant Hậu:

"I wanted to treat him a little differently as a fellow physician, even though he's on the other side, but now he's a prisoner of ours!"

ooOoo

In 1973, the Paris Peace Accords were signed. The Four-Party Joint Military Commission was established. The shooting stopped, but peace only existed on paper. Attacks and artillery bombardments continued to occur. The North and South exchanged prisoners of war and required the presence of medical personnel during the process to examine and treat their respective prisoners or to hand over prisoners to the other side.

An wanted to explore places, volunteering to participate in the delegation to exchange prisoners on this side of the Thạch Hãn River. An wanted to take this opportunity to see the river and the historical bridge of his country up close.

As fate would have it, one of the prisoners An met was his cousin Đệ. An noticed that Đệ looked healthier and fatter than when he was captured. An thought that perhaps the South Vietnam prison food and less hardship on the battlefield had made his cousin gain weight and... become fairer. Because An served at the prisoner health clinic, An was specially allowed to meet Đệ for only about ten minutes, but Đệ was very happy. An gave Đệ a full "555" pack of cigarettes. When they were still in Haiphong, both Đệ and An liked to play the flute, a type of horizontal flute called the bamboo flute, and it was actually made of bamboo tubes. Đệ gave An a flute he made in prison.

An shook hands and bid farewell to Đệ. Then Đệ walked with the group of prisoners to be transported to the other side of the river. The two cousins were separated on opposing sides of the front line again.

An felt sad. Not sad for a personal relationship, not sad for this parting, but sad for the situation of his people. An drafted a short poem, A FAREWELL:

Farewell, you are going to the other side of the river
You are happy, while I feel sad
Separated by the two banks of Bến Hải river

Will we ever meet again?

Farewell, you are going to the other side of the river
Your loved ones are waiting for you
I am on this side of the front line
Peace, or just a wish?

Farewell, you are going to the other side of the river
We, close relatives, now have different paths
Each person on a border bank
Will there be a day when we kill each other?

Farewell, you are going to the other side of the river
I am under the yellow flag, you are under the red flag
Is it because we are serving our country
That we become enemies?

(Roughly translated from the Vietnamese text)

An drafted the poem as a gift for Đệ but never sent it to him, although it could have been sent by mail to Đệ's village through various foreign channels. An thought that after spending ten years in prison on the Nationalist side, Đệ would be tightly controlled. Đệ would no longer be trusted or employed by those on the Communist side. An's letters would be thoroughly censored. Sending a poem to Đệ would only bring him more suffering and trouble.

ooOoo

An thought that he would never have a chance to meet Đệ again. Until one day in the late 1990s, while An was temporarily residing abroad, he had a friend named Huân who worked for a major news agency. The United States and Vietnam were about to sign a trade agreement, and the capitalist world needed to understand the market in Vietnam. Huân was assigned to conduct an initial economic and market survey, and An was referred by Huân to provide a report on the medical situation and the pharmaceutical consumption needs of the people. The two pharmaceutical companies covered all expenses and generously paid for An's two-week trip, and An did not refuse. After completing the work, Huân returned to Hài Phòng to visit acquaintances. An rented a small car to visit his old village in Nam Định. In the past, when An was young, he rarely visited the village and did not have many memories. But the main reason for visiting the village was to meet Đệ again.

Đệ was almost eighty years old, and appeared healthy and alert. He warmly welcomed An and invited An to a meal with his children and grandchildren. This time, An gave Đệ a whole carton of "555" cigarettes, which he bought duty-free on the flight. Đệ happily accepted the cigarettes and said, *"I know smoking is harmful to health, but it has been my habitude and I don't have much time left."*

Đệ's wife passed away eight years ago. An asked for permission to light incense for her on the altar. There was a photo of her on the altar, with a black scarf hanging. An still remembered and cherished her old hairstyle, once with a spider web on, beautiful and romantic.

An and Đệ chatted for a long time, exchanging the events of the past and the present. When they mentioned their farewell on the banks of the Thạch Hãn River, An borrowed a pen and wrote down the original text of the poem Farewell he wrote many years ago. Only now that An had the opportunity to hand the poem to Đệ, expressing his sentimental thoughts. After a while, Đệ gently said, *"I heard that you all are doing well overseas, thanks to the blessings of our ancestors. Our relatives are planning to renovate the ancestors' graves, and I advise you to wholeheartedly participate."*

An readily replied, *"We are very happy and willing to do so. But I want to understand you more, according to materialism, do our ancestors protect their descendants?"*

Đệ laughed and said, *"In theory, there is no such thing. But now things have changed per the "innovation" policy of the government. Renovating the graves of our ancestors is a good thing to do. Moreover, our village now worships Thành Hoàng (*the protective Saint of the village*), and we have traditional ceremonies and festivals just like in the old days."*

An thought to himself, perhaps "it's not innovation," it should have been said "returning to the old ways" is more accurate. It was almost nine o'clock at night when An bid farewell to Đệ. Đệ saw An off in front of the house gate. An held Đệ's hand and asked a final question, *"After so many years of experiences and hardships in life, through many struggles and sacrifices, what are your thoughts now about capitalism and communism?"*

Đệ looked at An, speaking sincerely. Perhaps at nearly eighty years old, he no longer needed to be cautious or afraid of his words:

"I think someone said it quite well: humans living under a capitalist regime can be likened to well-fed cows grazing on grass and then being milked for their owners. Under a communist regime, humans are considered like buffaloes pulling plows. They also get some grass and hay to eat, and

they must find more grass to feed themselves. Cows can enjoy some leisure and freedom, roaming outside in the pasture, but they still have certain rules and limitations, and they are milked attentively. Buffaloes, on the other hand, are under tougher conditions. They pull plows all day, with bamboo sticks poking through their noses, tied to ropes while plowing, turning left or right under the control and supervision of farmers. They are relieved when they can lie down and rest at night. Therefore, with buffalo destiny, not many buffaloes have much time to think. All right, you need to get on the car to Hanoi now. The roads are safe, don't worry."

An said goodbye and got into the small, rented car. The road now was quite spacious enough for the car to run, but the dirt road was still rough and bumpy, making An shake. An truly had no worries, just like what Đệ said. An's mind was filled with memories of his time with Đệ. The "Six domestic animals" folk story from his childhood, the "catching leech" incident with beautiful and slender leg of Chị Huệ, the "searching for the mouse " in the warehouse between Đệ and Huệ, An's "frontline battle" in Rạch Đường Mây Chương Thiện, and the "farewell to Đệ " on the other side of the Thạch Hãn River... But what An thought about the most was Đệ's analogy of humans under two different systems, like "cows and buffaloes." Neither An nor anyone else liked being *a buffalo or a cow*. There must be a system that is more suitable for human life. An continued to contemplate. He received a task from capitalists, returning to Vietnam this time, to conduct an initial survey on the medical situation and the demand in Vietnam for European pharmaceuticals. Yet, when he returned to the US, some of his friends might considered him a cow. Whether it was a young cow, an old cow, a bull, or even the divine cow of the Hindus, it was still a cow's destiny.

An stopped reminiscing and stopped thinking as the car that took him came to a halt in front of the hotel where he was temporarily staying in Hanoi.

Tran Van Khang

7. THE FOOTPRINTS ON THE SAND

"The long and catastrophic war affected the lives and souls of the Vietnamese people during the war as well as after the war with many painful memories. However, apart from times of horror over war, or grief over the past, Vietnamese people still live, still love, still laugh, still sing, still write or recite poetry, still enjoy music, art, and literature, and still have moments of ordinary life. That's why there's the short story below."

1

He was a poor artist, 23 years old, who just graduated from an Art school in the past year. He did not have any artwork that gained the attention of art collectors or the art community. His paintings were sold at modest prices in art shops and exhibition halls in Saigon. He lived in a poor hamlet in Biên Hòa town.

His name was Triều, and he loved the sea, so he used the pen name Hải Triều (Sea Wave) for his paintings. That summer, he took his old scooter, packed light luggage, along with art supplies that could be easily folded, and went alone to Bãi Sau in Vũng Tàu (a city located by the seaside in South Vietnam). He rented a small corner in a simple house owned by a poor fisherman and spent his days painting by the seaside. He noticed a young girl who often went to the beach with her siblings. Sometimes in the afternoon, she would leisurely stroll alone on the sandy shore. As an artist, he observed her figure: a graceful and innocent face, a slender and long neck, beautiful legs with small feet. He associated her steps with the verses of ancient poetry, often comparing the steps of a beautiful woman to blossoming lotus flowers. With bare feet, the girl walked gracefully on the sandy beach and then on the small sand dunes by the rocky cliffs. He secretly wished for her to be his model for one of his paintings.

Then, on a sunny afternoon, she strolled by the beach. A gust of wind blew her wide-brimmed straw hat, shielding her from the sun. The beautiful hat happened to stop right next to his easel. That's how he and the girl got acquainted. She admired the painting he was working on and praised its beauty. She asked, in an innocent voice, "*As an artist, what do you like to paint?"*

He happily replied, delighted to have the opportunity to talk about his field with a pretty and adorable girl, he felt fortunate to have met her. "*I love the sea. I come here in the summer to paint. I paint the seascape in the early morning, the fishermen setting sail with their nets, the green cliffs, the sky, the seagulls... The scenes of life by the seaside. One or two children playing with sand. Some girls strolling along the beach. The sunset on the sea... But in my studio at home, I also paint still life and portraits... I don't tend to paint abstract or cubic paintings or follow symbolic art movements.*"

He praised her graceful walking style and beautiful legs.

After a few days of getting to know each other, Triều learned that her name was Ngọc Quỳnh (Jade Orchid Flower). Her father was a businessman in Saigon. She had just finished her HS Diploma exam and was allowed by her parents to spend a month here for summer vacation with her siblings. The siblings were staying in a spacious room with a kitchen in a hotel owned by a friend of her father. There was even a trusted housemaid to go with them, who cooked and took care of them. A few days later, Triều quickly drew a charcoal portrait of her and kept another rough sketch as a memory. He hinted that if he went back to Saigon, he would ask her to be his model for a painting of a young girl, a painting that would be more elaborate. She gently replied:

"My parents are very strict. They don't want me to be involved with a male friend. And you have long hair and frequently smoke cigarettes, which I can't let my parents know about, let alone being a model for you. I promise, if you cut your hair and quit smoking, next summer, in early July, I will meet you here. My parents said the whole family might

come here for vacation next year."

On the day of their farewell, they had coconut water in a seaside café. A young European couple sat at a nearby table. They had two young children, about four years old, playing around the empty tables in the café. The husband had a sporty and neat appearance. The wife had a beautiful face, but she was quite plump and weighed probably over eighty kilograms. Ngọc Quỳnh teasingly said to Triều:

"Triều, if this lady becomes a model, would you accept?"

Triều discreetly looked at the foreign woman and said, *"Many plump people also have their own beauty, like Dương Quý Phi in the ancient Tang Dynasty. But portraying a full-figured woman in an artwork, it's hard to captivate the viewers."*

She did not give him her address or phone number, using the excuse that her family was very strict. Triều returned to Biên Hòa, cut his hair short, and quit smoking. He changed his pen name to Triều Hoài Ngọc (Triều Love Ngọc). His paintings improved and sold better. For three consecutive years, in July, he went to Bãi Sau in Vũng Tàu for a month to paint. He still hoped to find the beautiful girl he met that summer and see her again. But three years had passed. He waited, tired and exhausted. He did not meet her again!

Footprints on the Sand, Song Lyrics (Roughly translated from Vietnamese text):

One day, you walked lightly
On the soft sandy shore
With small feet and heels

Planting lotus flowers with each step

One day, you walked lightly
By the rocky green cliffs
With small feet and heels
Leaving imprints of your steps

One day, you walked lightly
As the early evening approached
With small feet and heels
You still linger in my mind

Countless people have walked on that sandy shore
Why is it so difficult for me to find your footprints?
Countless people have been to that rocky cliff
Even the green moss has faded

Today, I retraced my steps
On the old sandy shore
My feet are tired after seasons of sun and rain
Today, I retraced my steps

To the familiar rocky cliff
Although my feet are weary
I still search for your presence

Although my feet are weary
I still search..., I still search... for your presence.

2

After a few joyful weeks of summer vacation, Ngọc Quỳnh returned to Saigon and enrolled at Saigon University, Faculty of Science. Half a year later, her parents arranged for her to study in France, along with a cousin. After a year of living in France, Ngọc Quỳnh became acquainted with and gained the approval of her family to marry a young mechanical engineer, also Vietnamese, who was working for a car manufacturing company in France. The wedding was held in Paris. Both Ngọc Quỳnh's parents and her siblings traveled to the "Capital of Light" to attend. Over nearly four years, she gave birth to two adorable babies. She lived a happy life with her husband and children.

However, life was not always "beautiful like in poetry". Ngọc Quỳnh unfortunately encountered a car accident, and although she survived, she suffered severe injuries and damage to her left leg. She could no longer walk normally.

3

Six years after meeting and getting to know Ngọc Quỳnh, Triều became a renowned artist. His paintings were exhibited and sold at high prices in many galleries. The buyers of his artworks were often wealthy people in the country and from abroad. Art collectors often sought paintings with innovative and unique creative strokes. Triều only visited Vũng Tàu's Back Beach during the next three consecutive summers after meeting Ngọc Quỳnh to paint. He did not meet his old acquaintance. In the following summers, partly out of disappointment and partly to seek new scenes and landscapes, he went to Nha Trang, Mũi Né, and Phú Quốc...

This summer, he planned to go to Đà Nẵng to paint beautiful seaside scenes there and in the surrounding areas such as Lăng Cô, Sơn Trà, Mỹ Khê, and Hội An... A few days before his departure, he stopped by an art gallery on Lê Lợi Street in Saigon, then visited another display shop on Lê Thánh Tôn Street, both of which had many of his artworks. Miss Bích Liên, the graceful attendant of the latter art gallery, happily informed him:

"Brother Triều! Yesterday, a lady from a foreign country bought two of your paintings right away. The one named "By the Cliff" and the one "On the Beach Sand". She seemed to admire your paintings very much. She also intended to buy another painting, "Hoa Quỳnh" (Night Orchid Flower"). Her husband is probably not an art collector. He said they already had a lot of luggage, and carrying heavy paintings would be burdensome. Tomorrow, the couple will be going to Vũng Tàu."

Triều hurriedly asked, "*How does she look?*"

"She's beautiful, accompanied by her husband and their two young children, plus a nanny" Bích Liên replied.

Triều knew Bích Liên, the attendant of this art exhibition room, for quite a while and he knew she had a lot of affection for him. Her name Bích Liên meant Jade Lotus Flower, the name evoked pure beauty. A few months ago, he gave her a pastel painting titled *"Young Girl by the Lake."* The painting featured a girl by a lotus lake and was highly artistic. Bích Liên proudly displayed the painting in this art gallery. Some people inquired about buying it, but she didn't sell it because it was a commemorative painting.

4

Triều abandoned the plan to go to Đà Nẵng and Hội An. The next day, he went to Vũng Tàu. Now Triều had a small car. He still lived in Biên Hòa, but he had a more luxurious house than before. In Vũng Tàu, he rented a short-term room at a hotel near the beach, at Bãi Sau.

Triều chose a place with memories of a past encounter to draw. He sketched the painting while occasionally looking at the open sea and the sandy shore. He had the intention of searching for a figure... although he knew it might be in vain. This is the sandy shore, with many fresh footprints. There were familiar rocky cliffs, still there, unchanged with time. The scenery was the same, but the figure of the past was nowhere to be found.

Quite a few people were standing behind Triều, observing him drawing. Some people whispered among themselves, praising his work. Triều didn't distract himself by looking back. The sight of tourists stopping by to watch an artist paint was a common occurrence for him. However, Triều was unaware that among the crowd following his brushstrokes were Ngọc Quỳnh and her husband. Now, Ngọc Quỳnh suddenly recalled the encounter with the painter from years ago. Those days, due to the rush of preparing to study abroad and getting married, Ngọc Quỳnh unintentionally forgot about the artist and the promised meeting of the past! She treated the promise as a fleeting matter without much thought. She admired beautiful paintings and loved the art of painting, so she felt a slight affection for the chance encounter with the artist. Back then, she hadn't spoken a word or made a gesture that surpassed friendship. However, being a girl, often very perceptive, she sensed Triều's seemingly sincere feelings. On that day, she was still too young, only eighteen years old, not wanting to be entangled or distracted by love before encountering the "object" that would move her, the "ideal person" in her dreams. Later on, her artist friends praised the works of the painter Triều Hoài Ngọc. She suddenly thought of the painter. Yesterday, when she was looking to buy a painting, the saleswoman informed her that the painter Hải Triều, the author of several paintings, had changed his pen name six years ago. She felt a sense of excitement. However, she didn't inquire further about the artist. Ngọc Quỳnh also didn't talk about the past, six years have passed, with her husband. Now, seeing the artist with no more long hair, no longer smoking, and with a hint of mature charm, sitting alone and painting, she felt more sadness! Ngọc Quỳnh intended to approach and exchange a few words with the person she once knew. But she hesitated and contemplated. Then, quietly, she continued walking slowly with her husband along the narrow path, next to the various shops. Ngọc Quỳnh whispered to herself. Now she had a family. One leg had a disability, making it difficult for her to walk normally. Where was the beauty of the past figure? Having given birth twice and being less active due to the accident, she now weighed over sixty kilos. Well, the past was gone! It was best to let the artist preserve those beautiful images, forever in his soul...

5

Light was important in painting. When the sun had set behind the distant rows of trees, Triều arranged his brushes and tools. He returned to his hotel.

That evening, the weather was cool. Ngọc Quỳnh sent the children to the housekeeper. She held her husband's arm and walked slowly along the beach. Her footprints in the sand were no longer as regular as before, not as beautiful as before. Due to her illness, and added weight, the imprints on her right foot were deeper and darker than those on the left...

Around nine o'clock the next morning, Triều returned to his usual spot to paint. Occasionally, he looked out at the old sandy shore. The footprints from yesterday had been washed away by the waves and the nighttime tide, erased. There were new footprints again today, imprinted on the sand. Everything was impermanent. Whether beautiful or not, happy or sad, joyful or painful... in life, "whatever happens, shall pass," like footprints on the sand. Triều looked at the large and small waves, wave after wave, coming to shore and then dispersing! Even the white foam that rose high or the tiny bubbles at the foot of the rocky cliff. He contemplated his philosophy: the big or small matters in life, just like those waves, would eventually become part of the past, forgotten...

Triều suddenly saw Bích Liên, the attendant at the art gallery on Lê Thánh Tôn Street in Saigon. She was walking by the beach with her mother and little sister. He noticed that Bích Liên also had a beautiful figure and a graceful walk, with slim and petite feet...

Triều awakened from his past infatuation. Few artists like

him had been "lost" for so long. He realized that happiness often was nearby, within reach, without the need to wait or search far away...

Tran Van Khang

8. THE SINGER

People often say that prose is a narrative, and poetry is a condensation that truly reflects the art of literature. Thus, apart from narrative poetry, Tang poetry is one of the forms of poetry that has reached the pinnacle of art. Often, with just 4 verses, extremely condensed language, with 28 monosyllabic characters, many Tang dynasty poets expressed the skill and evoked the scenery of a place, while fully expressing the thoughts, feelings or emotions of the poet in a context. Tang poetry has the power to convey strong and true feelings to the reader, the listener, the poetry enthusiast.

One of the Tang quatrain poems that is still popular, recited, and remembered even more than a thousand years later is the poem **Mooring At Night On The Qin Huai**

River by the great poet Du Mu (803-852), Tang period:

Yên lung hàn thủy nguyệt lung sa
Dạ bạc Tần Hoài cận tửu gia
Thương nữ bất tri vong quốc hận
Cách giang do xướng Hậu Đình Hoa

A rough translation:

Moonlight on the sand, haze on the chilly water
In a night, near a pub by the Qin Huai pier
A female singer, insensitive to the perished country's sorrows
With voice across the river
Gaily singing the song of Courtyard Flowers

The scholar Trần Trọng Kim translated this poem as follows:

Khói lồng nước, bóng trăng lồng cát
Bến Tần Hoài, thuyền sát tửu gia
Gái ca đâu nghĩ nước nhà
Cách sông vẫn hát khúc ca Hậu Đình
Smoke enfolds the water; on the sand was the moon's shadow
Tần Hoài pier, the boat nears the tavern,
The singing girl, not thinking of the country's sorrow,
Across the river, she still sings the song of Courtyard Flowers.

(A rough translation)

"Thương Nữ" in the poem meant a singer, a courtesan who sang to entertain people, not a female merchant. The poem was *"really good"*, but some people think that the great poet Do Mu was not magnanimous. How could he blame a courtesan for not thinking of the country's sorrow but just singing by the river instead? In fact, upon reflection, the courtesan just sang for a living, while serving the art of music. One could not demand that every woman had the spirit of a hero, thinking day and night about saving the country, and worrying about the country's loss. Why not blame the nobles, the literati? The country was lost but they still enjoyed themselves, listening to the courtesans sing. Just like now, our country is in danger. After Ải Nam Quan, it was the Bản Giốc waterfall, after the East Sea, then the Trường Sa, Hoàng Sa islands were occupied. If we blame the female singers... for just caring about singing, going from one show to another, that blame would be too much and unfair.

Du Mu's poem about the ***woman singer***, written over a thousand years ago, made the writer of this article remember the story of a ***woman singer in modern times***. If the circumstances and identities of the characters in the following short story coincide with real life, it is only due to chance, beyond the writer's intention. The story was written from the narration of Dzũng.

THE SHIFT ON THE FIRST DAY OF THE LUNAR NEW YEAR

On the first day of that Lunar New Year, Dzũng was on duty as an Intern at the Emergency Department of Chợ Rẫy Hospital. It was only 10 a.m. when the ambulance siren echoed outside the door. The attending nurse hurriedly invited him downstairs to urgently treat a patient. Dzũng rushed down from the ward on the upper floor to the emergency room, located on the lower level of the building near the hospital entrance. He was taken aback. The female patient lying on the hospital bed was none other than Hồng Vân, his lover. She had her eyes closed, unconscious, with pale skin and weak breathing. Her beautiful, long, jet-black hair cascaded over the white pillow. Her mother stood by her side, extremely worried. Seeing him, she was overjoyed and grabbed his hand.

"Dzũng, our Vân ingested nearly half a small box of sleeping pills in a moment of madness. I'm afraid she might die. Please do your best to save her", she pleaded.

He reassured her

"Yes, Auntie, leave it to me to take care of her."

Dzũng urgently began the treatment... providing oxygen, administering intravenous fluids, and gastric lavage, conducting vital blood tests, and examining for any acid-base imbalance in the blood...

THE SINGER'S LOVE FROM THE MUSIC LOUNGE

Back in those days of war, while Saigon was bustling with traders and businessmen, students still focused on their studies. At the frontline, soldiers from both sides shed blood every day. In Saigon, people continued their lives, considering the war as an inevitable matter between the two factions. At night, many people from the artist and entertainment circles, wealthy businessmen, and influential figures would retreat to dance halls, restaurants, and music lounges.

On Cao Thắng Street, there was a small music lounge

with nearly 20 low tables. The lighting was just right, creating a warm atmosphere at night. The music lounge could accommodate around 80 seats. It was an elegant music salon without dancing or loud noise. The band, at its fullest, consisted of five musicians playing piano, violin, guitar, saxophone, and flute. Occasionally, some famous singers would perform and quickly move on to other music lounges or dance halls. The owner was a middle-aged musician, who had a very artistic appearance. He was the author of several popular songs. He carefully selected beautiful and charming young girls, mostly from troubled rural areas who had come to the city seeking a way to make a living. Those who had talent were trained by the music lounge owner to become talented singers exclusively performing at this music venue. Every night, the girls would sit and have tea with the guests, engaging in sweet conversations while waiting to be invited to sing. Sometimes they would perform requested songs. The atmosphere here resembled a traditional Vietnamese music lounge *(hát Ả Đào)* with modern elements. It had an artistic and cozy ambiance, far from the scenes of "bia ôm" (beer& hug) or "karaoke ôm" (karaoke & hug) that emerged later.

At the age of 25, Dzũng was a fifth-year medical student. He loved music and had composed a few songs that were yet to be known by anyone. His family engaged in business and was quite well-off. Dzũng lived a carefree life, with just over a year left until graduation. His friends often teased him, saying he was "handsome Dzũng, a good student from a wealthy family." He and some close friends often visited the aforementioned music lounge on leisurely weekends when they did not have to be on duty at the hospital. It was there that he met Hồng Vân, an 18-year-old girl who had strayed from a rural area in Cao Lãnh, Tiền Giang region, to Saigon. Dzũng was immediately attracted to her upon their first meeting. Her voice was adorable. She had long, straight black hair. Her fair, smooth skin was rosy. She had a slender neck and a tall figure. Her big eyes appeared innocent and naive like a deer. Some of the music lounge's patrons used the phrase "Vân Mắt Nai" (Deer-Eyed Vân) when referring to her, especially when they wanted to invite her to sit at the same table, have tea, or drink wine. Hồng Vân had been practicing singing, and once she performed one of Dzũng's songs. Although not many paid attention to the song expressing his feelings for her, she told him that she loved that particular piece. Dzũng was deeply touched by the harmony and mutual understanding they shared. Eventually, he fell in love with her.

The owner of the music lounge, whom Dzũng was close to and considered an older brother in the artistic community, once confidentially told him:

"Be careful, younger brother. You have many competitors. No one has conquered Hồng Vân yet. Do you know that she is still a virgin? Many generals, contractors, government officials have tried everything, but they haven't been successful

in 'bringing her to their palace' as a mistress. And you, you are still a student, a poor student type. It's quite challenging."

Dzũng believed in the owner's words. He faced real difficulties, relying on his family's support to get by, as he did not have his fortune. Even though he had his hospital job to cover his expenses, if he managed his resident salary wisely, he could afford some entertainment. In times of shortage, his family would assist. Suddenly, he also became aware of another aspect mentioned by his "elder brother" from the music lounge. As a medical student, he thought he needed to examine the body or be intimate to know whether a girl was still a virgin or had lost her virginity. However, experienced people, the "masters" in the entertainment industry, told him that they could make a reasonably accurate guess by observing a young girl's gait to determine if she was still pure or not.

Hồng Vân reciprocated Dzũng's deep love. They dated, went for walks, dined, and watched movies together. On the streets of Saigon, anyone who saw them walking hand in hand could tell they were a young, beautiful couple.

OBSTACLES

The beautiful love story of two lovers often encountered difficulties and obstacles. The first minor obstacle was the music lounge owner's hesitation regarding Dzũng's exclusive relationship with the talented singer Hồng Vân. The owner worried about losing some customers who admired her and might switch to another music lounge. Dzũng had to find a way to bribe the music lounge owner. The second obstacle was Dzũng's mother. She saw him grown up, about to graduate and wanted to find a suitable girl for him to start a family soon. As Dzũng's mother engaged in business, she knew many people. Some of her friends even showed interest in forming a bond with Dzũng's family. Dzũng recalled one day when a high-ranking government official's wife visited his mother. His mother was not at home, and Dzũng was sitting and studying that day. His mother's friend asked him, "*How much longer until you graduate?*" He politely replied, "*Auntie, I still have over a year of study left.*" She then expressed her concerns, saying, "*It's dangerous to join the frontline after finishing school, you know. We have had several doctors die on the battlefield after graduation. My husband, with many connections, may help you. We care a lot about your family.*" Then she spoke intimately, "*The most precious thing in our family, we want to save it for you.*" Dzũng only responded politely and engaged in conversation with his mother's friend. He heard that this woman had a beloved daughter who was studying literature and was beautiful, but he had never met her.

Dzũng found out that Hồng Vân resided in the Bàn Cờ area with her mother and two siblings. He visited her for the first time on a Sunday morning. He learned that her father had died a few years ago due to bombs and stray bullets in the countryside. She once confided in him about an incident where a stray shell exploded near her house, from a Nationalist army's unit retaliatory shell against the guerrilla forces of the Liberation Front attacking a district headquarters. Dzũng visited her. It was a small, poor house with a tin roof. Vân's younger sister informed him that Vân and their mother were selling goods at the Vườn Chuối Market, in the vegetable and herb section. Dzũng went to the market and she unexpectedly met him. She looked shyly at him as if trying to avoid eye contact. He was also surprised. A "singer" captivating many people during the evenings at the music lounge, now appeared as a countryside girl, cute without makeup, wearing a dark purple áo Bà Ba (Bà Ba shirt) that highlighted her fair skin, assisting her mother in selling vegetables...

A few days later, they met again. Vân looked up at Dzũng with sparkling eyes. She asked: *"Do you care that my family is poor?"* He embraced her and replied: "*Loving each other isn't about wealth or poverty. It's about feelings, and affection for each other that cannot be explained, Vân. I was lucky to be born into a wealthy family and to have the opportunity to study. Your family faced unfortunate circumstances due to the war. Your father died because of artillery shelling. Your mother had to bring the family to Saigon to seek refuge. You are helping your mother and taking care of your siblings, which is commendable. I understand your situation. Poverty is not something bad. Please trust me.*" Vân was moved and gave him a long kiss...

One of Dzũng's close friends, Lãm, highly respected Dzũng's mother who also treated Lãm as a family member. Lãm noticed Dzũng's deep affection for the "entertainer" Hồng Vân, the girl who brought joy to the world. Lãm was concerned. He knew Dzũng's family followed traditional values and would never approve of this relationship. One day, Lãm revealed his worries to Dzũng's mother, saying, "*Auntie, I see that your son Dzũng is infatuated with a music lounge waitress. I'm afraid that one day you might have an unofficial grandchild.*" Because of this "esteemed" friend, Dzũng had to resist and avoid his family's questions for several days.

Two days ago, the radio news from Saigon and many provinces in the South announced that there would be an intense storm lasting a few days. The sky was filled with dark clouds. The wind blew fiercely in gusts, shaking even the tall trees. Then the rain poured down. Thuận Kiều Street in front of Chợ Rẫy Hospital was also flooded with water up to a few feet. That day, Dzũng did not have any duty to deal with, but he stayed at the hospital instead of going home because it was too dangerous to travel. As an Intern (in the Vietnamese &French Medical Systems), he spent more time in the hospital than at home. According to the regulations, he had a small room in the hospital for himself.

The wind was strong. Branches and leaves were scattered across many streets. Hồng Vân took a taxi to visit him, unexpectedly. She had been here a few times before. Hearing knocking on the door, Dzũng opened it. Hồng Vân appeared, looking beautiful with a cheerful spirit. Her eyes widened like a deer's. Her hair and clothes were wet from the heavy rain when she got out of the car. She shivered a bit from the cold. He pulled her into the room, kissed her on the lips, and then embraced her for a long time as if wanting to release the longing after several stormy days without seeing each other as if to convey warmth... When he let go of her, his shirt also had a bit of rainwater. Dzũng said affectionately:

"You're completely soaked by the rain, I am afraid that you may catch a cold. Please change your clothes and wear these pajamas of mine. Let me hang your clothes to dry."

Hồng Vân hesitantly took the pajamas he handed over, making a request:

"But you have to turn away while I change, okay?"

"*I'm willing to*" Dzũng replied.

He said that and then made a strong gesture, turning his body in another direction. But only 10 seconds later, he slightly tilted his head and looked back at her. Hồng Vân gently scolded him with a beautiful smile:

"*You're being sneaky*!"

The room was small but cozy. There was only a small bed, resembling a hospital bed. A small table and a chair. Dzũng had to pull Vân to sit on the bed with him. He embraced her in his arms. They asked about each other's well-being and exchanged kisses. She mentioned that due to the stormy rain, the market was closed, and the music rooms were also closed in the evening. He said:

"*Thank you. You did not 'visit me on a rainy evening' but 'you visited me on a stormy day,' which is more valuable than visiting when it's just raining.*"(Note: There was a Vietnamese song entitled A Visit In A Rainy Evening).

Outside, the wind was still strong. But the stormy scene outside seemed to add excitement for the young couple, making them feel warmer when being together, in a small room, feeling closer to each other, needing the loving protection of each other amidst the continuous thunder... Dzũng and Hồng Vân still felt a bit cold due to the chilly weather and thin clothes. He held her, both lying down on the small bed, using a blanket to cover both of them. He pressed his face against her jet-black hair, using a hand gently stroking it, then moved to the back of her neck, and then also to her back. He carefully ran his hand along the curve of her back, passing through each section of her back. Then he changed direction, lightly unbuttoning her front pajama shirt. His hand touched every small area on her chest. The girl's breasts were firm and tense, as if gaining more vitality. She trembled in his hands, not objecting to any of his movements. She whispered, her voice pleading:

"Don't deflorate me, please"

He did not say anything, just continued to kiss her. Despite her timid request on that stormy day, she finally "*offered herself to him, in a time of complaisance*" like a verse in a song... Saying farewell to innocence, bidding farewell to her girlhood.

CONCLUSION

Then Dzũng's family also knew about the situation. The whole family, especially his mother, both strongly warned and gently advised him to cut off contact with Hồng Vân. He was in a difficult and conflicting situation. He did not want to make his family sad, but he also did not want to sacrifice his love for Hồng Vân. She truly loved him, giving him her virginity without demanding anything in return or imposing any obligations on him. Could he betray her love? Dzũng, lost in his thoughts, visited the music lounge less frequently and rarely met her. Hồng Vân felt sad and had the feeling of being betrayed. She was even attacked by a jealous woman who sent subordinates to violently confront her, threatening to throw acid at her because that woman's husband was reportedly infatuated with Hồng Vân, similar to the case of the dancer Cẩm Nhung. At the same time, she noticed a delay in her menstrual cycle for over half a month. She was worried, distressed, and could not sleep. Hồng Vân bought sleeping pills initially to help her sleep and forget her sorrows. Then last night, in a moment of despair, she took 10 pills at once, hoping to end her life. Fortunately, she survived because she received prompt medical attention, thanks to her caring boyfriend. She was not pregnant either; it was just the irregularity caused by excessive pressure, stress, and worry.

Dzũng spent many nights pondering after she recovered from her dangerous state. Finally, he decided to follow the call of love and listen to his heart, disregarding the demands and pressures from his family. He firmly told Lãm, his friend:

"The happiness of life should be determined by each individual. Loving a poor girl from a different social class, with a miserable situation, is not a bad or wrong thing."

Dzũng took great care of Hồng Vân. When she recovered, he affectionately said:

"I will live with you for the rest of my life. You don't have to work at the music lounge anymore. Please continue to help Mom and sell goods at the market. I will find a way to work extra and support you."

Dzũng also stopped going to entertainment places. He took additional Intern shifts at private hospitals owned by the Chinese in Chợ Lớn at Sùng Chính Hospital, Quảng Đông Hospital, Triều Châu Hospital. Working extra, many sleepless nights, but he was happy because he became independent and could support his girlfriend's family without relying on his own family. The income from his Intern's extra shifts was quite substantial, enough to support her family.

After graduating at the end of the last year of medical school, Dzũng received a mobilization order and joined a combat unit. During his military leave in Saigon, every moment spent together was a moment of happiness for the two lovers.

In late April 1975, during the chaotic days in the South, due to a fortunate circumstance, Dzũng had the opportunity to bring Hồng Vân, along with her mother and two siblings, to escape to the United States. His parents were in business and had significant assets that they had built over many years of hard work, so they did not want to leave Vietnam during the intense days of the end of the war.

Dzũng and Hồng Vân officially became husband and wife after leaving their homeland. While he pursued further education to return to his medical profession, she worked in a factory to support the family. He quickly resumed his career. They had three children, two of whom grew up and followed in his footsteps in education and profession.

In the early 1990s, when one of their children had not finished high school yet, Dzũng brought his family back to visit his parents' home for the first time. His parents had aged, but with tears in their eyes, they joyfully welcomed the son who had not obeyed them in the past, and warmly embraced the daughter-in-law, who once was a "singer". They affectionately looked at their adorable grandchildren.

Tran Van Khang

Notes: Not every love story has a beautiful ending like the love story of Hồng Vân and Dzũng. There is a poem, also with the line "Insensitive to the perished country's sorrows", the title is THƯƠNG NỮ (The Singer), which tells the story of a poet in the past who used to sing and play music with a beautiful singer. Due to chaotic circumstances, she also wandered from the countryside to the city, making a living as a singer to bring joy to other people. Then one day, saddened by the transience of beauty and tired of the singer's life, she sought a way to distance herself from the world. The poem goes as follows:

Tôi quen cô gái miền quê loạn
Lạc nẻo Thành Đô dạo tiếng đàn
Trăng gió lạnh lùng tơ phím oán
Đêm về băng giá nhịp lời than

Tôi biết tâm tư sầu trĩu nặng
Giận buồn thân thế, thẹn long đong
Hôm nao vắng khách hờn ca vẳng
Gợi nỗi niềm riêng phận má hồng

Chiều nọ cô tìm tôi thủ thỉ
Em từ quê cũ hận tha hương
Người ơi, son phấn đầy vơi nhỉ
Một kiếp chua, cay, mặn, chán chường

Hôm qua hoa héo miền hương phấn
Lại một ca nhi trút nợ đời
Ai trách "bất tri vong quốc hận"
Tôi nhìn lệ nóng ngập ngừng rơi

(Thơ Song Nhất Nữ)

*****

I met a troubled countryside girl
Lost in the streets of the Capital, playing the strings
Moon and chilly wind, piano and music instrument's notes filled with grievances
Night falls, freezing rhythm of lamentation

I knew her heart was burdened with sorrow

Anger and sadness in her being, shyness and reluctance
On empty days when guests were absent, her resentful singing echoed
Stirring up her own unique pain, with cheeks blushing

One afternoon, she whispered to me
She came from her old homeland with resentment and longing
Oh, how full of makeup and powder she was
A life of sourness, bitterness, saltiness, and weariness

Yesterday, the flowers in her hometown withered
Another singer casting off debts of life
Who can blame "Insensitive to a perished country's sorrows
As I watch, tears fall, hot and hesitant

(A rough translation of Song Nhất Nữ's poem)

9. HAPPINESS STILL PEACEFUL

The characters in the short story below, if coincidentally similar to real life, are unintentional and accidental by the author. Some place names and times are also changed.

The car left the suburbs, moving away from the bustling urban streets. Nam felt relaxed. A vast sky above, and wide-open fields stretching all around. Far away were the dark green mountain ranges etched strongly against the end of the sky, luminous in the pleasant weather of the morning. Alone driving on a road of more than three hundred miles, this time Nam did not feel lonely but rather a bit relaxed, having a private space and time for himself. He slightly regretted not yielding to Hằng. Yesterday, Hằng, his wife, said, "*I want to go to Orange County with you.*" Nam replied to her, "*I will have a professional meeting for two days, all day in the conference room, you shouldn't go and get tired. This Sunday morning, we will have the gardeners doing maintenance job, please remember to guide them on what to do for our backyard. Probably by Sunday noon I'll be home.*" Hằng agreed, with a hint of sadness, she said, "*But I worry about you driving alone, why don't you take a plane instead.*" Nam reassured her, "*I'll be careful. I want to drive, be in control of myself. Waiting at the airport and then renting a car or using a taxi will take a lot of time, which makes me more impatient."*

In reality, the reason for attending this professional meeting was not the main point for Nam. Presentations and seminars on cardiovascular diseases are common in any big city like his San Jose. Cardiovascular field is not even the specialty of a general internist like him. But he told Hằng, *"The speaker this time is a famous expert who has valuable research, I want to attend his presentation"*. Nam indeed looked forward to the talk, noted in the program, from the renowned professor about heart diseases, but a major part of his decision was to attend the release of the fourth novel by female writer Quỳnh Dzung, organized on Saturday afternoon. He wanted to surprise his former lover. Being busy, he has only read her first two novels. The two books, published just three years ago, quickly had impressive acceptance by the readers and were reprinted less than a year after each release.

While driving, he thought about Quỳnh Dzung, now a well-known writer. This was unexpected to Nam even though he knew she loved literature when they knew each other many years ago. Thinking of meeting Quỳnh Dzung again this weekend, he was filled with nostalgia for their shared memories. He remembered what she said when they broke up, *"I know you love me, and I also love you very much. I have not held anything back from you ... But I cannot marry you because...* He recalled the day when he first met her at the end of a summer in the early '70s, he was immediately drawn to her beauty, both innocent and captivating. She was only 18 that year, a youthful, dreamy age like a newly blossomed flower. He was 26, just starting in life. Time has flown so quickly. Nam quietly calculated, now she is 40, he is 48. Two decades of old stories have passed, and now the '90s are beginning, but Nam found it hard to forget. He remembered the words and many details between him and Quỳnh Dzung. He remembered her caring affections for him, the loving days spent together, the turbulent developments of the time of war in the last few years before Saigon collapsed, a sudden return to the past in his mind, just like through a film of memory...

NGANG DỪA AND THESE PAST DAYS

Although Nam just arrived in this area of Hậu Giang province, he found the old name Ngang Dừa more endearing than the later name, Kiến Thiện County. Perhaps because the name Ngang Dừa sounded more poetic to Nam.

Ngang Dừa was a collection of several hamlets situated on both sides of a branch of the river. Surrounding the area were scattered clusters of houses and small canals. Not far from the sea, the rivers and canals here had fresh water for half of the year and saltwater for the other half. The population was peaceful but faced many pressures and tragedies of war. Since the town became the district headquarters, the economy seemed to have improved with the addition of administrative officials and military personnel, as well as the presence of the national government's units. Here, all transportation was done on foot or by boat. When military personnel and government officials traveled alone, they often used helicopters.

In the early 1970s, the war in South Vietnam escalated to its peak and spread everywhere. Nam had just finished medical school, but before he could defend his thesis, he had been appointed as a physician for an infantry combat unit stationed in Vị Thanh. Shortly after assuming his position, Nam accompanied the command headquarters to establish a base in Ngang Dừa. Small and large battles frequently occurred between the South VN army and the Communists.

Outside the unit's perimeter was an area of rice mill buildings, consisting of rows of sheet metal houses along the riverbank, surrounded by lush coconut trees. Nam temporarily set up a medical station in a tall sheet metal house, working together with the district's administrative office. Every morning, if not on a military mission, he would provide medical examinations for the military and the local population through civilian affairs work. The large sheet metal building had no partitions inside. In the middle of the house, there was a long row of chairs for people to sit and wait for medical examinations or paperwork. On one side were the offices of the district, and on the other side was Nam's workspace.

Every morning, Nam saw the Deputy Chief of the District and the staff, the secretaries, coming to work. Deputy Hưng, a young man with a youthful appearance, easily gained people's sympathy. He graduated in Administration and had been appointed here only a few months before Nam. In this remote place, both recent graduates from Saigon, Nam, and the Deputy District Chief quickly became friends. In front of others, Nam still referred to Hưng as "Mr. Deputy," and Hưng called him "Doctor." When only the two of them were together, they addressed each other more intimately, using "cậu" (a friendly form of "you"). In their free afternoons, the two friends would sit by the riverbank, drinking tea or sometimes beer. Hưng was knowledgeable and fond of literature and music, often discussing current issues. Hưng was well-versed in Vietnamese and French poetry and occasionally recited his poems.

Both young and unmarried, the conversation gradually led to discussions about sentimental subjects and, of course, the "Saigon girls". Hưng, being open-minded, recounted his love affairs, sometimes with explicit details. Nam took the opportunity to ask him:

"You're quite a ladies' man. Who is your sweetheart now?" Hưng replied:

"I am currently dating a student learning literature in Saigon named Quỳnh Dzung. She's quite beautiful." Hưng also asked Nam about his romantic life. Nam mentioned that he had met several young women, but he had not found anyone who truly became his girlfriend.

From then on, regularly, every week, Hưng asked Nam to send one or two letters to his girlfriend, Quỳnh Dzung, through the military postal service, which had helicopters regularly flying to the province, making the delivery faster than through civilian channels.

One day, after returning to Ngang Dừa from a few weeks' visit to Saigon, Hưng shared with Nam the recent progress in his intimate relationship, which had become truly passionate between him and Quỳnh Dzung. Nam asked about their plans. Hưng sincerely said, *"Quỳnh Dzung and I love each other, we have given ourselves completely to each other, and we are about to get engaged."*

ooOoo

Nam stood waiting for the helicopter at Vị Thanh airport to return to Ngang Dừa. This time, he got a leave and stayed in Saigon for over half a month to prepare and present his thesis. He had enjoyed nearly three peaceful weeks in the capital. Returning here, the air of war was apparent again.

It was late summer, but the weather was still hot. The small airport, made of laterite, was parched, and the grass burned. Many large areas surrounding the airport had become bare due to many sunny days, with only a few clusters of dry trees left. Occasionally a gust of wind blew by, causing dust to rise. Nam left his standing spot and comfortably sat on the seat of his Jeep to avoid the sun.

A provincial car slowly approached and stopped near him. Nam recognized the Finance Chief sitting in the car along with a beautiful young girl, about eighteen, maybe twenty years old. Already knowing Nam, the Chief greeted him and said:

"*Today a helicopter is bringing the monthly salary to the units in Ngang Dừa. This is the 'younger sister'* (a lovely term for "girlfriend") *of Mr. Hưng, the Deputy District Chief. She wants to visit him. Doctor, please help to guide her to meet him.*"

Nam happily accepted. He greeted the young lady. She also slightly tilted her head to reciprocate. Here, young women visiting relatives or soldiers at the outpost were all respectfully referred to as "younger sisters". "Sisters of the Rear of the battlefields". Nam was familiar with this term, hearing it sounded slightly theatrical but intimate, endearing, and affectionate.

After the Chief left, Nam invited the girl to sit in the front seat of his car. The canvas roof shaded the young woman. She introduced herself with her big black eyes:

"I am Dzung, a friend of Hưng. Hưng has told me about his acquaintance with you, Doctor. Today I get the pleasure to meet you."

Nam did not immediately introduce his name. He thought perhaps Hưng had mentioned his name, and on his combat uniform was a name tag. He replied:

"I've only known Hưng for a few months, but we see each other almost every day, so I consider him a close friend. I am a friend of Hưng's, Miss Dzung, please call me 'Anh' as your older brother."

Then he added:

"My name is Nam."

She spoke in a soft and sweet voice:

"Yes, but please also call me Dzung, like Hưng does."

Nam discreetly assessed the young woman. Just as Hưng had confided, Quỳnh Dzung had an appealing figure even at first glance. A balanced and radiant face, fair rosy skin, vibrant. Bright eyes, straight and high nose, a pretty smile with inviting lips. The girl did not wear much makeup. Just a thin layer of cream on her face, a touch of light lipstick on her lips. Her hair was lightly curled, medium length, and the lower part of her hair rested on the white skin at the back of her neck. Quỳnh Dzung wore a light cream-colored silk blouse and dark brown trousers. She brought a small, neat handbag. A gentle joy came to Nam. While waiting for the helicopter, he had a chance to talk to a beautiful and charming girl, the girlfriend of a friend he had known for only a few months.

The sergeant who drove for An automatically stood

under the tin waiting shed, chatting with a few familiar soldiers. Next to them, the Finance Lieutenant and several staff members were guarding the military green canvas bags containing money, ready to distribute salaries to the outposts. Quỳnh Dzung asked Nam if he had ever been in a battle. He said that he had only been at the unit for a few months and had never been on the battlefield. Only once, when he was traveling with a convoy, a mine horrifically exploded, but his vehicle was lucky to be safe. Nam also asked Quỳnh Dzung about her studies. She modestly replied:

"I am weak in math and lazy to study sciences. After passing the High School Diploma exam, Dzung studied Literature."

The end of summer in the South had rapid weather changes. While the sun was still scorching, suddenly cool winds blew in. Dark grey clouds indicated a coming rain. Just then, two helicopters piloted by Americans descended on the landing pad. The noise from the engines made Nam lean towards Dzung and say:

"Miss Dzung, we are preparing to board the plane."

Although she had opened the conversation earlier, Nam still did not feel comfortable addressing the young woman he had just met by her name. He helped her get onto the plane and fastened her seat belt. The first raindrops of the season started to fall as the helicopter rose in altitude. Countless raindrops hit the windscreen of the aircraft, meeting each other, and forming long streaks of water that followed one another, then disappeared. Two American gunners, on each side of the aircraft with long belts of ammunition, were ready to return fire if attacked from the ground. Quỳnh Dzung asked Nam:

"Is the flight route far?"

"The helicopter flies for about thirty minutes. By boat, I heard it takes almost half a day. By canoe, it should take about three or four hours."

A while later, the rain was still falling but the droplets were lighter. The helicopter descended. From the aircraft, Nam pointed out to Quỳnh Dzung his unit base, the security perimeter of the district, and the tin houses where he and Hưng worked. The Ngang Dừa river was beautifully framed by rows of coconut trees on the banks. Through the light rain, looking from above, the landscape below was beautiful in places, like a Chinese painting with green trees, covered by a misty layer of rain. The two helicopters circled around and then landed near Nam's headquarters. He helped Quỳnh Dzung off the plane. The rain was light. As soon as she set foot on the ground and took a few steps, a gust of wind from the helicopter's rotors made her lose her balance. Nam timely wrapped his arm around the young woman he had just met, preventing her from slipping on the slippery ground from the end-of-summer rain. Suddenly, he felt an indescribable feeling when holding the beautiful woman in his arms. Her soft body gave Nam a sensation of warmth and happiness. A hint of guilt subtly mixed into this sensation when he remembered that she was his friend's girlfriend. Hưng was already waiting by the landing site. Nam and Quỳnh Dzung met him, Nam said a few words to Hưng, then returned to the medical station to deal with the works waiting for him after his days of absence.

ooOoo

The camp was about two kilometers away by water route, near the confluence of a large river, there was a dune surrounded by many coconut trees, known as Coconut Dune. This was an important military point, so every night a small team would come to the station there, serving as a forward checkpoint, controlling the river junction, and maintaining the waterway security for the district and for the National units. The coconut trees were always green thanks to being nourished by alluvial water. In the middle of the dune, there was a leaf hut built by the soldiers. Inside the hut were hammocks, charcoal stoves, and some simple tables and chairs made from the trunks of the "bần" tree or the "cần đước" tree. Here, when having free time, Nam and some young officers would go to the sandy beach to swim in the river during the day, and when they came ashore, they would enjoy grilled fish or "scorched fish" eggs from Rạch Giá during the season, dry-grilled squid, drink beer or coconut water. Nam loved this poetic scene. When the situation was calm, he felt like he was on vacation on a small island. Sometimes he would hang a hammock between two coconut trees to take a nap, listen to music on a small handheld radio, enjoy the short moments of silence and temporary peace, reminiscing about Saigon and his student life, his university days...

For three days in a row, Nam did not see Hưng and his girlfriend. Then during his lunch with the officers of the Unit, Lieutenant Vượng from the Security Department said: *"These past days, the Deputy District Chief has been visiting the Coconut Dune with his beauty every day. He returned at night when the patrol reported from their night raid, probably because the Deputy Chief was very tired."* Nam wanted to defend his two new friends: "*The Deputy District Chief has his girlfriend visiting. In the future, this Literature student could be the Deputy District Chief's wife.*" Everyone, hearing

Nam's sincere voice, did not make any more jokes.

A few days later, in the evening after dinner, Hưng brought Quỳnh Dzung to visit Nam to say goodbye. Dzung was returning to Cần Thơ and planned to stay one or two more days at a classmate's house. She probably told her family she was visiting a friend in Hậu Giang on summer vacation. The two of them gave Nam a small box of tea and a box of cakes that Quỳnh Dzung brought from Saigon. Nam asked his attendant to brew tea, and they chatted together. Hưng looked happy, a little proud, because his girlfriend had visited him in this remote, dangerous friend-enemy mixing area. Quỳnh Dzung was friendly, cheerful, and natural. She brought a few new books and magazines for Hưng and Nam. She talked about the articles, stories, and poems she liked.

Nam asked Quỳnh Dzung how she would be returning the next day. Hưng said he had arranged with a cargo boat to take her to Cần Thơ, probably taking a full four hours to get there. Women and elderly traders, traveling by boat, were relatively safe. Boats sometimes had to pay taxes to both sides. But young men, soldiers on leave, could be intercepted by guerilla groups of the other side, be captured, and be imprisoned in their jungle bases.

That night there was no moon, but many stars. The sky had cleared after the early seasonal rain a few days earlier. A military-style motorboat docked at the riverbank. The murmuring voices of a few soldiers tying the boat to the shore were heard, and then they walked towards the camp. Nam told his two friends that the boat was used to transport reconnaissance teams who conducted raids at different locations each night, around the garrison area. The gentle ringing of bells from a distant Buddhist temple across the river echoed softly. Hưng told Quỳnh Dzung about this ancient Khmer temple, almost two hundred years old, dating back to the reign of Lord Nguyễn Ánh. The locals here still call it the Khmer Temple. Quỳnh Dzung softly recited, just loud enough to be heard:

Thuyền ai đậu bến Ngang Dừa
Nửa đêm vẳng tiếng chuông chùa Cổ Miên (1)

Roughly translated:

Whose boat docked at Ngang Dừa wharf?
In the middle of the night, the bell of Cổ Miên pagoda is ringing

Nam said as a compliment:

"Dzung, as a student in Literature, you always remember the poems of the ancients when seeing such scenes. Thanks to Quỳnh Dzung, we will call the temple by its beautiful name, the Ancient Khmer Temple. I wonder if we will ever visit the Han Shan temple in China, which must be more dreamlike and inspirational for the ancient poets. Even now, a thousand years later, it continues to inspire."

She lightly replied:

"I think our country also has many beautiful places. But sometimes our feelings about a scene also depend on our personal feelings and circumstances. If we romanticize it, this land is very poetic, especially the Ngang Dừa."

Close to midnight, as Hưng and his girlfriend were preparing to say goodbye to Nam, a series of loud and close explosions rattled the three. The other side had begun shelling. Nam hurriedly pulled his friends down to the shelter, near his canvas tent. The explosions continued and were harsh. In the dark, cramped shelter, Nam could clearly hear Quỳnh Dzung's rapid breathing and even her pounding heart next to him. She asked worriedly:

"Are we under attack?"

With his "few months of experience" at the front, Nam reassured his friend:

"A shelling like this rarely leads to a direct attack."

In a dangerous situation and indeed inexperienced, Nam forgot the tactic of artillery preparation followed by an infantry assault on the enemy.

Suddenly a loud explosion, followed by the sound of metal debris hitting the entrance of the shelter where the three were hiding. As he sat huddled, Nam instinctively brushed his hand over the ground and touched a small, sharp, and still-hot piece of shrapnel. He involuntarily cried softly.

Quỳnh Dzung's voice was terrified:

"Are you okay, Nam?"

One of her hands reached out and gripped Nam's shoulder. He reassured her:

"I touched a hot piece of shrapnel that had just fallen into our shelter."

The shrapnel had struck hard against the empty metal boxes, which used to contain machine gun ammunition. The soldiers had used these empty boxes as bricks to construct the walls of the entrance to the shelter, to prevent soil from collapsing inside the shelter.

Nearly half an hour later, flares were lit around the garrison area. Then the artillery of the friendly units poured shells far into the west of the command post. The sounds of the enemy's artillery gradually lessened and then became silent. People cautiously came out of the shelters. Part of the camp had been damaged, and a few straw huts had caught fire, but no one was killed thanks to the solid shelters. Only four people, both soldiers and non-commissioned officers in the watchtowers, were injured because they did not have time to take cover. Nam had his staff bring in two more army cots and blankets for his friends to stay overnight in his medical station. It was not safe at all to let them return to the district where Hưng lived, which was less than a mile away, under these circumstances. Nam and the medics went to take care of the wounded. Afterward, he attended an emergency meeting with the Command Office.

The next morning, many helicopters from Bạc Liêu and Cần Thơ arrived, bringing several officers to assess the situation on the spot, and to transport the wounded. On this occasion, Nam found for Quỳnh Dzung a new uniform and a fabric hat for the forest to wear, like a female military assistant, then escorted the helicopters dispersing the wounded back to Cần Thơ.

For a week after that, the situation was calm. Our side was busy refurbishing the base. The ally units were on patrol, operating day and night. The other side was probably also busy cleaning up, dispersing thinly to avoid being ambushed or annihilated. Nam again had occasions to have long conversations with his friend. As a habit, Hưng confided about his three wonderful intimate days with Quỳnh Dzung, especially when only the two of them were on Cồn Dừa. Nam did not expect that Quỳnh Dzung, the young college student, had lived so openly and liberally. When in love, the girl had not hesitated to live freely, intimately, and completely with her lover.

Hưng gave Nam a new poem he had written: *"I just wrote this one, wanted to show you."*

Nam took the paper and read Hưng's poem called "The Lover Who Came". He still remembered two romantic lines:

Em đến trao anh cảnh địa đàng

Đôi ta sống lại thuở hồng hoang...

Roughly translated:

You come to give me the scenes of paradise

We're living in the primitive era again...

Nam affectionately said to Hưng: *"I'm glad the two of you have found paradise on Cồn Dừa."*

ooOoo

That day, Nam returned to visit Saigon. Hưng asked him to deliver a letter to Quỳnh Dzung and a basket of fruits from Hậu Giang, including several big mangoes.

Quỳnh Dzung was delighted to see him. Her eyes shone like a child's when given candy as she held a mango:

"Thank you for bringing me the gift that I like. But I must thank you even more for taking care of me during our visit to Ngang Dừa a few months ago. I thought I could die there. You helped me return to Cần Thơ by helicopter, so it was very comfortable. I have kept the battle gear you gave me as a souvenir, but I have never dared to wear it to show off to my

friends."

Quỳnh Dzung invited him to sit in the living room, offering orange juice. It seemed that her family was out, except for her younger sister, around sixteen years old, who occasionally appeared at the door of the inner room. Quỳnh Dzung asked:

"Did Hưng tell you about his plans to study in the United States?"

Nam, who had never heard about his plans to study abroad, replied:

"Hưng hasn't told me about this plan. I think it's hard to apply to study abroad given the current serious war situation."

Quỳnh Dzung said in a friendly tone:

"Nam, don't use the formal "Tôi", it sounds so distant. Just use "anh" to Dung, just like Hưng does. You are older than me, after all."

From then on, Nam changed his way of addressing her as she suggested. Quỳnh Dzung informed him that she had a sister named Quỳnh Hương, who was studying 10th grade at Trưng Vương High School, and a younger brother in grade seven. The conversation continued about studying Literature and her professors, about Hưng and Nam's life in Ngang Dừa, about the latest popular works and authors, the favored singers...

Then Quỳnh Dzung asked him:

"Nam, tomorrow afternoon, Saturday, there's a screening of 'Summer Plage', previously censored but now allowed again. I like the actress Sandra Dee. Do you have free time to

take me and Quỳnh Hương to see it? I want Hương to get to know you."

Nam was a bit flustered. Somewhat surprised at Quỳnh Dzung's boldness as well as her affection. But Nam already had other commitments before visiting her. Seeing Nam's hesitation, the intelligent Quỳnh Dzung helped him:

"Or are you busy, do you have a date with someone else?"

Nam informed:

"I promised to take my younger sisters to Thủ Đức. They always ask me to take them to dinner whenever I come home".

Quỳnh Dzung made the conversation fun and natural:

"Are they your real sisters? If they are your girlfriends, why are you going with so many at the same time?"

Nam answered:

"Only one is my cousin. She has a few friends."

Quỳnh Dzung looked at him:

"I hope you can choose one girl. But I also want you to get to know my sister."

Then she introduced Quỳnh Hương to Nam. He enjoyed the mangoes with the two sisters. The unripe mangoes served with sugar and chili salt were a favorite of many girls. Nam was not particularly fond of this dish, but he was happy to have a conversation with two beautiful girls. Quỳnh Hương was discreetly beautiful, kind, and not as dynamic as her older sister.

ONE MAN DEPARTING

As the Lunar New Year approached, the war situation was still escalating, few soldiers and civil servants could return home to celebrate Tết with their families. Both Nam and Hưng stayed in Ngang Dừa, celebrating Tết on the front line. This time, true to the agreement between both sides of the war, there was no fighting here on New Year's Eve and throughout the Lunar New Year's Day.

Around one o'clock in the morning on the fourth day of Tết, Nam was sleeping soundly when he heard many gunshots exploding. Nam hurriedly put on his armor and immediately went to his prearranged defensive position. The enemy launched a surprise attack on the district's fortifications, where there were nearly two hundred militiamen and local defense forces, as well as the house of the district chief and Hưng's house. Nam's camp was not hit by a single bullet. Perhaps the other side knew it would be difficult to win and would suffer heavy losses if they directly attacked a main regiment base with strong firepower, many soldiers, and hundreds of Claymore mines around. The district's defensive position is only a kilometer away from Nam's camp. The sound of large and small guns was truly clear. The sound of machine guns exploding and the sound of 57mm recoilless guns. Nam was worried about the fate of the district and his friend. The two main battalions of his unit, also stationed nearby, were not given orders to proceed with the rescue. Nobody was unfamiliar with the tactics of fort attacks, rescuing at this point would only invite heavy losses. The rescuer routes were surely full of mines and ambushes.

The battle between the inside and outside of the district's perimeter continued for over two hours. The attack only ceased when light aircraft arrived, dropping flares repeatedly, illuminating the entire area, in the sky, and on the ground.

The next day, Nam was horrified to learn that Hưng had been killed in the first moments of the attack. A fragment of an M79 grenade had hit his friend, as if by fate. The love story of the two friends ended tragically. Unlike in the movie *"Elle n'a dansé qu'un seul été"* (One Summer of Happiness), this time it was not the girl, but the young man who had forever departed, leaving his lover behind.

Nam pondered and grieved for the war taking place in the South. A war he was drawn into despite not wanting to be, standing on this side of the front line, and now facing the other side at a forward unit. Nam remembered, that in 1954, he moved to the South with his family when the country was divided. Some of his relatives and friends stayed on the other side of the 17th parallel. He was sure many people decided to stay in the North, not because they were passionate about the Socialist system, but simply due to circumstances or because they did not want to leave their beloved villages. Certainly, some of Nam's friends and relatives were also drawn into the war like him, and now held guns on the other side of the front line. They possibly were the ones who had fired those grenade launchers at his unit. His force had poured dozens or sometimes hundreds of 105mm shells on them. The shelling from his side or the other was inadvertently causing harm and grief to many innocent people. Those people on the other side, they were far away or they were nearby. They could be his relatives and friends. They were still in Hanoi, Hải Phòng, or Thanh Hóa... Or they were right outside his unit's perimeter, sometimes in a nearby village or far on the horizon...

THE LOVE THAT CAME LATER

Quỳnh Dzung was pregnant two months before Hưng's tragic death. Nam, partly out of compassion for his unfortunate friend, partly because of a desire to share Quỳnh Dzung's sorrow, and due to affection, frequently visited or contacted her to console her since Hưng's death. Quỳnh Dzung went to Đà Lạt and gave birth to a boy, returning to Saigon to live with her family and continue her studies in Literature at the University. The baby was taken in and raised by Hưng's family. Quỳnh Dzung visited her son weekly. She was also dearly loved by Hưng's family. Once she said to Nam: *"My child is the most vivid and memorable memory Hưng left for me and his family. When Hưng just had the accident, many people suggested I should have an abortion, but I disagreed, and my parents didn't want me to do so either."*

Several months later, Nam was reassigned to work in Mỹ Tho, after completing his frontline service term. He had the chance to return to Saigon, and visit Quỳnh Dzung more frequently, and his feelings for her began to grow stronger. He had not confessed his love to her yet, but he felt that Quỳnh Dzung was also fond of him. However, she occasionally mentioned her desire for him to become acquainted with her younger sister. But love often comes naturally. Feelings led by arrangements often faced difficulties. Nam cherished Quỳnh Hương as if she were the sister of a friend.

One Sunday morning, Nam visited Quỳnh Dzung. He then rode his Vespa motorcycle with her through the familiar streets of Saigon. Since Hưng's death, Quỳnh Dzung had grown her hair long. The scouter ran smoothly, and the wind was cool. A few strands of her hair brushed gently against Nam's neck, giving him a pleasant sensation. He wished the roads were longer to continue experiencing such tranquil feelings.

The couple later had lunch at a restaurant by the Saigon River. Quỳnh Dzung placed one of her hands on the table. Holding her small hand, Nam tenderly asked:

"From afar, Dzung, can you guess what Hưng would think about us now?"

Quỳnh Dzung looked at him:

"Hưng would bless us."

Nam still held her hand in his:

"If I told you that I love you, Dzung, what would you think, would Hưng be sad?

"Hưng is gone. He was understanding and generous, he probably would not be upset about it. But as far as I am concerned, I don't deserve your love. You have a whole future ahead, and I have a life that's already complicated..."

Nam said sincerely:

"I had feelings for Dzung from the first time we met. If Hưng was not a friend, I would have tried to win Dzung over from the first day we met."

Quỳnh Dzung blushed. She said nothing. They left the restaurant, strolling along the river. It was past noon, and there were hardly any people around. Nam held her and kissed her hair, then her cheek, and gently kissed her lips.

Nam took her to a regular cinema at Eden shopping center, where an old but famous movie was being shown. He chose a quiet corner. The couple, now familiar with each other, whispered and exchanged passionate kisses...

Their love grew deeper each day. Quỳnh Dzung was a young girl, increasingly beautiful and full of life. Nam was smitten. Sometimes, due to some psychological reaction, probably because he loved her so much, Nam felt a twinge of jealousy towards her past. Once, he asked Quỳnh Dzung: "*Did you love Hưng the way you love me?*" She remained silent for a while. Nam silently blamed himself for being insensitive. Another time, he accidentally found a poem titled "*The Lover Who Came*", which Hưng had written for her, and she kept as a memento in a book. Only now did he have the chance to read the entire love poem of his old friend... He appeared thoughtful, and Quỳnh Dzung could sense this.

ooOoo

One day, Nam came back to visit his home in Đà Lạt. Only his mother was there, enjoying the idyllic living in this city. His father had passed away many years ago. His mother spoke solemnly:

"*Sit here and I need to talk to you*"

Nam sat down and had tea with his mother. His mother said:

"*You've grown up, finished your studies, and now you should focus on starting a family, finding a worthy and virtuous partner who is compatible with your heart to move towards marriage. Don't wait until you're too old to start a family, at that time the father will be old, and the children will still be very young. Some of my friends also have good and well-behaved daughters who are doing well in their studies. If you want, I can try to arrange for you to meet some of them, and you can decide who you are compatible with and proceed towards marriage."*

Nam replied to his mother:

"I have only been out of school for just over a year, so there's no rush, Mom. I want to choose my life partner on my own to live together in the future."

His mother inquired while giving advice:

"I heard that you are involved with a widow who has a child, and I'm not pleased about it. I heard that she's not even a widow, just an unmarried wife of your friend who died in the war. Getting involved like that, what if she becomes pregnant? Your life will be complicated and troubled. I also won't approve if you marry someone who already has a child like that."

Nam knew that a close friend of his, whom his mother considered as an adopted child, had informed his mother about his relationship with Quỳnh Dzung. In his heart, he did not blame this friend; he only cherished Nam's mother and revealed it to her. This long-time friend, a high school professor from a Confucian family, probably would not approve when he saw the deep and sincere love between Nam and Quỳnh Dzung, which was heading toward marriage.

Nam felt sorry for his mother. Every mother wanted the best for their children, for their happiness, and perhaps for her pride as well. But Nam's feelings for Quỳnh Dzung were so strong. He wanted to overcome societal judgment and believed that he would overcome any sorrow his mother might have.

Two weeks later, he met Quỳnh Dzung. After intimate moments together, he said to her:

"I want to marry you. I plan to organize the wedding a short time before the upcoming Lunar New Year. Will you agree?"

Quỳnh Dzung was moved. She nestled her head on his chest. He saw her truly touched, and tears wet his shirt. Nam quietly thought that she had found happiness again. But he was surprised when she said:

"Give Dzung some time, then I'll give you an answer."

Nam believed that she wanted to consult her parents or had some private thoughts.

In the following weeks, every time they met, Quỳnh Dzung still showed deep love for him. But when asked about the decision to start a family, she postponed, not giving a clear opinion. Nam felt hurt. He believed that they loved each other deeply, so why did Quỳnh Dzung need more time to think? That time, he got upset with her and then stayed away for three weeks without visiting her in Saigon.

However, Quỳnh Dzung came to Mỹ Tho town to find him. In the small house where he lived, she expressed her love for him more than ever, caringly, affectionately and passionately. They spent a long night together. As dawn approached, he reaffirmed his intention to marry her. Quỳnh Dzung's eyes were filled with tears, and she said:

"I know you love me, and I love you too, immensely. I have no regrets with you. But I cannot accept your proposal

because other people would make you uncomfortable. This marriage would cause a lot of grief for your mother. You won't be completely happy with me either. I know your mother does not approve of our relationship. Accepting your proposal would be selfish of me. I acknowledge and appreciate your love for me. We have loved each other fully and beautifully. I'm not too romantic, but I've thought carefully, and our love will retain its beauty if we don't start a family together. Seeing you, being close to you this time might be the last time. I need to find an exit for you, for me, for both of us..."

Tears streamed down Quỳnh Dzung's cheeks. Nam held her in his arms. He wanted to encompass the woman fully; he wanted to keep her in his hands forever. He spoke tenderly and affectionately:

"You're mistaken. I don't care about public opinion. I don't care about the past. I want to live for the present and the future. I want to live for us. Why think about others and not think about our own happiness? We love each other, and we haven't done anything wrong. I only regret when I do something wrong."

Quỳnh Dzung said:

"I believe what you say. But deep down, people cannot escape the influence of the past. I remember once we were in love, you asked, 'Did you love Hưng the same way as you love me now?' And when you saw the poem Hưng wrote for me during our trip to Cồn Dừa Island, I could sense your sadness. Our society favors marriages between compatible couples. I am a single mother with one child. You have never been married and have a promising career. Your mother, your family, and your friends, what will they think? Loving each other, now you think nothing matters. But when we

live together eventually, there will be times when you feel discomfort within yourself and from external circumstances. I think I am only worthy of sharing happiness with someone whose situation is similar to mine. The past, whether happy or painful, is hard to erase. Moreover, there are some secrets that I can't tell you..."

Nam remembered the following morning vividly. Quỳnh Dzung bid him farewell with a kiss, and from then on, she avoided any further contact with him.

Close to that year's Lunar New Year, Nam heard that Quỳnh Dzung had married an Air Force officer. He had a child with a dancer, and he had planned to marry the dancer, but his family did not accept her. The dancer later became the "mistress" of a high-ranking official in the government.

Nam started his own family. From that point on, he did not contact Quỳnh Dzung. He did not want to disturb the life of his former lover and didn't want to cause sadness to his wife. Although they did not communicate, he still kept tabs on her life through mutual friends. In early 1975, a few months before Saigon changed hands, he learned that Quỳnh Dzung's husband had died in a mission. Nam wrote her a condolence card, and that was the last time he contacted the beautiful woman who faced many hardships and sorrows in her life.

MEETING THE LOVER OF THE PAST

Nam arrived at the destination earlier than expected. He checked in at the hotel, where tomorrow's seminar would be held. Hyatt

Regency Hotel in Orange County was quite modern and beautiful, with tall palm trees in front and along a long stretch of road. After a long drive, he went to his room to rest. He had the address and phone number of some recent acquaintances, but he did not call or plan to visit them like he used to with his wife Hằng. Thinking of Hằng, he called her to let her know he had arrived safely. He mentioned that the professional seminar would end on Saturday, and on Sunday morning, he would drive back home and plan to arrive around noon.

After taking a refreshing shower, Nam felt refreshed and comfortable. He intended to dress lightly and take a walk before having dinner in the hotel's restaurant. But he changed his mind. Walking alone without a purpose and having dinner alone would not be interesting. He stayed in his room, ordered some light food from the hotel, and watched a romantic movie on the small screen until late at night. The movie was sad. A beautiful girl, her husband went to war and went missing. She was lonely and ended up with a close friend of her husband. When the war was over, her missing husband suddenly returned. The friend then returned the wife to her husband, and he left for a distant small city to avoid the awkwardness of meeting old acquaintances and seek complete peace for both himself and the person he once loved. The movie was ordinary, classic, and nothing new, but the female lead's performance was dynamic, and the dialogues were good, reminding Nam of his own story.

The two days of professional meetings went by slowly. Perhaps it was because Nam was eagerly anticipating the release of Quỳnh Dzung's new novel. During the professional meetings, he only paid little attention to the presentations of the most important speakers, neglecting the others and even the question-and-answer sessions and discussions sometimes. He skipped the closing lunch on Saturday. Having had enough of American cuisine for the past two days, he took his car to the crowded Vietnamese neighborhood in Orange County and had lunch alone with some home-style dishes.

Nam arrived at a library a few minutes before the scheduled time for Quỳnh Dzung's book launch. There were quite a few attendees, unlike the meetings or weddings Nam usually attended, which often started late. He chose a seat near the back row. Five or six people were arranging the novels on a long table, and some were preparing the sound system and chairs for the audience.

Quỳnh Dzung arrived with some friends. At the age of forty, she still had beauty and elegance, wearing a vibrant lotus-colored Vietnamese long dress "áo dài" with artistic embroidery of small lotus flowers and leaves at the front. A female MC from a local television station hosted the event, welcoming and thanking the friends and guests. A young female writer talked about author Quỳnh Dzung, followed by an established male writer who shared personal insights about her works and distinctly introduced the new novel. Next, Quỳnh Dzung engaged in conversations with the guests and attendees. Her voice and demeanor left a strong impression on Nam, bringing back many memories. Nothing had changed over the years; she was still charming in her way of speaking, with a more mature and confident demeanor than when she was in her twenties. After a few short interviews with journalists, she returned to the table to sign books and write dedications for attendees who wanted her works. Due to sitting in the back rows, Nam then stood near the end with a few other guests while waiting to have the book to be signed by the author. He purposely did this to spend more time looking at her and listening to the brief conversations she had with friends and admirers.

When it was his turn to approach her table, only three or four other guests were waiting for her to sign their books. As a familiar reaction, she did not look at him when taking the book from his hand, quickly writing *"The copy of..."* and then looked up with a friendly smile. Nam spoke slowly as she started writing his name on a page at the beginning of the book, *"My name is Lê Văn Nam."* Quỳnh Dzung's beautiful eyes brightened:

"Oh my God, Nam! Why didn't you let me know you are coming here? It's such a surprise!"

She stood there, stunned, looking at him, then trying to regain her composure, she said, *"I want to offer you a special edition."*

She placed the regular novel on the table, and then took a beautiful hardcover edition from under the table, and prepared to write, but then stopped.

"I want to meet and talk to you for a long time. I will give you the book then. Please wait for me a few minutes, okay? I'm almost done."

Nam realized that it would be inconvenient to have a lengthy conversation while there were still a few people waiting behind him. He said to her, *"Dzung, please feel free to continue, greet your friends and admirers. I have plenty of time. I'll wait for you at the back of the room. When you're done, we can chat."*

Some curious eyes looked at him. The attendees

lingered, chatting with Quỳnh Dzung after she had signed the last copy. Nam noticed her eagerness to say goodbye to the remaining friends. Then she came to him, caring and intimate.

"I'm so happy to see you. Our mutual friends told me you're in San Jose. But where is Hằng? I want to meet her too."

Nam was surprised. He did not expect her to know that he was in that city. She knew him and even knew his wife's name. She knew but did not contact him. Just like him, they were still "following each other's footsteps". He only knew that she was still single. Looking at her with a warm gaze, he said, *"I had a two-day professional meeting, so Hằng didn't come with me. I wanted to come this time to see your book launch, meet you again, and celebrate your quick success. I and many readers enjoy reading your stories."*

Quỳnh Dzung showed a joyful expression. Nam saw that she was still beautiful, still friendly and warm, still attractive. Looking at her, he said,

"I like the color of your áo dài (long dress). It reminds me of Vietnam, my beloved Saigon. I want to have a lengthy conversation with you. I am far away and don't know many places in Orange County. I'm staying at the Hyatt Regency nearby. Would you like to have dinner at the hotel's restaurant this evening? We can talk comfortably."

Quỳnh Dzung held his hand, looking at him affectionately. She said, *"You still know how to compliment women. But now I won't let you sweet-talk me like when we went to Vũng Tầu or Đà Lạt."*

She continued with a smile,

"Coming from a distant city, you are my guest. I invite you to come to my house in Irvine around 7 PM. We'll have dinner, enjoy each other's company, and have a long conversation."

Nam accepted the invitation. Quỳnh Dzung gave him her address and home phone number. He did not know whether because of their past relationship or because she had become Americanized, she hugged him when saying goodbye, a very Western "hug". Normally, Nam felt awkward and hesitant to hug someone of the opposite sex from his homeland in the US. But with her, it was different. The fragrance of her hair, and her body, brought back memories of a time of longing and love, evoking indescribable emotions in his heart.

BORDER OF A FARAWAY LOVE

Finding the house was not difficult for Nam. Quỳnh Dzung's house was still new, with a red tiled roof, one floor, in a quiet neighborhood. She welcomed him at the door, looking fresh and elegant in a neat outfit. The bright brick-colored silk shirt accentuated her proud and confident figure, even at the age of forty. She wore a short black skirt that reached her knees. A pair of beautiful sandals, of moderate height, gave her a slim and natural look without being pretentious. The interior of the house was tastefully decorated, indicating that Quỳnh Dzung had a comfortable life.

It was late autumn, and at this time of the evening, it was slightly chilly in California. However, she had the heater on in the family room. The gentle crackling fire created a warm atmosphere. She invited him to have dinner in the dining room. The lights were dimmed, and two candles were lit on the table. She said,

"Today, I prepared some dishes that you used to like."

She served Escargot-style snails in special porcelain dishes, just like the ones served at French restaurants. Then there was the soup fromage, grilled beef, and watercress salad. For dessert, there were strawberries from Đà Lạt, served with cream.

While enjoying the dessert, Quỳnh Dzung said,

"I couldn't make Omelette Norvégienne like we used to have at a restaurant in Saigon."

Nam praised her,

"You are still as skilled as before, Dzung. It only took you a few hours to prepare such a delicious meal."

She humbly replied,

"All three dishes just needed to be baked, so they were easy to make. I prepared everything before you arrived, so they would be perfectly cooked. When we wanted to eat a dish, I just put it in the oven for a few minutes to make it hot. For the salad, I made it first".

As the red Cabernet wine was almost half empty, Quỳnh Dzung shared her life story:

"When Saigon changed hands, my husband passed away, and I had to work hard, by teaching to make a living. Thịnh, the son I had with Hưng, crossed the border and escaped to the US with Hưng's relatives a few years later. In 1986, Thịnh's family sponsored me to come here. I worked and studied at the same time. After finishing my studies, I got a job as an

assistant librarian here. I enjoy my current job, as I can read books, newspapers, and many new and old works. When I have free time, I write. The availability of resources and convenient references is much better than in the past when I was studying Literature, searching for rare books was quite difficult. Thịnh is also about to finish his Bachelor's studies in Boston, and he wants to pursue the same profession as yours. When he was in high school, he would stay with his grandfather sometimes and come to me at other times. Now that he studies far away, he comes back here with me every summer. He just returned to Boston, preparing for the new academic year."

Dzung poured more wine into Nam's glass. He asked her:

"And how about your love life?" She replies:

"I am still single. There are a few people, both Vietnamese and Americans, who have expressed interest in starting a life with me. But I'm used to living alone, Nam. When I was young, a fortune teller said I had a tumultuous destiny. You see, I was just the unofficial lover of your friend Hưng, and he passed away. I married a pilot, and he died in a mission. If you had married me back then, I don't know what would have happened to you. Do you believe in fortune-telling? I don't want to believe, but I still have to believe."

Nam replied,

"I don't believe in fortune telling through those fortune tellers. But I believe that everyone has their fate, their predetermined path."

He then shared his own story, his family's story, and the fortunate events when they had the opportunity to be evacuated in late April 1975.

After a delightful and joyful meal, reminiscing about old memories, Quỳnh Dzung invited him to sit on the sofa in the family room. They continued chatting and drinking wine. The intimate atmosphere, with the warmth of the fireplace and the flickering flames, enveloped them. Dzung added more firewood, filling the air with a pleasant scent. The fresh smell of the burning wood and the crackling sound evoked memories. Nam sat close to her, his arm around her shoulders, an affectionate gesture reminiscent of days long gone. They recalled their past love, and Nam looked at her,

"I think the greatest happiness in life is love. With love, being able to live with the person we love is a blessing. Perhaps you have read about the writer Leo Tolstoy, who, at the end of his life, was still searching for the meaning of life. He wrote a metaphorical story, emphasizing that love is more important and meaningful than anything else. I don't know exactly what kind of love he meant, whether it's love for others, love for nature, love for family, friendship... But I firmly believe that there must be love between a man and a woman."

Pausing for a moment, he asked her,

"Why didn't you agree to marry me back then, disregarding public opinion and staying together?"

Quỳnh Dzung blinked,

"When we broke up in the past, I said many things to you, do you remember? My life was complicated, I already had a child, and I didn't deserve you or your family. Maybe at that time, I was still influenced by the social norms in Vietnam. There's one more thing I want to tell you now. Back then, I don't know how, but your mother was well aware of our romantic relationship. She wrote two letters to me, and the last letter

had a sentence that I still remember, 'I beg you, please let go of my son. He is my only son now because his brother lived as a husband and wife with a bar girl, and had three children, I considered this son bygone...' I kept it from you, I didn't want you to know, afraid that you would blame your mother. Then one day, she came to see me, and she cried. If I had come to you, I couldn't have guaranteed complete happiness for you. I hope you understand and don't feel too upset."

Nam thought of his brother's actions, which had caused their mother a lot of sorrow. He hugged her:

"But now, looking back, what do you think of our decision back then?"

"I have some regrets. I could have listened to you and reciprocated your love. I think you were right back then, and I should have lived for myself. Public opinion doesn't matter much. One shouldn't live for others, shouldn't live according to societal expectations."

She nestled closer to him,

"There is only one thing that comforts me. If I had married you, you might have died by now."

Nam held her even tighter and jokingly said, imitating a lyric from a song:

"I'm not dead, my dear."

Then he kissed her. Quỳnh Dzung responded. The kisses were passionate, long-lasting, and as sweet as in the old days. Nam's hand slipped under her silk shirt. He could not tell if Quỳnh Dzung did not wear a bra because she wanted to feel comfortable at home or if it was a deliberate choice. His former lover's skin was still inviting, and smooth, and it stirred up emotions in him. He felt the movements in her body. Then Nam changed direction, moving his hand up her long, slender legs, which had danced with him many times in the past at various nightclubs: Tự Do, Queen Bee, Maxim, Baccara, Mỹ Phụng... The Saigon sky. A youthful time. A sky full of memories... His hand gently caressed her skin, then gradually moved upwards to her knees and inner thighs. He whispered,

"Let's go to your room."

But to his surprise and disappointment, Quỳnh Dzung used her hand to stop his advances. She held his hand back, paused the kiss, and affectionately looked at him for a few seconds before speaking softly,

"Nam, today we've fulfilled our longing for each other. Loving each other, let's hold on to each other and not go too far, not do anything regrettable. We might have to repent later."

After a brief pause, she continued,

"I have a great respect for your wife, Hằng. Although I have never met her, when I was in Saigon, I heard about her a few times. I thought she was kind and lovely. I don't want to cause her any pain. In the past, I did not want to make your mother sad. Now, if you were to have an affair, Hằng's pain would be much greater than your mother's sorrow. I still remember something you said when we broke up, 'I only regret when I do something wrong.' Regardless of any moral code or religious belief, having an affair is considered wrong. It would cause pain to your wife and who knows how your family would turn out in the future. I don't want to harm the happiness of your family. We should stop here, Nam."

Nam did not know what to say. Quỳnh Dzung had shown self-restraint, and she had valid reasons. Her voice was intimate, yet it seemed like an admonition, a gentle but decisive one. Suddenly, her words made the excitement and restlessness in him come to a halt. Nam thought that he could argue with biased reasoning in his favor, combined with the love and affection between them, to find a way to continue down the path of infidelity. But even Nam himself did not understand why he sat still. Then, for hours, he held her hand, and they continued to talk into the late night.

When it was time to say goodbye, Quỳnh Dzung walked him to the door, then stopped and held his hand. Nam thought she might still be reluctant or changed her mind. But she said,

"I forgot to give you the newly printed book as a gift."

She went inside to get a special edition of the book, dedicated to Nam, with the date and her signature below the words: *"Dedicated to Nam, in commemoration of the release of this story collection".* Nam noticed that she put the word "commemoration" in double quotation marks.

At the door, he hugged Quỳnh Dzung and kissed her one more time. Nam was not sure in his heart if this would be their final kiss. When they bid farewell in Mỹ Tho before, he thought it would be the last kiss. This time, it made him restless and nostalgic, just like in the past. He made a sincere promise to her:

"When Dzung publishes your fifth book, I will come again to attend the book launch."

She said to him,

"And remember to invite Hằng to come along."

Nam got into his car, started the engine, and lowered one side of the window. He waved lightly to Quỳnh Dzung. It was a slightly chilly night in Cali. She stood in front of the gate, still looking at him. Nam wondered, imagining, what would happen if he turned off the car, and went back inside her house, would the story change? Would it be like the final scene in a romantic movie where some viewers are eager for a different ending? But he did not do it.

HAPPINESS STILL PEACEFUL

Rolling on wheels, Nam went straight to the hotel planning to read a few pages of the novel his former lover gave him. But then, for some reason, he quickly packed his belongings and checked out of the hotel. He got in his car and drove a long distance, returning home late at night. Along the way, his thoughts sometimes wandered to his former lover. Although he was once intimate with Quỳnh Dzung, he still did not fully understand her. Each person is a unique individual, and it is hard for anyone to fully understand another person. Who could delve into someone else's spiritual realm, even if they were close? But Nam still thought and analyzed. Quỳnh Dzung was a modernized and "new wave" girl, very "new" to her generation. She had a romantic and free-spirited soul but did not live too recklessly. He almost knew for sure that Hưng and he were the only true lovers she had before she got married. When she loved, she was truly devoted to the person she loved. Nam speculated that she had been very intimate with her lover on the sandy shores of Cồn Dừa while bathing in the river, with his friend. Then she also fell in love with Nam passionately. But afterward, she decided to get married before Nam got married, to help him forget her, to be considerate of her own life, and to avoid causing sadness to his mother. Just a few hours ago, she had enough rationality to avoid bringing sorrow to his wife and prevent him from crossing the boundaries of an affair. Nam analyzed and thought that although she was romantic, free-spirited, and passionate, she also had a lot of compassion, rationality, and resilience than him to resist temptation. He silently pondered the actions of people. Sometimes, between right and wrong, good and bad... there was only a very small, fragile boundary. In life, with many judgments, many evaluations based on worldly principles, between sincerity and deceit, loyalty and betrayal, honesty and deceitfulness, benevolence, and cruelty... sometimes there were only truly short transitions, influenced by time, space, circumstances, temptations, and personal psychology when acting... Sometimes human actions fall somewhere between the two extremes of dualism.

The car was refueled yesterday. At night, with empty roads, Nam drove at a relatively fast speed. He arrived home before 6 AM on Sunday. It was late autumn, so it wasn't yet fully bright. Hằng opened the door to welcome him, her voice drowsy but joyful:

"'Anh' You're home early?"

"Because I wanted to come home immediately. I miss you."

Hằng hugged his neck and lightly kissed his cheek.

"You're lying, dear."

Nam said to his wife:

"You should continue sleeping. It's still early, today is Sunday, right? I'll change clothes and need a rest too. I drove all night."

Hằng obediently listened to her husband and went back to her room to continue sleeping. Nam finished showering and came to lie next to his wife. He felt a sense of joy and comfort returning to his familiar place, cozier than the hotel bed. Hằng was still asleep, her face turned towards him. Her pink satin nightgown had slipped to one side, revealing her white shoulder and a part of her right breast. Nam still loved Hằng's sleeping posture since they got married in the early spring of that year. He got to know Hằng at a birthday party for his cousin. At that time, Hằng was in her final year at a girls' high school in the capital city. Love quickly came to him and Hằng, and they got married shortly after their first meeting. Nam admired his wife sleeping. He saw Hằng as gentle and beautiful. She was two years younger than Quỳnh Dzung. Nam wanted to embrace his wife, but then he stopped, letting her continue sleeping. But he was mistaken, Hằng only closed her eyes, she had not fallen asleep again. She gently opened her eyes and asked Nam lovingly:

"Did you enjoy your meeting?"

"I didn't enjoy it because you were not there. 'Three days... without you.'"

Nam replied to her in a soft voice as if singing along to the lyrics of the song "Afternoons... without you" from a music piece that Hằng used to like when they first knew each other. Hằng lightly touched one side of his face with her hand:

"You're lying again. Men like you often lie a lot."

After saying that, she buried her head into her husband's

chest. Nam affectionately hugged his wife, whispering:

"I did lie a little bit. Meeting friends should indeed bring joy, but without you by my side, I feel unsafe and easily lose my way while driving."

Perhaps Hằng was still drowsy or wanting to embrace and enjoy the happiness in her husband's arms, but she did not pay attention to the words "*friends*, "*unsafe*" and "*losing my way*" that he mentioned. Nam held Hằng closer to him...

The couple only woke up when they heard the sound of the gardeners' car engines starting to leave near noon. Both of them probably fell into deep sleep and forgot to instruct the gardeners on the areas they wanted to work on to reduce the overgrowth, as they had planned. But Nam felt a sense of joy. Today, the garden of his house did not turn out as desired, but his soul wasn't burdened much, and he didn't have many regrets. The laughter and playfulness of their 15-year-old son, playing with his friends at the basketball court in the spacious backyard, echoed joyfully. Then was the sound of his eldest daughter's car, who was in her first year of university in San Francisco, arriving home to have lunch with her parents on Sundays as usual. Nam silently expressed his gratitude... to someone who helped him stop at the edge of temptation so that he could preserve the peaceful happiness of his family, even though just yesterday he had experienced the fervor, allure, and passionate emotions of a bygone time, more than twenty years ago.

Tran Van Khang

(1) Quỳnh Dzung's recitation paraphrased the verses in a famous Tang poem Maple Bridge Night Mooring by Zhang Ji, a Chinese poet during the Tang dynasty:

The boat docks at Gusu pier
Midnight echoes the bells of Han Shan Pagoda

(Translated by unknown)

(2) "The great writer Leo Tolstoy lived his entire life with inner torment, remorse, regret, and doubts because he did not understand the true meaning of human existence. Despite being 82 years old, the writer felt that the remaining days were precious, so he decided to leave his home in search of the true purpose of human life. He finally "found" it in the last days of his life before silently passing away in a small town. What the writer discovered was entrusted in a short story titled "What People Live By." The plot revolves around three main characters: the cobbler Simon, his wife Matryona, and a child named Michel. According to the story, Michel is an angel banished to the mortal world, whom Simon found outside the praying house. Before being banished, the heavens told him: You will understand what lies within humans, what humans don't enjoy, and what makes humans truly live. During the six years of living in the cobbler's house, Michel only laughed three times. Each time he laughed, he found meaning in life. The first laughter of Michel came when he understood that love exists within humans. The second laughter of Michel came when he realized that humans don't possess knowledge of their essential physical needs. The third laughter of Michel came when he recognized that people do not live for physical needs but for love. In the remaining days of his life, Tolstoy found the meaning of human life to be love, but it is unknown whether he was able to "live for love" in the remaining days of his own life.

(Excerpt from "Ánh Sáng" (The Light) newspaper, issue 483, dated January 6, 2002. Author: Reverend Phan Thanh Bình)

10. LATE NIGHT IN THE NIGHTCLUB

The short story below does not have any data about the Vietnam War. The story is written to record the following generations of Vietnamese refugees, many of them have received good education abroad and have also integrated into foreign life and culture.

CELEBRATING TẾT AWAY FROM HOME

So Chương found himself spending another Tết (Lunar New Year) alone, far from home and his homeland. Approaching 30 years old and still single, Chương desired to spend the Tết holidays in the place he currently resided, close to relatives and friends. Coincidentally, during the Lunar New Year, he was sent by the institution he worked for to London to attend a meeting of Pharmaceutical Institutes and Research Institutes on medications. This trip was quite significant as some Swiss, Italian, and German pharmaceutical companies seemed to be researching certain drugs that appeared to be similar to two products currently under study by the Research Institute where he worked. He secretly blamed the Western capitalists, the Americans in particular. They paid no attention to the Lunar New Year, nor did they care about Eastern customs. They only cared when it served their needs. But Christmas, the Western New Year, was important to them, and they always avoided business or professional meetings during that time.

The three-day meeting concluded on the evening of the second day of Tết. Through the exchanges during the program as well as the discussions on the sidelines, Chương believed he had gathered enough necessary information for the Research Department where he worked.

In both London and the city in the United States where he resided, the Vietnamese Tết atmosphere was absent, just like any other regular day. Perhaps only the Chinatown district or areas with a large Asian population had a slight air of the Lunar New Year.

The hotel where he attended the meeting and temporarily stayed was in the heart of the British capital, close to the hotel he had stayed at before. It was also near the Golden Turtle Nightclub, where he had sat, listened to music, had coffee, or drank alcohol with Yoshiko for several consecutive nights, a year and a half ago. For over a month now, since Christmas, due to his busy schedule and frequent travels, he had contacted her less frequently. After having dinner, dressed warmly, he embarked on a solitary journey to the old pub. Chương wanted to return to a place that held many memories with Yoshiko. He planned to call her after his return to the United States and tell her about revisiting this Golden Turtle Night Club. He thought she would enjoy hearing the story, and who knows, she might be touched and will decide their relationship.

It was only nine o'clock in the evening, and the Club was quite crowded. The gentle sound of Jazz music filled the air, creating a soothing ambiance. The cozy atmosphere of the nightclub was a stark contrast to the chilly weather outside in the winter season. Chương found his way to a table in a small, slightly dim corner to have some privacy. It was the same table where he and Yoshiko had sat on a few nights in the past. He ordered a glass of Pinot Noir wine. Savoring the delicious wine, he enjoyed listening to the exceptional musical performances of the four musicians on stage. The same musicians as before. The setting remained unchanged, reminding him of Yoshiko even more. The story of their acquaintance, which started nearly two years ago, came back to Chương, filling him with nostalgic emotions...

SUMMER 2006

Chương did not understand why he paid so much attention to that East Asian girl, ever since he saw her for the first time at the Concert Hall in Stockholm. She was sitting one row in front of him, slightly to his left, so Chương could see her elegant profile on the right side. Next to her was a middle-aged woman with a few strands of gray hair. Judging by their interaction, he assumed they were mother and daughter, attending the concert together.

Many events could be explained by chance or coincidence, but Chương often thought in terms of Buddhist philosophy, believing that it was "karma" that brought them together. After leaving the Concert Hall, Chương followed her a few steps behind. He overheard her speaking with the older woman and guessed they were Japanese. They all boarded a bus together and headed towards a large cruise ship. In a few hours, the ship would set sail, carrying nearly a thousand passengers to various ports, exploring several destinations in Northern Europe during an eight-day voyage.

The sea in this region was calm during this season. The large ship, like a floating hotel, provided all the amenities for the passengers. Chương embarked on this journey with Phong, a friend from university, although they pursued different fields of study. Both had recently graduated with Master's degrees and decided to embark on an extended trip to places they had never been before. Chương and his friend saw it as a reward for their years of hard work.

During mealtime on the cruise ship, there was no assigned seating. On the second evening, Chương and Phong arrived at the dining hall a bit late and were assigned to a table with two Japanese tourists. The cruise management wanted to encourage passengers to get to know each other. Chương and Phong greeted them in English before taking their seats. The Japanese girl, whom Chương had seen at the Concert Hall in Sweden two days before, was very charming. She appeared to be around 22 or 23 years old, with a graceful demeanor as she introduced herself and her mother. Speaking fluently in English, she accompanied her introduction with a bright smile:

"I'm Yoshiko, and this is my mother, Mrs. Tanaka. Nice to meet both of you."

The two women were wearing beautiful kimonos that day. Chương complimented them on their attire, and they mentioned attending the Captain's reception. Chương and his friend did not participate in such events, but many passengers enjoyed dressing up and taking pictures with the ship's Captain as a souvenir. During the conversation, Yoshiko shared:

"My mother used to be a linguistics professor and just retired. As for me, I teach music at a community school in Kyoto, Japan."

Seeing Yoshiko's open and friendly nature, Chương also shared information about himself and his friend:

"My friend Phong recently graduated with a specialization in Organic Chemistry, and I studied Biology. After this trip, Phong will start working for a Pharmaceutical Manufacturing Company in New Jersey. As for me, I will be working at a Research Institute in San Diego, right next to the West Coast, Southern United States, searching for new medications."

And so, they got to know each other. Chương was still single and hadn't had a close girlfriend yet. He was not bold with women unless he knew them well. Phong, on the other hand, was more outgoing and naturally sociable. He had many girlfriends in the United States, from various backgrounds and ethnicities. Within just two days on the ship, Phong had already befriended two beautiful American girls who were also on the journey. Every evening, after enjoying the entertainment performances on the cruise ship, Phong would explore the lively hangout spots for young people, such as noisy dance clubs. Chương, on the other hand, would visit a lounge on the ship every night, perhaps more suited for middle-aged people, with soft music and a small cozy dance floor. Every night, he would see Yoshiko and her mother at that place. Tonight, she brought her violin along and performed some classical music as well as modern tunes, accompanied by a small band. Her skilled playing struck a chord with Chương. Each time, she received warm applause from the present audience. Passengers with artistic talents were often encouraged to share their skills and were invited to perform. Chương played the piano moderately well. One time, he played a familiar classical piece. Yoshiko instinctively picked up her violin and accompanied him. He also had the opportunity to invite her to dance a few times. Yoshiko had a graceful dancing style, light and gentle. Chương thought she must have taken dance lessons. She particularly enjoyed slow waltz and the Nightclub Two-Step.

Chương quickly developed strong feelings for the beautiful young Japanese woman. They both shared a love for music, but they were separated by great distances. Yoshiko knew quite a bit about Vietnam. She mentioned that Vietnam and Japan had a shared history of successfully defeating the Mongol armies of Genghis Khan. Both nations were known for their resilience, intelligence, and talented individuals. Chương sensed that she was trying to win him over with these words. The Japanese people often took great pride in their heritage. While conversing with Yoshiko, Chương learned more about Japan's past and present. He learned about the samurai warriors of ancient times, the Shoguns, Haiku poetry, the modern cultivation of pearls under the sea, the art of sushi appreciation, and many works of Japanese, Russian, and American authors that she particularly liked.

Every day, the four of them would often find themselves seated together for one or two meals. Phong, Chương's friend, also enjoyed lively conversations with Yoshiko and her mother. Phong was fond of sports activities, so sometimes he would swim or play underwater volleyball with Yoshiko in the large swimming pool on the ship's deck.

After visiting the beautiful city of Saint Petersburg with its magnificent river, castles, and grand museums, Phong followed a predetermined itinerary and left the cruise ship to explore more of Russia. He planned to visit Moscow, taking the opportunity to meet some close friends and his elder brother, who was working there. Chương, Yoshiko, and her mother continued the sea voyage, visiting several more seaports and cities. On the final day of the cruise, the ship returned to Stockholm. They all boarded a plane to fly back to London.

Chương had booked a hotel room to stay an additional four days and explore the United Kingdom. Yoshiko and her mother would only stay at the London airport for a few hours before boarding another flight back to Japan. Upon their arrival in the UK, news broke about a terrorist group planning to use liquid explosives to detonate an aircraft in mid-air, but the plot was detected in time. However, London's airports temporarily halted operations, prohibiting takeoffs and landings. It was uncertain when flights would resume. The atmosphere was tense, with thousands of people stranded at London airports due to flight cancellations. Hotels were insufficient to accommodate all the passengers. Departing passengers couldn't leave the country while arriving passengers couldn't continue their onward journeys. Fortunately, Chương had secured a hotel room in advance, so he had a place to stay. He kindly invited Yoshiko and her mother to stay with him during their stranded time in London. The city authorities encouraged all hotels to provide temporary accommodation to stranded passengers, even if it meant sharing rooms with multiple people.

During the following three days, Chương often accompanied Yoshiko and her mother for walks, shopping, and visits to various museums and theaters in the capital city of the UK. His affection for her grew stronger with each passing day. Every evening, after dinner, Chương and Yoshiko would go to the Golden Turtle Wine Bar, a small nightclub located less than a mile from the hotel. The hotel staff recommended this place because of its excellent live band. Yoshiko's mother preferred to rest at the hotel, avoiding late nights, after their excursions in London. On the first night, Chương and Yoshiko enjoyed the music, engaged in heartfelt conversations, and stayed out until late before returning to the hotel. They grew closer, and on the second night, while walking back, Chương held Yoshiko's shoulder. She did not object and instead leaned against him. Feeling bolder, he leaned down to kiss her. She tilted her head slightly, allowing him to kiss her on the cheek. That night, Chương stayed up late, sitting alone in the hotel's lounge, drinking alcohol. The waitstaff had already retired. He finished drafting a piece of music called "London Night With Yoshiko," with lyrics in both Vietnamese and English as a gift for her. The next night, after returning from the wine bar, they went up to the hotel's rooftop, the highest point of the building. Under the gentle light of the lamps and the moonlit summer night, in the cool breeze high above, Yoshiko played the melodies on her violin that Chương had composed. She enjoyed the music and promised:

"When the opportunity arises, I will have my students practice this piece. Maybe one day, I will perform this music in Kyoto."

They exchanged passionate kisses. That night, Yoshiko let him kiss her lips multiple times.

When flights resumed at the airport, Chương and Yoshiko reluctantly said their goodbyes. They exchanged phone numbers, email addresses, and places of residence.

However, their relationship only went as far as passionate kisses, and nothing more in this initial stage.

Upon returning to the United States, Chương maintained regular contact with Yoshiko through phone calls and emails. His feelings for her deepened over time. He believed that Yoshiko also held a strong affection for him. A few months later, Chương expressed his love for her and his desire to get to know her better. Yoshiko chuckled on the other end of the phone and kindly expressed her fondness for him but conveyed that a long-distance love affair was too vague. She was rooted in Japan, deeply connected to her homeland, and had a responsibility to care for her mother. For now, she only wanted to be close friends, music companions with him. Thoughts of a distant future would be considered later. That Christmas, after getting to know her for four months through their shared journey, Chương proposed visiting her in Japan. Yoshiko suggested another time since she had plans to travel to her mother's hometown with her.

MIDNIGHT ON THE STREET

Chương sat alone in an old pub in London, listening to music until late at night when the musician with dark skin finished the last piece of the night with a soulful, emotional saxophone solo. The pub was about to close. There were only five or six customers left. Chương had finished his third glass of wine without feeling drunk. He put on his woolen hat, wore his coat, and put on gloves before leaving the pub.

Midnight on the street. It was winter in London. The weather was freezing, but thanks to a few glasses of wine and warm clothing, Chương didn't feel too cold. He leisurely walked back to the hotel. He felt a bit of excitement, a sense of being a nocturnal traveler with no home in the winter night. The white snowflakes gently floated, sparkling under the yellow streetlights. A section of this road was where he and Yoshiko walked arm in arm-last summer. He had kissed her on the cheek, near this lamppost. They were now far apart. In London, he missed her even more. In the past few months, she had been in touch with him less frequently. Besides her main job as a music teacher, she was often busy with performances and sometimes stayed far away in the ancient capital, Kyoto.

GIFT AND LETTER

Chương returned to his peaceful abode. The trip was considered good and enjoyable for him, providing useful data for his work. He planned to finish his pending tasks and call her soon, to have a long conversation and share his recent trip to England.

After settling back home, the first thing he quickly did was open his mailbox. Despite being away for only five days, it was filled with letters, documents, and advertisements. He was delighted to find a letter from Yoshiko, sent from Japan, along with a DVD. After reading her letter, he fell into a deep silence, lost in thought for ten minutes.

Then, for hours, Chương watched and listened to the DVD of Yoshiko's musical performance she had sent him. The piece "*London Night With Yoshiko*" was excellently performed on the violin, with clear and beautiful visuals. It was part of the music album he had just watched and listened to. Holding Yoshiko's envelope and letter in his hands, his heart felt a gentle sadness. He consoled himself, knowing that at least she had kept her promise to him when they bid farewell at the airport in the UK. The letter she wrote, in English, had the following message:

"...I hope this letter doesn't make you upset, and I hope you understand. As you already know, because I briefly mentioned it once, more than eight months ago, Phong received a job offer from the Takadachi Pharmaceutical Institute in Tokyo. Phong contacted me immediately the following week. During his days off, Phong often went sightseeing in Kyoto and visited me and my mother by bullet train. With Phong by my side, I felt happy and learned many things, except for music. Skiing, playing golf, hiking, fishing... And suddenly, the two of us fell in love. Phong was offered a 5-year contract, which can be renewed for another 5 years if he wishes, with the Takadachi Pharmaceutical Institute. We plan to have our wedding ceremony in the upcoming cherry blossom season, just a few months from now. I will inform you as the time comes closer. As promised, I performed the music piece you composed for me, 'London Night,' during a concert at the Kyoto Music Academy over two weeks ago. I only took the liberty of removing 'With Yoshiko' from the title to make it less personal. I was very pleased that the music received much love from the audience. My life is about to enter a new chapter, but I will cherish your music as a memory of our trip to Northern Europe and our time in London..."

Little did Chương know that Phong, his friend, also contacted Yoshiko after returning from Russia!

Chương planned that if he were invited to the wedding, he would travel to Japan to attend Yoshiko and Phong's

Wedding Ceremony. It would be an opportunity for him to see the cherry blossoms of the Land of the Rising Sun, something he had never witnessed before. He wondered what he would say when he met them. Well, just congratulate them. Whatever happened was already in the past. It was easy! But upon reflection, Chương and Phong were not close friends. They knew each other on the university campus, but their fields of study were different, so they did not meet often. They traveled to Northern Europe together, just to have a companion, to celebrate their Master's graduation. Now, they were distantly drifting apart. Phong probably did not want to bother Chương and wouldn't invite him to temporarily leave the US to attend the wedding in Japan. As for Yoshiko, she would probably inform him to avoid the awkward situation of "giving her up for lost".

LATE NIGHT IN THE NIGHTCLUB

Leaving Yoshiko's letter and music disc at home, that night Chương drove to The Jazz Melodies Nightclub downtown. He listened to music alone. He ordered only one glass of wine because he still had to drive back. It was Pinot Noir, a dark-colored wine that he always preferred when going to bars, because of its rich flavor, not too sweet but with just the right amount of bitterness. It was pleasantly bitter, just like his relationship with Yoshiko. If he were at home, he might have had more to drink tonight, two or three glasses. Or half a bottle, maybe a whole bottle. It was already late when he returned. Chương rolled down the car window, letting the wind blow on his face to stay awake, and sang a few lines from a song he dedicated to her: "*It's late at night... We're side by side... London night, the moonlight is on the river... It's late at night...*". His voice dissipated in the wind.

Chương reminded himself that, regardless, he gained another experience. Perhaps he should not be so eager or love someone who was too far away, beyond reach. He was not too sad, but there was a sense of regret for the memories, the kisses, a fleeting love.

Tran Van Khang

11. EMPEROR FOR A NIGHT

Introduction:

One Sunday morning, close to noon, I went to a rather large Chinese restaurant in San Diego to have Dim Sum with my family. Coincidentally, at the table next to ours, there were four former patients from the time when I still had my medical practice. I greeted them, had a little chat, and then returned to my table. These four men were of Chinese-Vietnamese origin, middle-aged, very likable, and seldom ill. They had often brought their wives, children, or elderly parents to my Clinic in the past, before I retired. One of these former clients was a successful businessman, who owned a large production facility in China. In the past, they usually traveled to Asia every four or six months to manage business affairs with their commercial partners, and perhaps also with the authorities over there. Before heading to Asia, many would come to my Clinic to get prescriptions for Viagra. I would happily give them the prescriptions and often gave them some sample packs of Viagra if I had them. They were very pleased, and upon returning, they usually brought me small gifts from China, such as Shiitake mushrooms, abalone boxes, and precious tea from Hangzhou. I still remember one time, in the discrete consultation room, the "tycoon" asked me, *"Have you ever traveled to China, Doctor? The 'Emperor for a Night' there is incredibly special".* It reminded me of the story of the 'Emperor for a Night' in Vietnam from the past.

(The following short story was narrated by Quân. If the names and circumstances of the characters coincide with real life, it is purely coincidental and unintended by the author).

The time was the early 1960s, and the setting was Saigon-Chợ Lớn City. On that day, Quân, a final-year Medical Student, was a resident at Anatomy Ward A in Chợ Rẫy Hospital for almost 2 years. During his shift on a Sunday morning, around 10 o'clock, an urgent case arrived in an ambulance. The patient had a head injury, was unconscious, and was in critical condition.

Based on the patient's medical history, Quân learned that he was a very wealthy businessman of Chinese origin, 52 years old, with a successful career and extensive business ventures in Chợ Lớn. On the last Saturday, he had been drinking with many other wealthy Chinese individuals in a private room at Đồng Khánh restaurant from 6 pm Saturday until nearly 2 am Sunday. He was driven home in his car by his private chauffeur. Due to intoxication, he stumbled and hit his head on the marble floor in the foyer of his villa. After the fall, he remained conscious and able to speak. The back of his head had a minor abrasion and bruise, but there was no bleeding. He complained of a headache and dizziness, possibly due to alcohol or a head injury. His wife asked servants to help him into the bedroom. Two hours later, she gently shook him and asked if he was okay. He seemed to be awake but complained of a headache, then fell back asleep. Around 8 a.m. on Sunday, the wife became concerned and wanted to check on his condition. She planned to invite him to have breakfast together. However, he was unconscious and did not respond. She called a Chinese doctor who was known to the family to urgently examine him. The doctor concluded that the patient needed to be urgently admitted to the hospital.

So Quân had a task at the beginning of his shift. Fortunately, he had been provided breakfast by the hospital, consisting only of hot bread and Mont Blanc condensed milk mixed with boiling water. He ordered X-rays of the patient's head. There were no visible cracks or broken skulls. At that time, in Vietnam and even in developed countries, CT scans or MRIs were not available. He instructed the team of nurses to give the patient an IV, shave off the patient's hair, and prepared for brain surgery. He tentatively diagnosed this as a typical case of brain injury, an extradural hematoma. The patient remained conscious after the injury, with a prolonged or short period of unconsciousness, known as free interval, depending on the amount and speed of bleeding outside the brain's hard membrane (dura). After washing his hands, putting on surgical attire, and wearing gloves, everything was sterilized. Quân began the surgery with the assistance of a medical student and a nurse specializing in instruments. The nurse, known as Thầy Mười, administered anesthesia to the patient. Using a scalpel, Quân made an incision of about 3 cm on the scalp, precisely at the site of the abrasion, following a meridian line of the skull. The incision extended to the outer surface of the skull. After controlling the bleeding, he used a spreader (Écarteur, in French language) to stretch the incision area. Quân used a small round metal drill and then a larger one to create a hole in the skull, with a diameter of about 10 mm. Upon reaching the hard membrane of the brain, he observed a layer of blood outside the membrane, consisting of both liquid and clotted blood. Quân carefully used a small suction device to remove about 80 ml of blood accumulated outside the membrane. Luckily, he noticed a small artery bleeding near the drill hole. He quickly stopped the bleeding. After waiting for about a minute and confirming that there was no more bleeding, he rinsed the surgical area with a warm saline solution. The previously accumulated blood had compressed a part of the brain, causing the patient to lose consciousness. Now the compressed area was relieved. Quân removed the spreader, meticulously closed the scalp, and placed a Penrose drain in case there was any remaining blood to drain. He stopped the anesthesia and bandaged the incision. He monitored the patient's heartbeat, which was stable but slightly fast at 110 beats per minute. Quân then transferred the patient to the Postoperative Ward for further care and monitoring. He felt fortunate that the surgery went smoothly without much difficulty. In many other cases, he had to drill three or four holes or even use a metallic wire to remove a small piece of skull bone to control bleeding and then replace the bone fragment.

Only after 2 pm did Quân have time to eat lunch, which was already cold, provided by the Hospital. That day, the catering provided white rice, dried shrimp soup with winter melon, two fried eggs, and a slice of Chả Lụa (Vietnamese Ham). There was an intern (of Northern VN origin) who made a humorous comment a couple of times: "The sliced ham is too thin, the wind can blow it away!" The catering made it easy for the residents by providing Chả Lụa, which contained protein and did not require cooking.

"Patient's fortune and doctor's luck". The patient recovered after a week, able to walk and speak clearly. The wealthy man was very courteous and expressed his deep respect by addressing Quân as "Ông Thầy" (the Master) whenever he visited. He could speak a little Vietnamese because he and his family had been residing in Vietnam for two generations. Quân authorized his discharge from the hospital.

Quân was busy with work, taking care of many patients and doing consecutive shifts at the hospital. At that time, the suburban and rural areas surrounding the capital city were often targeted by the Vietcong's night-time terrorism, resulting in injuries to the village officials, and self-defense militia in the suburbs or countryside. Many villagers were also hit by stray bullets. Quân and his fellow medical students often had sleepless shifts. Two months later, Quân thought he had forgotten about the surgery on the wealthy Chinese man. He did not understand how the man knew his home address. The patient's family brought a valuable fruit basket consisting of grapes, apples, oranges, and pears from abroad, accompanied by a thick red envelope containing a heartfelt thank-you note written in Vietnamese and Chinese. Quân could not read Chinese characters or Hán script. Inside the envelope, there were an additional 5,000 South Vietnamese *đồng* (piasters) to express gratitude. This was a substantial amount of money considering a bowl of Phở Tàu Bay cost about 7 piasters back then. As a resident, Quân received a monthly stipend of 1,200 piasters, but he was provided with accommodation and meals at the hospital. Quân briefly pondered the gift and money. He realized he did not ask for anything, did not engage in corruption, or expect bribery. If he was given a gift, he accepted it as the "blessing" of a medical professional, even though he had just completed his sixth year of medical school and had not become a doctor yet. The Chinese people generally held teachers and doctors in high regard. Most of them were grateful to those who helped them in times of adversity and danger. They had the habit of showing their gratitude by giving valuable gifts.

The story did not end there. More than two weeks later, Quân received a formal invitation from a wealthy man, delivered by a messenger, inviting him to a grand celebration of his "escape from danger" at a prestigious and top-class restaurant in Chợ Lớn. In the letter, the man insisted that Quân should stay overnight in a hotel room within the restaurant building to avoid returning home late at night since the celebration would last for a long time. The man's family mentioned that it might be a feast in the style of Nhất Dạ Đế Vương (Emperor for a Night), an extravagant feast served the whole night. Quân accepted the invitation, thinking there was no reason not to go. Surely, there would be delicious and exotic food to explore, as well as the opportunity to learn more about Chinese culture and customs. Quân had never experienced a "Nhất Dạ Đế Vương" feast before.

As planned, Quân took a taxi to a restaurant located in a luxurious multi-story hotel in Chợ Lớn. A hotel staff member guided him to the fourth floor using the elevator. The wealthy man welcomed him at the entrance of a large and beautifully decorated living room, fitting for the wealthy guests. The man's hair had grown quite long, and he appeared joyful and radiant. The guests were almost full, all men, Chinese people. There were no female guests. The wealthy man introduced Quân to each guest, and Quân guessed that the man introduced him as a doctor who had saved his life. The guests were prominent Chinese businesspeople, friends of the host, and leaders from different Chinese provincial origins such as Guangdong, Fujian, He, and Teochew. Many of them had been residing in Vietnam for a long time, so they could speak a little Vietnamese, albeit with a Chinese accent. Quân could only say a few words of thanks in Chinese, such as "Tố Chề" (Thank you), "Xế Xế" and "Chồi Xìa" which made them laugh and created a lively atmosphere. Everyone was offered a toast.

The host, other guests, and Quân, about 20 people in total, were invited to a very spacious and beautiful dining room, which could be described as "hoành tráng - magnificent" in the words of the people of Hanoi later on. There was a long table covered with a white tablecloth, and on the table were three vases of fresh red roses, large blossoms, and buds. The cushioned seats were made of dark red velvet. The backrests of the chairs were also upholstered in velvet. To the right of each guest's chair, there was a small round chair, made of glossy dark wood, without a backrest, reserved for each young girl serving the guests. On the dining table, each seat had a small piece of paper with the guest's name written on it. Quân was guided to his seat by a beautiful Chinese girl. She was probably a little over 20 years old. She spoke Vietnamese very well and was charming. Perhaps the host of this grand banquet had arranged it that way. She bowed her head and introduced herself. She said her name was Wong. Quân noticed that the waitstaff called her "Chế Wong" (Sister Wong). She invited him to sit beside her. She gently placed a red dinner napkin with embroidered yellow flowers on his lap. He noticed that in front of him were three beautiful porcelain plates, assorted sizes, stacked on top of each other, just like the other seats. In front of each waitress, there was only one porcelain plate, equally beautiful and of the same kind. The girl also laid the dining napkin on her long thighs. At this moment, Quân observed the waitress serving him more carefully. She was quite tall. "Trường túc – long legs." She wore a gray silk dress with long slits on both sides, revealing fair, alluring skin near her thighs. Her bosom was not large but looked firm beneath her dress. Her dress had short sleeves. She had long arms and slender hands. Her left wrist wore a green jade bracelet, and her right wrist had a lovely gold bracelet. She had an enchanting smile. Her nose was elegant. Her eyes were big and black, with long eyelashes and beautifully shaped eyebrows. Her oval face had a touch of light powder. Seeing Quân observing her more closely, she smiled softly, showing a hint of shyness.

The host made a speech in Mandarin Chinese, and Quân did not understand anything until he mentioned Quân's name, and the waitress sitting next to him reminded him to stand up. All the guests applauded enthusiastically. Quân only knew how to respond with a few words like "Thank you," "Xie Xie".

There was a variety of strong liquor and fine wines for guests to choose from. There was even Mai Quế Lộ wine. Quân chose a glass of red wine Merlot. The appetizers were served with "Bát Bửu"(Eight delicacies) which consisted of many exotic and delicately prepared dishes. Each waitress's food plate had an additional small plate with five or six light snacks. Quân thought that maybe the waitresses had already eaten a meal before. Now they were eating lightly, dedicating their time to serving the esteemed guests. Next came the soup, served in small fresh coconuts with green shells, placed on each guest's plate. Seeing Quân feeling a bit awkward using a small round spoon to scoop the soup from the coconut, the waitress gently placed his right hand on her thigh. Then she used a spoon to feed Quân the soup.

Quân felt a bit embarrassed, as he was being taken care of like a child. He removed his hand from the waitress's thigh and used the spoon to serve himself. The soup was unusual and delicious, with a distinct flavor, despite being served in small coconuts with green shells, it was still hot.

After that came many intricate and exquisite dishes, each served with a spoon or fork by the waitresses. Other distinguished guests were treated the same way, none of them had to serve themselves because they had waitresses to assist them. They could eat as much or as little as they liked, just by communicating with their respective waitresses. Many waitstaff, dressed in black pants, white shirts with golden buttons, and white fabric hats with red edges, continuously replaced the dishes. Quân's waitress provided detailed explanations of each dish, but he could not remember them all. There were too many dishes, and he savored each one, enjoying the unique flavors, most of which were unfamiliar compared to the dishes he had previously tasted. Finally, there were numerous desserts, including pastries and beautifully presented fruits. Throughout the banquet, there was no live music, only music playing softly from the sound system, all of which were gentle Chinese melodies. The music was soothing and light enough for everyone to converse.

Next was about 15 minutes of "break time," everyone stood up, moved around, chatted, and laughed. Quân thought it should be called a "digestive break" because everyone had eaten too much. "Digestif" wine was served, and guests could choose from a Mini Bar. Quân sipped a cup of hot tea. The tea had a delicious and unique flavor to him, unlike the common types such as Thiết Quan Âm tea. Then, each guest, including Quân, was given a red envelope by the host. Guests were invited to a discreet casino on the 5th floor. Quân opened his envelope and found 2,000 Vietnamese piasters. People played various games. Quân only knew how to play Blackjack and Roulette. Around 1:00 am, he lost nearly five hundred. Quân wanted to rest. The waitress named Wong had been discreetly serving him since the beginning of the party. She guided him to take the elevator to a high floor, what floor Quân did not pay attention to. She invited him into a spacious, luxurious bedroom with all the amenities. Then she invited him to take a bath, providing a dark blue, slightly thick bathrobe in the bathroom. The robe was made of smooth cotton, finely woven. There was also a set of silk pajamas in a light-yellow color, very soft. Both had a faint, pleasant fragrance. After bathing, as the room had air conditioning, Quân chose to wear the bathrobe, tying the belt made of the same fabric around his waist, at the hip level. Then he lay down on the wide bed, with a white mattress, covered with a layer of white fabric, and two large pillows embroidered with phoenix dragons. The Chinese girl entered the bathroom. After bathing, she came out looking fresh. She wore a light pink silk nightgown. Quân was certain that she was not wearing a bra. Her breasts were full and her small nipples, enticing, were visible under the thin silk. She probably wore very small panties, a type of Mini Briefs, as Quân can see the faint outline beneath the silk at the round curvature of her buttocks. Back then, Quân knew some Saigon dancers who had the mode of "Sans Sou, Sans Si" (meaning no bra, no slip) when going to sleep, without bras, without panties. Sometimes they went out *'sans sou'* (braless). The girl invited him to lie face down on the soft mattress. She asked him to move the bathrobe aside. She then did massage for him, starting from the back. At first, she massaged his arms and hands, even each finger, with a very thin and fragrant oil. Then she massaged his back, first from his neck, then his back, down his buttocks, thighs, legs, and feet. The girl's hands were very skillful and gentle. Occasionally there were light crackling sounds. Lighter than the sounds made by a blind old Chinese man, who once worked as a masseur for Quân after he had played two tennis sets on par with a friend. While massaging him, the waitress told her stories. She said that her parents had also migrated to the South like him when she was 11 years old, from the city of Hải Phòng in the North. It was a coincidence, a serendipity. Hải Phòng was also the city where Quân was born and raised. She said her family used to live on Ngõ Nghè Street, near Ngô Quyền High School. Meeting someone from a distant city but familiar from the past, Quân felt closer to her. He obediently let her massage him and talked about the old city. They mentioned places like Chợ Sắt (Iron Market), Phố Đông Kinh (East Capitol Street), Vườn hoa Con Cóc (Frog Garden), Phố Tây (Western Street), Bến Sáu Kho (Six-Warehouse Pier), and the Cửa Cấm (Forbidden Gate) River...

Quân enthusiastically shared stories while being massaged and seemingly delighted to extend the tale of encountering the service girl who happened to be a fellow native of Hải Phòng. The writer found it overly verbose! The writer was eager, restless, and wanted to know how Quân's story of "Emperor for a Night" ended. Therefore, the writer asked: *"So how did it end? Did you 'feast' on this Chinese girl?"*. Quân just chuckled and took about 10 seconds before responding, *"I don't want to talk about the ending because 'even if I say it, no one will believe it'. You can imagine or think whatever you want"*. The writer knew that Quân was discreet, sometimes not wanting to share sensitive details, and keeping them private. Or perhaps Quân had some secret reason. Like many readers, the writer was not sure if this friend named Quân was a *"Chinese gentleman"*, like Mr. Liu Xia Hui, who could hold a young girl in his arms all night with no emotion, no desire, as told in an ancient Chinese fairy tale. But why did Quân say, *"Even if I say it, no one will believe it"*? That also puzzled the writer.

Well then, let readers *"think whatever they want,"* as Quân suggested. Let's end this story here. Perhaps 99% of the readers believe that the beautiful young Chinese waitress in the story was *"knocked out"* by Quân. The ending of this short story is left "open". Readers are invited to create their own ending for the story of "Emperor for a Night".

Tran Van Khang

12. CALIFORNIA EVENING

It was just past noon, and the city was bathed in sunlight. The climate in San Diego at this time was quite hot, but there was still a cool breeze outside because it was close to the coast. Quang left the office and went to an Asian supermarket near his workplace to buy some household items. The young girl behind the counter greeted him with a smile and asked,

"Aren't you going to work today?"

He replied to her,

"Every Thursday afternoon, I take a break from work."

The girl said to him,

"Then this afternoon, you will stroll along the beach with your wife, watch the sunset, and admire the sun at the horizon".

Quang laughed happily,

"Maybe you, Quỳnh, watch Korean movies, so you have such romantic thoughts. I will follow your words. But among the Korean movies, which ones do you like?"

The girl widened her eyes,

"You're good at guessing. I often watch Korean movies with my mother. My mother and I like movies like 'Lovers in Paris', 'Two Doctor Brothers,' 'Glass Shoes,' 'Winter Sonata'... and many more recent movies. As for my father, he likes 'Jumon' and martial arts films. Doctor, do you also have time to watch Korean films?"

Quang nodded slightly as if confessing. He had been acquainted with the girl's family for many years; they were his regular patients. The girl had a beautiful name, Thục Quỳnh. Her father was a former officer, and he knew Quang since they were both in the Mekong Delta many years ago, before the Vietnam War ended. They immigrated to the United States under the Humanitarian Operation program in the mid-1990s. Thục Quỳnh was a bit unaccustomed at first, but she quickly integrated into her new homeland. Now she was in college but still worked at this supermarket for a few hours every week, just like she did in the final years of high school, to help her family and have some spending money for herself. Thục Quỳnh had a beautiful and gentle appearance, smooth skin, big and dark eyes. She spoke in a cute and charming way, making everyone feel fond of her. Because Quang was close to her family, she sometimes called him "uncle" and sometimes called him "Doctor."

Few weeks later, Thục Quỳnh visited Quang's Clinic. She had a strong and lively figure of an eighteen or twenty-year-old, but her face this time carried a bit of contemplation, not as cheerful as when they last met. In the discrete examination room, she hesitated and said to Quang,

"Doctor, I would like to get a prescription... of contraceptive pills"

After speaking, tears welled up in her eyes. Quang was

genuinely surprised. In all the years of his medical practice, he had never encountered a client who cried while requesting contraceptive pills. He compassionately said to her,

"At your age, having a boyfriend and using contraceptive pills is a common thing in the United States, and perhaps even in Vietnam now. Why are you crying?"

With a choked voice, she confided,

"I've been dating Jeff, my boyfriend, for four months. Now he insists on having sex with me. If I refuse, I think he will break up with me. My friend told me that before he was dating me, Jeff was known for dating others, and if he dated someone three times without sex, then he would quit and find another girlfriend. Jeff is quite handsome, good at sports, and treats women gallantly. I love Jeff, and I think he loves me too, so he keeps demanding it. I want to be his last girlfriend. After a couple of years, after graduating, I hope to start a family with Jeff. Doctor, what do you think I should do now? My mother always advises me: as a Vietnamese girl, I must preserve myself and be careful until I get married."

Quang empathized and gently spoke to her,

"It is not wrong to use contraceptive pills at your age according to local customs. But in my opinion, if a boyfriend insists on having sexual intimacy before continuing the relationship, and you disagree, I don't think that person genuinely loves you. True love, real love, is not just about physical intimacy but also involves many other factors. Of course, initially, there is attraction, liking each other's appearance. Then there is affection based on personality, talents, and behavior... Some people say, "Love means looking in the same direction together." You have the intention to

preserve yourself, wanting to have a pure and noble love at the beginning. But your friend Jeff has an urgent sexual desire. So, you both have different views on love. For example, if you start a family with Jeff and encounter difficulties during childbirth or suffer from an illness that prevents physical intimacy, Jeff might also leave you and find another woman. Someone like Jeff, in my opinion, may not be a good boyfriend and may not be a worthy future husband for you, Quỳnh."

Thục Quỳnh seemed lost in thought, then she said to him,

"Doctor, please give me the prescription anyway, but I may not use it."

ooOoo

Thục Quỳnh was young and healthy, so she rarely visited the doctor's office. After ten months, on a warm sunny Saturday afternoon in California, Quang was walking on Bolsa Street of Little Saigon, in Orange County. He saw Thục Quỳnh hand in hand with a Vietnamese young man. They looked joyful, youthful, carefree, and in love with life. Just by looking at them, anyone could tell they were a loving couple, happy together. Occasionally, the young man would lightly kiss the girl on her cheek. They entered the Văn Khoa bookstore in the Phước Lộc Thọ area. Quang also entered the store to look for some new novels there. Thục Quỳnh introduced her friend to him:

"This is Doctor Quang, my family's doctor since we came to the United States. And this is Tuấn, my boyfriend."

While Tuấn was looking for books and CDs, Thục Quỳnh confided in Quang:

"Doctor, after I listened to your advice, I didn't have sex with Jeff. He left me and started dating two other girls, but those relationships only lasted a few months each. After that, I met and became close with Tuấn. He's two years ahead of me at the University".

Quang asked her cordially:

"Does Tuấn 'want' anything? Do you need contraceptive pills?"

She blushed:

Tuấn is sometimes affectionate, and there have been times when he wanted to get closer to me. But I told him we have to wait, we must 'save it' for our wedding night. He's understanding and doesn't get upset with me at all. Some of my friends tease me for being old-fashioned, and one of them even said I should go back to living in the "Bành Tổ (*) era", but I don't care. This summer, Tuấn will graduate. Even before graduating, he got a job offer from a big Bio-Engineering company in San Diego and signed a contract. We're planning to have our wedding in the fall. We would like to invite you, Doctor, and your wife to attend our wedding reception. With both of you there, our parents and we will be very happy."

ooOoo

Quang returned home, two weeks later he composed a cheerful music piece called "California Evening" and sent it as a gift to Thục Quỳnh and Tuấn. He knew that Thục Quỳnh's family loved music, and he had heard Thục Quỳnh play the piano a few times, she played very well. He gave Thục Quỳnh's father a few music albums that he had made, and he also gave Thục Quỳnh a music book with some of his compositions.

Quang and his spouse were invited to attend Tuấn and Thục Quỳnh's Wedding Reception. To his surprise, during the entertainment part of the party, a local singer, who was a friend of Thục Quỳnh and Tuấn, performed the music piece "California Evening" that he had made for them months ago. Then the Bride and Groom used the lively music piece "Wedding Waltz" (also composed by Quang) to open the dance for the evening.

ooOoo

More than two years later, on an evening, Quang and Phượng, his wife, took a stroll along the beach. The weather in California during the summer was pleasant, with long days that still had plenty of daylight at eight o'clock in the evening. Quang enjoyed admiring the sunset over the sea. Depending on the clearness or cloudiness of the sky and the humidity of the air above the sea each day, the colors of the sunset on the sea varied. When there were many clouds, the setting sun illuminated only a patch of clouds in the sky, shining like a mix of gold and silver. On clear days, one could see the sun as a large fiery circle, glowing beautifully in shades of red and orange, with its distinct circumference slowly sinking into the distant horizon on the water's surface. The colors surrounding the setting sun also changed every day. Sometimes, it displayed all seven colors of the rainbow: red, orange, yellow, green, blue, indigo, and violet. Other times, there were only a few colors. Some evenings, purple was the predominant color on the horizon at sunset...

"Are the two of you admiring the sunset or looking towards our homeland, Vietnam?" came a familiar female

voice behind them. Quang and his wife turned around. Thục Quỳnh and her husband, Tuấn, were standing in front of them. They had cheerful smiles on their faces, radiating happiness. Next to them was a stroller, and inside it was an adorable baby with innocent, wide-open black eyes.

Phượng, Quang's wife, friendly asked *"Do you have a baby now? How many months old is the baby, and is it a boy or a girl? What's the baby's name?"*

Thục Quỳnh proudly replied, *"It's a baby boy, Auntie. He's almost ten months old now. His name is Minh. Since Tuấn's job provided Kaiser Health Insurance, with doctors in the Kaiser network, we haven't had a chance to meet Dr. Quang at the clinic"*

Quang's wife said, *"Could you let me hold the baby for a moment? I enjoy holding babies. Now I'm not at the age to have a baby!"*

Phượng held the playful little boy in her arms. The baby smiled and didn't cry, even when facing a stranger, revealing three or four tiny, cute, white teeth. Quang suddenly remembered a lesson from his pediatric studies years ago. He recalled a test he took to regain his medical license more than twenty years ago. The question was how many teeth does an average twelve-month-old baby have? He remembered answering this question correctly at that time. The Pediatrics book stated that typically, babies start getting teeth at seven months, with one tooth appearing each month until they have more than twenty teeth... Baby Minh was ten months old, having three or four teeth, just as the "medical textbooks" had taught.

Parting ways with Thục Quỳnh and her husband, Quang

felt a sense of joy. Throughout his career as a physician for many years, there had been ups and downs. He found joy in successfully diagnosing and treating illnesses, sometimes because of the luck of the physician and the patients. He also experienced sorrow because, like many other professions, medicine was vast and boundless, and sometimes due to his lack of understanding or incorrect and delayed decisions, he caused harm to patients. He was also saddened by the helplessness he faced in the face of the circle of *birth, aging, illness, and death* in human life. However, on this ***California evening***, his joy had nothing to do with his profession. He believed that his ***suggestions***, not his prescription writing three years ago, had somewhat helped Thục Quỳnh think clearly and courageously break up with her "playboy" boyfriend named Jeff. He was happy to see Thục Quỳnh now having a warm and happy family with her husband and child by her side.

Tran Van Khang

(*) Peng Zu era (17th-11th century BC) *Peng Zu is a legendary long-lived figure in China. Telling someone is "living in the Peng Zu era" means he is "extremely old fashioned".*

13. THE SOUND OF THE RAIN

Rain often brings mixed feelings of joy and sorrow, evoking memories for many of us, including poets and songwriters. Perhaps that's why there are numerous songs and poems about rain.

(The names and circumstances of the characters in the following story, as well as the title of the "roadside inn," have been altered. Any real-life coincidences are purely accidental and unintended by the author.)

After two days of professional meetings in Toronto, he rented a car and drove alone to Niagara City in Canada, to visit the world-famous Niagara Falls for the first time. Being a "wandering person", he didn't book a room in advance. Upon arriving, it was nearing evening. Summer brought hordes of tourists. Almost all hotels were full, their 'No Vacancy' signs illuminated beneath their logos.

After driving around for over half an hour, he noticed the Niagara Fabulous Inn, a decent place with a view of the falls. He took a chance and asked for a room. The receptionist cheerfully informed him:

"*We only have one room left, number 234, if you take this room, you will get a 20% discount.*"

He was delighted and whispered to himself, "room 234, totaling 9, lucky number, perhaps it's my lucky day". Surprised, he asked:

"*That's great. But why is this room 20% off?*"

"*Well, sir, this room, like a few others, is right above the hotel's club and bar, where a band plays until 2 am every night. If you're a night owl and don't mind the noises, this room is for you. We regret that we don't have any other rooms available.*"

He accepted the room. He ordered room service for dinner because he didn't want to dine at the Inn's restaurant. His room had a view of the falls, which were illuminated by colorful lights at night, creating a beautiful and majestic scene. By nine o'clock, he was ready to rest to prepare for some tours around Niagara Falls the next day.

However, the music, especially the drumbeats echoing

from below, vibrated the entire room. Unable to rest, he changed into his summer clothes, went down to the bar, and ordered a drink. Coincidentally, the band was quite good, reminding him of the verses of a poet, his old Vietnamese Literature teacher:

The melancholic piano,
The murmuring violin,
The rushing accordion
The desolate harp...

(Roughly translated from a Vietnamese poem by Song Nhat Nu)

They played a variety of music. Slow, fast, then upbeat, jazz... Some couples went to the dance floor, dancing passionately... The band consisted of six members. He noticed two members of color, three white, and notably one Asian who was very skilled at the lead guitar. Sitting contemplatively by himself, with a cup of dark-colored wine, in a cozy yet unfamiliar bar, he experienced the unique charm of a traveler far from home. His spirit wandered with the music. Then, to his surprise, in this foreign land, the Asian musician led the band in playing "Kiếp Nghèo" (The Poor Life), a song with Tango rhythm by Lam Phương. The music was familiar to him. Then, the band played another piece "Mưa Rừng" by Huỳnh Anh, accompanied by a female tourist, probably from Vietnam visiting relatives. The lady performed with the skill of a professional singer. She was with a group, likely family members or friends.

After enjoying the two songs, he asked the waitress about the Asian musician and was told that the musician was named Joe, surname Nguyen. The waitress also told him that Mr. Joe Nguyen preferred Martini. He asked her to deliver a drink to Mr. Nguyen and mentioned that it was offered by a Vietnamese tourist enjoying the music. Mr. Nguyen, occasionally taking breaks from playing, lifted his drink towards him, as if greeting and thanking a fellow music-lover. He stayed to enjoy the music until nearly 2 a.m. The Vietnamese musician joined him for a drink, and they chatted. His Vietnamese name was Nguyễn Văn Giao, almost 50 years old, he used to play music in a few music lounges in Saigon... After chatting with him for a few minutes, Joe joined the table of the female "singer", the Vietnamese tourist.

Three years later

After a professional meeting in New York, he called the old Inn, Niagara Fabulous Inn, to reserve room 234. He brought two songs to give to Mr. Giao. He also hoped that Mr. Giao would perform one of his songs because the sound of this artist's guitar playing was truly excellent. He still remembered that last time, Mr. Giao had said that all the musicians in this pub, when being interviewed for recruitment, had to be able to play any song immediately, even if they hadn't heard it before, as long as the song's structure wasn't too complicated.

He arrived in the evening. It was pouring rain that day. When he inquired about Joe, the band informed him that *"Joe had left the band two years ago, got married to the beautiful singer, and went back to his hometown in Vietnam to take care of his elderly mother".*

He silently returned to his room, with a vague feeling in his heart. Outside, the rain and wind intensified, accompanied by the roaring sound of pouring water. Echoing from below, the melody of "Kiếp Nghèo" by Lam Phương, a Tango song from the previous year, was still being played by the band despite Joe's absence. He stayed up late that night, finishing a song. He did not know when he would meet Joe, Mr. Nguyễn Văn Giao again to ask him to play the song with guitar for him... He reminded himself that this trip would bring him some new experiences: Never expect to find the same memories, the feelings of the past years when revisiting an old place. The scenery has changed, and people may have changed a lot or gone far away...

Tran Van Khang

Note: The song THE SOUND OF THE RAIN

(Rough translation of the Lyrics)

Rain falls over the old street
Yellow leaves fly in the wind
I sit alone in my rented room
Listening to the drifting music
Remembering a distant day

Clouds drift everywhere
The wind blows in gusts
The echo of the music returns
The old melody
Lulls the soul into a dream.

The rain falls like a threat weaving across the sky
The heart feels a longing to remember
the years gone by The Tango of the past
Suddenly returns in longing
Bringing back memories

I sit here in a foreign land
Remembering my old home
My heart still has a longing
To dream of a day when I will return to my hometown
To a peaceful time of love and dreams.
(Music and Lyrics by Tran Van Khang)

14. MOUNTAIN STREET COFFEE

1

The military plane landed at Pleiku Airport at dawn after a night flight. He was a soldier and an artist, on leave. A jeep took him into town, the first time he had ever set foot there.

The sky was faintly bright. The city was still half-asleep. He walked alone on the unfamiliar streets with a backpack on his shoulders and a guitar in his hand. Mountain winds and fog surrounded him. He longed for a strong cup of coffee. The sky grew clearer. The mountain city then began to awake. In the breeze, there was the scent of coffee. He entered a small coffee shop. The girl running the place, around eighteen or twenty, greeted him gracefully as if they had been old acquaintances. She was *"with red cheeks and pink lips,"* beautiful like the lines of a poem from the song *"Còn Một Chút Gì Để Nhớ" (Something to Remember)*. Since that time, he had the opportunity to return to Pleiku many times, and he fell in love with her. But it was a love story with four parties which included the pretty coffee shop owner, a poor student, a wealthy contractor widow, forty years old with two children, and him, a soldier in the field of Political Warfare and also an artist, also poor. All these men loved her dearly. Where would the final love story lead? We shall see...

2

The mother of the owner of Cà Phê Phố Núi (Mountain Street Coffee shop) advised her: *"My child, I think you should accept the proposal of the wealthy contractor. You are only young once. He is kind to our family and wealthy. You'll have a secure future, free from the hardship of staying up late and waking up early to run the business."* She remained silent, saying nothing. She was nineteen. The contractor had a son who was eighteen and a daughter who was sixteen. The son also frequented the coffee shop. Although he was a year younger than her, he didn't express his love, but he showed a lot of affection towards her. It wasn't to the extent of saying he loved her. Every time he ordered coffee or a snack, he left a generous tip. The contractor's daughter, on the other hand, opposed her father. She loved her mother and didn't want anyone to take her mother's place, even though her mother had passed away, especially when the girl of the coffee shop was only three years older. Some friends of the coffee shop girl, who were also friends with the young student, advised her to choose the student. They said he was diligent in his studies and could potentially obtain a Ph.D. When he achieved his goal, he would sing the song "Trăng Sáng Vườn Chè"* with her. The idea of the future was poetic. She also knew the character of the student. They had attended the same middle school together before she had to drop out to run the coffee shop to support the large family. She noticed that the student was gentle and had a genuinely good personality. On the other hand, the soldier artist could play the guitar and sing well. He was poor but showed great affection for her. She enjoyed singing. Some nights, when it was still early, and the shop was empty, he would accompany her on the guitar while she sang love songs. Sometimes they even performed duets. Her mother disapproved. The mother was unhappy and concerned that the romantic involvement between her daughter and the poor artist would go too far. Her mother was also worried that he was a soldier, and that he could be killed on a mission, leaving her a widow. Therefore, the coffee shop girl was torn, many sleepless nights, unsure of which direction to take in her love life.

3

One day, she confided and sought advice from her former Vietnamese literature teacher. She held great respect for him, like a father figure. The teacher had since retired. She expressed her desires: she wished for a financially well-off life partner, maybe partially as wealthy as Mr. Phú, the contractor. But she also wanted someone young, kind, and with a promising future like the student. Additionally, someone with a bit of guitar knowledge, singing abilities, a love for music, and the ability to accompany her on the guitar, like the artist, so they could occasionally sing together. After hearing her story, the teacher pondered for a moment and then advised her with a gentle voice, *"I know you are hesitant and finding it difficult to decide. But wanting too much may lead to much suffering, my child. As the Buddha taught in the Four Noble Truths, wanting but not having is suffering. Even if you attain it but cannot keep it, it becomes suffering again... You are still young. I advise you to be patient and wait for a few months or perhaps a year or two, to see whom you truly love. Listen to the opinions of your loved ones, but ultimately, you must decide for yourself the future of your life. In the end, you will have no regrets..."* She shared the teacher's advice with a former classmate. The classmate said, *"Our teacher gives philosophical advice, but it's difficult to put into practice."*

4

The romantic story of the girl at the Mountain Street Coffee became even more complicated when another person fell in love with her. Maybe because she was beautiful, gentle, and had a charming way of speaking that many people admired. He was a young Doctor, 28 years old, who just graduated 2 years before and had a clinic in Saigon. He came from a wealthy family, and his father had a large stake in a coffee plantation in the Highlands. The father was getting older and was gradually handing over responsibilities to his son. This young doctor spent one weekend each month in the mountain town, overseeing the management of the plantation, and paying salaries to the employees and workers. In the mornings and afternoons of those weekends, he often had coffee at her shop. Eventually, he truly fell in love with her. Some loyal employees at the coffee plantation reported to his mother. She strongly objected and tried to prevent it. She had a few close friends with beautiful and academically accomplished daughters. She was currently looking for someone deemed to be worthy of her son in terms of academic achievements and family background. In order to make the most of his time and win over others, the young doctor proposed to her. One day, he told her, *"Even if my mother opposes it, I still wholeheartedly love you and want to live with you forever. Times have changed. None of my friends listen to their parents and marry someone they don't love. Or maybe we just get a marriage certificate and live together. When we have a child, my parents will accept it because they will have a grandchild to cherish."* She was touched but didn't give an answer. This young doctor had high standards. He was wealthy, had a social status, and "hardworking". However, he was a bit short and not handsome. He was dedicated to getting richer and ensuring that his clinic was always busy. He didn't know how to play any musical instruments, something she always hoped for in a lover or husband. One of her close friends advised her, *"If I were you, I would accept this young man's proposal. After the wedding, you will teach him how to play musical instruments and sing. Every day, you both will practice singing karaoke together, and he will improve".*

5

Now, let's move on to a side story. A "literary friend" of the author once said,

"Every writer, every storyteller is a 'little God,' a 'small deity'. They can decide whether their characters will be happy or miserable, rich or poor, ugly or beautiful, live long or die young, hold important positions, or be ordinary citizens... It's all up to them."

The friend added,

"If you want readers to remember the story for a long time and have trouble sleeping after reading it, then write a drama, a tragedy. If you want readers to sleep well but forget

the story easily, then write a story with a happy ending, with a good outcome."

The friend even threatened, "*There was a writer who, after he died and went to the underworld, was tormented by the ghosts of his characters. One of them said, 'Why did you make my life so miserable?' Another said, 'Why did you make me die early when I was successful?' Yet another ghost said, 'How could you separate me from the one I loved...'*"

So, up until now, the girl at the Mountain Street Coffee hadn't decided who she would be within this "quintuple love affair". The contractor's son didn't catch her attention from the beginning because he was younger, she thought he was still a "baby". It seemed that girls usually matured mentally and physically faster than boys of the same age. The coffee shop was becoming more and more crowded. The coffee she made was richer and more delicious. The writer would like to pause the story here. Solemnly, the writer invites every reader to participate and try being a "little God," a "small deity" to decide whom this coffee shop girl would be destined with among the four people who admired her. May the readers grant this coffee shop lady a poetic, happy, and lasting love. Goodnight to all the readers.

Tran Van Khang

**A song about a girl who encouraged her lover to study to achieve the goal before they had their honeymoon.*

15. THE DRAGON TEMPLE

The following short story is written according to the narration of Huân. Character names and some locations have been changed. If there is a coincidence in the identity, it is just by chance, not the intention of the writer. The story was written in the late 1990s when the relationship between Vietnam and the US was just established.

Even with limited time, on this trip back to Vietnam, I managed to visit Toàn, an old friend from when we were in the fourth and fifth grades in the Hòa Cam village during the first evacuation. In the war in Vietnam, many times we ran in chaos, scattered, evacuated, returned, migrated, and then evacuated again... There were few of my age who could still keep in touch with friends from elementary school. We were so close and had known each other for so long that even when we had grown up, we still used informal pronouns "mày tao" when talking. Toàn now lived a quiet life in Saigon, still teaching students as he did before 1975, waiting for retirement. With a teacher's salary, a few bonuses, and high living costs, Toàn's wife had to work hard trading to make extra money with a fabric and clothing stall at Bến Thành Market. Thanks to meeting Toàn again, I was able to get news of Chính and his wife, Dzung. Therefore, after a few days in Saigon, I used Air Bus to fly to the North. Once I finished the task assigned to me by my employer, a news agency, I planned to visit the city of Hai Phong, where I had lived for many years as a child, to meet the couple Chính and Dzung, old acquaintances from the past. Hearing from Toàn that Chính had liver disease, I wanted to visit him even more. He was an idol of mine and Toàn's when we were young.

ooOoo

At that time, it was around 1948. Since Chính came here for work, Hòa Cam village in Hà Đông province became more vibrant. The Vietnam-France war broke out at the end of 1946 and had been raging for two years. The French occupied all the cities in the northern region. Hai Phong, Hanoi, then Nam Dinh, Ninh Binh... Many city residents fled to Hòa Cam, and there were frequent arrivals and departures of officials. The military units of the Resistance Front would come and go.

Chính, on the other hand, was different. He stayed in this village for quite a long time, over six months. Sometimes he would leave for several days or half a month and then return. People knew he was an official, but they didn't know his rank, probably a high-ranking one. He stayed as a lodger with a family in the village. Occasionally, other officials from different places would come and spend a few days with him. Sometimes people would see Chính visiting, having private conversations for hours with the Chairman of the Local Administrative Resistance Committee. The villagers knew this much, but no one wanted to inquire further. In those times when *"everyone was actively resisting the French, striving for independence and preparing for a general counteroffensive"*, if someone had no role to play, it was better not to ask or know anything. The implications of the words *"military secret, defense secret, work secret"* were enough to keep everyone from seeking further understanding, causing complications and trouble. If something happened, they could avoid being implicated, and avoid being accused of being a traitor or a collaborator.

In the eyes of everyone, Chính was gentle and amiable. And he truly was likable, from his behavior to his interaction with the villagers. He was young, about twenty-four, twenty-five. He had a tall and confident stature, with a touch of artistry. He didn't wear official uniforms but had three or four sets of clothes made from brown fabric from the city, always neatly tailored. It looked elegant but blended in with the villagers because of the brown color of his attire. At first glance, everyone knew he was from the city. He was handsome, with short and neat hair, polite in his speech, and charming. Chính was also generous. He would often visit the local cafes and gift shops, as well as those in neighboring villages, chatting elegantly and spending generously. While some young soldiers, with artistic inclinations, had to skip a meal to afford a premium cigarette, Chính always had in his pocket a pack of Cotab cigarettes, considered one of the best cigarettes during that time in the resistance zone. He was always ready to treat the village teacher or the local official with a cigarette whenever there was an opportunity. He had a guitar and was skilled at playing and singing, often entertaining everyone during festivals and political events. With these qualities, combined with the patriotic spirit of the people in their resistance against the French colonialists in the Liên Khu Ba region (The Third Strategic Region), - anyone who fought against the French was highly regarded -, Chính quickly gained the affection of everyone. Many parents in the village loved him and wanted to marry their daughters to him. The displaced girls from the city as well as unmarried girls in the village, many of them hoped to catch Chính's attention. As I mentioned before, for me and many other children in the village at that time, Chính was our idol.

I was just over ten years old at that time, and my family had settled in Hòa Cam village after moving from one place to another. Sometimes we had temporarily stayed in rural areas, other times we had traveled up and down the rivers in the Gia Viễn, Nho Quan, Bùi Chu, Phát Diệm, Bến Xanh regions, evading the enemy while engaging in trade to make a living. When we arrived in this village, I became friends with Toàn. He was the same age as me, and we attended the second and first grades of the village school together. This was Toàn's hometown. Toàn's family, like mine and everyone else in the village, focused on increasing agricultural production. Before the war spread, those who had some money or gold when they first fled used it for consumption and diligently engaged in farming, silk production, weaving, and growing crops to sustain a modest living. Toàn's father used to be a junior tax official in Hải Phòng, which was also the city where my family lived before the displacement. Toàn's mother was a housewife like many other mothers at that time. Toàn's family had four siblings. The eldest brother was almost twenty. Sister Dzung was eighteen. Another brother was sixteen. Toàn was the youngest in the family.

The period of displacement here provided me and Toàn with the most cherished memories of our youth. We went to school, fished, caught crabs in the fields, dug trenches for shelter from French bombs, harvested straw after the rice harvest for cooking fuel, and flew kites along with other village children. Every early morning, Toàn's two older brothers prepared their books, palm-leaf hats, cotton shirts, and rice balls with sweet potato or corn, sprinkled with sesame salt. The two brothers walked seven kilometers from Hòa Cam village to Xêu Đặng to attend high school, seventh and ninth grade. They would return in the evening. After dinner, in the dim light of the oil lamp, the Toàn brothers would study and make cotton threads with old-fashioned equipment from pieces of white cotton. When they had enough bundles of threads, sister Dzung would take them to the markets to sell to weavers or traders. Toàn's mother and sister Dzung, besides their household chores, also engaged in weaving straw, making threads, and weaving fabric to earn extra income. Toàn's father took care of the children's education and tended a small garden to grow vegetables for their meals.

The girls in Hòa Cam village were famous for their beauty in the region, and perhaps even in the province. I heard this when I was young, and I paid attention and observed, finding it to be true. Most of the girls here had gentle manners, fresh and radiant complexions, big affectionate eyes, rosy cheeks, and pink lips. Yet, some people said that Dzung, Toàn's sister, was the most beautiful girl in the village. Perhaps she inherited the good looks from her maternal side, combined with the fresh qualities of girls from the city, which made people pay even more attention to her. There were a few young officials, two or three soldiers who had the opportunity to work in the region and expressed interest in marriage, but the acquaintances were too short-lived. They would come and then leave. Dzung hadn't developed any feelings for anyone. Toàn's parents said that it was a time of displacement, a time of war, and they didn't know what the future held, so they didn't encourage marriage for Dzung.

During a class session, a newspaper called Cứu Quốc (National Salvation) was circulated in the village and reached our class. Toàn was the head of the class and was assigned two tasks by the teacher. The first task was to mobilize students to write letters to be sent to Hanoi, to support and encourage the protest by not attending classes of students and pupils in the French-controlled region. The second task was to practice singing a song printed in the newspaper to perform on the upcoming May 19th occasion. Writing the letters was easy as the teacher provided examples, praising the protest of students and pupils, and these letters would be sent to students and pupils in Hanoi. However, for the second task, none of the students in our class knew how to read sheet music. Toàn's brothers were only focused on studying and weaving cotton straw; none of them played any musical instruments. Fortunately, we had Chính, who had been a friend of our children's national salvation group for a long time. So Toàn asked him to teach us how to sing. That evening, after dinner, under the moonlight on the veranda, Chính brought his guitar to Toàn's house and taught our group of children how to sing the song "Đoàn Quân Du Kích" (The Guerilla Troops). The sheet music for the song was printed in the newspaper recently delivered to our class. Chính played the guitar, quickly caught the rhythm, and sang with a deep and powerful voice:

Đoàn quân du kích tiến, những đêm kinh hoàng
Ta xung phong, giết tham tàn, hợp cùng đoàn Vệ Quốc Quân
Cướp súng giặc, giết giặc
Đánh úp thù, phá đồn
Đoàn ta không súng, chiến đấu thay bằng gươm giáo
Cướp súng giặc, giết giặc

Cắt đứt đường, phá cầu,
Đoàn ta không súng, khiến Tây mất hồn...

Rough translation:

"The guerilla troops advance, in those terrifying nights,
We go forward, killing the greedy invaders, in alliance with the National Defense Force.
Seizing the enemy's guns, killing the enemy,
Ambushing the enemy, destroying their posts.
Our unit has no guns, fighting with swords and spears.
Seizing the enemy's guns, killing the enemy,
Cutting off their roads, destroying their bridges,
Our unit has no guns, making the French panic..."

Our group of students sang along, and the sound echoed throughout the village. Toàn's mother asked Dzung to bring Chính a bowl of fresh tea. That was the first time Chính met Dzung. Chính quickly became a friend of Toàn's family. Every time he visited, he would share stories from the occupied region, war stories, stories of the situation in Hanoi, Hải Phòng... Vĩnh Thụy citizen, who had recently become a supreme advisor of Uncle Hồ after the August Revolution, was now considered the number one Vietnamese traitor for signing an agreement with the French and establishing the Vietnamese National State in the French-occupied region. Toàn's father loved hearing this news. Chính would also bring his guitar to Toàn's house and teach Toàn and sometimes me how to play and sing. We learned to play the guitar from that point on. Chính would also tell us and Dzung stories of his time in the guerrilla zone near the Vietnam-China border, the encounters with leaders, the life in the forests, with its gurgling streams, wildflowers, wild animals, and the simple charm of the local young women... We were captivated by his storytelling and admired his experiences in life. Once, when Dzung was knitting a sweater in preparation for the cold season, Chính taught us and Dzung a song, the song of *"Tấm Áo Mùa Đông" (Winter Sweater)* or *"Mùa Đông Đan Áo" (Winter Weaving Season).* I can't remember the exact title, but I remember a few lines:

Gió bấc tới đây, xào xạc rung cây lá lá bay, một mùa đông, ơn người đan áo...

Tấm áo xông pha, mùa lạnh che thân chiến sĩ ta, đây là áo, nơi quê nhà ...

"The northern wind comes, rustling and shaking the leaves, leaves flying, in a winter season, thanking the knitter of sweater...

A patched-up sweater, covering the cold for our soldiers, this is a sweater, from our native countryside..."

For several days after that, when I visited Toàn, I saw Dzung knitting while singing this song, her eyes dreamy, her cheeks blushing when mentioning Chính. Then Dzung gave Chính the sweater she had just finished knitting. Although at that time, only songs of resistance and patriotism were popular, and few sang songs with romantic themes of the bourgeoisie, Chính still enjoyed singing songs like "Suối Mơ" (Dreamy Stream), "Bến Xuân" (Wharf in Spring), "Thiên Thai" (Paradise), "Trương Chi" (Truong Chi) for Dzung to listen to. One evening, Chính accepted Toàn's mother's invitation and stayed for dinner with the family. Toàn's mother had just made a jar of delicious fermented shrimp and wanted to invite Chính as a guest. She sent Toàn to the pond to pick some wild plums. I also went along, planning to stay until Toàn's family had dinner and then return to my own house. Dzung was asked to go to the backyard and pick star fruits. After Toàn and I finished picking plums, we ran to the backyard to help Dzung climb the star fruit tree. Under the sweet star fruit tree, hidden in a corner of the garden that was so poetic, I saw Chính embrace Dzung and kiss her cheek and lips. A gust of wind blew, and strands of Dzung's hair lightly brushed their faces. Suddenly, they saw Toàn and me, and they stopped kissing. Chính looked at us with an affectionate and calm gaze. Dzung was embarrassed, her cheeks grew even redder. I found Dzung looked beautiful. She gently said to Toàn:

"Don't tell our parents, okay"

ooOoo

News of battles and victories poured in. Everyone just knew that. It was unclear whether we were truly winning or losing. There was always news that the enemy suffered many losses, and we were victorious. At most, we had two soldiers sacrificed in each battle. The former feudal village gong announcer who had used to sit leisurely "alone with a mat", was now given the title of information commissioner. Every afternoon, he stood at the head of the village, or at the end of the hamlet, with a handheld speaker, reading Uncle's call, reading war news, or calling villagers to attend meetings. The meeting tonight was to celebrate the latest victory and study the plan of competition among individuals and sectors, preparing for the total counter-offensive. Chính, while playing his accompaniment, sang the heroic lyrics:

Trùng trùng, say trong câu hát
Lớp lớp, đoàn quân tiến về
Chúng ta đi nghe vui, lúc quân thù đầu *hàng,*
Cờ ngày nào tung bay trước gió...

Trùng trùng, quân đi như sóng
Lấp lánh, lưỡi lê sáng ngời...

"Wave upon wave, passionate in the song
Rank upon rank, the army advances
We go with joy when the enemy surrenders,
The flag once waved in the wind...
Wave upon wave, the army moves like a tide shimmering, the blade gleams..."

When Chính ended the song:

Năm cửa ô đón mừng
Đoàn quân tiến về
Hà Nội bừng tiếng quân ca...

"Five big doors open to welcome
The army advancement
Hanoi resounds with the military song..."

He received the resounding applause of the villagers. After that, the youth in the village were called to join the army to save the nation, destroy the French enemy, or go on civil duty to support the Việt Bắc front. Some left and did not return. Some news came. Two or three funerals were held in the village. A few widows wearing mourning clothes. Two or three sobbing mothers. How could sorrow be avoided during the war? Then some of those who had performed their duty returned with green-yellow faces due to malaria. One day, a group referred to as Việt Gian (the traitors) from whom no one knows was temporarily brought to the village communal house. Toàn asked me and a few friends to see how fierce Việt Gian looked. We just saw more than thirty emaciated people, their faces pitifully stunted. On their right arms, tied with rope, each person was connected to the next with a distance of two or three steps. They sat listlessly, tired, squatting on the red brick floor of the village communal house. Toàn suddenly recognized a man among Việt Gian who looked like Uncle Huyện (District Chief). Toàn told me that before evacuating from Hai Phong, Uncle Huyện had visited Toàn's family a few times in the Port City. Toàn did not know the uncle's real name, only knew that he was related to his mother, and the whole family called him Uncle Huyện. He was a descendant of Old Mr. Bảng, at Hòa Xá village, Toàn's maternal hometown. Hòa Xá village was also in Hà Đông. This village produced many Confucian scholars. It was said that Uncle Huyện passed the law examination in France. He then returned to Vietnam to be a district chief for only a few months. After that, tired of being an official, he went to work as a high-ranking civil servant in Hanoi. Perhaps because of this, after the August Revolution, Uncle Huyện was not executed like many other district chiefs or officials. While intending to go to Uncle, Toàn was driven away by several soldiers leading the prisoners, not allowing him to approach. After that, Toàn saw Chính talking to a soldier, perhaps the head of the team escorting the prisoners. Toàn ran home, and told his mother that "Uncle Huyện seemed to be in the group of Việt Gian". Toàn's parents looked worried. When Chính arrived, Toàn's mother pleaded with him to verify whether it was indeed Uncle Huyện from Hòa Xá village. Chính left, returned late that night, and talked privately with Toàn's parents; Toàn and his siblings did not know the content of their conversation. Uncle Huyện was still kept among the prisoners.

Early the next morning, French destroyer aircraft conducted fierce bombings on Vân Đình District and the surrounding villages. Fortunately, our village, Hòa Cam, was not targeted, but the villagers were alarmed and prepared to evacuate. That morning, French paratroopers landed in Vân Đình. It was rumored that the French troops were rapidly advancing to capture high-ranking Việt Minh (Vietnamese communist) officials who were holding an important meeting there. The French objective was not successful in this operation. However, the French continued to carry out suppression campaigns.

Along the road through various fields, about four kilometers from Hòa Cam village, there was a large mound in the middle of a field, with a brick structure on top that the locals called Dragon Temple. In the past, I didn't know what it was like, but since the August Revolution, Dragon Temple had always been closed, with no incense or worshipping, no monks. Worship and temple ceremonies were not encouraged under the new regime and were sometimes viewed by extremist communist members as superstitious and deviant. However, the temple had many tall trees, providing shade, and it remained a place for farmers, traders, shoppers, and students like me and Toàn to rest during sunny noontimes. But a few days after the French paratroopers landed in Vân Đình, anyone passing by Dragon Temple could smell an unbearable stench. People whispered discreetly that when the French troops approached, the traitors who were caught the previous day were buried there alive. Hearing this unfavorable rumor, only a few days later, the corpses were silently dug up and taken away at night, and no one knew where they were taken. On one occasion, as part of a group of friends, Toàn and I had to pass by Dragon Temple while participating in an essay competition with students from other villages. We noticed a large pit still visible on the mound. Since then, whenever people had to walk along the road near the temple, many hurried their steps, avoiding the lingering deathly atmosphere, and no one stopped to rest at the mound as before.

Although there were reports of many victories, it was increasingly common to see the French army and Bảo Đại's forces conducting suppression operations in the area. The local peasants couldn't cultivate their land as they used to. Most young and strong men had to join the army, participate in the Resistance, or work as supporting laborers. Crops were harvested to support the war effort. Many families resorted to eating porridge. Many people moved to designated areas and then returned to major cities controlled by the French, under the pretext of returning to the national territory of Vietnam led by Chief of State Bảo Đại. Toàn's father was called to serve on multiple occasions and was invited to join the Communist Party. Toàn's older brothers were also advised to drop out of school, join the Việt Minh Army, or participate in the Resistance. At that time, Chính was assigned to work in the urban area. He had to return to Hanoi and Hải Phòng. He also had the task of guiding some undercover officials back to the cities. Chính had been to the resistance zone and back multiple times. Dzung informed her parents that if the family wanted to go, Chính would ensure their safe passage. Perhaps Chính and Dzung had an intense love for each other, but it was still within the confines of religious rites. Due to love, he didn't want to be far away from Dzung. He wanted Toàn's family to follow him and settle in the city.

Toàn's father was just a low-ranking civil servant. He loved his country, disliked the French, but also didn't approve of the Communist regime that the Việt Minh was increasingly revealing. He also had the burden of a family with four children. Staying in the resistance zone had become unbearable, with food shortages and the imminent presence of battles. The schools in the area had closed. He agreed to go to the city. My family accompanied Toàn's family on the journey. After two days of walking, with Chính guiding us, we arrived at a temporary residence near Văn Điển Train Station. In just a few days, after completing the paperwork, Toàn's family and my family moved to Hanoi and then settled in our old hometown, the city of Hải Phòng. Chính also moved to Hải Phòng. Somehow, he quickly became the manager of a small printing house with six employees. Seven months later, he married Dzung. Toàn's parents seemed hesitant because they knew the true nature of Chính as a Việt Minh official. However, Dzung's love for him was intense, and no one could stop it anymore.

Toàn and I continued to be close friends, attending the same high school, playing soccer together, strolling around the city, going to the cinema... until we turned sixteen. With time and life in the city, "the idol Chính" seemed to gradually lose a firm place in my mind. I began to have many new idols of various types. Looking far away, there were renowned scientists, world leaders, talented artists, movie stars... Looking closer were my high school faculty with many fascinating teachers and young talented individuals, immersed in meaningful literature.

Toàn's house was in an attic on Trại Cau Street. My family rented a house in a row of houses near the outskirts, on Chợ Con Street. The two of us gained another new friend in the same class, named Tuấn. Tuấn's house was only ten houses away from mine, a small villa with a surrounding garden. Tuấn was the only child of an official from the Security and Intelligence Department of the City. People in the neighborhood called Tuấn's father Mr. Phán Thọ.

He did not interact much with anyone, and everyone in the neighborhood avoided contact with him. They said he worked for the Secret Police and could arrest anyone he wanted! Nevertheless, Toàn and I weren't afraid of anything, and we remained close to Tuấn, visiting him many times after school in his father's garden.

One day, a little past five in the morning, the whole neighborhood woke up to the sound of three gunshots. Fifteen minutes later, an ambulance with blaring sirens, followed by police cars and Vietnamese-French armored vehicles, arrived and surrounded Mr. Phán Thọ's house. He had been assassinated with three bullets, and killed on the spot, and his body was placed with a piece of red paper inscribed with "Việt Gian Tử Hình" (Death Sentence for Vietnamese Traitor). Toàn and I felt very sad for our friend, but I noticed that Toàn seemed less close to Tuấn after that.

The Franco-Vietnamese War was increasingly spreading and becoming more fierce. Toàn's brothers were called up and enlisted a year ago. The French suddenly withdrew from the large city of Nam Định. Then a large battle took place on the Điện Biên front. The Geneva Conference was held, and the Việt Minh side increased its strong battlefield pressure to gain an advantage at the conference table. Toàn's brother-in-law, Chính, to avoid conscription, he turned to the resistance zone, reportedly to be active. Dzung, his sister, had a child and returned to Toàn's house to live with their parents. So, Toàn had two brothers who joined the national military and a brother-in-law who followed the Việt Minh resistance!

The Geneva Accords were signed. Vietnam was divided at the seventeenth parallel by the Bến Hải River. Mr. Ngô Đình Diệm returned to the country as Prime Minister and a great migration was actively supported by the US, moving millions of people to the South. My family quickly decided to migrate. Toàn's family also migrated, although Chính sent a message saying they should stay, he would guarantee their safety. But perhaps because Toàn's family had two brothers who had been called up, serving as officers in the national army, Toàn's parents decided to go South. Only Dzung, with her small son, stayed in the North, waiting for her husband Chính to return. I thought Chính would be in the Communist troops that took over Hanoi. Perhaps he would joyfully sing again the song with the line *"Năm Cửa Ô... Five Big Doors welcome the advancing troops..."* that he had once sung in Hòa Cam village years ago...

ooOoo

Returning to Vietnam this time, I had the task of writing a series of articles on the lives of the people, the consumption capacity, as well as the economic situation in Vietnam for a foreign media agency. The US-Vietnam trade agreement had been signed. There were more investors interested in doing business in Vietnam. The media company I work for wanted additional documentation and evidence for the investors. My articles from Saigon were emailed to the office without any obstacles and were broadcast on a radio and television system I worked on abroad, a program about Vietnam. After that, I worked in Hanoi for three days. I visited many neighborhoods, several enterprises, and some individuals. After ten o'clock on the third night, while I was typing a manuscript for an upcoming report, and also the last one, preparing to send it, there was a knock at my hotel room door. Three or four people came into the room to meet me. The hotel manager introduced two officials, cultural and trade representatives. They politely invited me to work with them at the hotel manager's office. They were dressed casually. If they were police security personnel, or spies, I would not be able to tell.

One of the officials began:

"We want to know what you have said, what news you have sent to the foreign media agency in the past three days."

I replied, casually and honestly:

"My reports were all broadcast on a foreign station, the media agency I work for. If you want to listen, just turn on the radio. If you want to listen again, I believe you have recorded my pieces as well as those of others talking about the systems in Vietnam today, just replay the recorded tapes."

The official spoke with a rather serious, somewhat stern voice:

"In some of your reports, there are some points disadvantageous to the regime. Do you know that we can revoke your visa, and ask you to leave the country at any time?"

I also replied seriously:

"I just do the job of a reporter to report truthfully, praise, and criticize rightly based on what I observed or gathered. I don't have any slander against any regime. If you find it necessary to expel me from the country, please go ahead. There are hundreds of correspondents in the media agencies. If they send someone else, they would do the same job as I do".

Another official softened his voice:

"We say this for you to handle it yourself. But there is one thing I want to say to you privately, a conversation between Vietnamese people. You know that our country now really needs the support of the world to increase trade, increase business, and foreign investment. The "partners" of the state now are the business with foreign capitalists. What you can do to have a good voice with world opinion, advantageous for the Vietnamese economy to prosper, is also a contribution to the nation."

I did not want to prolong this "tactful yet soft and threatening and coaxing" dialogue, so I just gave a short answer to finish it off:

"I will think about what you just said."

I said I would think, not to write in the direction of the guiding officials. I thought of a theory that always emphasized socialism, had heavily fought against capitalism, wanted to eliminate capitalism at its roots, and now had "partners" who were capitalists. The term "partners" was still unfamiliar to me. Roughly speaking, I understood that a partner was a nation to interact with, to cooperate with. In this situation, it was impossible to understand the partner as an enemy to fight against, like during wartime.

They left, and I returned to the room, continuing the unfinished writing until nearly one o'clock in the morning. The next day, I hired a taxi to go to Hải Phòng, visiting places with many memories of the past. In the afternoon, I visited Chính and Dzung.

Chính and his wife still lived in the old house of Toàn's parents, in Trại Cau area. The house, after nearly half a century of separation, I now had the opportunity to revisit.

It had been less renovated and was more dilapidated than the day my family left the North for the South in 1954.

Perhaps Toàn had informed them in advance, Chính and Dzung warmly welcomed me. Chính was now seventy-five years old. Looking at myself, I was no longer young either. Chính still had a neat figure and an artistic demeanor, but his age and the experiences in his life during the long years of war had left his face with many signs of worry. Dzung was also nearing seventy. Her hair was thin, with quite a few silver strands, tied up neatly at the back. I tried to picture Dzung, recalling her cloud-like hair from the old days, under the star fruit tree, the soft strands gently swaying on her face with Chính when Toàn and I caught them kissing. It was such a beautiful and unforgettable image of affection.

I asked:

"I heard from Toàn that you had a liver disease, and I thought you were weak, with yellow skin. But seeing both of you, you are still strong and capable. I'm happy for you."

Chính replied:

"I have chronic hepatitis B, but the test shows that my liver function is still quite good."

Observing their living conditions, I thought Chính's family was barely making ends meet. When I visited Toàn in Saigon, he told me that Chính had retired two years after April 1975. Toàn said Chính had worked in Saigon. Toàn's family asked Chính to intervene and ensure that Toàn's two older brothers, who were officers in the Ngụy regime (The humiliated name for former South Vietnamese soldiers as called by North Vietnamese Authority) were released early from Reeducation Camps. After that, Toàn's two older brothers had to stay in the Camps for 5 years and 7 years, which should have taken longer! Toàn also told me that Chính had served in the intelligence and counterintelligence agencies since the resistance war. When we were in Hòa Cam village, he was one of the intelligence officers of the security sector, responsible for many provinces in the Third Strategic Region. *Because he married Dzung, who came from a petty bourgeois background, and Dzung's mother had an aristocratic lineage in Hòa Xá village, Chính did not have many promotions in the party*. It could also be because he was too straightforward. Toàn told me so. Remembering a few days ago, when the two of us were sitting drinking beer in Saigon, Toàn told me about *Chính's involvement in the case of Mr. Phán Thọ and Uncle Huyện*. Therefore, half a century had passed, and I still had many things I wanted to know about Chính.

Mr. and Mrs. Chính invited me to stay and have dinner. I happily accepted. It had been fifty years since we last met, but I felt the old bond remained. In the past, whenever I played soccer with Toàn and returned home, Dzung would serve us burnt rice still in the pot and sprinkle salty sesame for the two of us, who were extremely hungry. I had never been acting like a guest with Dzung before.

The most valuable item in Chính's house now was probably the wooden bed left by Toàn's parents on the day they came to the South. The aged wood was darker and very shiny. Dung served the family meal, and Chính and I sat cross-legged on the old bed. It had been many years since I sat like this, so my knees were a bit sore. This time, Dzung served fermented pickled shrimp instead of Hòa Cam village preserved fermented shrimp. There was a thinly sliced pork belly. It was missing a few star fruit (carambola) by the pond as in the past. I remembered those star-fruits; they were sour, but they tasted great with fermented shrimp. Although there were no star-fruits, there were plenty of preserved kumquats, ginger, scallions, green bananas, and fragrant herbs. I no longer hesitated to eat raw vegetables like when eating at restaurants in Saigon and Hanoi. Dzung also made a soup of amaranth leaves cooked with crab eggs, which I hadn't had in a long time. Hai Phong had plenty of crabs. There was also a braised mackerel dish. Compared to the meals during the exodus, this was a sumptuous *feast*. The meal was only for the three of us. Mr. and Mrs. Chính's children had grown up, and started their own families. Chính and Dzung had several grandchildren.

After the meal, Chính took me upstairs to the mezzanine. There was a guitar hanging on the wall, but it certainly wasn't the guitar from the exodus. I remembered that the guitar from the old days had the word "Dzung" engraved on its face. We enjoyed a leisurely tea, had green bean cakes from Hải Dương, and continued chatting. He asked me:

"So, Huân, now that you're back in Vietnam, how do you feel?"

The question was too broad and general. I also found it difficult to answer, so I replied:

"This is my second visit here. Overall, I see a lot of progress compared to two years ago. The South seems more prosperous and better off. The Central and Northern regions of our country still have many poor and underdeveloped areas."

Chính replied gently:

"It has always been like that, Huân. The South has always

been our country's rice production and has experienced fewer natural disasters. But I still believe that our country has many resources, our people are hardworking and intelligent, and in the future, our country will be much better off."

Taking the opportunity to understand the thoughts of a party cadre over fifty years old like Chính, who was now retired and probably didn't need to be too cautious, I asked:

"Do you think that having a good ideology and good leadership is necessary for progress?"

Chính looked at me, smiled, and didn't directly answer this political question. He said:

"Huân, you're a media representative, do you want to interview me or something?"

I reassured him and changed the topic:

"No, I just want to know the opinions of older people like you who have lived in the North for a long time. I feel sad that after nearly half a century, when I returned to visit Hanoi and Hai Phong, I didn't find them more beautiful than before. Hàng Ngang, Hàng Đào, and Hàng Gai are still crowded, and the drainage system is still exposed. The architecture in the city is patchy, without any order or regulations. Earlier, before visiting you, I walked around some old places in Hai Phong. The places that used to be considered beautiful and that Toàn and I liked are now completely different, inferior to the past. Cầu Đất Street, Train Station Street, Western Street, the Harbor, Con Cóc Flower Garden, Iron Market, Cát Dài Street... in the past, they now left different impressions *on me".*

Chính pondered for a moment and then answered:

"There are two factors, Huân. Firstly, the past is always beautiful. You have been away from your homeland for many years, and you're getting older. You can never regain the feeling of the past. Secondly, our country has been at war for many years, so it's difficult to quickly build modern and well-organized cities like other countries. It's challenging to transform these ancient cities. Speaking specifically about Hanoi, do you know, that thousands of years ago, it was a marshy area with many lakes and ponds? Even now, Hanoi still has many lakes in the middle of the city. During the flood season, Hanoi's land is lower than the level of the Red River, even lower than the sea level during high tides. The population in the city keeps increasing because people from the countryside flock here. Therefore, solving water management issues, drainage, and establishing an effective sewer system for Hanoi face many difficulties. Regarding Hải Phòng, your observation is quite accurate. I think Hải Phòng will gradually decline in terms of economy and trade. The reason is that the river at the gateway is becoming shallower, requiring regular dredging for large ships to enter the port. Therefore, there will have to be a more convenient seaport for boats than Hải Phòng. The state has plans to establish a new port near Bãi Cháy or Cát Bà".

I didn't understand whether what Chính just said was accurate or not, but I never expected that someone who used to specialize in police and intelligence like Chính would also pay attention to geographic and economic matters. I continued the conversation with him:

"Do you think our country is unfortunate? The war between the North and the South lasted over 20 years, costing millions of lives and consuming a great amount of resources. Both regions suffered greatly to achieve the present Vietnam,

and the living standards of the people are considered one of the poorest in the world. Look at the previously weak countries like Morocco, Tunisia, Algeria, Madagascar... They were once colonized countries like ours, but they didn't suffer from war and still achieved independence."

Chính replied:

"I think our country is partly unfortunate. On the other hand, it is because of the historical period and the global situation that weighed heavily on our people, given Vietnam's strategic location. We were in a position where we couldn't afford not to fight, Huân. Do you remember that after World War II, when the Japanese surrendered, the French sought to return with the ambition to re-establish colonial domination? This forced our people to fight against the invasion. Fighting alone, we had to seek allies to resist the French invasion."

I thought Chính was defending and justifying the choice of following the communist path in the resistance. I realized it would be better not to delve into political discussions with Chính and instead sought answers to my personal questions that had haunted me for years about him:

"Most of us back then were inspired by patriotism. Toàn's family, like my family, once joined the resistance in the countryside and later returned to Hòa Cam, where you met Toàn's sister. At that time, you were our idol, mine and Toàn's..."

I was about to continue, but Chính interrupted, laughing and asking:

"Now I guess I'm no longer the idol of you guys. The idol lost his footing, had crashed, right?"

Seeing him in a good mood, I laughed too:

"When each person is on a different front line, we have to reassess. Idols also change over time and space. But now, can you tell me why back then, why did you resolutely follow the resistance, when you were studying for baccalaureate? and when you returned to the city, why didn't you continue your studies to become a professor, an engineer, or a lawyer like many other young people?"

Chính confided:

"The story of my active involvement in the resistance is long, but I'll summarize it for you, Huân. My father used to follow Nguyễn Thái Học in the fight against the French. When this revolutionary leader was executed along with many comrades, my father, who had a lesser involvement, was only imprisoned in Hanoi. My mother, in an attempt to visit my father, was captured by a French Agent and detained for investigation. I heard that they treated women horribly, with rape and brutality in their hands at that time. My father was later exiled to Côn Đảo (island) and died there, but he left a message for me to join the revolution and I followed his advice. At that time, the strongest and most capable organization was the Việt Minh. I joined *them and volunteered in intelligence, security, and counterespionage even before the Japanese surrendered."*

I took the opportunity to ask more questions to clear up other questions left over from childhood:

"I heard Toàn say that you had some involvement in the case of Mr. Phán Thọ, Tuấn's father, our "buddy" friend, and the case of your wife's Uncle Huyện. Can you give me some details about the past?"

I suddenly noticed I had used the word when I was young. I still called my old friend Tuấn name with the word "*buddy*". I remembered his sad face after the day his father died, "his father was assassinated". This thing kept haunting me. I didn't know where my "buddy Tuấn" was now. Was he now a gentle teacher? Or he was doing business tricks to make a living. Maybe he already died because of the B52 bombing when he followed the army across Trường Sơn to invade the South many years ago... I was thinking when I heard Chinh's voice leisurely:

"I'm old now, and I also share some of my past stories with you guys. It doesn't hurt, I think, to talk about the ***small matters*** *of fifty years ago. Huân, you should know that in the intelligence and counterintelligence activities, you always have to take action first or run away. At that time, the Party Committee of Hải Phòng City let me work as the manager of a printing business just to act as a front to hide my secret activities. The printing shop was also a place for us to print leaflets. When Phán Thọ had found the clues and was about to track down my whereabouts and activities, I had to urgently instruct my subordinates, the assassination team, to execute him. If we didn't kill him, I would have had to stop working, and escape soon to the resistance area, or I would have been arrested, tortured, imprisoned, and sent to Côn* Đảo like my father in the past".

I knew that, but I was a little scared. I only knew that Chính worked for the Resistance Front and then entered the city, but I didn't know that he was in the spy team at that time. When I was a child, I thought that after entering the city, working as a printing shop manager, getting married, and living a full life, he must have "given up arms". But I was surprised, and heartbroken about the execution of "the father of Tuấn", the father of a close friend of mine, for Chính it was just a *small matter*. I continued to ask:

"As for the case of Uncle Huyện, a distant cousin of Dzung's mother."

Chính became somewhat pensive, thinking for a moment before answering with a sad tone:

"Right after the French parachuted into Vân Đình, it was believed that they would launch a major offensive because they deployed numerous intelligence operations and fronts. The central command issued an order that when the enemy attacks, if we can't handle the Vietnamese traitors, we might sacrifice them to prevent them from turning against us or fleeing when we're attacked. We need to avoid being distracted by them, causing our forces to suffer losses and unable to withdraw safely. At that time, I was informed that Uncle Huyện, known by your sister, was connected to intellectual friends close to the French, acting as an intermediary to work for the newly established government of Bảo Đại. The resistance here didn't want Uncle Huyện to become another stronghold for the pro-French government. While Uncle Huyện was trying to find a way to go into the city, he was arrested. In reality, Uncle Huyện hadn't committed any crimes. It was just because of the French parachuting into Vân Đình that he was unjustly killed at Dragon Temple."

I still had some doubts in my mind and wanted to ask if it was true that when the war was imminent, Chính was the person who ordered the execution of a group of people known as Vietnamese traitors in the past. But I kept silent, realizing that I probably had enough to know. It was a sensitive issue that could embarrass Chính. Asking might not guarantee an answer, and even if he did answer, it might not be truthful.

I firmly believe that *everyone's idol could be untruthful at times*. Especially now, it seemed like my childhood *idol had lost his footing*, especially when it came to the ideology he had constantly pursued in hopes of finding happiness for humanity and independence for the country.

At ten o'clock in the evening, I bid farewell to Chính and Dzung, then took a taxi that had been arranged to return to Hanoi. I had completed the task assigned to me, and the next morning, I headed to Nội Bài Airport to return to my current place of residence. As I left Vietnam, I still remembered Chính's words when we said goodbye: "*Our country is no longer at war. Feel free to visit your homeland, Huân.*" Freedom was a state of relaxation of the soul, free from the tension of the body and the constraints of actions. I could find it by living contentedly and avoiding unnecessary troubles, conflicts, or confrontations. But true freedom was difficult. How could I forget the joyful and sad memories of my childhood, the sorrows of the wartime period, and the losses of many loved ones? The flight was long. The young Vietnamese girl sitting beside me, with her beautiful cloud-like hair, reminiscent of Dzung's hair, had closed her long eyelashes as if she wanted to sleep. I also tried to close my eyes and sleep, but I couldn't. The image of Dragon Temple from the past lingered in my mind, and in my ears, I could still faintly hear Chính's words about a *small matter* to him: "*Uncle Huyện hadn't committed any crimes, but he died unjustly at Dragon Temple.*"

Tran Van Khang

16. ONE TIME VISITING HUẾ

If the circumstances and identities of the characters in this short story coincidentally resemble real life, it is unintentional on the part of the author.

Back then, it was a time of war, Khoa was a second-year student at Saigon Law School. According to the order of general mobilization, he enlisted and was trained at Thủ Đức Military Academy. Upon graduation, he volunteered to join the Paratrooper Brigade, undergoing another period of training.

Khoa chose this military branch for several reasons. Firstly, he wanted to travel frequently. The Paratrooper Brigade was always mobile, deployed wherever there was a need for attack, support, reinforcement, or rescue. Secondly, his father was a wealthy farmer in Thái Bình province in the North. Before 1954, he was killed by the Communists during the Land Reform campaign, which targeted landlords. Khoa's enlistment into this renowned fighting brigade was an opportunity to take revenge for his father. Thirdly, he had a close friend named Hùng. After having a High School Diploma, Hùng volunteered to join the Army. During his leaves, Hùng would often meet with Khoa and their friends in Saigon, sharing stories of his military campaigns and the many places he had visited in South Vietnam. He already become a Lieutenant Company Commander.

After graduating from the paratrooper training course, Khoa requested to serve in the same battalion as Hùng. The two close friends from school were now comrades, sharing life and death. After many battles and major victories, Khoa became a Deputy Company Commander, still fighting alongside his old friend.

It should be noted that Hùng was originally from Huế, the ancient imperial city. Years before volunteering for the army, he had moved from Central Vietnam to Saigon to study at a French curriculum high school. Khoa and his family had migrated from Thái Bình to Saigon in 1954 when he was still a child. Khoa and Hùng studied together for a few years in the same school. They got along well and both loved music. Hùng played the guitar, and Khoa played the violin. They often played and sang together. Now in the military, they occasionally had the opportunity to enjoy music together when they returned to their base.

Khoa told his friend that he had never visited Huế. He heard that the ancient capital was beautiful, with its ancient imperial city, the poetic Sông Hương (Perfume River), and the solemn mausoleums of the emperors. One summer, Khoa had his annual two-week leave. Hùng arranged for his friend to visit Huế and introduced him to his family, so he would have someone to guide him on his first visit to the ancient capital. Hùng liked his friend. He wanted to introduce Khoa to his younger sister, Mỹ Liên. In his heart, Hùng thought that if Khoa and his sister were meant for each other, his friend would become a member of the family.

Khoa took a military flight to the ancient capital he had

long awaited. He stayed at the Officers' Club, by the Perfume River. As arranged, the following morning at nine o'clock, he visited Hùng's parents, bringing a few small gifts from himself and from his friend, including a bottle of French wine, cakes, and fruits from the Mekong Delta region.

Hùng's fourteen-year-old younger brother opened the gate to a small and beautiful villa to welcome Khoa. Hùng's parents warmly welcomed him. Mr. Mạnh, Hùng's father, was a senior official of the Thừa Thiên Prefecture Office. During President Diệm's regime, he worked for the Central Vietnam Representative Office. Mrs. Mạnh was a high school teacher. Mỹ Liên, Hùng's sister, was 17 years-old that year and had just passed the High School Part 1 examination. After the summer, she would study in the twelfth grade of Đồng Khánh School, where her mother taught French literature. Mỹ Liên appeared, graceful in a purple Áo Dài (Vietnamese long dress), with her dark black hair of a Huế girl. She brought a tray with a teapot along with precious cups for her parents to offer to her brother's friend. Khoa was discreetly startled by the innocent yet charming beauty of his friend's sister. Mỹ Liên was a bit shy, her cheeks blushing in front of her brother's friend, whom she had only heard about from her brother but had never met. From the "first moment of meeting", Khoa felt his heart stirred by the pure beauty of this Huế girl. He also found out that Mỹ Liên, like him, loved music. He heard from his friend that Mỹ Liên played the piano and the zither quite well. His gift for her was two piano music books, which he bought in Saigon. She thanked him. Although he was used to Huế accent, he found Mỹ Liên's voice as lovely as a nightingale's song.

With a home car available, on the first day, Mr. Mạnh arranged for Mỹ Liên and her younger brother to show Khoa around the streets of Huế. The little brother sat in the front with the family's driver. Khoa and Mỹ Liên sat in the back. Mỹ Liên guided Khoa, telling him the names of the streets, some buildings, and some landmarks. Then by the Perfume River, they stopped and leisurely walked on the Bạch Hổ Bridge. In the following days, they sometimes strolled on the Tràng Tiền Bridge and visited Thiên Mụ pagoda, and many ancient royal tombs. In the first two days, the little brother came along. After that, Khoa asked the driver to let him off to play soccer with his friends, as it was summer break.

At noon, Khoa and she would often have a simple lunch at small eateries, sometimes at the Officers' Club. When it got late in the evening, after dropping her off at home, Khoa usually ate dinner at the Club for convenience. A few times, he was invited to have dinner by Mỹ Liên's parents. Mỹ Liên's mother was a skilled cook, introducing Khoa to many dishes of the ancient capital. He particularly liked the Bún Bò Huế (Huế beef noodle soup) she carefully cooked, the flavorful taste was very different from the same dish he had eaten elsewhere. Khoa had the chance to taste Huế dishes such as Bánh Bèo, Bánh Lá ChảTôm, and Cơm Hến... (Water-fern cakes, Shrimp leaf cake, Clam rice...).

On the day they visited the Imperial Citadel, it suddenly started to rain. They had to take shelter under the roof of an old palace in the Imperial City, as they had been walking on the old brick paths. Her hair was wet with raindrops, shimmering like small crystal beads. Khoa noticed she was really beautiful, he gently said:

"*You look like a queen.*"

She modestly lowered her head, avoiding his gaze:

"You should have said like a princess."

Khoa intimately, with a voice full of emotion, said:

"I say you're a queen because I dream of becoming a king."

She blushed, her cheeks turning pink.

One afternoon, Khoa and Mỹ Liên walked by Tĩnh Tâm Lake. The lotus blossomed with gorgeous flowers and buds. He admired the lotus and praised their beauty. Mỹ Liên told him that her father liked lotus flowers, and preferred tea steeped with lotus, so he named her Mỹ Liên (Beautiful Lotus).

One day in the early afternoon, they were walking by the Perfume River. Suddenly, they saw a young woman wearing a white mourning headscarf, wearing thin sandals, a distant look of sadness on her face, walking alone by the river. She explained:

"Do you know, many people call her the 'Widow of the Perfume River'?".

She told him the story of this young woman who had a lover, a Lieutenant, whom she had intimately loved for about two years. After being married for over four months, the husband was killed in battle. In the past, they had often walked by the river in the afternoon. Now, the grieving widow walked alone by the Perfume River, reminiscing about her husband.

Khoa listened to the sad love story. He felt melancholy, and his heart was troubled. He was a bit thoughtful.

ooOoo

After the leave, Khoa returned to his unit. Hùng asked him:

"Did 'toi' enjoy visiting Huế? How do 'toi' feel about my sister? If 'toi' are 'impressed', 'moi' will help 'toi'."

The two friends, since high school, following the French curriculum, were used to calling each other "toi" (you) and "moi" (me or I... tutor in French by some Vietnamese when they used the word in a Vietnamese sentence).

Khoa honestly told him that he had a lot of feelings for his friend's sister, even though he had only known her for nearly two weeks. Then he told the story of him and Mỹ Liên seeing the 'Widow of the Perfume River". He was hesitant as he could potentially make her suffer. Khoa expressed his thoughts to his friend:

"We're in a combat unit, here today, there tomorrow, we may live today and die tomorrow, we don't know what will happen. 'Toi' haven't thought about getting married yet. 'Moi' am afraid of making Mỹ Liên suffer, 'Moi' don't dare to think of the situation where Liên will become the second 'Widow of the Perfume River'!"

ooOoo

In Tết Mậu Thân (Mậu Thân Lunar New Year), regardless of the three-day ceasefire agreement at the beginning of the year, the Viet Cong launched the general offensive across the provinces of South Vietnam. Saigon and Huế were also engulfed in war, with many places devastated. The city of Huế suffered the most casualties. The ancient capital was flooded by the enemy. The scenes of horrific massacres. Mass graves of civilians and government officials killed by the Viet

Cong were later discovered. Huế was like a mourning shroud due to the scenes of death and destruction everywhere. The Viet Cong occupied the city for several days. The Airborne Division and other combat units were deployed to liberate the city. The Special Operations Unit led by Hùng and Khoa was one of the forces ordered to march and liberate the ancient capital. After a few days, the Republic of Vietnam's military regained control of the situation. But sporadic gunfire could still be heard in some places because some enemy troops had not withdrawn from the city.

When the situation temporarily calmed down, Hùng and Khoa found their way to the area surrounding Mr. and Mrs. Mạnh's house, the family of Hùng. This neighborhood was not as heavily bombed and damaged as other areas. The neighbors said that during the days when the Việt Cộng occupied Huế, Communist soldiers and officials from the other side often came to Mr. Mạnh's house. Fortunately, a few days before Tết, the whole family had gone to Đà Nẵng to celebrate Tết with the extended family on Hùng's mother's side. Đà Nẵng also suffered heavy attacks but was not occupied and avoided the horrific massacres like Huế.

Gunshots could still be heard sporadically here and there. Hùng and Khoa were visiting the people near the house when suddenly a 60mm mortar shell fell nearby, causing a red-roofed house to collapse. Bricks scattered everywhere. The fire broke out. Many people were injured. Two people died on the spot. Hùng was unharmed. Khoa was hit by a mortar fragment in his right leg. It might be broken. Looking at his two intact hands, he silently rejoiced that he had not died and still had two hands to play the violin. The soldier, despite being injured, still had the soul of an artist. Khoa was quickly taken care of by the frontline medical team and then urgently transported by a U.S. helicopter to Duy Tân General Hospital in Đà Nẵng for treatment. He underwent surgery to remove the bullet fragment from his leg and had the cast with a "window" for daily wound care by the nurses. Hùng, Mỹ Liên, and Mr. and Mrs. Mạnh's family visited him several times.

ooOoo

After nearly a month of treatment, Khoa was discharged from the hospital. Over two months later, his cast was removed. He had to use crutches for three months and was taken care of at a Rehabilitation Center. One year after the day of his combat injury, he was granted a discharge by the Immunity Council. With one leg previously broken but healed, he could no longer move with military gear or parachute. If he wanted to continue serving in the Army, he would have been classified as "Category Two" and assigned to office work, which he did not want. Khoa frequently met Mỹ Liên. At that time, she was studying Literature at Huế University. Khoa and Mỹ Liên got married nearly two years after the day he was injured. The two of them then enjoyed a happy married life. Mỹ Liên no longer worried about becoming the second Widow of the Perfume River.

Tran Van Khang

Appendix: The writer gave Khoa and Mỹ Liên the following lines of poetry:

MỘT LẦN THĂM HUẾ

Một lần anh về thăm đất Thần Kinh
Huế xưa đẹp với dòng sông thanh bình
Anh quen cô gái học trường Đồng Khánh
Để bao kỷ niệm đẹp mãi không quên

Qua cầu Bạch Hổ nàng bước chân êm
Sóng nước sông Hương tiếng nàng thì thầm
Chùa Thiên Mụ tóc nàng đan sợi nắng
Cầu Tràng Tiền nón nàng thơ nghiêng nghiêng

Ngày thăm Thành Nội trời bỗng đổ mưa
Nàng cùng anh trú mái cung điện xưa
Tự dưng anh thấy nàng đẹp Hoàng Hậu
Và anh thứ dân ước mơ làm vua

Thế nhưng nàng còn học trò ngây thơ
Anh còn chinh chiến đây đó sông hồ
Có yêu đành yêu nàng trong tâm tưởng
Để nàng an bình với Cố Đô xưa
Nàng mãi an bình với Cố Đô xưa

ONE TIME VISITING HUẾ

(Roughly translated)

Once you visited the land of the Perfume River,
Hue of the past, beautiful and peaceful,
You met a girl from Dong Khanh School,
A souvenir in your heart that would never be forgotten.

Across the Bach Ho Bridge, she walked with grace,
The murmurs of the Perfume River accompanied her.
At Thien Mu Pagoda, her hair wove strands of sunlight,
On Trang Tien Bridge, her hat tilted gracefully.

On the day of visiting the Imperial City, suddenly it poured rain,
You both sought shelter in the ancient palace.
At that moment, you saw her as a beautiful Empress,
And you, a humble subject, dreamed of being her Emperor.

Yet she is still an innocent student,
And you are still a soldier, fighting far and wide.
If love exists, let it exist in your thoughts,
So, she may find peace in the Ancient Capital.
May she forever find peace in the Ancient Capital.

17. DREAM AND HAPPINESS

If the circumstances and identities of the characters in this short story coincidentally resemble real life, it is unintentional on the part of the author.

Among the golf courses in the city and surrounding areas, An liked one in Coronado the most. Even though it was a bit far from his house, Coronado was a beautiful area, and the golf course was right near the beach. Coming here just for a relaxing stroll already feels worth driving some extra miles. Most of the people who came to practice or play golf at this course were elderly. Some were senior officers in the U.S. military, now retired, choosing Coronado as a place to retire, to relax. They came here to play golf, met and chatted with friends, reminisced about the past. Sometimes they came to practice alone, honing their golfing skills at a practice range that enthusiasts of this sport called the Driving Range.

To get to Coronado from San Diego, it was most convenient to use highway 5 and cross a bridge. At night, the Coronado Bridge looked spectacular from a distance. The bridge was very long, with hundreds of electric lights shining on both sides, reflecting points of light on the horizon at night. Then the bridge looked like a long dragon studded with many diamonds, snaking from one side of the city to the other side of the peninsula, crossing a bay full of large and small ships and yachts passing by.

An had been fond of playing golf for several years because it required no running, though he found the sport quite difficult. An remembered when he first started learning, the first thing his coach told him was to be patient. Many other sports, if you're talented, just six months to a year of practice would be enough to casually play with friends. Sports like tennis, table tennis, basketball, volleyball, badminton were easier to hit even though the ball was usually moving when it was hit. Golf was different, the gentle ball sat still, waiting for the player to strike it with one of the long clubs, yet people who have been practicing for a few months often missed the ball. Even if they hit the ball, but with incorrect technique, the ball rolled to one side, or fell short, missing the target.

One Thursday afternoon, An put his golf gear in his car and drove over to Coronado. San Diego had a warm climate almost year-round, with little rain and not too humid. It was an ideal place for those who enjoyed outdoor activities.

An arrived at the course, took a basket of balls to the Driving Range and started practicing. He completely missed the first two balls, the later ones went off at very unexpected angles, or only fell a few yards from where he stood. He switched from Iron 5 to Club 3 and practiced some more, with a bit of improvement. A few balls flew high and traced geometric arcs in the air, but the precision and distance were not yet satisfactory.

An felt a bit disheartened and sat down on a plastic chair provided on the practice ground, observing an American man also practicing nearby. The man was around sixty, balding, a bit fat, but very agile. He wore a fashionable short-sleeved golf shirt with a logo on the chest and long trousers of a different color but from the same brand. An wanted to watch the man's golfing style to learn from his posture and his technique in striking the white plastic balls with evenly distributed dimples. All of the man's movements were very gentle and easy, just as the "teachers' advice" that the coaches often gave to An. Catching An's watchful eye, the man looked up. Seeing An's slight nod of admiration, the man said "Hi" and continued hitting the balls beautifully, straight and far, accurately near the targets.

He returned to his original spot and practiced some more. When it was the American neighbor's turn to rest and watch An, An felt even more awkward. Seeing a skilled golfer watching his play, An made even more mistakes. He looked at the American, shook his head slightly as if criticizing himself, and smiled. Perhaps it was at a sports venue that people were most open and easy to get acquainted with. The man also smiled back. Suddenly, An noticed a familiar detail in the smile of the newly met American. The man stood up from his chair, approached An, and said in American English:

"May I correct a few of your mistakes?"

An replied, also in English:

"I noticed you hit the ball easily and accurately. I would appreciate it if you could give me a few technical tips."

The man showed An how to stand, how far apart to keep his feet, what the angle between his legs should be, and what to do when swinging his arms. He added more about the timing and way to shift body weight from the left leg to the right, then back from the right to the left. He criticized An for not keeping his left foot firm when hitting the ball.

After a few minutes of practice, the two men stood to rest and chat. The American asked An:

"Are you originally from Korea or Japan?"

Perhaps he rarely met Vietnamese people playing this sport. An answered:

"I'm from Vietnam."

The man cheerfully extended his hand:

"I'm Bill. I was in your country during the Vietnam War. I was in Tactical Zone Four, then later in Lai Khê."

An also shook hands:

"Nice to meet you. My name is An."

Suddenly, An saw the initials WM tattooed in blue ink on Bill's right arm. An exclaimed:

"Captain William More!"

An couldn't possibly mistake him. The American An just met was the advisor of the regiment An had the opportunity to serve with over thirty years ago. The letters WM on that arm, An had seen so many times in Ngang Dừa, then in Kiên Long, Chương Thiện. The two small initial letters were tattooed very neatly and could be read as WM, representing William More, from either side of the arm. Bill was a little surprised, An quickly added:

"I'm An, the physician who served with you in the 31st Regiment back in Vị Thanh, do you remember? It's been over thirty years! I'm sorry, I addressed you as Captain. By now,

you must be a three-star general."

More rejoiced, embracing An's shoulder:

"I can't believe I'm meeting Bac si An here!"

William More pronounced the three Vietnamese words *"Bác sĩ An"* (Dr. An) just like back in the days when he mimicked the way officers in the unit used to call An. In those days of combat, few people in the regiment called An by his rank, they often respectfully called him by his professional title. More continued:

"I'm now in business, no longer in the military. I've retired for many years. The highest rank I reached was Colonel, I never made it to General as I'd hoped back in the day. Where are you now, and what are you doing?"

An answered:

"I'm fortunate to be able to practice medicine again. I have a clinic in San Diego, on the other side of Coronado Bay."

More continued:

"I'm really happy to see you again. How about we have dinner at Ocean Terrace, Hotel Del, later? We have lots to catch up on."

An was also pleased to meet an old friend. He agreed. More said:

"I need to go pick up my granddaughter from a nearby nursery and take her to my daughter's house. In about an hour, let's meet again at the Ocean Terrace."

More said goodbye to An, then took his golf bag to his car parked in the distance, moving very athletically and neatly, probably due in part to his long years in the military. An thought about the surprising reunion with an old acquaintance. Without the tattooed letters on More's arm, they might not have recognized each other after many years apart. More was balding, almost devoid of the beautiful brown hair he once had. An had also changed a lot from the past, his hair had turned grey and was thinning, the addition of spectacles, and aging had made An gain weight, not as petite as when he was a young graduate.

An packed up his sports gear and put it in the back of his car. He called home to let them know he ran into an old friend and wouldn't be having dinner at home tonight. Then he washed his hands, wiped his face, and went to the dining room of the Hotel Del Coronado to order a drink, getting ready for the evening meal, celebrating the reunion with his old American friend. A series of memories from those distant past years appeared as if a movie was being replayed in An's memory."

ooOoo

Back in 1963, having just graduated as a military doctor, An was assigned to a combat unit stationed first in Ngang Dừa, then in Kiên Long in the Mekong Delta. These were two district capitals established during President Diem's time, through the Strategic Hamlet Program of his adviser, Nhu.

At this first post, An met two American advisers. One was Captain William More, affectionately known as Bill, and the other was Sergeant Richard Johnson, casually referred to as Dick. Dick primarily dealt with communications and requests with American forces, such as calling for air ambulances, resupplying, or requesting fire support. For the first few months, An interacted politely with these two foreigners, careful not to be misjudged by those around him as being overly friendly with Americans. These two advisers asked An for anti-diarrheal medicine a few times during military operations when they had consumed poor-quality food. An occasionally talked to them to practice his then very limited English.

Then one day an incident occurred that changed An's perspective on his American friend, William More, and they became quite close.

That day, Battalion Two of the Regiment engaged in a heavy battle and claimed victory, capturing an enemy battalion commander, a Senior Lieutenant. He was taken back to the Regiment command post to await a helicopter that would transport him to the Division Intelligence Office. Lieutenant Hậu, the head of the intelligence team at An's post, had gathered extensive information about this prisoner. He was known as Fourth Brother or Big Belly Fourth. He was short, only about 1.55 meters tall, fat, and had a large belly. According to intelligence, no matter whether he was marching or hiding, he would drink two bottles of 33 beer every evening. Perhaps that's why he had a big belly and was given that nickname. He was around 30 years old, and reports suggested he was a capable commander, adept at evasion and only engaging when he was confident of victory. Unfortunately, due to leaked information, his unit was ambushed and defeated.

A helicopter arrived from Bạc Liêu, primarily to transport this prisoner back to the Division Headquarters for interrogation. The unit's commander invited An to accompany him back to Bạc Liêu. He needed to meet with the Division Commander and took the opportunity to visit his wife and children. An agreed to go to meet with some colleagues, especially Dr. Cầu, An's predecessor.

The helicopter took off and gradually rose to an altitude of over two thousand feet. At this height, the risk of enemy gunfire from villages below was significantly reduced. Two American gunners, each holding a heavy machine gun, sat on each side of the helicopter. An and the Commander were given the two remaining seats. Captain More, Lieutenant Hậu, and Sergeant Johnson were temporarily sitting on the helicopter floor. Because helicopters were frequently used for medevacs or troop transport, many of the seats had been removed to provide more space. Big Belly Fourth was also seated on the floor of the helicopter. His legs were tied with wire, allowing him a short range of movement but preventing escape. His hands were handcuffed in front of him. He sat with an indifferent expression on his face.

They had been flying safely for over twenty minutes. Everyone was sitting quietly, eagerly waiting to arrive at the small provincial capital of Bạc Liêu, near Cà Mau. Suddenly, with a scream, Big Belly Fourth sprang up, used his cuffed hands to swiftly wrap around Captain More's neck, and attempted to jump out of the helicopter through the nearby opening, which was kept open for the gunner. The incident happened too suddenly. More reacted by seizing Big Belly Four's arms with his own, and his short body dangled outside the helicopter. Johnson and Lieutenant Hậu also reacted quickly, each grabbing onto the seats where An and the commander were sitting with one hand and grabbing each of More's legs with the other to prevent him from being pulled out into the open air. If he fell, he would certainly be killed, along with Big Belly Fourth. An felt his seat shaking due to the weight of several people pulling on it. Luckily, the seat was made of light but sturdy metal and firmly bolted to the helicopter floor with multiple screws. Half of More's back was leaning against the side of the helicopter, his buttocks and legs still inside, held by Johnson and Lieutenant Hậu. An and the Commander, thanks to their seatbelts, were also able to assist by holding onto Johnson and Lieutenant Hậu's shoulders, providing additional support. The gunner nearest to More shouted to him in English:

"Let go of him so we can pull you in!"

But More continued to hold onto Big Belly Fourth's arms. More would not let the prisoner fall, even as he was being choked by the handcuffs around Fourth's wrists. Finally, with the intense help of the gunner on the opposite side, Lieutenant Hậu and Johnson managed to pull more, along with Big Belly Fourth, back into the helicopter.

More's neck was severely scratched and bleeding from the friction of the handcuffs. More's face was flushed as he panted heavily. But he was a professional soldier and remained calm after his near-death experience. Lieutenant Hậu, with a seemingly dislocated arm, slapped Big Belly Fourth quite hard on the face, fetched an additional pair of handcuffs from the back, hooked one end to Big Belly Fourth's cuffs, and the other end to the leg of An's seat. An was now face to face with Big Belly Fourth and this was the first time An ever interacted so closely with someone from the other side. An asked Big Belly Fourth:

"*Why did you do that?*" Big Belly Fourth answered immediately:

"I had to kill an American, even if it meant my death."

More, massaging his sore neck, asked An what the prisoner had said. An translated Big Belly Fourth's statement. More did not get angry and told An in English:

"He is a true soldier too."

After that incident, An didn't know, nor did he care to find out about the fate of Big Belly Fourth. Whether he was a "true soldier" as More had said, or simply a fanatic, An didn't want to dwell on it.

What made An respect the American soldier named William More was the calm and humane attitude he showed towards the prisoner who tried to kill him, even when death seemed imminent. At an altitude of two thousand feet, both the American and Vietnamese soldiers - their homelands thousands of miles apart - would have had a few fleeting moments to contemplate their lives before shattering upon impact together.

From then on, An had more sympathy for More. They didn't discuss Big Belly Fourth again, but they became closer, perhaps because they had shared a life-and-death experience on the helicopter. On one occasion when they both went back to Saigon, An invited More to listen to Vietnamese music at a music lounge. More complimented the beauty and gentleness of Vietnamese women. He said he would marry a Vietnamese woman in the future. More was still single and only a few years older than An.

Once they had known each other for some time, An learned that More was born in Santa Barbara, California. His father was a retired Brigadier General who had served in the Korean War with General McArthur. From a young age, More had decided to pursue a military career and follow in his father's footsteps. Although he didn't say it, An knew More had great ambitions and wanted to become a hero. More graduated from West Point and volunteered to fight in Vietnam. He was also trained in the U.S. special forces. He once told An and Lieutenant Hậu that he could survive alone in the jungle for a month with just a knife, hunting wild animals, eating wild plants, and using the stars to navigate or evade the enemy. As An had only received basic military training, he was very impressed by this. Lieutenant Hậu, on the other hand, had also received harsh training in intelligence and parachute infiltration into enemy areas. He told More that if he could find food that More couldn't eat like everyone else, he would owe him a bottle of whiskey. More cheerfully accepted the challenge. So, there were many such challenges organized by Hậu, and each time An was invited to attend, witness, and act as a fair referee. The first challenge was a turtle that Hậu somehow found and steamed. With plenty of beer and alcohol at the party, the hot steamed turtle, fragrant with pepper and onion, was placed on a plate, its four legs pointing toward the sky. Five people attended the "feast". An just gently tasted one turtle leg. More calmly took the turtle head, dipped it in tamarind fish sauce, and enjoyed it. So, he passed the first challenge. Hậu prepared for the second one. A staff member caught a large and long banded snake right around the camp. Hậu used it to make porridge and a stir-fry. More ate the snake with ease and passed the second challenge as well. Hậu, determined to win, looked for another challenge. During the harvest season, the fields were full of fragrant rice and many fat field mice. The villagers trapped the mice, cleaned them, marinated them in salt and soy sauce, grilled them until golden and fragrant, and sold them in the markets. Hậu bought some, and placed a whole one on a plate, beautifully garnished with thinly sliced mouse meat sprinkled with lemon leaves. More ate the mouse meat as naturally as before.

One day, Miss Hương, the granddaughter of Mr. Lãm, an old and respectable retired teacher, brought An two large durian fruits. An and Hậu brought them out to invite the officers to the headquarters, and of course, the advisor More was also present. As soon as he smelled the durian, More slightly wrinkled his long nose. Hậu very solemnly placed a durian pulp on a small plate, inviting More to try it. Everyone else enjoyed the ripe durian pulps, which were very delicious. More only used chopsticks, ate a tiny bit of durian the size of a green bean, then wrinkled his face and shook his head.

Finally, on the fourth challenge, More lost, and Hậu was pleased. When More brought out a bottle of Black Label Johnnie Walker whiskey, Hậu invited everyone to drink to celebrate his victory, accompanied by pickled shallots, dried shrimp, and smoked fish. They had two crates of beer. An still clearly remember getting quite drunk that day.

One day, after a leisurely dinner, More, Johnson, and An sat down to talk about life. Thanks to his internship and regular listening and speaking practice, An's English had improved significantly. More asked An about his aspirations. An said he only hoped for the country to achieve peace soon so that he could return to civilian life, apply to the University's training program, and pursue his dream of becoming a medical professor. An asked More about his life goals. More said he wanted to become a skilled commander in the U.S. military with the ambition of reaching the rank of General, like his father or even a four-star general, which would fulfill his desires. If given the opportunity, More hoped to do heroic deeds like General Mac Arthur. Therefore, unlike An, who wished for a swift end to the war, More saw the war as an opportunity to quickly advance in the military and get closer to his goal of becoming a commanding general. An turned to Sergeant Johnson and asked about his dreams. Johnson had very modest aspirations. He only hoped to complete his tour of duty in Vietnam and then return to his home state in the U.S., where he would find a good job. With the savings accumulated while staying in Vietnam, he would buy a beautiful large diesel motorcycle, a Harley Davidson, and a black leather jacket. Every weekend or when he had longer breaks, he would ride the Harley motorcycle with a group of his high school friends on the wide highways of the United States. He would feel the cool breeze, watch the dust fly, and enjoy the scent of the fresh grass in his homeland. Three young men, all stationed in the same base during the Vietnam War, but their aspirations were truly different.

An still remembered the day More finished his first tour in Vietnam. The Battalion Command organized a small farewell party. More delivered some touching farewell words after the evening meal. Then everyone went to rest. More invited An, Hậu, and Johnson, along with another officer, to play the card game called "Ca-té" a game that An had taught More many months ago. This card game was just for entertainment, with each person contributing one Vietnamese dong (piaster) for each round, and the winner would collect the money. It was past two in the morning, and everyone wanted to rest. More pleaded with An and Johnson that since he would be leaving for home tomorrow and wouldn't be able to sleep tonight even if he lay down, he wanted to talk and play cards with them until morning. An and Johnson respected the request of their friend who had experienced life and death alongside them for the past few months, so they stayed up with More until sunrise, drinking coffee together. When the helicopter arrived, An and everyone bid farewell to More as he departed for the province and then back to his homeland, the United States.

After that, An was transferred to Cần Thơ. About two years later, one day somehow, More found out where An was working at his new unit and came to visit. More explained that he had volunteered for a second combat tour in Vietnam. This American soldier, with the dream of becoming a general, missed the battlefields like a tiger missed the jungles. More had been promoted to Major. Since then, An has not had the opportunity to meet More again.

ooOoo

More arrived at the hotel dining room earlier than expected and reunited with An. The two old friends, who hadn't seen each other in a long time, enjoyed drinking wine and having a delightful dinner, reminiscing about old memories from decades ago.

An inquired about More's military life. More recounted that during his second tour in Vietnam, he was stationed in Lai Khê. He started a family there with a Vietnamese girl, fulfilling his desire to have a Vietnamese wife. However, just over a year later, during an attack on a US base, More's young wife tragically passed away. More was devastated, grieving for the lost love and disheartened by the cruelty of war. He had to take more than three weeks off to receive treatment for depression and despair. Unexpectedly, this small break for rest and treatment had a significant impact on More's military career and future. The United States eventually did not win the war in Vietnam, and the American people grew weary of the war's extensive cost in resources and lives. More returned home a few years later and was promoted to the rank of Colonel. However, in subsequent promotion reviews for the rank of General, More's name was excluded. The reason given was that More had a medical record, having undergone treatment for depression at a US Field Hospital during the Vietnam War. The board believed that a General officer should possess resilience and determination to lead and command and could not have a history of mental illness like depression. More felt discouraged as his dream of becoming a General was shattered. Luckily, his father, a retired Major General, was advanced in age and owned a large golf supply store in Coronado. He entrusted More to continue the business and entrepreneurship, rather than "succeeding" him as a General. In his free time, More played golf. He had long been married to an American wife, with several grown children and two grandchildren.

An also shared about his life, the fall of Saigon, the 1975 evacuation, and his life in the United States with the initial difficulties. An inquired about Sergeant Johnson, the messenger. More informed him that after his service in Vietnam, Johnson worked as a mechanic in a large auto repair shop. Johnson fulfilled his dream of owning a Harley Davidson motorcycle and a leather jacket. However, one day while riding his motorcycle, he had a fatal accident on a highway in Michigan, years ago.

An felt a little sad upon hearing this news. He calmly asked More:

"You had the ambition to become a General of the world's most powerful military force, but your dream didn't come true. I hoped to become a medical professor in a small country of Vietnam, but that didn't work out either. The highest teaching career of my life was when I was in Cần Thơ, teaching a few nursing assistants who only needed high school level to be accepted as students. As for Johnson, he fulfilled his desire to wear leather jackets and ride a diesel-powered Harley on the highway, only to have a fatal accident. In your opinion, among the three of us who were once in the same unit, who is the happiest?"

More replied:

"Having a goal in life, whether big or small and accomplishing it brings happiness. I think Johnson is the happiest among the three of us. It's just a pity that he died while he had his dream."

An asked More what else he does besides business and playing golf. More pondered for a moment and replied:

"I have been writing for nearly ten years, mostly short stories and a few longer stories about Vietnam. My new dream is to have one of my stories turned into a film. I have sent seven manuscripts to film studios like Warner Bros, and Century... in Hollywood, but none of them have been made into a film! Perhaps the Vietnam War is a wound for the American people, and they prefer to forget rather than remember. And I will have another unfulfilled dream!"

An tried to console his friend by reciting some lines of poetry by Xuân Diệu, and he tried to convey the main idea:

"A poet in my country thinks differently. Often, the unfulfilled desires have a certain charm. Like an unfinished

love story, a painting lacking a few brushstrokes, an unfinished composition, a story without an ending, sometimes they give oneself or the audience, the viewers more thoughts, more vivid imagination."

More said:

"Let me tell you a story about happiness written by an English writer a long time ago. The story is titled "A Moonlit Night." I don't know if you've heard this story before."

An seemed to have read a short story with a similar theme somewhere. But he was happy, meeting an old friend, and was willing to listen to stories of life or old novels:

"I don't remember if I have read it, please go ahead and tell me."

More continued:

"The story goes something like this. There was a young, beautiful woman living alone, independent in a lovely house, with few neighbors, near the seaside. She had friends and a few lovers. One day, she encountered a wretched, dirty, homeless young man, ragged in appearance, standing near her house. With a romantic soul, the young woman wanted to do something beautiful for life. She let the homeless man into her house, allowing him to have the opportunity to bathe, shave, and tidy his hair. She gave him a robe to wear after the bath, a thick cotton robe to keep him warm. Then she sat down to talk, served good wine, and prepared a full meal, including a grilled steak with a delightful aroma for the homeless man. After getting cleaned up, having good wine and a delicious meal, the man felt happy. His appearance had changed,

and he looked quite handsome. He claimed to be an artist. With a romantic spirit and a liking for romantic adventures, the young woman made some intimate and provocative gestures. She thought she had shown compassion, so she wanted to offer this poor but now adorable artist complete bliss on a moonlit night. They ended up in her bedroom and passionately made love multiple times until well past midnight. The full moon, high and bright in the sky above the sea, illuminated the scene of their love affair in a dreamy manner. After the intense moments of lovemaking, the man sat in contemplation, searching for the woman's cigarettes, as if he wanted to savor the lingering taste of the joyful moments, she had graciously bestowed upon him. While looking for a lighter in her bedside drawer, he couldn't find one but instead discovered a small handgun that the woman kept for self-defense or emergencies. He held the gun to examine it, and at the same time, the woman felt fear and her heart pounded fast, worried that this homeless man would kill her and steal her belongings. However, the homeless artist spoke gently, saying, 'I am in a desperate situation, hungry, poor, and homeless. You have provided me with the convenience of bathing, delicious food, warm clothes, a comfortable bed, and even love, in this perfect moonlit night. My life will never be more blissful than it is now, and I will never experience another beautiful moonlit night like tonight. I want to die in happiness.' After saying that, he carefully raised the gun to his head, calmly pressed the trigger, and ended his life in front of the young and beautiful woman who had kindly given him many things, including love, on this magnificent moonlit night."

More continued:

"That's why I told you earlier: Johnson was a happy man, fulfilling his life's dreams completely. He died in a dream."

An quietly thought that these writers and poets were truly absurd. He laughed and said to his friend:

"Personally, I don't want to die in happiness like Johnson or like that homeless artist."

The conversation between An and More continued joyously and lasted until late at night. An was surprised that they had finished two bottles of Chardonnay wine. The wine tasted unusually good today. An assumed it must be French wine. He picked up the empty bottle to check the label, hoping to remember the name and origin to order it again in the future. An was surprised to find that the wine was produced at Vineyard Bernardo, right in San Diego, the beautiful city where he peacefully lived with his wife and children. The lobster was deliciously sweet, and the Sea Bass fish had a delightful aroma. The restaurant owner mentioned that they were both caught from the Pacific Ocean, fresh and caught of the day, in the waters off San Diego, right in front of An's house. An thought to himself that there was no need for wine imported from France, nor did he need to insist on having Australian Lobster. Sometimes, delicious dishes could be found right where one lived, just within reach, and happiness was similar—often within one's grasp without realization.

When bidding farewell to his old friend, An kindly suggested meeting again soon. He added:

"The next time we meet, my wife and I will invite you and your family to have dinner at a remarkable Vietnamese restaurant in Del Mar. They serve many authentic dishes from our homeland that you enjoyed in the old days. I assure you there won't be any turtle, snake, or rat dishes. But there might be Durian Ice Cream"

Tran Van Khang

18. THE PURPLE SUNSET

If the circumstances and identities of the characters in this short story coincidentally resemble real life, it is unintentional on the part of the author.

The Vietnam War, instigated by the Northern Communists invading the South, lasted nearly two decades, ending on April 30, 1975. The war caused millions of deaths, millions of injuries and disabilities, countless scenes of destruction and separation... The war ended many years ago, yet it still brings consequences for the subsequent generations, the descendants who never spent a day living in the midst of war. The short story below is one of these situations.

At the start of summer, in the afternoon when the sun had faded over the rows of trees, people often saw that Asian girl strolling alone on the beach. She was young, her face was pleasant and elegant, her figure was beautiful and kind. She walked barefoot. Her gentle steps on the wet sand were silent and lonely.

She aimlessly watched the seagulls, leaving footprints on the brown sand. The bird footprints quickly disappeared with each wave. She looked at the clouds in the sky, looked out to sea, then focused her gaze on the successive waves that swept the shore. The silver waves, reaching the sandy shore, the rocky reefs, were nothing but quickly dissolving foam... Dissolving quickly like her love story...

STUDENT LOVE STORY

When her father was sent to reeducation camp, Bích Vân was still in her mother's womb. Her mother had been pregnant for only a few months. She was the youngest of five siblings. She heard stories that everyone thought when her father presented himself at Gia Long School in Saigon, he would study for three months and return. Unexpectedly, her father was imprisoned for more than ten years, relocated to the Hoàng Liên Sơn region in the North, with a bitter winter. Many prisoners died of hunger, cold, accidents, overwork, and sickness without medication.

But then luck came. Perhaps the Americans had a bit of conscience or some regret, having abandoned their South Vietnam allies. Through the Orderly Departure Program, Bích Vân's father and her family of five siblings were allowed to immigrate to the United States, settling in San Diego around the early 1990s. Bích Vân was a good student. She continued her studies. After two years at Mesa Community College, she was transferred to study at UCSD (University of California San Diego).

Bích Vân didn't notice, but one day she overheard her friends whispering. They said there was a "Việt Cộng guy" (Vietnamese Communist) in her class. She curiously watched the guy to see what he looked like. She saw that he was athletic, tall, and quite handsome. She had heard her father describe the cruelty of the Việt Cộng, especially during his days in prison, so she thought those on that side must be very savage. But she found this student was no different from other Vietnamese students. He was even "sophisticated". In those days, any student who had a Lexus car was quite upscale. He had one of these, in ivory white. Even the fee for a parking space on campus was not small.

Then one afternoon, after class in the lecture hall, Bích Vân was on her way down a flight of stairs to the Price Center, where there were student eateries. When she was about to reach the last step, she stumbled and fell, scattering her books all over. By chance, the "Việt Cộng guy" was behind her. He helped Bích Vân get up and helped gather her books and lecture notes. She had hurt her left ankle. He introduced himself as Thành. Because she had just fallen, she was limping. He offered his arm for her to lean on and invited her to a modest lunch at a restaurant. The two got acquainted and gradually fell in love from then on.

TOWARDS THE FUTURE

Bích Vân and Thành both graduated, and perhaps due to their excellent academic performance, they were hired by a Bio Engineering Company in San Diego. On a sunny afternoon at La Jolla Shore, on the American Independence Day, July 4th, Thành proposed. Beside the vast sea, they stopped, he gently knelt on one knee, offering her an engagement ring. Bích Vân was moved, her eyes wet. She joyfully accepted and gave him a kiss to the applause of many people on the nearby sand.

One day he asked her why her parents, Mr. and Mrs.

Hoàng, named her Bích Vân. She said that at the time, her father was in a reeducation camp. He watched the clouds every day and wished he could be like the clouds, swiftly returning to his beloved family. Somehow, he managed to send a message telling his wife when the child was born, if it was a girl, to name her Bích Vân (meaning beautiful cloud). If it was a boy, to name him Cao Vân (meaning high cloud). As for Thành, he was born in June 1975. His father was a long-serving cadre, loyally serving the Party and the State in the Communist North Vietnam. His father had actively participated in the arduous war, suffering many hardships. When the North succeeded in what was called the liberation of the South, as if to celebrate the victory, his father chose for him the name Công Thành (meaning accomplished mission), Nguyễn Công Thành.

Since then, he was introduced to her family by Bích Vân many times. Her parents were initially hesitant. They thought Thành was probably the son of a wealthy family in Vietnam or belonged to a powerful family of the Communist regime. But after seeing Thành's good manners and respect on several occasions and knowing that Thành wanted to live in the United States and that their youngest daughter had deep feelings for the young man, they became less worried. All Bích Vân's siblings were already married. Bích Vân's parents also wanted her to start her own family for their peace of mind. They did not dissuade and did not want to obstruct their daughter's love.

Thành quickly arranged everything. Three months after confessing his feelings to her, he invited his parents from Hanoi to the United States, to San Diego, to meet Bích Vân's parents to formally propose to Bích Vân for him.

ENCOUNTER: TWO PEOPLE, TWO SIDES OF THE BATTLE

A few days before the prearranged meeting, Bích Vân's parents, with the help of their children, prepared their small but well-off house to welcome the parents of Thành.

On the day and at the time of the meeting, hearing the bell, Bích Vân opened the gate to invite Thành and his parents in. Mr. Hoàng, Bích Vân's father, stood right near the main door of the house to greet the guests. He was shocked, frozen, and unable to say a word for a few seconds. The man standing in front of him, Thành's father, was the security officer, the old warden of the reeducation camp at Heaven's Gate in the North. His former prison mates had nicknamed this security officer "Hưng the Fang" or "Tư the Fang." Back then, he was a Security Major, managing an entire area of the prison. He still had his prominent right canine tooth, an unforgettable image. He was directly responsible for Mr. Hoàng's barracks and many others. Despite the surprise and unease, Mr. Hoàng had to invite the guests inside. Despite his "opponent's" smile, he couldn't muster a friendly smile.

They served tea and cakes. The conversation was polite, but not as friendly as expected. "Tư the Fang" surely didn't remember Mr. Hoàng. He had too many prisoners to manage back then. Now, Bích Vân's father was neither downtrodden, nor ragged, nor skinny as before. After some tea, he proposed to join their families as in-laws. Mrs. Hoàng, Bích Vân's mother, chatted happily with her future "in-law". She had no idea about her husband's surprise or current thoughts, as he had endured many hardships during his prison days.

Mrs. Hoàng was surprised to see her husband entertaining guests without a warm smile. It was even stranger when Mr. Hoàng's response to Thành's parents' proposal to join their families was that he would "ask Vân thoroughly" and respond later. Thành and his parents said goodbye, without arranging a day for the two families to meet again.

RECALLING THE PRISON DAYS

The guests left. Mrs. Hoàng blamed her husband, who was usually sociable and friendly, for being so cold on such an important occasion. Bích Vân was also surprised and sad. She didn't know why either.

Mr. Hoàng slowly told his wife and children about his hard days in the Hoàng Liên Sơn prison camp. He revealed that Thành's father was the infamous Major Hưng, his communist security officer and jailer. Thành's father treated the prisoners cruelly. According to the camp policy, Mr. Hoàng and many fellow prisoners had to go into the forest daily to cut trees and carry wood back. Once on the way, carrying a log downhill, he fell on the side of the road, luckily not down a nearby mountain slope. He had sprained his wrist. Hưng didn't believe him when he said his wrist hurt and he couldn't cut trees anymore. But when he saw Mr. Hoàng's red, swollen wrist, he assigned him to animal care and vegetable cultivation. Mr. Hoàng had to shovel and carry manure every day to fertilize the vegetable beds that the prisoners were growing. Hưng knew Hoàng used to be an Infantry Major Battalion Commander, and he called Hoàng several times to the Correctional Center's Office to testify over and over again. He had to report all his "crimes" in the campaigns and battles. Hưng scrutinized his family history in three generations. Many times, Hưng criticized him for lacking sincerity. Somehow, Hưng found out that Hoàng had a brother who had been a Colonel and a Military Court Judge of the South and had sentenced his Revolutionary comrades harshly. Hưng taunted him, saying his brother had escaped two days before Liberation and had gone abroad to enjoy the "spoils" of the American enemy. He couldn't bear to see this security officer and jailer now, with a son going overseas, studying in the US, and frequently taking his daughter out in a luxury car! His psychological wounds were hard to heal. The painful memories of the harsh days were hard to forget.

LOVE THAT DID NOT WORK OUT

After two nights of thinking, Mr. Hoàng told Bích Vân: "*Daddy loves you very much. I don't have anything against Thành. He's innocent. But I can't sit with his father, let alone become in-laws. He was my prison warden. He was cruel, and he tortured me and the other prisoners very inhumanely. I can never forget the humiliating days under Thành's father's rule. I wonder whether Thành has been adversely affected by his father's character. Think about it, how would my fellow officers, prison mates, and former soldiers, many of whom live in San Diego, in California and in the US, react when they see me becoming a relative of the infamous warden from the past? Here, many people know me in the Former Correctional Prisoners' Association. How could I explain to them? What would they think?*"

Hearing her father say that, Bích Vân could only cry. She knew her father could never forget the long, hard years in communist prison. She met with Thành, shared her feelings, and told him everything about her dilemma.

Thành also shared the complicated situation to his parents. Mr. Hưng, Thành's father, tried to explain to his son. He said in his generation, fighting the French and then the Americans to gain independence and reunification for Vietnam was considered patriotic. He had been trained and taught that way from a young age. He had to "go with the flow". But now he also told his son that he should have been more humane once he was on the winning side.

Thành knew his marriage to Bích Vân was unlikely. The gap between his father and his girlfriend's father was too big. It was hard to "reconcile". He requested a transfer to work for a pharmaceutical institute in New Jersey. To go far away, to try to forget a failed love.

Bích Vân, as mentioned at the beginning of this short story, often walked alone on the sandy beach in the evening when she had some free time. She would reminisce about her unfortunate love story.

Tran Van Khang

AUTHOR'S BIOGRAPHY

Birthplace:

Born in 1937 in Hải Phòng City, original hometown: Ý Yên Village, Vũ Xuyên District, Nam Định Province – North Vietnam.

Education:

Began education at An Dương Elementary School, Hải Phòng. In 1946, due to the Vietnam-France war, he had brief interruptions in his education before completing primary education in Ứng Hòa district, Hà Đông province. Later, he attended Bạch Đằng and Phùng Hưng High Schools in Hải

Phòng and Chu Văn An High School in Saigon. He graduated as a Doctor of Medicine from Saigon University in 1963 and was further trained at the University of Nebraska Medical Center in the USA. He was certified by the American Board of Family Practice in 1976.

Career:

Started as the Chief Medical Officer of the 31st Infantry Regiment in 1963, after being graduated from Medical School. He was subsequently appointed as Chief of the Department of Surgery at Phan Thanh Giản Hospital and then Deputy Commander of the 74th Medical Regiment in Cần Thơ. His final rank was Lieutenant Colonel in the Republic of South Vietnam Armed Forces. After the fall of Saigon in 1975, he relocated to the USA, receiving medical training in Nebraska. He opened Sutherland Medical Center in Nebraska in 1976, and then moved to California, became the first Vietnamese Medical Doctor in San Diego in 1979. He founded and served as the President of the Vietnamese Physicians Association in San Diego for many years. He established and chaired the Union Pacific Medical Group, consisting of Vietnamese Doctors in this City. In collaboration with American Doctors, he held the position of Medical Director for San Diego Physicians Medical Group for several years. He retired in March 2014.

Family:

Married since 1968 and currently residing in La Jolla, San Diego County. He has a son, a daughter, and two grandchildren.

Literary Works:

Began writing in secondary school, inspired by his

teachers. His literary works, ranging from short stories to songs, have been published in various media in the US. Released a CD *"Để Mình Mãi Yêu Nhau"* and a DVD *"Trở Về Phố Xưa"*.

https://www.youtube.com/playlist?list=PLXRqSoCAhHBtiSvxhGzRSOkJeYbRr0uDn

Some songs like **Chợ Tình Sapa** (Sapa Love Market), **Cà Phê Phố Núi** (Mountain Street Coffee), **Hoàng Hôn Tím** (Purple Sunset), **Chiều Cali** (California Evening), **Đà Lạt Mộng Mơ** (Dreamy Dalat), **Quán Khuya** (Late Night In The Nightclub), **Dấu Chân Trên Cát** (The Footprints On The Sand), **Trở Về Phố Xưa** (Return To The Old Hometown), **Tiếng Đàn Xưa** (The Nostalgic Piano Sound), **Tiếng Mưa** (The Sound Of The Rain) are inspired by stories with the same titles.

Nhân Ảnh
2024

Liên lạc tác giả:
kvtmd@aol.com

Liên lạc Nhà xuất bản
han.le3359@gmail. com
(408) 722-5626

www.ingramcontent.com/pod-product-compliance
Lightning Source LLC
LaVergne TN
LVHW032021041026
849517LV00008B/2688
* 9 7 9 8 8 6 9 3 7 8 8 3 5 *